AF758630

കുടിയേറ്റം

Kudiyettam
Tamil-Malayalam Translation
Novel

Thoppil Muhammad Meeran

Translation
Sandhya Edavoor

CHINTHA PUBLISHERS
Thiruvananthapuram

First Edition
July 2022

Second Impression
April 2024

Published & Typesetting
Chintha Publishers, Thiruvananthapuram

Printed at
Repro India Ltd, Mumbai

Cover Design
Vinod mangos

ISBN : 978-93-93468-41-3

CO - 3130 / 6886

₹ 260

Email: chinthapublishers@gmail. com
Website: www. chinthapublishers. com

A version is available at National Libraries
Kolkata, Mumbai, Chennai and Delhi

Distribution
DESHABHIMANI BOOKHOUSE
H O Thiruvananthapuram 695035

Branch
Head Office Kunnukuzhi • Statue Thiruvananthapuram
KSRTC Bus Terminal Thampanoor • Saphalyam Complex Thiruvananthapuram
KSRTC Bus Station Ernakulam • Machingal Lane Thrissur • IG Road Kozhikode
Mavoor Road Kozhikode • NGO Union Building Kannur
Central Bus Terminal Complex Thavakkara Kannur

കുടിയേറ്റം

തോപ്പിൽ മുഹമ്മദ് മീരാൻ

പരിഭാഷ
സന്ധ്യ ഇടവൂർ

ചിന്ത പബ്ലിഷേഴ്സ്
തിരുവനന്തപുരം-695 035
വില : ₹ 260

തോപ്പിൽ മുഹമ്മദ് മീരാൻ

പ്രമുഖ തമിഴ് സാഹിത്യകാരൻ. 1944 സെപ്തംബർ 26ന് ജനിച്ചു. നാഗർകോവിൽ എസ് ടി ഹിന്ദു കോളജിൽനിന്ന് എക്കണോമിക്സ് ബിരുദം നേടി. ശ്രദ്ധേയമായ ചെറുകഥകളും നോവലുകളും എഴുതി. *ചായ്‌വു നാർക്കാലി* എന്ന നോവൽ 1997 ലെ കേന്ദ്ര സാഹിത്യ അക്കാദമി അവാർഡ് നേടി. കേന്ദ്ര സാഹിത്യ അക്കാദമി ഉപദേശക സമിതി അംഗം, നാഷണൽ ബുക്ക് ട്രസ്റ്റ് അംഗം എന്നീ നിലകളിൽ പ്രവർത്തിച്ചിരുന്നു. 2019 മെയ് 10 ന് അന്തരിച്ചു.

സന്ധ്യ ഇടവൂർ

കന്യാകുമാരി ജില്ലയിലെ തിരുവട്ടാറിനടുത്തുള്ള ഏറ്റക്കോട്ട, കവിയൂർ തെക്കേമഠത്തിൽ ജനിച്ചു. അച്ഛൻ: എസ്. ശങ്കരര്. അമ്മ: ശ്രീദേവി അന്തർജ്ജനം. മലയാളഭാഷയിലും വിദ്യാഭ്യാസത്തിലും ലൈബ്രറി സയൻസിലും ബിരുദാനന്തര ബിരുദവും കെ ടെറ്റും നേടി. ലണ്ടനിലെ ട്രിനിറ്റി കോളേജിന്റെ പിയാനോ ഇന്റർ മീഡിയറ്റ് വിദ്യാർത്ഥിനിയാണ്. *ധനുമാസചന്ദ്രിക*, *ദക്ഷിണേന്ത്യൻ പാചകം*, *ധനം ഓഹരിയിലൂടെ* എന്നിവയാണ് കൃതികൾ. റെയിൻബോ ബുക്സ് എം ഡി യായിരുന്ന എൻ രാജേഷ്കുമാറിന്റെ ഭാര്യയാണ്. മകൻ: ആർ നാരായണൻ.

പ്രസാധകക്കുറിപ്പ്

ഇന്ത്യയിൽ അധികാരം സ്ഥാപിക്കാനെത്തിയ പറങ്കികളും തദ്ദേശീയരും തമ്മിൽ രൂക്ഷമായ ഏറ്റുമുട്ടലുകൾ നടന്നിട്ടുള്ളതായി ചരിത്രം രേഖപ്പെടുത്തുന്നു. കന്യാകുമാരി മുതൽ തേങ്ങാപ്പട്ടണം വരെയുള്ള പ്രദേശങ്ങൾ മരയ്ക്കാന്മാരുടെ ആവാസമേഖലകളായിരുന്നു. കടലോരങ്ങളുടെ അധികാരത്തുഴപിടിച്ചിരുന്ന മരയ്ക്കാന്മാരും നാട് പിടിക്കാൻ വന്ന പറങ്കികളും തമ്മിലുള്ള കടൽപ്പോരിനു ശേഷമുള്ള പലായനങ്ങളാണ് കുടിയേറ്റത്തിന്റെ ഇതിവൃത്തം. അഭിമാനക്കൊടിപിടിച്ചുള്ള പോരാട്ടത്തിൽ പരാജിതരാകുന്ന മരയ്ക്കാന്മാർ ചരിത്രത്തിന്റെ ഈ വിരാമബിന്ദുവിൽനിന്നും തുടങ്ങുന്ന നിരാലംബ യാത്രകളുടെ ജീവിത രേഖയാണീ കൃതി. ചരിത്രത്തിൽനിന്നും വർത്തമാനത്തിലേക്കു കടക്കുമ്പോൾ പോരാളികളായിരുന്ന വലിയതമ്പി മരയ്ക്കാരുടെയും പിന്മുറക്കാർ ഓടത്തെരുവിൽ ശവവണ്ടി വലിക്കുന്നു. പോരാട്ട വീര്യത്തിൽനിന്നും മത്സ്യബന്ധനത്തിന്റെ പതിവു വഴക്കങ്ങളിലേക്കു ചുവടുമാറ്റിയ ഒരു കൂട്ടം മനുഷ്യരുടെ ആത്മനിന്ദയും കയ്പും ഈ കൃതിയിൽ മുറ്റി നില്ക്കുന്നു. തമിഴ്-മലയാളം കടലോര സംസ്കാരങ്ങളെ കൂട്ടിയിണക്കുന്ന ഒരു ഞരമ്പ് തോപ്പിൽ മുഹമ്മദ് മീരാന്റെ കുടിയേറ്റത്തിൽ വെളിവാകുന്നതായി കഥാകൃത്ത് ബി മുരളി ഈ പുസ്തകത്തിന്റെ അവതാരികയിൽ ശരിയായി നിരീക്ഷിക്കുന്നുണ്ട്. മഹത്തായ ഒരു കൃതിയാണിതെന്ന് തീർത്തും പറയാം.

ചിന്ത പബ്ലിഷേഴ്സ്

നിലയ്ക്കാത്ത കുടിയേറ്റങ്ങൾ

ബി മുരളി

തമിഴ് നോവലിസ്റ്റ് തോപ്പിൽ മുഹമ്മദ് മീരാൻ കുനുകുനായുള്ള അക്ഷരങ്ങളിൽ എഴുതിയത് മലയാളത്തിലാണെന്നതാണ് രസം. ലിപി മലയാളവും ഭാഷ തമിഴുമാണ്. തമിഴ് വാചകങ്ങൾ മലയാളം അക്ഷരങ്ങളിലൂടെ ഓടിയപ്പോൾ അതിൽ ഉൾച്ചേർന്നിരുന്ന ജീവിതം ഈ രണ്ടു സംസ്കാരങ്ങളിലൂടെയും അങ്ങോട്ടുമിങ്ങോട്ടും ചാടുകയായിരുന്നു.

കടലും കരയും തൊട്ടുകിടക്കുന്ന പോലെയാണ് മീരാന് തമിഴും മലയാളവും. തിരുവിതാംകൂറിലെ തേങ്ങാപ്പട്ടണം എന്ന കടൽത്തീര ഗ്രാമത്തിലെ പള്ളിക്കൂടത്തിൽ തമിഴും മലയാളവും പഠിച്ചു. എഴുത്തിന്റെ വള്ളം തമിഴിലേക്കിറക്കി.

എന്നാൽ അടുത്തകാലത്ത് അന്തരിക്കുംവരെ തോപ്പിൽ മുഹമ്മദ് മീരാനെ കാണാൻ നമുക്ക് തേങ്ങാപ്പട്ടണത്തോ നാഗർകോവിലിലോ തിരുനെൽവേലിയിലോ പോകേണ്ടിയിരുന്നില്ല. തിരുവനന്തപുരത്തെ ചാല ചന്തയിൽ വലുതും ചെറുതുമായ മുളകു വ്യാപാരപ്പുരകളിൽ അദ്ദേഹം സഹവ്യാപാരികളുമായി കൊച്ചു വർത്തമാനം പറഞ്ഞിരിക്കുമായിരുന്നു. ചിലപ്പോൾ അദ്ദേഹത്തെ കാണുക ചാലയിലെ വെറും സാധാരണപ്പെട്ട ഏതെങ്കിലും ചെറിയ വീടിന്റെ വരാന്തയിൽ സിഗററ്റു വലിച്ചും അവിടത്തുകാരുമായി ഗൗരവത്തിൽ വർത്തമാനം പറയുന്ന നിലയിലുമായിരിക്കും.

തേങ്ങാപ്പട്ടണത്തുനിന്ന് തിരുനെൽവേലിക്കുവിട്ട് അവിടെ വീടും കെട്ടി മുളകു വ്യാപാരം തുടങ്ങിയ മീരാൻ തിരുമ്പി വന്നുകൊണ്ടിരുന്നത് ചാലയിലേക്കായിരുന്നു. അവിടെ കച്ചവടക്കാരനായ നോവലിസ്റ്റ് അ മാധവനുണ്ട്. തമിഴെഴുത്തിന്റെ അറിയപ്പെടാത്ത കുലപതി അനന്തപുരിയിൽ ഒളിജീവിതം നയിക്കുന്ന നീല പത്മനാഭൻ, പിന്നെ തമിഴ് സംഘത്തിന്റെ

ലേബലിൽവന്നുകൂടുന്ന അജ്ഞാതരായ തമിഴ് അക്ഷരജീവികൾ എന്നിവരുമായി സംസാരിച്ച് സംസാരിച്ച് മീരാൻ ജീവിതങ്ങളെ സാഹിത്യത്തിലാക്കുന്നു. ആദ്യം പറഞ്ഞപോലെ അക്ഷരം മലയാളം, മൊഴി തമിഴ്, ജീവിതം കുളച്ചൽ തീരപട്ടണത്തിന്റെ ഉപ്പും തിരയും പിടിവാശികളും പരുപരുപ്പും.

തീരത്തിന്റെ പച്ചഭാഷയിൽ മുസ്ലീം ജീവിത കടങ്കഥകളെപ്പറ്റിയാണ് മീരാൻ പറഞ്ഞുകൊണ്ടിരുന്നത്. *ചാരു കസേര* എന്ന നോവലിലാണ് അതിന്റെ ചന്തം നല്ല ഓളത്തിൽ ഒഴുകുന്നത്. കുടുംബത്തിന്റെ ചലനങ്ങളെ മുഷ്ടിയിലൊതുക്കുന്ന മുസ്ലീം കാരണവരുടെ വരത്തു പോക്കുകൾ അതിൽ തിരയടിക്കുന്നതുപോലെ പൊങ്ങിത്താഴും. ചാലയ്ക്കുവരുന്ന വഴി അദ്ദേഹത്തിന് മലയാളത്തിരകളെയും വിടാൻ പറ്റാതെ വന്നു. 'കൂമൻ തോപ്പിൽ' പൂവാറിന്റെ സാമുദായിക സ്പർദ്ധ തിരക്കിപ്പോയി. ശണ്ഠയും പകയും നിറഞ്ഞ പൂവാറിന്റെ കഥ ആദ്യമായി സാഹിത്യത്തിൽ വന്നത് തമിഴിലായിരുന്നു എന്നത് വിചിത്രമായി തോന്നുന്നു.

മലയാളത്തിൽ വന്നപ്പോഴാണ് താൻ കൂടുതൽ പ്രശസ്തനായതെന്ന് അദ്ദേഹത്തിന് തോന്നിയിരുന്നു. അതിന്റെ സന്തോഷത്തിൽ മലയാളത്തിലെ എല്ലാ സാഹിത്യ മാസികകളും പ്രതി പ്രതി വരുത്തി വായിച്ച് പുത്തൻ എഴുത്തുകൾപോലും അദ്ദേഹം മനസ്സിൽ സ്വീകരിച്ചിരുന്നു. അസാധാരണമായ തിരിവുകളും പുരോഗമനച്ചുവടുകളും പ്രതിക്രിയകളുമൊക്കെ നിറഞ്ഞ ഈ മുസ്ലിം ജീവിതവഴികൾ മലയാളത്തിൽത്തന്നെ പിറന്നെങ്കിൽ അതിന് കൂടുതൽ വ്യാപ്തി കിട്ടിപ്പോയേനെയെന്നും തോന്നുന്നു.

വെളുവെളുത്ത ഡ്രെസ്കോഡിൽ മുടി പറ്റെച്ചീകിയൊതുക്കി, സ്ഥിരം തൂവാല മുറുക്കിപ്പിടിച്ച്, മൂക്കുപ്പൊടിയും സിഗററ്റും മാറി മാറി സേവിച്ച്, ഇടത്തോട്ടു മുണ്ടുടുത്ത്, എം 18 എന്ന എല്ലുകൂടുപോലുള്ള മോട്ടോർ സൈക്കിളിൽ സാധാരണപ്പെട്ട സഞ്ചാരം നടത്തിയ ഈ മുളകു വ്യാപാരി ഊഷ്മളമായ ഒരു ജീവിതചിത്രമാണ്, അങ്ങേരുടെ കഥാപാത്രങ്ങളെപ്പോലെതന്നെ.

മലയാളത്തിന്റെയും തമിഴിന്റെയും ഒന്നായിട്ടുള്ള ഒരു വരമ്പുണ്ട്. തെക്കൻ തിരുവിതാംകൂറുകാർ ചരിത്രത്തിലൂടെ മുന്നോട്ടും പിന്നോട്ടും നടക്കുന്നത് ഈ ഒറ്റ വഴിയിലൂടെയാണ്. ഈ വരമ്പിൽ നിന്നുകൊണ്ടാണ്, തിരുനെൽവേലിക്കുപോയി *കുടിയേറ്റം* എന്ന നോവൽ ചോദിച്ചു വാങ്ങി സന്ധ്യ ഇടവൂർ മലയാളത്തിലാക്കുന്നത്. തമിഴ് മലയാള ജീവിതചലനങ്ങളെ സൂക്ഷ്മമമായി സ്വന്തം ജീവിതം കൊണ്ടു തന്നെ നിരീക്ഷിച്ചിട്ടുള്ള പരിഭാഷക *കുടിയേറ്റ*ത്തെ മലയാളത്തിലെ ഇടതടവില്ലാത്ത ഒരു ഒഴുക്കായി ചിട്ടപ്പെടുത്തിയിരിക്കുകയാണിവിടെ.

ചരിത്രത്തിൽനിന്നുള്ള പലായനവും പലായനശേഷമുള്ള ചരിത്രവും ഒന്നിച്ച് *കുടിയേറ്റ*ത്തിൽ ഉരുവപ്പെടുന്നു. കടലോരങ്ങളുടെ അധികാരത്തുഴ പിടിച്ചിരുന്ന മരയ്ക്കാർമാരും നാട് പിടിക്കാൻവന്ന പറങ്കികളും

തമ്മിലുള്ള കടൽപ്പോരിനുശേഷമുള്ള പലായന ദുരന്തം. അഭിമാനത്തിന്റെ കൊടിപിടിച്ചുള്ള പോരിൽ തോറ്റടിഞ്ഞുപോകുന്ന മരയ്ക്കാന്മാർ. ചരിത്രത്തിന്റെ ഈ വിരാമ ബിന്ദുവിൽനിന്ന് തുടങ്ങുന്ന നിരാലംബ യാത്രകളുടെ ജീവിതരേഖയായാണ് *കുടിയേറ്റം* ആരംഭിക്കുന്നത്.

വലിയ തമ്പി ബെദ്രബ്ബായുടെ യുദ്ധം ദുരന്തത്തിൽ ഒടുങ്ങിത്തീർന്നപ്പോൾ കടലിൽ മരയ്ക്കാന്മാരുടെ ജഡങ്ങൾ ഒന്നൊന്നായി പൊങ്ങി, പിന്നെ കരയ്ക്കടിഞ്ഞു. അടിഞ്ഞ മിക്കവാറും ജഡങ്ങൾ മരയ്ക്കാന്മാർ രായ്ക്കുരാമാനം അവിടെത്തന്നെ കുഴിയെടുത്തു സംസ്കരിച്ചു. എന്നാൽ സ്ത്രീകളെയും കുഞ്ഞുങ്ങളെയുമൊക്കെ മറ്റു ദേശങ്ങളിലേക്ക് കുടിയകറ്റിക്കഴിഞ്ഞിരുന്നു, പറങ്കികളുടെ രോഷത്തിൽ നിന്ന് മറച്ചുകൊണ്ട്.

ചരിത്രത്തിന്റെ ഗൗരവം ഇവിടെ തീരുകയും വർത്തമാനത്തിന്റെ നീണ്ട വഴികൾ ഇവിടെത്തന്നെ ആരംഭിക്കുകയും ചെയ്യുന്നു. വലിയ തമ്പി മരയ്ക്കാരുടെയും ചിന്നത്തമ്പി മരയ്ക്കാരുടെയും പിൻമുറക്കാരനായ സന്തൂക്ക് മൊയ്ദീൻ കുലത്തൊഴിലിന്റെ മാനംപോലും തുലഞ്ഞുപോയി ശവവണ്ടി വലിക്കുകയാണ് ഓടക്കരത്തെരുവിൽ. മൊയ്ദീന്റെ യാത്രകളിലൂടെ ചരിത്രത്തിലെയും വർത്തമാനത്തിലെയും കഥാപാത്രങ്ങളുടെ ചങ്ങല രൂപപ്പെടുകയാണ്. പോരാട്ടവീര്യത്തിന്റെ പാരമ്പര്യത്തിൽനിന്നു തെറിച്ച് മീൻപിടിത്തം കുലത്തൊഴിലായിപ്പോയ ഒരു കൂട്ടത്തിന്റെ സ്വയം നിന്ദയുണ്ടിവിടെ. വഴിയോരങ്ങളിൽ മലവും മാലിന്യവും നിറഞ്ഞ് ദുർഗ്ഗന്ധം വമിക്കുന്ന പശ്ചാത്തലത്തിൽ സംസാരഭാഷ സംസ്കാരലേശമില്ലാതെ ഒഴുകിപ്പരക്കുന്നു. കുലത്തൊഴിലിൽനിന്നും ഒഴിഞ്ഞ് ശവം ചുമക്കാൻപോകുന്ന മൊയ്ദീൻ വീണ്ടും ഗതികെട്ട് മീൻപിടിക്കാൻ പോകുന്നു. ഒടുവിൽ ശവവണ്ടി പിടിക്കാൻ തിരികെ വരുമ്പോൾ അതും കൈവിട്ടു പോകുന്നു.

ദുരന്ത കഥാപാത്രങ്ങളുടെ നിരയിൽനിന്നു മുസ്ലിം മുന്നോക്ക സംഘം രൂപപ്പെടുന്നുണ്ട്. തലമുറയുടെ ഇളം കൂമ്പുകൾ തീവ്രവാദം ആരോപിക്കപ്പെട്ട് അഴിക്കുള്ളിലാകുന്നുണ്ട്. കഥയുടെ ഓരോ ചലനത്തിലും വലിയതമ്പിയുടെയും ചിന്നത്തമ്പിയുടെയും ചരിത്രം രോഷത്തോടെ കടന്നുവന്ന് ഒഴിഞ്ഞുപോകുന്നു.

തമിഴ് മലയാളം കടലോര സംസ്കാരങ്ങളെ കൂട്ടിപ്പിണയ്ക്കുന്ന ഒരു ഞരമ്പ് മീരാൻ സാഹിബിന്റെ *കുടിയേറ്റം* കഥയിൽ വെളിവാകുന്നുണ്ട്. അത് അലങ്കാരങ്ങൾ ഇളക്കി മാറ്റിവച്ച പരുക്കൻ മൊഴികൊണ്ട് പരുവപ്പെട്ടിരിക്കുന്നു. മൊഴി മാറുമ്പോഴും കുടിയേറ്റത്തിലെ കഥാപാത്രങ്ങൾ ആ കടൽക്കരുത്ത് സൂക്ഷിക്കുന്നു.

കാലുറപ്പിക്കാനാകാത്ത കുടിയേറ്റങ്ങൾ ലോകത്തെങ്ങും ഇന്നും തുടരുകയാണ്. ഈ *കുടിയേറ്റം* അതിന്റെ മറ്റൊരു നേർ വിവരണമാകുന്നു.

ഒന്ന്

വാപ്പ പറഞ്ഞതു പ്രകാരം ചിന്നത്തമ്പിമരയ്ക്കാർ ബെദ്ദബ്ബാ തന്റെ കുടുംബത്തെ ഉൾഗ്രാമമായ റാവുത്തർപുരത്തു കൊണ്ടാക്കിയതിനു ശേഷം കടൽക്കരയിലേക്ക് തിടുക്കത്തിൽ മടങ്ങിയെത്തി. അദ്ദേഹം അവിടെ എത്തുന്നതിനുമുമ്പുതന്നെ കടൽക്കരയിൽ പറങ്കികളും മരയ്ക്കാന്മാരും തമ്മിൽ യുദ്ധം ആരംഭിച്ചുകഴിഞ്ഞിരുന്നു. പറങ്കികളും പരവന്മാരുമായി ആയിരക്കണക്കിനാളുകൾ മരയ്ക്കാന്മാരുടെ ഗ്രാമങ്ങളിൽ തിങ്ങിനിറയാൻ തുടങ്ങി.

വലിയതമ്പിമരയ്ക്കാർ ബെദ്ദബ്ബായുടെ നേതൃത്വത്തിൽ കരയിലും ചിന്നത്തമ്പിമരയ്ക്കാർ ബെദ്ദബ്ബായുടെ നേതൃത്വത്തിൽ കടലിലും അതിഭയങ്കരയുദ്ധം നടന്നു. ആധുനികയിനം ആയുധങ്ങൾ കൈവശമുണ്ടായിരുന്ന പറങ്കികൾ മരയ്ക്കാന്മാർക്കെതിരെ ആഞ്ഞടിച്ചു. മരയ്ക്കാന്മാർ തല്ക്കാലം പിൻവാങ്ങിയെങ്കിലും തങ്ങളുടെ നാടിനെ തകർക്കാൻ വന്ന പരദേശികളായ പറങ്കികളെ വിരട്ടിയോടിക്കുവാനായി അവർക്കെതിരെ തിരിച്ചടിക്കാൻതന്നെ തീരുമാനിച്ചു. അതിനുവേണ്ട തയ്യാറെടുപ്പുകളും അവർ ആരംഭിച്ചു. എന്നാൽ ഇതിനിടയിൽ മരയ്ക്കാന്മാരിൽ ചിലർ കരിങ്കാലികളായി പറങ്കികളോട് ചില രഹസ്യധാരണകളിലേർപ്പെട്ടു. വല്യതമ്പിമരയ്ക്കാർ ബെദ്ദബ്ബായെ കാട്ടിക്കൊടുക്കണമെന്നതായിരുന്നു ശത്രുക്കളുടെ നിബന്ധന. വലിയ കച്ചവടക്കാരായ ചില മരയ്ക്കാന്മാർക്ക് പറങ്കികളുടെ കരാറുകൾക്കുമുമ്പിൽ സമ്മതം മൂളേണ്ടിവന്നു. ഒറ്റുകൊടുത്തതറിഞ്ഞ വല്യതമ്പിമരയ്ക്കാർ ബെദ്ദബ്ബാ, “നന്ദികെട്ട കുലദ്രോഹികളേ.. അഭിമാനം വിറ്റ് അന്യനീചശക്തികൾക്ക് നമ്മുടെ ഈ പുണ്യഭൂമിയിൽ കാലുകുത്താൻ അവസരമുണ്ടാക്കിക്കൊടുത്തല്ലോ.. മഹാപാപികളേ..” എന്നു സമുദ്രത്തെ സാക്ഷിയാക്കി ഗർജ്ജിച്ചു. പിന്നെ വേദനയോടെ മകനെ വിളിച്ചു.

“ചിന്നത്തമ്പീ..”

അരുകിലെത്തിയ മകന്റെ മുഖത്തേക്കു അദ്ദേഹം സൂക്ഷിച്ചു നോക്കി. മനസ്സിലെ കോളിളക്കങ്ങൾ മുഴുവനും അദ്ദേഹത്തിന്റെ ആ നോട്ടത്തിൽ അന്തർല്ലീനമായിരുന്നു. ചെമന്നുകലങ്ങിയ കണ്ണുകളിൽ ഒരു മഹാസമുദ്രത്തിന്റെ ഗർജ്ജനം മുഴുവനും അലയടിച്ചുയരുന്നുണ്ടായിരുന്നു. അദ്ദേഹത്തിന്റെ മുറുകിയ കൊമ്പൻമീശ ശരമുനകൾപോലെ തോന്നിച്ചു. ഒരായിരം അഗ്നിപർവ്വതങ്ങളായിപ്പൊട്ടിയ ക്രോധം ഉള്ളിലൊതുക്കിക്കൊണ്ട് അദ്ദേഹം വിളിച്ചു

“ചിന്നത്തമ്പീ..”

“വാപ്പാ..”മകൻ വിളികേട്ടു.

വലിയതമ്പിമരയ്ക്കാർ ബൈദ്രബ്ബാ സിംഹാസനം വിട്ട് ചാടിയെഴുന്നേറ്റു. അരപ്പട്ടയിൽ തിരുകിവെച്ചിരുന്ന ആനക്കൊമ്പുപിടിയുള്ള വാൾ അതിശീഘ്രം വലിച്ചൂരി മകന്റെ കൈയിൽ വെച്ചുകൊടുത്തിട്ട്:

“തമിഴന്റെ മാനം നഷ്ടപ്പെട്ടിരിക്കുന്നു മകനേ..”

“അങ്ങയുടെ വാൾ..” മകൻ ഒന്നും മനസ്സിലാകാതെ ചോദിച്ചു.

“വേണ്ട, ഇനി ഇത് നിനക്കുള്ളതാണ്. എന്റെ അരപ്പട്ടയിൽ ഇനിയിതിരിക്കാൻ പാടില്ല.”

“എന്റെ കൈയിലുമുണ്ടല്ലോ..” തിളങ്ങുന്ന തന്റെ മൂർച്ചയേറിയ വാൾ മകൻ ഉയർത്തിക്കാട്ടി.

“എന്റെ അരപ്പട്ടയിൽ ഇനി ഈ വാൾ ഉണ്ടാവാൻ പാടില്ല മകനേ.. എന്നെ പറങ്കികൾക്കു കാട്ടിക്കൊടുക്കാമെന്നു നമ്മുടെ ആൾക്കാരിൽ ചില കുലദ്രോഹികൾ, പറങ്കികളുമായി കരാറിലേർപ്പെട്ടിരിക്കുന്നുവത്രേ.”

അല്പസമയത്തെ മൗനത്തിനുശേഷം കടലിലേക്കും മകന്റെ മുഖത്തേക്കും മാറിമാറി നോക്കിക്കൊണ്ട് അദ്ദേഹം ചോദിച്ചു:

“നമ്മുടെ മണ്ണിൽ വേരുറപ്പിച്ച ജനങ്ങളെ നിഗ്രഹിച്ച് അവരുടെ വസ്തുവഹകൾ അപഹരിക്കുന്ന നീചന്മാരായ പറങ്കികളുടെ കൈയാൽ ഞാൻ മരിക്കുന്നത് കാണാൻ നീ ആഗ്രഹിക്കുന്നുണ്ടോ മോനേ..?”

ചിന്നത്തമ്പിമരയ്ക്കാർ ബൈദ്രബ്ബാ തലകുനിച്ചുനിന്ന് ഉത്തരം പറയാനാവാതെ കുഴങ്ങി.

“എന്താ മിണ്ടാത്തത്?”

മകൻ തലയുയർത്തി വാപ്പായെ നോക്കി.

“ഇല്ല, യുദ്ധംചെയ്തു മരിക്കും; അല്ലെങ്കിൽ ഞാൻ രക്തസാക്ഷിയാകും.”

“വേണ്ട മോനേ.. നിന്റെ കൈകൊണ്ട് എന്റെ ഈ കഴുത്തരിഞ്ഞ്, എന്നെയീ അപമാനത്തിൽനിന്നു രക്ഷിക്കൂ മോനേ..”

“വാപ്പാ..” ദയനീയമായി ചിന്നത്തമ്പിമരയ്ക്കാർ ബൈദ്രബ്ബാ വിളിച്ചു.

“വെട്ട്, തക്ബീർ ചൊല്ലി എന്റെ കഴുത്തുവെട്ട്. ഞാൻ ഷഹാദത്ത് കലീമാ (മൂലമന്ത്രം) ചൊല്ലി തലയുയർത്തിക്കൊണ്ടുതന്നെ നില്ക്കാം” വല്യതമ്പിമരയ്ക്കാർ ബൈദ്രപ്പാ പറഞ്ഞു.

“വാപ്പാ.. എന്റെ ഈ കൈകൊണ്ടോ..” ചിന്നത്തമ്പിമരയ്ക്കാർ

ഞെട്ടിവിറച്ചു.

"അതെ, എന്റെ മകന്റെ കൈകൊണ്ട്.. എന്റെ ഈ വാളുകൊണ്ട്.. ഞാൻ ഷാഹീദാകണം. ഇത് അല്ലാഹുവിന്റെ കല്പനയാണ്. മോനേ.. വെട്ട്.. തളരാതെ എന്റെ ഈ കഴുത്ത് വെട്ടൂ.."

ചിന്നത്തമ്പിമരയ്ക്കാർ ബൈദ്രബ്വാ അറച്ചുനിന്നു.

"ഉം.. വെട്ട് മോനേ.. സമയം അതിക്രമിക്കുന്നു.." അദ്ദേഹം ഗർജ്ജിച്ചു.

വലിയതമ്പിമരയ്ക്കാർ ബൈദ്രബ്വാ തന്റെ കഴുത്തിൽ ഓങ്ങിവീഴുന്ന വെട്ടു പ്രതീക്ഷിച്ചുകൊണ്ട് ഷഹാദത്ത് കലീമാ ഉറക്കെച്ചൊല്ലി

"അള്ളാഹു അക്ബർ.. അള്ളാഹു അക്ബർ..

അള്ളാഹു അക്ബർ.. ലായില്ലാഹ ഇല്ലല്ലാഹു.. അള്ളാഹു അക്ബർ..!

അള്ളാഹു അക്ബർ.. വലില്ലാഹിൽല അഹമ്മദ്.."

എന്നു തക്ബീർ ചൊല്ലി മുഴുമിച്ചയുടനെ ചിന്നത്തമ്പിമരയ്ക്കാർ ബൈദ്രബ്വായുടെ കൈയിലിരുന്ന ആനക്കൊമ്പുപിടിയുള്ള വെട്ടിത്തിളങ്ങുന്ന സൂര്യപ്രഭയുള്ള വാൾ വലിയതമ്പിമരയ്ക്കാർ ബൈദ്രബ്വായുടെ ചെമന്ന ഉറുമാൽകെട്ടിയ തല കൊയ്തെടുത്തു.

ഉന്നതശീർഷനായിനിന്ന ഒരുകൊടുമുടി തകർന്നടിഞ്ഞ ദുഃഖം ചിന്നത്തമ്പിമരയ്ക്കാർ ബൈദ്രബ്വായുടെ കണ്ണിൽനിന്ന് ഒരുതുള്ളി കണ്ണീരായി പെയ്തിറങ്ങി.

നിലത്തുവീണ കബന്ധത്തിന്റെ തുടിപ്പ് അടങ്ങിയതും അസ്തമയ സൂര്യന്റെ കെട്ടടങ്ങുന്ന അരുണിമയിലൂടെ ശവം തോളിലേറ്റി, വെട്ടിമാറ്റപ്പെട്ട ശിരസ്സ് തലമുടിയോടുകൂടി കൈയിൽച്ചുറ്റി തൂക്കിപ്പിടിച്ച് ഗ്രാമത്തിന്റെ ഹൃദയഭാഗത്തേക്കു ചിന്നത്തമ്പിമരയ്ക്കാർ ബൈദ്രബ്വാ നടന്നുനീങ്ങി.

രണ്ട്

മൊയ്ദീന്റെ ഡയറിയിൽ അവന്റെ വീട്ടഡ്രസ് എഴുതിവെച്ചിട്ടുണ്ടായിരുന്നുവെന്നത് വറ്റൽമുളകു കമ്മീഷൻ ഗുമസ്തൻ മസ്താന്റെ ദൃഷ്ടിയിൽപെട്ടു.

ഹസൻ മൊയ്ദീൻ മരയ്ക്കാർ
മരയ്ക്കാർ വീട്
നമ്പർ 16, ഓടക്കരത്തെരുവ്
റാവുത്തർപുരം

അഡ്രസിനു കീഴിലായി ഉരുണ്ട അക്ഷരത്തിൽ മൊബൈൽ നമ്പരും എഴുതപ്പെട്ടിരുന്നു.

"നീ മരയ്ക്കാരാണോ മൊയ്ദീൻ?" ഗുമസ്തൻ ചോദിച്ചു.

"അതെയതെ, ഒന്നാന്തരം മരയ്ക്കാർതന്നെ. കള്ളിക്കാട്ടിൽ സംസ്കരിച്ച വല്യതമ്പിമരയ്ക്കാർ ബൈദ്രബ്വായുടെ ഇളംതലമുറക്കാരൻ."

മൊയ്ദീൻ മദ്യപിച്ചിരുന്നെങ്കിലും അവന്റെ(വേരുകളെ)പൈതൃകത്തെക്കുറിച്ചുള്ള ചരിത്രം വളരെ വ്യക്തമായി അഭിമാനത്തോടെ അവൻ പറഞ്ഞു. പൈതൃകത്തെക്കുറിച്ച് ആരെങ്കിലും അവനോടു ചോദിച്ചാൽ പറഞ്ഞുകൊടുക്കുന്നതിൽ ഒരു പ്രത്യേക ഉന്മേഷംതന്നെ അവനുണ്ട്.

ഗ്രാമത്തിൽ മരയ്ക്കാന്മാർ, റാവുത്തർമാർ, പക്കീർഷാകൾ, ടർക്കികൾ, ലെബ്ബകൾ, നാവികർ തുടങ്ങി പല വിഭാഗക്കാരുമുണ്ട്. ഇതിൽ താനേതു വിഭാഗത്തിൽപ്പെട്ടതാണെന്നറിയാൻ അവനാഗ്രഹമുണ്ട്. ഒരിക്കൽ പനമ്പായ നെയ്തുകൊണ്ടിരുന്ന അമ്മയുടെ അരുകിലിരുന്ന് തന്റെ തലമുറകളെക്കുറിച്ച് അവൻ ആരാഞ്ഞു. മരയ്ക്കാന്മാരെന്ന് പെറ്റമ്മയാണ് അവനു പറഞ്ഞുകൊടുത്തത്.

വലിയതമ്പിമരയ്ക്കാർ ബെദ്റബ്ബായുടെ കാലത്ത് പ്രാണരക്ഷാർത്ഥം കടൽക്കരയിൽനിന്നും പലായനംചെയ്ത് ഇവിടേക്കുവന്നു കുടിയേറിയ കുടുംബം. രാമനാഥപുരത്തെ ഒരു കടലോരഗ്രാമമാണ് ബെദ്റബ്ബായുടെ നാട്. ബെദ്റബ്ബാ സമുദ്രവാണിഭക്കാരനായിരുന്നു. കടൽശംഖുവാങ്ങി തോണിയിലേറ്റി ബെദ്റബ്ബാ വിദേശങ്ങളിലേക്ക് അയച്ചിരുന്നു. ബെദ്റബ്ബാ മഹാശൂരനും വീരപരാക്രമിയുമായിരുന്നു. പറങ്കികൾക്ക് ബെദ്റബ്ബായുടെ പേരുകേട്ടാലേ ഉള്ളിൽ ഭയമായിരുന്നു. സിംഹത്തെപ്പോലെ കുതിച്ചുചാടി വാളുകൊണ്ട് ശത്രുക്കളെ വെട്ടിവീഴ്ത്തുന്ന രണവീരൻ! ശംഖുവാങ്ങാൻ കടൽക്കരയ്ക്കു ചെല്ലുമ്പോഴൊക്കെ അരപ്പട്ടയിൽ ആനക്കൊമ്പുപിടിയുള്ള വാൾ അദ്ദേഹം സൂക്ഷിച്ചുവെച്ചിരിക്കും, ഒരു മുൻകരുതൽ എന്ന നിലയിൽ. ഏതുനേരത്തെന്നില്ലാതെ പറങ്കികൾ ചാടിവീണ് ആക്രമിക്കാം. എത്രയോ പറങ്കികളുടെ ചുടുചോര നുണഞ്ഞിട്ടുള്ള വാൾ! തലയിൽ ഉറുമാൽകെട്ടിയ, കൊമ്പൻമീശയും ചെമന്നകണ്ണുകളുമുള്ള ബെദ്റബ്ബായെക്കണ്ടാൽത്തന്നെ ഈറ്റപ്പുലിയെപ്പോലെ തോന്നിക്കും. നൂറടി അകലെനില്ക്കുന്ന എതിരാളിയെപ്പോലും നിന്നിടത്തുനിന്ന് ചാടിക്കുതികുതിച്ചു വാളു നീട്ടിവീശി ഒറ്റവെട്ടാൽ തലകൊയ്തു നിലത്തിടുന്ന വീരനരസിംഹമാണ് ഉമ്മ പറഞ്ഞ ഞങ്ങളുടെ ബെദ്റബ്ബാ!

കടലിൽനിന്നും ശംഖു കുഴിച്ചെടുക്കുന്നതിനിടയിൽ ഞങ്ങളുടെ ആൾക്കാർക്കും പരവന്മാർക്കുമിടയിൽ ഇടയ്ക്കിടെ കലഹം ഉണ്ടാകാറുണ്ടായിരുന്നു. പരവന്മാരുടെ ശല്യം സഹിക്കാതാവുമ്പോൾ വെട്ടിത്തിളങ്ങുന്ന മൂർച്ചയുള്ള വാളും ഊരിപ്പിടിച്ച് പോരിനു മുന്നിൽനിന്നത് ബെദ്റബ്ബായാണ്. ചീറിയടുക്കുന്ന സിംഹത്തെക്കണ്ട് മുന്നോട്ടുവന്നു യുദ്ധം ചെയ്യാൻ പരവന്മാർക്ക് വല്ലാത്ത ഭയമാണ്.

ഒരിക്കൽ, ബെദ്റബ്ബാ വാളുമായി മുന്നിലുണ്ടാവുമെന്ന് അവർ ഒട്ടും പ്രതീക്ഷിച്ചിരുന്നില്ല.

“അടുത്തേക്കു വാടാ മൈരാണ്ടികളേ.” ബെദ്റബ്ബാ അലറിക്കൊണ്ട് യുദ്ധഭേരി മുഴക്കി. എതിരാളികൾ അറച്ചുനിന്നു.

“പോയി ശംഖു വാരീനെടാ.”

തന്റെ സംഘത്തിലുള്ള യുവാക്കളെനോക്കി ബെദ്റബ്ബായുടെ ഉത്തരവ്. കടലിൽ മുങ്ങി ശംഖുവാരുന്നവർക്ക്, അവർ തിരികെ കേറു

ന്നതുവരെ, കരയിൽ വാൾ ഊന്നിക്കൊണ്ടു കാവല്ക്കാരനായി ബെദ്ദബ്ബാ നിന്നു.

ഞങ്ങളുടെ സംഘക്കാർ കടലിൽ മുങ്ങി വലകളിൽ ശംഖുവാരി കരയിൽ കൂനകൂട്ടിക്കൊണ്ടിരുന്നു. കുമിഞ്ഞുകൂടുന്ന ശംഖിൻകൂനകൾകണ്ട് പരവന്മാർക്ക് സഹിക്കാനായില്ല. അവർ ചെന്ന് പറങ്കികളോട് സങ്കടമുണർത്തിച്ചു.

"മരയ്ക്കാന്മാർ കാരണം ഞങ്ങൾക്ക് കടലിൽനിന്നും ശംഖുവാരാനാകുന്നില്ല. സഹായിക്കണം.."

മരയ്ക്കാന്മാരുടെ കടൽക്കച്ചവടം തകർക്കാനായി തക്കംപാർത്തിരുന്ന പറങ്കികൾക്ക് പരവന്മാർ സഹായാപേക്ഷയുമായി ചെന്നത് അമ്പേ രസിച്ചു. അതവർക്കു നല്ലൊരവസരമായി തോന്നി. മുമ്പേ തീരുമാനിച്ചിരുന്ന പ്രകാരം അവർ പരവന്മാർക്ക് വാക്കുകൊടുത്തു.

പരവന്മാർ പറങ്കികളോട് സഹായാഭ്യർത്ഥനയുമായി ചെന്നകാര്യം വലിയതമ്പിമരയ്ക്കാർ ബെദ്ദബ്ബാ കാറ്റിലൂടെ മണത്തറിഞ്ഞു. ശംഖുവാരാൻ കടൽക്കരയ്ക്കുപോയ ഞങ്ങളുടെ ആൾക്കാർക്ക് കാവൽ വേണം. അരക്കച്ചയിൽ വാൾതിരുകി പറങ്കികൾക്കു തിരിച്ചറിയാതിരിക്കാൻ പാകത്തിനു വേഷപ്രച്ഛന്നനായി വലിയതമ്പിമരയ്ക്കാർ ബെദ്ദബ്ബായും ചിന്നത്തമ്പിമരയ്ക്കാർ ബെദ്ദബ്ബായും മരയ്ക്കാന്മാർക്കു കാവലായി പിന്തുടർന്നുകൊണ്ടിരുന്നു.

ആഞ്ഞടിക്കുന്ന തിരമാലകളെ കീറിമുറിച്ച് ഞങ്ങളുടെ സംഘക്കാർ കടലിന്റെ ആഴങ്ങളിലേക്കു കുതിക്കാൻ തയ്യാറാകുമ്പോൾ പരവന്മാരും അവർക്കു പിറകെ പറങ്കികളും ഞങ്ങൾക്കെതിരെ അണിനിരന്നു. "കടലിൽ ഇറങ്ങാതെടാ തുലുക്ക കൂത്തിച്ചി മക്കളേ.." എന്നലറിക്കൊണ്ട് അവർ ഞങ്ങൾക്കിടയിലേക്കു ചാടിവീണ് ആക്രമണം തുടങ്ങി. ക്ഷണനേരംകൊണ്ട് പിന്തുടർന്നു വന്നുകൊണ്ടിരുന്ന വലിയതമ്പിമരയ്ക്കാർ ബെദ്ദബ്ബായും ചിന്നത്തമ്പിമരയ്ക്കാർ ബെദ്ദബ്ബായും ഊരിപ്പിടിച്ച വാളുമായി മുന്നിലേക്കു കുതിച്ചു. പരവന്മാർ അല്പമൊന്നന്തിച്ചുപോയെങ്കിലും പറങ്കികൾ ഒപ്പമുണ്ടെന്ന ബലത്തിൽ യുദ്ധം തുടർന്നു.

കൊടിയ പോര്! വലിയതമ്പിമരയ്ക്കാർ ബെദ്ദബ്ബാ പറങ്കികളിൽ ചിലരെ വെട്ടിവീഴ്ത്തി. നമ്മുടെ നാടിന്റെ മക്കൾ എന്ന നിലയിൽ പരവന്മാരിൽ ചിലരെ കൊല്ലാതെ കീഴടക്കി. വാളുചുഴറ്റി അലറിയടുക്കുന്ന വലിയതമ്പിമരയ്ക്കാർ ബെദ്ദബ്ബായോടും ചിന്നത്തമ്പിമരയ്ക്കാർ ബെദ്ദബ്ബായോടും ഏറെനേരം എതിർത്തുനില്ക്കാനാവാതെ പരവന്മാരും പറങ്കികളും പ്രാണരക്ഷാർത്ഥം പിന്തിരിഞ്ഞോടാനാരംഭിച്ചു.

മരയ്ക്കാർ സംഘം കടലിൽ മുങ്ങിവാരിയ ശംഖുകൾ കരയിലെത്തിക്കാനാരംഭിച്ചു. പറങ്കികളെയും പരവന്മാരെയും വലിയതമ്പിമരയ്ക്കാർ ബെദ്ദബ്ബായുടെ നേതൃത്വത്തിൽവന്ന മരയ്ക്കാർക്കൂട്ടം വെട്ടിവീഴ്ത്തിയതും കീഴടക്കിയതും കടലിൽനിന്നും ശംഖുവാരിക്കൊണ്ടുപോയതുമായ കഥ പറങ്കികൾ അവരുടെ നേതാക്കന്മാരെ അറിയിച്ചു.

ക്രോധംകൊണ്ടുതിളച്ച പറങ്കികൾ ഉടൻതന്നെ കടലോരങ്ങളിൽ

താമസിച്ചിരുന്ന മരയ്ക്കാന്മാരെ ആക്രമിക്കുവാനും അവരുടെ ഉരുക്കളും മറ്റു സമ്പത്തുകളും പിടിച്ചുപറിക്കാനും തീരുമാനമെടുത്തു.

പറങ്കികൾ രഹസ്യമായെടുത്ത ആ തീരുമാനം വലിയതമ്പിമരയ്ക്കാരുടെ ചെവിയിൽ ഏതുവിധേനെയോ ചെന്നെത്തി. ഉടൻതന്നെ അദ്ദേഹം മരയ്ക്കാന്മാരെ ഉണർത്തി, പറങ്കികൾ നമ്മെ ആക്രമിക്കാൻ തയ്യാറെടുക്കുന്ന വിവരം അവരെ അറിയിച്ചതും എല്ലാവരും ആയുധങ്ങളുമായി ഒരു യുദ്ധത്തിനു തയ്യാറായിനിന്നു. ഏതു സമയവും പറങ്കികളുടെ ആക്രമണമുണ്ടായേക്കാം. മരയ്ക്കാന്മാർ ഉഷാറായി നിന്നു.

യുദ്ധം വരുത്തിവച്ചേക്കാവുന്ന ഭവിഷ്യത്തുകൾ മുൻകൂട്ടിയറിഞ്ഞ് വലിയതമ്പിമരയ്ക്കാർ ബെദ്ദബ്ബാ പൊടുന്നനെ ശേഖരിച്ചുവെച്ചിരുന്ന ശംഖുകൾ മുഴുവനും ഭാണ്ഡങ്ങളാക്കി വലിയതോണികളിൽ കയറ്റി അന്യദേശങ്ങളിലുള്ള അങ്ങാടികളിലേക്ക് അയച്ചു. അദ്ദേഹത്തെ അനുകരിച്ച് ബാക്കിയുണ്ടായിരുന്ന മരയ്ക്കാന്മാരായ വ്യാപാരികളും തങ്ങളുടെ കച്ചവടച്ചരക്കുകൾ മരക്കപ്പലുകളിൽ കയറ്റി യമനിലേക്കും ഒമാനിലേക്കും അയച്ചു. മരയ്ക്കാന്മാരുടെ ചരക്കുകയറ്റിപ്പോകുന്ന പായ്ക്കപ്പലുകൾ തിരമാലകളെ കീറിമുറിച്ച് മുന്നേറിക്കൊണ്ടിരുന്നു.

അപ്രതീക്ഷിതമായി നാലുഭാഗത്തുനിന്നും പറങ്കിപ്പട മരയ്ക്കാന്മാരുടെ പായ്ക്കപ്പലുകൾ വളഞ്ഞാക്രമിച്ചു. കപ്പലിലുണ്ടായിരുന്ന മരയ്ക്കാന്മാരുടെ നാവികരെ അവർ വളഞ്ഞു. ഓരോരുത്തരെയായി ആക്രമിച്ചു കീഴടക്കി വെട്ടി കടലിൽത്തള്ളി. വലിയതമ്പിമരയ്ക്കാരുടെ ഒരുതോണി ശംഖ് കൊള്ളയടിച്ച് കൊണ്ടുപോവുകയും തോണി കടലിൽ മുക്കിക്കളയുകയും ചെയ്തു.

കടലിൽ മരയ്ക്കാന്മാരുടെ ജഡം ഒന്നൊന്നായി പൊങ്ങി. പിന്നെ അവ മെല്ലെ കരയ്ക്കടിഞ്ഞു. അവിടവിടെയായി കരയ്ക്കടിഞ്ഞ് അഴുകിത്തുടങ്ങിയ ജഡങ്ങളുടെ ദുർഗ്ഗന്ധം കടൽക്കാറ്റിലൂടെ കടലോരമാകെ വ്യാപിച്ചു. കരയ്ക്കടിഞ്ഞ മിക്കവാറും ജഡങ്ങളെയും മരയ്ക്കാന്മാർ രായ്ക്കുരാമാനം അവിടത്തന്നെ കുഴിയെടുത്തു സംസ്കരിച്ചു.

പറങ്കികളോടു പകരംവീട്ടാനായി ഒരു കരയുദ്ധത്തിനുതന്നെ വലിയതമ്പിമരയ്ക്കാർ ബെദ്ദബ്ബാ തയ്യാറായി. പക്ഷേ, അദ്ദേഹത്തിനറിയാം, കരയിൽ യുദ്ധംനടക്കുന്ന സമയത്ത് നീചന്മാരായ പറങ്കികൾ ഗ്രാമത്തിൽക്കടന്ന് മരയ്ക്കാർസ്ത്രീകളെ പിടിച്ചുവലിച്ചുകൊണ്ടുപോയി ബലാത്സംഗംചെയ്തു കൊന്നുകളയുമെന്ന്. അതുകൊണ്ട് സ്ത്രീകളെ ഗ്രാമാന്തർഭാഗത്തേക്ക് കടത്തി സുരക്ഷിതരാക്കുവാൻ അദ്ദേഹം അനുചരന്മാരോടു കല്പിച്ചു.

സ്തീകൾ, കുട്ടികൾ, വയോവൃദ്ധർ തുടങ്ങി എതിർത്തുനില്ക്കാനാവാത്ത പലരേയും ഗ്രാമാന്തർഭാഗത്തുള്ള വിവിധ ഭാഗങ്ങളിലായി അദ്ദേഹം മാറ്റിപ്പാർപ്പിച്ചു. ധീരന്മാരായ പുരുഷന്മാരൊക്കെ വലിയതമ്പിമരയ്ക്കാർ ബെദ്ദബ്ബായുടെ നേതൃത്വത്തിൽ കരയിലും ചിന്നത്തമ്പിമരയ്ക്കാർ ബെദ്ദബ്ബായുടെ നേതൃത്വത്തിൽ കടലിലും യുദ്ധത്തിനു തയ്യാറായിനിന്നു,

വലിയതമ്പിമരയ്ക്കാർ ബെദ്രബ്ബായെ ജീവനോടുകൂടി പിടികൂടി നാലാൾ കൂടുന്നിടത്തുവെച്ച് എല്ലാവരും കാൺകെ തൂക്കിലേറ്റാനും അദ്ദേഹത്തിന്റെ ശരീരഭാഗങ്ങൾ ഒന്നൊന്നായി വെട്ടിയെടുത്ത് കടലോരത്തെ കാക്കകൾക്കും കഴുകുകൾക്കും കൊത്തിത്തിന്നാനായി എറിഞ്ഞുകൊടുക്കാനുമായിരുന്നു പറങ്കികളുടെ രഹസ്യനീക്കം,

പറങ്കികളുടെ ഈ തീരുമാനം വലിയതമ്പിമരയ്ക്കാർ അറിഞ്ഞയുടനെ മകൻ ചിന്നത്തമ്പിമരയ്ക്കാർ ബെദ്രബ്ബായെ വിളിച്ചുവരുത്തി, കാര്യഗൗരവം പറഞ്ഞുമനസ്സിലാക്കി, മകനെക്കൊണ്ട്, വീട്ടിലുള്ള സ്ത്രീകളെയും കുട്ടികളെയും വൃദ്ധജനങ്ങളെയും ഏതെങ്കിലും ഉൾഗ്രാമത്തിലേക്കു പറഞ്ഞയക്കാൻ അദ്ദേഹം ഏർപ്പാടാക്കി.

മൂന്ന്

വറ്റൽക്കമീഷൻ കടയിലെ കണക്കപ്പിള്ള മസ്താന്റെ മകൾ ഹൈറുന്നിസയെ വിവാഹം കഴിച്ചിരിക്കുന്നത് പള്ളിത്തെരുവിൽനിന്നും അല്പം അകലെയുള്ള ചിന്നത്തമ്പിമരയ്ക്കാർ ലെബ്ബ തെരുവിലാണ്. ആ തെരുവിൽനിന്നു പിരിയുന്ന ഒരുപാത അവസാനിക്കുന്നത് അങ്ങേയറ്റത്തുള്ള ഫക്കീറുമ്മയുടെ വീട്ടിലാണ്. ഫക്കീറുമ്മ ആ അങ്ങാടിയും തെരുവും അടക്കിഭരിക്കുന്ന ഒരു പോരുകോഴിയാണ്. തെരുവിലുള്ള പ്രധാനവഴികളും ഇടവഴികളും ഒക്കെച്ചേർന്ന് ഫക്കീറുമ്മാ തെരുവെന്നാണ് മൊത്തത്തിൽ അവിടം അറിയപ്പെടുന്നത്. തെരുവിലേക്കു പ്രവേശിക്കുന്ന ഭാഗത്തുള്ള ആദ്യത്തെ വീടിന്റെ ഭിത്തിയിൽ മഞ്ഞനിറമുള്ള പെയിന്റുകൊണ്ട് 'ചിന്നത്തമ്പിമരയ്ക്കാർ ലെബ്ബ തെരു'വെന്ന് എഴുതിവെച്ചിട്ടുണ്ട്. ഇടവഴിയിലേക്ക് പ്രവേശിക്കുന്നിടത്ത് 'ചിന്നത്തമ്പിമരയ്ക്കാർ ലെബ്ബ സന്തുവെ'ന്നും. ആ പേരെല്ലാം തെരുവിലെ ജനങ്ങളുടെ മനസ്സിൽനിന്നും മാഞ്ഞുമറഞ്ഞ് ഇപ്പോൾ 'ഫക്കീറുമ്മാ തെരുവെ'ന്നായി മാറിയിരിക്കുന്നു.

രാവിലെ തെരുവുചാൽ കഴുകിക്കഴിഞ്ഞ് തെരുവെല്ലാം തൂത്തുവൃത്തിയാക്കുന്നത് ചിത്തിരയാണ്. എങ്ങാനും ഒരുദിവസം അവൻ വന്നില്ലെങ്കിൽ അവന്റെ ചവറുവണ്ടി നടുറോഡിൽ പിടിച്ചുനിർത്തി ചുറ്റുപാടുമുള്ള വീട്ടുകാരെല്ലാം കേൾക്കത്തക്കവണ്ണം അഞ്ചാറുതെറിയെങ്കിലും ഫക്കീറുമ്മാ പറഞ്ഞിരിക്കും.

"എന്താടാ ശവമേ.. ഇന്നലെ നീ വരാത്തത്?'' ഫക്കീറുമ്മയുടെ വൃത്തികെട്ട വർത്തമാനം ആരംഭിക്കുമ്പോഴേ അവൻ തൊഴുതുകൊണ്ടു പറയും

"ഇത്തവണത്തേക്ക് പൊറുക്കുമ്മാ.. ഇനിമുതൽ മുടങ്ങാതെ വന്നോളാം..'' അങ്ങേയറ്റം വിനയാന്വിതനായിട്ടായിരിക്കും അവന്റെ മറുപടി.

കുഴലിലൂടെ വെള്ളം വന്നില്ലെങ്കിൽ, തെരുവു വിളക്കുകൾ കത്തിയില്ലെങ്കിൽ..ഒക്കെ ഫക്കീറുമ്മയ്ക്കു ഹാലിളകും.

കുട്ടികൾ തെരുവു ചാലിൽ മലമൂത്ര വിസർജ്ജനം നടത്തിയാൽ അവരുടെ ഉമ്മമാരെ വിളിച്ച് "കണ്ടോടീ.. നിന്റെയൊക്കെ മക്കൾ ചെയ്തു വെച്ചിരിക്കുന്ന പണി" എന്നുപറഞ്ഞ് ഉറക്കെയുറക്കെ അവരെ തെറിപ റയുകയും ആട്ടുകയും ചെയ്യും.

"വാരി കാട്ടിൽക്കൊണ്ടു കളയീനെടീ.."

അങ്ങനെയുള്ള ഫക്കീറുമ്മാ വളരെക്കാലത്തിനുശേഷം നേർന്നു പ്രസവിച്ച കുഞ്ഞാണ് മൊഹിഷിൻ!

നാഗൂർ മുതൽ ബീമാപ്പള്ളിവരെ നേർന്നിട്ടും കുഞ്ഞുങ്ങളുണ്ടായില്ല. വെള്ളിയാഴ്ചതോറും തെരുവിൽ ഭിക്ഷ വാങ്ങാൻവരുന്ന കോങ്കണ്ണി, ഒരിക്കൽ ഫക്കീറുമ്മയോടു പറഞ്ഞു. "അമ്മാ, ചെവക്കാട്ടിൽ കുടികൊള്ളുന്ന മൊഹ്സിൻ ഔലിയാ. അദ്ദേഹത്തിന്റെ ദർഗ്ഗായിലേക്ക് നേർച്ച വെച്ചാൽ നിശ്ചയമായും ജവാബു (ഉത്തരം) കിട്ടും."

ഭിക്ഷക്കാശ് വാങ്ങാൻ വന്നവളുടെ ഉപദേശത്തിനുശേഷമാണ് ഫക്കീറുമ്മായ്ക്ക് മൊഹിസിന്റെ അപ്പയായ ഔലിയായെപ്പറ്റിയുള്ള ഓർമ്മ വന്നത്. നാടായ നാടുകളിലുള്ള ദർഗ്ഗയായ ദർഗ്ഗകളിലെല്ലാം നേർന്നിട്ടും ഫലമുണ്ടായില്ലല്ലോ. അയൽഗ്രാമമായ ചെവക്കാട്ട് ഔലിയാ തന്റെ ഓർമ്മയിൽ വരാതെപോയല്ലോ എന്നോർത്ത് അവൾ കുണ്ഠിതപ്പെട്ടു. തൊട്ടടുത്ത ഞായറാഴ്ചതന്നെ അവൾ ചെവക്കാട്ടിലേക്കു വണ്ടികയറി. ഔലിയാ കുടികൊള്ളുന്ന സ്ഥലമന്വേഷിച്ച് നടന്നു. പച്ചനിറത്തിലുള്ള കംബളത്താൽ പുതപ്പിച്ചിരുന്ന ഖബറിനരുകിൽ ചെന്നിരുന്ന് "വളരുന്ന അമ്പിളിക്കലയുടെ ചിത്രം പതിപ്പിച്ച ഒരു പച്ചപ്പട്ടും വെള്ളിയിൽ തീർത്ത ഒരു കുത്തുവിളക്കും നിന്റെ തിരുസന്നിധിയിലെത്തിച്ചോളാം എനിക്കൊരു ആൺകുഞ്ഞിനെ തരണേ" എന്ന് അവൾ തലയിൽ തുണിയിട്ടു പ്രാർത്ഥിച്ചു.

അല്പം ഇരുണ്ടിട്ടാണെങ്കിലും കാണാൻ ലക്ഷണവും യോഗ്യതയുമുള്ളവളാണ് ഫക്കീറുമ്മ. തന്റെ സവിധത്തിലെത്തി പ്രാർത്ഥിക്കുന്ന അവളെ, ദർഗ്ഗാ ഖലീഫാ കാസിംമരയ്ക്കാർ ലെബ്ബാ ഒന്നു സൂക്ഷിച്ചു നോക്കിയശേഷം പുഞ്ചിയോടുകൂടി പറഞ്ഞു.

"എല്ലാ വെള്ളിയാഴ്ച രാത്രികളിലും തിങ്കളാഴ്ച രാത്രികളിലും ദർഗ്ഗാ സന്നിധിയിൽ അന്തിയുറങ്ങി പാതിരാത്രിയിൽ ഉണർന്നെണിറ്റ് ഒരു യാസിൻ (ഖുറാൻ അദ്ധ്യായം) ഓതി ദുആ കേൾക്കണം. അതിനായി പ്രത്യേകം അറയുണ്ട്."

കാസിം മരയ്ക്കാർ ലെബ്ബയുടെ നിർദ്ദേശമനുസരിച്ച് പല വെള്ളിയാഴ്ചകളിലെയും തിങ്കളാഴ്ചകളിലെയും പാതിരാവുകളിൽ അദ്ദേഹം തുറന്നുകൊടുത്ത അറയിൽ അവളുറങ്ങി. പുറത്തു മെതിയടി ശബ്ദം കേൾക്കുന്നുണ്ടോ എന്നു കാതോർത്തുകൊണ്ട്.

ഉടുത്തൊരുങ്ങി പൗഡർ പൂശി തലമുടിയിൽ മുല്ലപ്പൂചൂടി ദർഗ്ഗായിൽ ഉറങ്ങി പാതിരാത്രിയിൽ ഉണർന്നെണിറ്റ് യാസിൻ ഓതി ദുആ കേട്ടവൾ ലെബ്ബയുടെ കൈപിടിച്ചു ചുംബിച്ചു. പാതിരാത്രിയിൽ ദർഗ്ഗാ കിണറ്റിലെ തണുത്തവെള്ളത്തിൽ കുളിച്ച് കിഴക്കു സൂര്യൻ എത്തിനോക്കുന്നതിനുമുമ്പ് ആദ്യബസിൽക്കയറി അവൾ വീട്ടിൽ തിരിച്ചെത്തുമാ

യിരുന്നു; ഐശ്വര്യത്തോടെ!

അവളുടെ ഭർത്താവ് കരിംപൂവന് ദർഗ്ഗായിലേക്കുള്ള അവളുടെ പോക്കും വരവും തീരെ ഇഷ്ടമായില്ല. പുത്തൻചിന്താഗതിക്കാരൻ. അയാൾ പലപ്പോഴും പോകരുതെന്നുംപറഞ്ഞ് അവളെ വിലക്കാറുണ്ട്. “പാപം ചെയ്യാതെ..”എന്നു ചൊല്ലാറുമുണ്ട്. ‘ദർഗ്ഗാ’പേരും പറഞ്ഞ് കുറെപ്പേർ വയറ്റുപ്പിഴപ്പിനായി നടക്കുന്നുണ്ട്. എന്നും പറഞ്ഞ് എതിർക്കാറുമുണ്ട്. എന്നാൽ അവൾക്ക് അയാൾ പറയുന്നത് ലവലേശം ഇഷ്ടമല്ല.

“നിങ്ങൾ മിണ്ടാതെ അവിടെങ്ങാനും കിടക്ക്, എനിക്കു പോണം. ഞാൻ പോവും.. പോകും.. പോകും..” അവൾക്കു വാശിയേറി.

ഒരു വെള്ളിയാഴ്ച പാതിരാത്രിയിൽ പ്രത്യേക അറയിൽ യാസിൻ ഓതിക്കൊണ്ടിരുന്ന കാസിം മരയ്ക്കാർ ലെബ്ബായോട് വശ്യമായ ചിരിയോടെ അവൾ പറഞ്ഞു,

“ലെബ്ബാ.. താങ്കളുടെ ശരീരം എത്രമേൽ വെളുത്തിട്ടാണ്. ദൊരകളുടേതുപോലെ..”

“അതെ, എന്റെ ഉപ്പാപ്പ ഹദർ മൗത്തിൽനിന്നും ഇവിടെ വന്നു കുടിയേറിയ അറബികളാണ്. ഇവിടെ ഖബറടക്കിയിരിക്കുന്നതു ഞങ്ങളുടെ ബാവാ ഉപ്പാപ്പ. വാപ്പായുടെ വാപ്പായുടെ ഉപ്പാ, ഖുദ്ബുൽ അക്താബ് മൊഹ്സീൻ യമനി തങ്ങളുപ്പാ ഔലിയാ.” ചോദിക്കുന്നതെന്തും കൊടുക്കുന്ന ദയാവായ്പ്പുള്ള അബീസബീൽ(യുദ്ധം) ഔലിയാ. മധുരയിലെ പാണ്ഡ്യ രാജാവിനോടു യുദ്ധംചെയ്തു ഷഹീദായ വീരശൂര പരാക്രമി ഔലിയാ.

ആവശ്യപ്പെടുന്നതെന്തും നല്കുന്ന അബീസബീൽ ഔലിയാ എന്നു ഖലീഫാ കാസിം മരയ്ക്കാർ ലെബ്ബ കാതിൽ പറഞ്ഞത് അവളുടെയുള്ളിൽ ഒരു രോമാഞ്ചം ഉണ്ടാക്കി.

യമനിലുള്ള ഹദർ മൗത്തിൽനിന്നും ദീനുൽ ഇസ്ലാമിനെ പ്രചരിപ്പിക്കുവാനായി വന്ന മഹാനായ അബീസബീൽ ഔലിയാ തന്നെയാണ്; ഷഹീദായവർ. ആ യെമൻ വംശാവലിയുടെ നിറം തന്നെയാണ് ഖലീഫാ കാസിംമരയ്ക്കാർ ലെബ്ബയ്ക്കുള്ളത്. ലെബ്ബയുടെ വിരിഞ്ഞ മാറും വട്ടത്താടിയും കാരുണ്യംനിറഞ്ഞ വശ്യമായ കണ്ണുകളും അവളുടെ മനസ്സിൽ വല്ലാത്തൊരു കോൾമയിരുണ്ടായി. അന്ന് ഉദിച്ചപ്പോൾ തെരുവിലൂടെ സ്വർഗ്ഗത്തിലെ പൂങ്കാവനത്തിലെന്നപോലെ കൈവീശി പുഞ്ചിരിയോടെ നടന്നുവരുന്ന അവളെ കണ്ടതും കരിംപൂവനു വല്ലാത്ത അമർഷം വന്നു. മഹാപാപി! പറഞ്ഞാലനുസരിക്കാത്തവളായിപ്പോയല്ലോ ഇവൾ!

“ഏതു നരകത്തിലാടീ പോയിട്ടു വരുന്നത്?” ചെറിയൊരു ഉൾഭയവും അയാൾക്കുണ്ടായിരുന്നു.

“മിണ്ടാതിരിക്കുന്നുണ്ടോ. വായീത്തോന്നിയതൊക്കെ ഞാൻ ഉറക്കെ വിളിച്ചുപറയും.. നിങ്ങളൊക്കെ ഒരാണാണോ?”

സന്താനസൗഭാഗ്യം ലഭിക്കാത്തതിന്റെ കോപതാപങ്ങൾ അവളിൽനിന്നു പൊട്ടിയുയർന്ന് ആകാശംമുട്ടി. അവളോടു തർക്കിച്ചാൽ തെരുവിലെ ജനങ്ങൾ കൂടുമെന്നു ഭയന്ന് അടുത്തുള്ള ചായക്കടനോക്കി അയാൾ നടന്നു.

"വാരിത്തിന്നേച്ച് കവയ്ക്കിടയിൽ കൈയുംവെച്ചു കിടന്നോ.."

അയാൾ തിരികെവന്ന് വീട്ടിനുള്ളിലേക്കു കയറുമ്പോൾ അവൾ പറഞ്ഞു.

തലേന്നുരാത്രി ദർഗ്ഗാ അറയുടെ കതകിൽ 'ദുആ' ഓത്തിനായി ലെബ്ബ മെല്ലെത്തട്ടി. കതകിലെ മുട്ടിന്റെ മധുരമേറിയ നാദം പ്രതീക്ഷിച്ചു തിരിഞ്ഞും മറിഞ്ഞും കിടക്കുകയായിരുന്നു അവൾ. നേർത്ത ശബ്ദം കേട്ടതും ചാടിക്കുതിച്ചെഴുന്നേറ്റ് കതകുതുറന്നു. നിലാവുപോലെ മുന്നിൽ ലെബ്ബ.

"ദുആ ഓത്തിനുള്ള യാമം ആയോ?"

"ആയി"ലെബ്ബ ഒച്ച താഴ്ത്തിപ്പറഞ്ഞു.

കാസിം ലെബ്ബ ശബ്ദമുണ്ടാക്കാതെ അറവിട്ടു മടങ്ങുമ്പോൾ ശരീരവേദനയാൽ അറിയാതെ അവളുടെ കണ്ണുകൾ അടഞ്ഞുപോയി. രോമാവൃതമായ ഒരുകൈ അപ്പോൾ അവളുടെ നേരെ നീണ്ടുവന്നു. ആ വെളുത്ത കൈയിൽ ഒരു പിഞ്ചുകുഞ്ഞുമുണ്ടായിരുന്നു.

"വാങ്ങിക്കോ, നിനക്കായിത്തന്നെ" നേരിയ ഒരു ശബ്ദം ചെവിയിൽ പതിഞ്ഞതും കുഞ്ഞിനെ വാങ്ങാനായി അവൾ കൈനീട്ടി. വാങ്ങിയണച്ചു. കവിളിൽ ഉമ്മവെയ്ക്കാനായി മുഖമണയ്ക്കുമ്പോൾ പെട്ടെന്നു ബോധം വീണു.

നല്ലകാലത്തിന്റെ ഉദയമെന്നു കരുതി മനസ്സുനിറഞ്ഞ ആഹ്ലാദത്തോടെ അവൾ നീലാകാശത്തിൽ ചിറകുവിരിച്ചു പറന്നുകളിക്കുന്ന നേരത്ത് കരിമ്പൂവൻ കുറുകിക്കൂവി. അവൾക്കപ്പോൾ വല്ലാത്ത സങ്കടവും അരിശവും വന്നു.

നേർത്ത അമ്പിളിക്കല പതിച്ച പച്ചപ്പട്ടു കംബളവും വെള്ളിക്കുത്തുവിളക്കുംകൊണ്ട് ചെവക്കാട്ടു ദർഗ്ഗയിലേക്കു ഉള്ളുനിറഞ്ഞ ആഹ്ലാദത്തോടെ അവൾ പുറപ്പെട്ടു.

ദർഗ്ഗാ ഓഫീസിന്റെ വാതുക്കൽ നില്ക്കുകയായിരുന്ന കാസിംമരയ്ക്കാർ ലെബ്ബ അവളെ സന്തോഷത്തോടെ സ്വീകരിച്ചു.

"വരൂ ഫക്കീറുമ്മാ.. സൗഖ്യംതന്നെയല്ലേ?"

"നിങ്ങളുടെ അനുഗ്രഹത്താൽ സൗഖ്യംതന്നെ വാപ്പാ.."

ഖബറിൽ പച്ചപ്പട്ടു പുതപ്പിച്ച് കുത്തുവിളക്കു കത്തിച്ചുവെക്കുമ്പോൾ അദ്ദേഹത്തിന്റെ കാതിൽ അവളോതി,

"മോഹിച്ചതു കിട്ടി" നാണത്താലുള്ള പുഞ്ചിരി അവളുടെ മുഖത്തു പടർന്നിരുന്നു."

"ഭേഷ്!"അയാൾ അഭിനന്ദിച്ചു.

"പേരിടീക്കാനായി കുഞ്ഞുമായി വരാം വാപ്പാ.."

"വരണം. നിശ്ചയമായും വരണം. തങ്ങളുപ്പാപ്പയുടെ പേരുതന്നെ ഇട്ടേക്കാം."

മലടിയെന്നു സ്ത്രീകൾക്കിടയിൽത്തന്നെ സംസാരവിഷയമായ അവളുടെ വീർത്ത വയറുകണ്ട് സ്ത്രീകളെല്ലാം ആശ്ചര്യപ്പെട്ടു. കരിമ്പൂവന്റെ മുഖം ചുളിഞ്ഞു. കരിമ്പൂവന് ആണത്തമില്ലെന്നാണല്ലോ കരുതി

യിരുന്നത്.

ഫക്കീറുമ്മ പ്രസവിച്ച കുഞ്ഞിനെക്കണ്ട് തെരുവിലുള്ള സ്ത്രീകൾ അസൂയകലർന്നു പിറുപിറുത്തു.

“അവളുടെ കെട്ടിയവൻ കരിമ്പൂവൻ കറുകറേന്നാണല്ലോ. അവളും ശുദ്ധകറുപ്പ്. രണ്ടു കറുപ്പിനുംകൂടി ഇങ്ങനെ വെളുവെളാന്നുള്ള കുഞ്ഞോ? എങ്ങനെ? വെള്ളക്കാരൻ ദൊരേടെപോലെ ഒരു കുഞ്ഞ്!”

പറഞ്ഞപടി അവൾ ദർഗ്ഗാവിൽ കുഞ്ഞിനെ കൊണ്ടുപോയി. ഖലീഫാകാസിം മരയ്ക്കാർ ലെബ്ബ, ഏഴുസമുദ്രം താണ്ടിവന്ന തങ്ങളുപ്പാപ്പയുടെ പേരായ ‘മൊഹഷിൻ അപ്പാ’ എന്നു കുഞ്ഞിന്റെ മുഖത്തേക്കു പേരുചൊല്ലി ഊതിക്കൊണ്ടു പറഞ്ഞു:

“വലിയവനായി വരും!”

ആ ഫക്കീറുമ്മയുടെ മകൻ മൊഹഷിനാണ് കണക്കപ്പിള്ള മസ്താന്റെ മകൾ ഹൈറുന്നിസായുടെ ഭർത്താവ്.

ഫക്കീറുമ്മ ആവശ്യപ്പെട്ടതുപോലെ സ്ത്രീധനമെല്ലാം കൊടുത്താണ് കണക്കപ്പിള്ള മസ്താൻ തന്റെ മകളെ മൊഹഷിനെക്കൊണ്ട് നിക്കാഹ് കഴിപ്പിച്ചത്. അന്ന് വേണ്ടത്ര മഴയില്ലാത്ത ഉഷ്ണകാലമായിരുന്നു. വെയിലേറ്റു പഴുത്തിരിക്കുമ്പോൾ സുഖമായുറങ്ങാൻ ഉപകരിക്കത്തക്കവണ്ണം സ്ത്രീധന സാമഗ്രികൾക്കൊപ്പം ആവശ്യപ്പെടാതെതന്നെ മിനുസമേറിയ ഒരു പഞ്ഞിമെത്തകൂടി കണക്കപ്പിള്ള മസ്താൻ മകൾക്കു കൊടുത്തയച്ചു.

ഒരുവർഷം ആകുന്നതിനുമുമ്പുതന്നെ പഞ്ഞിമെത്ത പിഞ്ഞിക്കീറി പഞ്ഞി പുറത്തുചാടാൻ തുടങ്ങി.

വീടിനുള്ളിൽ പഞ്ഞി പറക്കുന്നതുകാണുമ്പോഴെല്ലാം ഫക്കീറുമ്മയ്ക്കു ഹാലിളകി ബാധകേറിയാടും. പിന്നെ കണക്കപ്പിള്ള മസ്താനെ വായിൽത്തോന്നിയതൊക്കെ വിളിച്ചുപറയും. സ്വന്തം വാപ്പയെ അമ്മായിയമ്മ അനാവശ്യമായി ശകാരിക്കുന്നതു ഹൈറുന്നിസയ്ക്കു കേട്ടു സഹിക്കാനാവാതായി.

“ഈ കണക്കപ്പിള്ളയ്ക്കു വിവരമുണ്ടോ? ഇക്കാലത്ത് ആരെങ്കിലും മകൾക്കും മരുമകനും ഉറങ്ങാൻ പഞ്ഞിമെത്ത വാങ്ങിക്കൊടുക്കുമോ? ഓരോ വീട്ടിലും കിടക്കുന്ന സ്പോഞ്ചുമെത്ത കണ്ടിട്ടില്ലേ? അതൊക്കെ കാണാൻ അയാളുടെ കണ്ണു ചീഞ്ഞൊന്നും പോയിട്ടുണ്ടാവില്ലല്ലോ?”

പഞ്ഞി പറക്കുമ്പോഴൊക്കെ അവർ കണക്കപ്പിള്ളയെ അറഞ്ഞു പ്രാകിക്കൊണ്ടിരുന്നു. ഒരിക്കൽ, കേറിവരുന്ന പൂമുഖ വാതില്പടിയിൽ പഞ്ഞി പറന്നുചെന്നുകിടക്കുന്നതുകണ്ട ഫക്കീറുമ്മയുടെ കോപം വളർന്ന് ആകാശത്തെ നെടുകെ പിളർന്നുംകൊണ്ട് വീണ്ടും പൊങ്ങി.

“ഹൈർ.. നീ നിന്റെ വീട്ടിൽപോയി ഒരു സ്പോഞ്ചു മെത്ത വാങ്ങിക്കൊണ്ടുവാ.. അഥവാ കൊണ്ടുവന്നില്ലെങ്കിൽ പിന്നെ നീയീ വീടിന്റെ പടി ചവുട്ടിപ്പോകരുത്.”

അന്നു വെയിലു താണപ്പോൾ ഗർഭിണിയായ മൂത്തമകൾ ഹൈറുന്നിസ സന്നധി തെരുവിലെത്തി. കരഞ്ഞുകലങ്ങി, മൂക്കുചീറ്റി ഉടുത്തി

രിക്കുന്ന ചേലയുടെ തുമ്പുകൊണ്ടുതുടച്ച് പടികയറിവരുന്ന മകളെ ക്കണ്ടതും കണക്കപ്പിള്ള മസ്താന്റെ കൈയും കാലും സ്തംഭിച്ചുപോയി. കണക്കപ്പിള്ള മസ്താൻ ശമ്പളംവാങ്ങിയ പണത്തിന്റെ അവസാന നാണ യവും തീർന്ന സമയത്താണ് ഹൈറുന്നിസ വന്നുകേറുന്നത്. ആദ്യകു ഞ്ഞിനെ ഗർഭം ധരിച്ചിരിക്കുന്ന ഈ അവസ്ഥയിൽ തന്റെ മകളെ തെരു വിലൂടെ ഒറ്റയ്ക്ക് വിരട്ടിവിട്ടല്ലോ അമ്മായിയമ്മ എന്ന ആ മഹാപാപി, എന്ന ചിന്തയിൽ അയാൾ കൂനിപ്പോയി.

ഒരു ഹോൾസെയിൽ ഷോപ്പിൽ കണക്കെഴുത്തു ജോലിക്കാരനാണ് കണക്കപ്പിള്ള മസ്താൻ. ചെറിയ ശമ്പളക്കാരൻ. കിട്ടുന്ന ശമ്പളം പല ചരക്കുകടയിലും പാലിനും പഞ്ചസാരയ്ക്കും കൊടുത്തുകഴിഞ്ഞാൽ പിന്നെ ബാക്കി ഒന്നിനും തികയാത്ത, രണ്ടറ്റവും കൂട്ടിമുട്ടിക്കാൻ പെടാപ്പാ ടുപെടുന്ന ജീവിതം. ഒരുരൂപാ അഡ്വാൻസായി ചോദിച്ചാൽ കൊടു ക്കാത്ത ദുഷ്ടനായ കടമുതലാളി. ബീഡിക്കും ചായയ്ക്കും മാത്രം ബുദ്ധി മുട്ടുണ്ടാകാറില്ല. കടയിൽ സാധനങ്ങൾ തൂക്കിക്കൊടുക്കുന്നവർ, കട തൂത്തുവൃത്തിയാക്കുമ്പോൾ അവിടെനിന്നും പെറുക്കിക്കൂട്ടിയെടുക്കുന്ന കടലയും വറ്റൽമുളകും ഉള്ളിയുമൊക്കെ ഒതുക്കത്തിൽ വേറെ വിറ്റുകിട്ടുന്ന കാശിൽ ഒരു പങ്കുകൊടുക്കുന്നതുകൊണ്ടാണ് വട്ടച്ചിലവു കഴിഞ്ഞുപോകുന്നത്.

ഭാര്യയും സ്കൂളിൽ പോകുന്ന രണ്ടു കുട്ടികളുമായി ജീവിതമാ കുന്ന നൂല്പാലത്തിലൂടെ അടിപതറാതെ സൂക്ഷിച്ചു നടന്നുകൊണ്ടിരുന്ന കണക്കപ്പിള്ള മസ്താൻ, കണ്ണീരോടുകൂടി വന്നുകയറിയ ഗർഭിണിയായ മകളെ കണ്ടതും അടിപതറിപ്പോയി.

തലയ്ക്കുള്ളിൽ ആകെയൊരു പുകപടലം. പിറ്റേന്നു കടയിലെത്തിയ കണക്കപ്പിള്ള മസ്താന്റെ വാടിയ മുഖംകണ്ട കടമുതലാളി തിരക്കി:

“എന്താ കണക്കപ്പിള്ളേ സുഖമില്ലേ?” സ്വപ്നലോകത്തുനിന്നു ണർന്ന അയാൾ പറഞ്ഞു.

“ഏയ്.. അസുഖമൊന്നുമില്ല” കടയുടെ പിൻഭാഗത്തേക്കു മൂത്രമൊ ഴിക്കാൻ പോയ അയാളുടെ പിന്നാലെ സാധനങ്ങൾ തൂക്കിക്കൊടുക്കുന്ന മിന്നലുമെത്തി. അവൻ ചോദിച്ചു.

“എന്താ വല്ലാതെ വിഷമിച്ചിരിക്കുന്നെ? എന്തുപറ്റി.. പറയൂ..”

“ഇല്ല മോനേ.. മകൾ വീട്ടിൽ വന്നിട്ടുണ്ട്. സ്പോഞ്ചുമെത്ത മേടി ച്ചുകൊണ്ടുവരാനായി അമ്മായിയമ്മ പറഞ്ഞയച്ചിരിക്കുന്നു. ഞാൻ അനു ഭവിക്കുന്ന കഷ്ടപ്പാടിനിടയിൽ എന്നെക്കൊണ്ട് സ്പോഞ്ചുമെത്ത വാങ്ങാ നാവുമോ?”

“മെത്തയ്ക്ക് എന്നാ വിലയാകും?”

“നാലായിരത്തോളമാകും.”

“അത്രേയുള്ളോ? വിഷമിക്കാതിരിക്കൂ, ഞാൻ പണം ശരിയാക്കി ത്തരാം.”

ഇവനെക്കൊണ്ട് എങ്ങനെ പണം ഉണ്ടാക്കിത്തരാനാകും? ചിന്ത കൾ കണക്കപ്പിള്ള മസ്താനെ ആകെ ഉലച്ചു.

നാല്

അന്നു തെരുവിൽ മരണമൊന്നും നടക്കാത്തതിനാൽ ഉടുത്തിരുന്ന മുണ്ട് വലിച്ചൂരി തലവഴി പുതച്ചുകൊണ്ട് പൂച്ചയെപ്പോലെ കൈകൾ കാലുകൾക്കിടയിൽ തിരുകി ചുരുണ്ടുകിടന്ന് ഉറങ്ങുകയായിരുന്നു സന്തൂക്ക് മൊയ്ദീൻ. ഉറങ്ങിക്കൊണ്ടിരുന്നത് കൈവണ്ടിയുടെ മറവിൽ. ഖബറിസ്ഥാനോടു ചേർന്ന് ഒരൊഴിഞ്ഞ മൂലയിലെ കുടിലിന്റെ മറവിലാണ് കൈവണ്ടിയിട്ടിരുന്നത്. പലിശക്കാരൻ പാണ്ഡ്യന്റെയും കൈവണ്ടിയുടെ ഉടമയായ കുട്ടിയന്റെയും കണ്ണുകളിൽ പെടാതിരിക്കാനുള്ള ഒളിസ്ഥലമായിരുന്നു അവനത്. പെണ്ണുങ്ങൾ പ്രാഥമിക ആവശ്യങ്ങൾക്കായി പോകുന്നത് അവിടെയായതിനാൽ പുരുഷന്മാരാരും ആ പ്രദേശത്തു ചെല്ലാറില്ല.

ടാസ്മാക്(തമിഴ്നാട് സ്റ്റേറ്റ് മാർക്കറ്റിങ് കോർപറേഷൻ) മുരുകനെ ചങ്ങാതിയായിക്കിട്ടിയശേഷം(ക്വാർട്ടർ)മദ്യത്തിനു പഞ്ഞമില്ല. (തമിഴ്നാട്ടിലെ മദ്യഷോപ്പിൽ കിട്ടുന്ന 175 മില്ലി കാൽക്കുപ്പി മദ്യം)അതിനുവേണ്ടിത്തന്നെയാണ് തൊപ്പയ്യയുടെ കടയിൽനിന്നും റൊട്ടിയും മറ്റും വാങ്ങിക്കൊടുത്ത് മുരുകനെ മൊയ്ദീൻ ചങ്ങാതിയാക്കി വെച്ചിരിക്കുന്നത്.

കുടിലിന്റെ മറവിൽ ചുരുണ്ടുകിടക്കുന്നതിനുമുമ്പ് ഒരു ക്വാർട്ടർ അവൻ ഉള്ളിലാക്കിയിരിക്കും. ബോറടി മാറ്റാനും സുഖമായുറങ്ങാനുമായി അവനതു കൂടിയേ കഴിയൂ. ആഴ്ന്ന നിദ്രയിലായിരിക്കും. പക്ഷേ, അവന് ഉള്ളുണർവ്വ് ഉണ്ടായിരിക്കും. ചെറിയൊരു അനക്കം കേട്ടാൽമതി അവൻ കണ്ണുതുറക്കും. 'ആരാദ്?' എന്നാരായും. അവന്റെ ചെവികൾ എപ്പോഴും പള്ളിവാതിലിനുനേർക്കു തുറന്നുപിടിച്ചിരിക്കും. പള്ളിമൈക്ക് കിരുകിരു ശബ്ദത്തോടെ ഉണരുന്നതുകേട്ട് അവനും ഉണർന്നു പ്രഭാതകൃത്യങ്ങൾക്കായിപോകും. അപ്പോഴും മൈക്കിലെന്താണു പറയാൻ പോകുന്നതെന്ന ശ്രദ്ധയിലായിരിക്കും അവൻ.

പറയാൻപോകുന്നതു മരണവിവരമായിരിക്കുമോ അതോ വാങ്കിനെപ്പറ്റിയോ ആയിരിക്കും. മരണവാർത്തയല്ലെങ്കിൽ, മൊയ്ദീൻ അരിശത്തോടെ, അമർത്തി അഞ്ചാറു തെറിവിളിക്കും. മരണവാർത്തയാണെങ്കിൽ പടക്കുതിരയെപ്പോലെ ചാടിയെണീറ്റ് കുറ്റിക്കാട്ടിനിടയിലേക്കു മറച്ചുനിർത്തിയിട്ടിരിക്കുന്ന കൈവണ്ടി വലിച്ചെടുത്തുകൊണ്ട് പള്ളിയിലേക്ക് ഒറ്റയോട്ടം വെച്ചുകൊടുക്കും. ബാങ്കുവിളിയാണെങ്കിൽ നിരാശനായി മടങ്ങി പഴയപടി പൂച്ചയെപ്പോലെ കണ്ണുമടച്ച് ചുരുണ്ടുകൂടിക്കിടക്കും.

രണ്ടുദിവസമായി തെരുവിൽ മരണമൊന്നും നടക്കാത്തതിന്റെ ദുഃഖം അവനെ വല്ലാതെ തളർത്തിക്കൊണ്ടിരുന്നു. നിരാശയോടെ പോക്കറ്റിൽനിന്നും കുഞ്ഞു ഡയറിയെടുത്ത് വെറുതെ മറിച്ചുനോക്കി. ഓടക്കരത്തെരുവിൽ, ഇരിക്കണോ മരിക്കണോ എന്നു ദിവസങ്ങൾ ഉന്തിനീക്കുന്ന ഒരു മൂപ്പിലുണ്ട്. പള്ളിയിലെ സന്നധിതെരുവിൽ ശ്വാസംവലിച്ചു കിടക്കുന്ന ഒരു ബെദ്ദമ്മയുമുണ്ട്. ഓർത്തപ്പോൾ അവന് അരിശംകൊണ്ടു

വയറ്റിലൊരു എരിച്ചിലുണ്ടായി. 'നാശങ്ങൾ ഇതുങ്ങളൊന്നും ചത്തൊഴിയുന്നില്ലല്ലോ' ഇവരുടെയൊക്കെ മരണാനന്തര ചടങ്ങുകൾക്കു പങ്കെടുത്താലേ അവന് അഞ്ചാറു കാശു കിട്ടുകയുള്ളൂ. ഏതൊക്കെ കല്യാണമണ്ഡപങ്ങളിൽ എന്നെന്നൊക്കെ ആരാരുടെയൊക്കെ കല്യാണങ്ങൾ നടക്കുന്നുവെന്നും മറ്റുമുള്ള കാര്യങ്ങൾ ഓരോ താളിലും അപ്പപ്പോൾ പെൻസിൽകൊണ്ടു കുറിച്ചിടുന്ന അവന്റെ ഡയറി.

ഉച്ചയൂണിനെക്കരുതിമാത്രം സ്കൂളിൽപോയി രണ്ടാംക്ലാസിലെ മുറിയിലിരുന്നു പെറുക്കിക്കൂട്ടിയ തമിഴ് അക്ഷരങ്ങൾകൊണ്ട് കുത്തിവരച്ച ഡയറി. അതിനുള്ളിലാണ് അവന്റെ ലോകം. വിവാഹങ്ങളെ ഓർമ്മിപ്പിക്കുന്ന മണിയൊച്ചയും മരണാനന്തരച്ചടങ്ങുകളുടെ ദിനങ്ങളും ആ ഡയറിയിൽ കുറിച്ചിട്ടിരിക്കും.

പുലർച്ചെ ഉണർന്നാൽപ്പിന്നെ ചുറ്റുവട്ടത്തിലൊക്കെ എത്തിനോക്കി മൂളിപ്പാട്ടും പാടി, ആ ഗ്രാമത്തിലെ ചെമ്മൺപാതയിലൂടെ മൊയ്ദീൻ വെറുതെ നടക്കാനിറങ്ങും. ഈ കറങ്ങിനടപ്പൊക്കെ കഴിഞ്ഞാണ് അന്നേ ദിവസത്തേക്കുള്ള അവന്റെ തീരുമാനമെടുക്കൽ. വേണ്ടപ്പെട്ടവരുടെയാരുടെയെങ്കിലും വീടുകളിൽ കല്യാണമുണ്ടെങ്കിൽ ബിരിയാണി ഉറപ്പ്. മറ്റു ജാതിക്കാരുടെ വീടുകളിലെ കല്യാണമാണെങ്കിൽ സദ്യയും. എന്തായാലും വയറു നിറയണം, അത്രതന്നെ. വേണ്ടപ്പെട്ടവരുടെ വീടുകളിലെ കല്യാണത്തിനവൻ മുന്നിലുണ്ടാവും. അന്നേ ദിവസം ഏതുശവം വീണാലും കൈവണ്ടി തൊടുന്നത് ഉച്ചയൂണിനുശേഷം മാത്രം. മൊയ്ദീൻ സന്തുക്ക് (ശവം എടുക്കാനുള്ള പെട്ടി) എടുത്തുകൊണ്ടു വരുന്നതുവരെ ശവം അനങ്ങില്ല എന്നവനു നിശ്ചയമുണ്ട്. മറ്റാരും സന്തുക്ക് എടുക്കാറില്ല. അപശകുനം പിടിച്ച ആ വണ്ടി ആരും ചരക്കുകൾ കയറ്റാൻപോലും വിളിക്കാറുമില്ല.

ഗ്രാമത്തിൽ ഏതു തെരുവിലെ ആരു മരിച്ചാലും അടക്കം ചെയ്യുന്ന നേരത്ത് പള്ളിമൈക്കിലൂടെ അറിയിച്ചശേഷം മൊയ്ദീനെ നേരിട്ട് വിളിച്ചു പറയും. അതവനു വലിയ ഒരു സൗകര്യമായിത്തീർന്നു. ശവം അടക്കുന്നതിനുമുമ്പ് സന്തുക്ക് എടുത്തുകൊണ്ടുപോയാൽ മതി. അടക്കം കഴിഞ്ഞതും സന്തുക്ക് മൊയ്ദീനെക്കൊണ്ടെടുപ്പിച്ച് അവന്റെതന്നെ വണ്ടിയിലേറ്റി സന്തുക്കുപുരയുടെ ഉള്ളിൽ തിരികെക്കൊണ്ടുവെയ്പ്പിക്കും. ഉള്ളിൽവെച്ചാലുടനെ തുരുമ്പുപിടിച്ച പൂട്ടുകൊണ്ട് പൂട്ടും. സന്തുക്ക് മോഷണം പോകാതിരിക്കാനായി മൂന്നുവട്ടം പൂട്ടിയശേഷം പൂട്ടുവീണിട്ടുണ്ടെന്നത് വലിച്ചുനോക്കി ഉറപ്പിക്കും.

ചിലദിവസങ്ങളിൽ പ്രത്യേകിച്ച് കോളറക്കാലങ്ങളിൽ നിത്യേന രണ്ടുമൂന്നു മരണങ്ങളെങ്കിലും ഉണ്ടാകാറുണ്ട്. ആ ദിവസങ്ങളിൽ മൊയ്ദീനു പമ്പരംപോലെ കറങ്ങേണ്ടിവരും. ജമാഅത്തിൽ ഒരേയൊരു സന്തുക്കു മാത്രമേയുള്ളൂ. ആ ഒന്നിനെയാണ് ശവം കൊണ്ടുവരാനായി മരണവീടുകളിലേക്കു കൊണ്ടുപോകേണ്ടത്. ഒരു ശവത്തെ വണ്ടിയിലെടുത്തുവെച്ച് വലിച്ചുകൊണ്ടുപോയി ഖബറിസ്ഥാനിലിറക്കിക്കിടത്തിയശേഷം അടുത്തശവത്തെ എടുക്കാനായി സന്തുക്കിനെ വേഗം വണ്ടി

യിലെടുത്തുവെച്ച് തിരികെ കൊണ്ടുവന്ന് അടുത്ത വീട്ടുമുറ്റത്ത് ഇറക്കി വെക്കണം. രണ്ടുമൂന്നു മരണം ഉണ്ടാകുന്ന ദിവസങ്ങളിൽ മൊയ്ദീനെ പിടിക്കാൻ കിട്ടില്ല. അന്നവന് പെരുനാളാണ്. വളരെ തിരക്കുള്ള ദിവസം.

"എന്താ മൊയ്ദീൻ ഇന്നിത്ര ധൃതി?" ടാസ്മാക് മുരുകൻ ചോദിച്ചു.

"സംസാരിക്കാൻ സമയമില്ല. ഒന്നുകൂടി കഴിച്ചോട്ടെ.. ഇന്നു മൂന്നെണ്ണം വീണു." അവനു വല്ലാത്ത ഉത്സാഹം. മൊയ്ദിൻ വാങ്ങുന്ന കുപ്പിയുടെ എണ്ണംകൊണ്ടുതന്നെ മുരുകൻ ഗണിച്ചെടുക്കും, ഇന്ന് എത്രപേർ മരിച്ചെന്ന്. കണക്കു തീർക്കുന്നതൊക്കെ ടാസ്മാക് കട അടക്കാൻ നേരത്ത്. അപ്പോൾ മൊയ്ദീൻ എളിയിൽ ഒരു ക്വാർട്ടർ തിരുകിയിട്ടുണ്ടാവും.

ഖബറിസ്ഥാനെച്ചുറ്റി ഇപ്പോഴും ഉടങ്കാടാണ് (ഉട-തമിഴ്നാട്ടിലെ തരിശുഭൂമിയിൽ കൂട്ടമായി വളരുന്ന ഒരുതരം മുൾച്ചെടി). വിജനമായ മുൾക്കാട്. പകൽ നേരങ്ങളിൽപോലും വെളിച്ചത്തെ ഇരുൾ കീശയിലാക്കി വെച്ചിരിക്കുന്ന കൊടുംകാട്. കുടിലുകളിലുള്ള പെണ്ണുങ്ങൾ ആ പകലുകളെ രാവാക്കി ഉടങ്കാട് ഉപയോഗിച്ചുവരുന്നു. വർഷങ്ങളായി അവർക്ക് ആ കാടാണ് മലമൂത്ര വിസർജ്ജനത്തിനായുള്ള ഇടം. വീടുകളിൽ കക്കൂസുപണിയാൻ നിവൃത്തിയില്ലാത്ത ഓടക്കര തെരുവിലെ ജനങ്ങൾക്കു ഉടങ്കാടു വിട്ടാൽ മലമൂത്ര വിസർജ്ജനത്തിനായി മറ്റൊരു സ്ഥലം ഇല്ല എന്നതാണവസ്ഥ. തെരുവുവഴി നടന്നുവരുന്ന സ്ത്രീകളോട് എതിരെ വരുന്നവർ എവിടെപ്പോകുന്നു എന്നു ചോദിച്ചാൽ ഉടൻ അവർ പറയുന്ന മറുപടി 'ഉടങ്കാട്ടിലേക്ക്' എന്നാണ്. ഉടങ്കാട്ടിലേക്കെന്നു പറഞ്ഞാൽ ചോദിക്കുന്നവർക്ക് അർത്ഥം പിടികിട്ടും. പിന്നെ മറുചോദ്യമുണ്ടാവില്ല. വർത്തമാനം പറഞ്ഞ് മുഷിപ്പിക്കാറുമില്ല. അത്യാവശ്യകാര്യം. കന്യകമാർ പോലും കാട്ടിലേക്കാണ് പോകാറ്.

പള്ളിത്തെരുവിലെ വീടുകളിലുള്ള സ്ത്രീകൾക്ക് മുൾക്കാടുകളെ ആശ്രയിക്കേണ്ട കാര്യം ഉണ്ടാകാറില്ല. അവരുടെ വീടുകളിൽ എടുപ്പു കക്കൂസുകൾ ഉണ്ട്. ഓരോ വീടിന്റെയും വാതിലിൽ മുട്ടിവിളിച്ച് ചിട്ടുവാണ് കാലാകാലങ്ങളായി അവിടങ്ങളിലെ മലംവാരി വൃത്തിയാക്കുന്നത്. അവൾ കൊണ്ടുവരുന്ന തൊട്ടി ഓരോ വീട്ടിൽനിന്നിറങ്ങുമ്പോഴും നിറഞ്ഞിരിക്കും.

ദീപാവലി, പൊങ്കൽ, മാസപ്പിറപ്പ്, അമ്പലങ്ങളിലെ ഉത്സവം, ബക്രീദ് തുടങ്ങിയ നല്ല നാളുകളിൽ പ്രത്യേകം 'പടി'കൾ ചിട്ടുവിന് ദിവസക്കൂലിക്കു പുറമെ കിട്ടും. ആരെങ്കിലും കൊടുക്കുന്നതിൽ പിശുക്കു കാണിച്ചാൽ അവരുടെ വീട് പിന്നെ മലംനാറി നശിക്കും. ഇതുകരുതി അയൽരാജ്യങ്ങളിൽപോയി മടങ്ങിവരുന്നവരൊക്കെ അവരുടെ വീടുകളിൽ ഇപ്പോൾ ബോംബെ കക്കൂസ് നിർമ്മിച്ചിട്ടുണ്ട്. ആ വീടുകളുടെ വാതിലിൽ മുട്ടി ചിട്ടുവുണ്ടാക്കുന്ന ഉപദ്രവം അങ്ങനെ ഇല്ലാതായി. അവിടൊന്നുംതന്നെ ഇപ്പോൾ അവളുടെ ഒച്ചപ്പാടുമില്ല, ചീറ്റലുമില്ല.

കാട്ടിലേക്കു ധൃതിയിൽ ചെല്ലുന്നവരെ വഴിയിൽ ആരും തടസ്സപ്പെടുത്താറില്ല. മനുഷ്യരുടെ അത്യാവശ്യ കാര്യമാണ് കാട്ടിൽപോക്ക്. ഉടങ്കാട്

സ്ത്രീകൾക്കായി മാത്രമാണ്. പുരുഷന്മാർ അതിന്റെ ഏഴയലത്ത് എത്തിനോക്കരുതെന്നുള്ളത് അലിഖിതനിയമമാണ്. എന്നാലും ആരുടെയും കണ്ണിൽപെടാതെ രാവുകളിൽ ചില യുവാക്കളുടെ നിഴലാട്ടം അവിടെ ഉണ്ടാകാറുണ്ട്.

പുരുഷന്മാർ മലവിസർജ്ജനത്തിനായി പോകുന്നത് റെയിൽപാളം താണ്ടിയുള്ള കുളക്കരയിലേക്കാണ്. മഴവെള്ളം നിറഞ്ഞ കുളം. അതിൽത്തന്നെയാണ് നാല്ക്കാലികളെ കുളിപ്പിക്കുന്നതും മനുഷ്യർ കുളിക്കുന്നതും തുണിനനയ്ക്കുന്നതുമെല്ലാം. കൊടുംവരൾച്ചക്കാലങ്ങളിൽ വെള്ളംകുടിക്കാനില്ലാതെ നാക്കുവറ്റി കുളം വിണ്ടുകീറുന്ന സമയത്ത് ഓടക്കര തെരുവിലുള്ള പുരുഷന്മാരിൽ ചിലർ വലിയ പാത്രങ്ങളിൽ വെള്ളവും പേറിക്കൊണ്ട് അവിടേക്കുപോകും. ശൗചൃത്തിനായി.

ഉടങ്കാട്ടിൽ 'ആഹാരം' തിന്നുകൊഴുത്ത പന്നികൾ തെരുവിലെത്തി ബഹളംകൂട്ടി തെരുവെങ്ങും മലമൂത്ര വിസർജ്ജനം നടത്താറുണ്ട്. തെരുവിൽ ജനങ്ങളെക്കാൾ പന്നികളുടെ വിഹാരമാണ് അധികവുമുള്ളത്.

ഒരിക്കൽ ഒരു വലിയപന്നി പന്നിക്കുട്ടികൾക്കൊപ്പം മൊയ്ദീന്റെ വീടിനു മുന്നിലെത്തി. തെരുവിലെ ഏതോ കുഞ്ഞ് മലവിസർജ്ജനം നടത്തിയതിനെ അവറ്റകളെല്ലാംകൂടി തിന്നുന്നതിനിടയിൽ പന്നിക്കുട്ടികൾ തമ്മിൽ വഴക്കായി. അന്നു ഗ്രാമത്തിൽ മരണമൊന്നും നടക്കാത്തതിനാൽ വരുമാനമൊന്നും ഇല്ലാത്ത ദേഷ്യത്തിൽ ഭാര്യയുമായി വഴക്കിട്ടു മദ്യപിച്ചുകൊണ്ടിരിക്കുകയായിരുന്നു മൊയ്ദീൻ. അപ്പോഴാണ് തെരുവിൽ പന്നികളുടെ കലശൽ. കൈയിൽക്കിട്ടിയ ഉലക്കയെടുത്ത് എല്ലാത്തിനെയും തലങ്ങും വിലങ്ങും തല്ലി. തല്ലുകൊണ്ട് പന്നികളും പന്നിക്കുട്ടികളും കൂടിയുണ്ടാക്കിയ മരണവിളികേട്ട് തെരുവിലെ ജനങ്ങളാകെ ഓടിക്കൂടി. വായിൽനിന്നും രക്തം ഒലിപ്പിച്ചുകൊണ്ട് പന്നികളും പന്നിക്കുട്ടികളും പന്തുരുളുന്നതുപോലെ ഓട്ടം തുടങ്ങി.

"വൃത്തികെട്ട ജന്തുക്കളെ അടിച്ചോടിക്കണം.'' വന്നുകൂടിയ ജനങ്ങളിൽ ചിലർ പറഞ്ഞു.

"തായോളീ.. ഇനി ഈ ഭാഗത്തെങ്ങാനും തലകാണിച്ചു നോക്ക് കൊന്നു കുഴിച്ചുമൂടും ഞാൻ.'' ഇതും പറഞ്ഞ് ഉലക്ക വീട്ടിനുള്ളിലേക്കു വലിച്ചെറിഞ്ഞത് അവന്റെ ഭാര്യയുടെ കാലിൽച്ചെന്നു കൊണ്ടു.

"പ്രാന്തു പിടിച്ചവനേ.. നിങ്ങളെന്റെ കാലൊടിച്ചോ..?'' എന്നും പറഞ്ഞ് നരകത്തിൽ പോകാനും മഹാമാരിവന്നു ചാകാനുമായി അവൾ അവനെ ഉറക്കെ അറഞ്ഞു പ്രാകി.

മൊയ്ദീന്റെ മകൻ ഷുക്കൂർ കാട്ടിൽപ്പോയി തൂറാനിരുന്നപ്പോൾ പെറ്റുകിടക്കുകയായിരുന്ന ഒരുപന്നി അവന്റെ നേരെ അടുത്തു. മുന്നിൽ കണ്ട ഒരു കല്ലെടുത്ത് അവൻ ഓങ്ങി പന്നിക്കിട്ട് ഒരേറുവെച്ചു കൊടുത്തു. പെറ്റെണീറ്റ പന്നിക്കു വെറികേറി. ചെക്കനെ കടിച്ചുകുതറി മലത്തിലിട്ടുരുട്ടി. രക്തം വാർന്ന് ഉറക്കെക്കരഞ്ഞുകൊണ്ടോടിയ അവനെ പന്നി തെരുവിലൂടെ ഓടിച്ചു. ചെക്കൻ നിക്കറിടാതെ വിട്ടിലുപോലെ ചാടിയോടി പാഞ്ഞതിനാൽ ചാകാതെ രക്ഷപ്പെട്ടു.

മോസസ് ഡോക്ടർ കൈവിട്ടതിനാൽ ഷുക്കൂറിനെ ധർമ്മാശുപത്രിയിൽ കൊണ്ടാക്കി. എട്ടുപത്തു തുന്നിക്കെട്ട്. അന്നുമുതൽ മൊയ്ദീനു പന്നിയെന്നു കേട്ടാലേ വെറിപിടിക്കും. എവിടെവെച്ചതിനെക്കണ്ടാലും കല്ലെടുത്ത് ഒരേറുകൊടുക്കാതെ അവനടങ്ങില്ല.

ഓടക്കര തെരുവിൽ പ്രത്യേകിച്ച് കുടിലുകളിരുന്ന സ്ഥലത്ത് പന്നിശല്യംകൊണ്ട് ജനങ്ങൾ പൊറുതിമുട്ടി. ജമാഅത്തെയുടെ വകയായ ഭൂമിയിൽ കുടിലുകെട്ടിത്താമസിക്കുന്ന നിർദ്ധനരായവരിൽനിന്നുപോലും ജമാഅത്തെ ഭൂമിവാടക ഈടാക്കിയിരുന്നു. ഭൂമിവാടക പിരിക്കാൻ വരുന്ന കണക്കപ്പിള്ളയോടു പലപ്രാവശ്യം പന്നിശല്യത്തെക്കുറിച്ച് ആവലാതി പറഞ്ഞിട്ടും ഫലമുണ്ടായില്ല. പന്നിപിടിക്കാൻ നടക്കുന്ന നായാടികളോടു പരാതിപ്പെടാൻ പറഞ്ഞ് അവർ തടിയൂരും.

പന്നി മുസ്ലീങ്ങൾക്കു ഹറാമായ മൃഗമാണ്. പന്നിയെന്ന പേരുതന്നെ കാതിൽ വീഴുന്നത് അവർക്ക് ഇഷ്ടമുള്ള കാര്യമല്ല. അത്രയ്ക്കും വെറുപ്പുണ്ട് അവർക്കു പന്നിയോട്. പന്നിയിറച്ചി മുസ്ലീങ്ങൾക്ക് വിലക്കപ്പെട്ടതാണ്. പന്നി എതിരെ വന്നാൽത്തന്നെ മുസ്ലീങ്ങൾ മുഖംതിരിച്ചുകളയും. നമ്മുടെ മതം വിലക്കിയ പന്നികളെ തെരുവിൽ നടമാടാൻ അനുവദിക്കാമോ? എന്നു തെരുവിലെ ചെറുപ്പക്കാർ ചോദിച്ചു. അവർ പന്നിപിടിക്കാൻ കാട്ടിൽനിന്നും നായാടികളെ വരുത്തി. തുമ്പിൽ കുടുക്കിട്ടുകെട്ടിയ നീണ്ട വടികളുമായിവന്ന നായാടികളെ കണ്ടതേ പന്നികൾ ചിതറിക്കുതിച്ചോടി കാട്ടിനുള്ളിൽ ഒളിച്ചു. നായാടികളും പിന്നാലെ പോയി. അവർ പിന്നെ തിരികെ വന്നില്ല. പന്നികൾ വീണ്ടും ഗ്രാമത്തിൽ നിർവിഘ്നം കൂത്താടി. തുടർന്നു നടപടിയൊന്നും എടുക്കാത്ത ജുമാഅത്ത് നിർവ്വാഹകരെ എതിർത്തുകൊണ്ട് അവിടവിടെയായി ചുമരെഴുത്തുകൾ ഉണ്ടായി.

പഞ്ചായത്ത് ഇലക്ഷൻ വരട്ടെ കാണാമല്ലോ എന്നു മുസ്ലീം പുരോഗമന സംഘ(മു പു സ)ത്തിലെ യുവജനങ്ങൾ തിളച്ചുവന്ന വികാരങ്ങളെ നിയന്ത്രിച്ചു. ജമാഅത്തിന്റെ അധികാരികൾക്കും സ്ഥാനാർത്ഥികൾക്കും എതിരായി തങ്ങളുടെ ഒരു സ്ഥാനാർത്ഥിയെ നിർത്തുകയും അവർ ജയിച്ചുവരാൻ വേണ്ടതെല്ലാം ചെയ്യണമെന്നും അവർ തീരുമാനമെടുത്തു. ഭരണം മാറിയതിനാൽ ഉടൻതന്നെ ഒരു ഇലക്ഷൻ നടന്നേക്കും.

ഞായറാഴ്ച കമ്മിഷൻ ഓഫീസിന് അവധിയായതിനാൽ കണക്കപ്പിള്ള മസ്താൻ രാത്രി പ്രാർത്ഥനയ്ക്കായി പള്ളിയിലെത്തി. പള്ളിമുറ്റത്ത് ജനങ്ങൾ തടിച്ചുകൂടിയിരിക്കുന്നതുകണ്ട് അദ്ദേഹത്തിനു കാര്യമൊന്നും പിടികിട്ടിയില്ല.

കൂടിയിരുന്നവരിൽ ഒരാളോടു തിരക്കി.

"എന്താ.. എന്താ.. കാര്യം?"

"ഒരു സ്ത്രീ വിഷയം."

അദ്ദേഹം പ്രാർത്ഥന കഴിഞ്ഞ് വന്നപ്പോൾ പള്ളിപ്രമുഖരിൽ ചിലർ പള്ളിയുടെ മുൻവശത്ത് ചിക്കുപായിൽ എന്തിനോ തയ്യാറായെന്നപോലെയിരിക്കുന്നു. പള്ളിയിലേക്കു കയറുന്ന പടികളുടെ ഏറ്റവും താഴെ മുറ്റത്ത് ഒരു ഭാഗത്തായി ഒരു പെണ്ണും അവളുടെ മാതാപിതാക്കളും

മറുവശത്ത് പത്തുനാല്പതു വയസ്സു തോന്നിക്കുന്ന ചുമട്ടുകാരൻ ഈസുപ്പു കൂട്ടിക്കൊണ്ടുവന്ന ജനങ്ങളും നില്ക്കുന്നു.

ഗ്രാമവ്യവഹാരങ്ങളിൽ തീരുമാനമെടുക്കാനായി ജമാഅത്ത് ഒരു പ്രത്യേക പള്ളിക്കമ്മിറ്റി രൂപീകരിച്ചിരുന്നു. ആ കമ്മിറ്റിയുടെ നേതാവ് തലയിൽനിന്നും തൊപ്പിയൂരി വിയർപ്പു തുടച്ച് വിസ്താരത്തിനു തയ്യാറെടുക്കുന്നതുപോലെ വീണ്ടും തൊപ്പി തലയിൽ നല്ലപോലെ ഉറപ്പിച്ചുവെച്ചിട്ട് അവനെ വിളിച്ചു.

"വാടാ.."

ഈസുപ്പ് ഒരു കുറ്റവാളിയെപ്പോലെ ഭവ്യതയോടെ രണ്ടടിമുന്നിലേക്കു വന്നു.

"അവിടെ നിക്കെടാ" അവൻ നിന്നു.

വളരെക്കാലമായി കൊളംബിൽ ചായയടിച്ചു ജീവിച്ചശേഷം നാട്ടിലേക്കു തിരിച്ചുവന്ന അവനെ നോക്കി കമ്മിറ്റിയധികാരി,

"എടോ..നീ മലമാണോ ചോറാണോ തിന്നുന്നത്?" എന്നുറക്കെ ചോദിച്ചു.

അവൻ മിണ്ടാതെ തലകുനിച്ചുനിന്നു. വിസ്താരം നടത്തേണ്ട കമ്മിറ്റി അധികാരി ഇപ്രകാരം സംസ്കാരശൂന്യമായി അവനോടു ചോദ്യങ്ങൾ തൊടുക്കുന്നത് കേട്ട കണക്കപ്പിള്ള മസ്താനു വല്ലാത്ത അരിശം തോന്നി. അള്ളാഹുവിന്റെ തിരുസന്നിധിയിൽ വെച്ച്, കുറ്റം ചെയ്തവനാകട്ടെ... ചെയ്യാത്തവനാകട്ടെ.. അവനോട് ഒരു സഭാദ്ധ്യക്ഷൻ എന്ന നിലയ്ക്ക് സഭാമദ്ധ്യത്തിൽവെച്ച് ഒരിക്കലും ചോദിക്കാൻ പാടില്ലാത്ത അസഭ്യചോദ്യങ്ങൾ. ഇവരൊക്കെ ബഹുമാന്യരോ.. എന്നു ചിന്തിച്ച്, എന്തുകൂത്താണാവോ ഇവിടെ നടക്കുന്നത്..? ഈ തമാശ ഒന്നുകണ്ടുകളയാം എന്നുകരുതി ഒരരുകിലായി കണക്കപ്പിള്ള മസ്താനും സ്ഥലംപിടിച്ചു.

"ഏയ്.. മകളേ.. എന്തു നടന്നതെന്ന് നീതന്നെ പറയ്.." അവിടെ നിന്ന പെണ്ണിനെ നോക്കി അധികാരികൾ പറഞ്ഞു.

സഭയുടെ മുന്നിൽ ഒന്നും പറയാനാവാതെ ഭയവും നാണവും കൊണ്ട് അവൾ തലകുനിച്ചു നില്ക്കുന്നതു കണ്ടതും വിസ്താരക്കമ്മിറ്റി അംഗം ഖുദ്ദൂസ് പെട്ടെന്ന് അവൾക്കുനേരെ ഒരമ്പെയ്തു.

"എന്താ നാണമാണോ? പറയ്.. വേഗം പറയ്. ചെക്കന്മാരെയും കൂട്ടി കാട്ടിൽപ്പോയിക്കിടന്നപ്പോൾ ഈ നാണമൊന്നും ഉണ്ടായില്ലല്ലോ?"

സഭയുടെ മുന്നിൽവെച്ച് ഇപ്രകാരം പച്ചയായി ചോദിച്ചതും അവളുടെ സർവ്വനാഡികളും തളർന്നു. കണ്ണീർ ധാരധാരയായി ഒഴുകി. അവളുടെ ശബ്ദം തൊണ്ടയിൽ കുരുങ്ങി.

മുസ്ലീം മുന്നോക്ക സംഘത്തിലെ അംഗമായ ഒരാൾ ഇടയ്ക്കുകയറി ഉറക്കെച്ചോദിച്ചു:

"പള്ളിക്കുള്ളിൽവെച്ചാണോ ഈ അസഭ്യവിസ്താരം?"

കൂടിയിരുന്നവർ അയാളെ പിന്താങ്ങിക്കൊണ്ട് ആരവമുയർത്തി.

ഈസുപ്പ് ഫറക്കത്ത് പൊറോട്ടാ സ്റ്റാളിൽനിന്നും ഖുദ്ദൂസിന് റൊട്ടിയും കറിയും വയറുനിറയെ വാങ്ങിക്കൊടുത്തതും താൻ പ്രശ്ന

മെല്ലാം ഒതുക്കിക്കോളാമെന്ന് അവനു വാക്കുകൊടുത്തതും എലിപ്പൊറിപ്പൂവൻ സ്വന്തംകാതുകൊണ്ടു കേട്ടകാര്യം പുറത്തുപറയാതെ തല്ക്കാലം അടക്കിപ്പിടിച്ചു.

"എടാ നിന്റെ പേരെന്ത്?" അധികാരികൾ അവന്റെ നേരെ തിരിഞ്ഞു.

"ഈസുപ്പ്."

"എന്താടാ നിനക്കു പണി?"

"മൊയ്ദീൻ റാവുത്തരുടെ കടയിൽ ചുമടെടുപ്പ്."

"ഈ പെണ്ണിനും നിനക്കും തമ്മിലെന്താടാ ബന്ധം?"

"എനിക്കിവളെ അറിയില്ല മൊതലാളീ.." അവൻ കുറ്റമേല്ക്കാത്തപ്പോൾ വീണ്ടും ആൾക്കൂട്ടത്തിനിടയിൽ നിന്നൊരാരവം ഉയർന്നു.

ഇവൾ കാട്ടിലേക്കെന്നു പറഞ്ഞു പോകുന്നതും ഇവൻ ഖബർസ്ഥാന്റെ മതിൽ ചാടിക്കടന്നു പോകുന്നതും ചിലർക്കെല്ലാം അറിയാമെങ്കിലും അവിടെവെച്ച് അവരതൊന്നും അറിഞ്ഞതായി ഭാവിച്ചില്ല.

പെണ്ണിന്റെ വാപ്പാ അല്പം മുന്നോട്ടുവന്ന് വിസ്താരക്കമ്മിറ്റിയെ താണുതൊഴുതുകൊണ്ടു പറഞ്ഞു:

"അസലാമു അലൈക്കും."

"പറയൂ നിങ്ങളുടെ പരാതി എന്താണ്?" അധികാരി ചോദിച്ചു.

"മൊതലാളീ.. ഇവന്റെ കല്യാണം മുമ്പേതന്നെ നടന്നതാണ്. ആദ്യഭാര്യയെയും കുട്ടിയെയും ഇവൻ വേണ്ടെന്നു പറഞ്ഞ് ആട്ടിയോടിച്ചു. ഓടക്കര തെരുവിൽനിന്നും വീണ്ടും ഇവൻ വിവാഹം കഴിച്ചു. അതിൽ ഇവനു രണ്ടു പെൺകുഞ്ഞുങ്ങളുണ്ട്. എന്റെ മകളെയും കല്യാണം കഴിക്കാം എന്നുപറഞ്ഞ് മോഹിപ്പിച്ച്.. ഇപ്പോൾ ഇവൾ ഏഴുമാസം ഗർഭിണിയാണ്. ഇവളെ കല്യാണം കഴിക്കില്ലെന്നിപ്പോൾ പറയുന്നു. അവിടുന്നുതന്നെ ഒരു നല്ല തീരുമാനം കണ്ടുപിടിച്ചു തരണം."

വിസ്താരക്കമ്മിറ്റി അധികാരി അവന്റെ നേരെ തിരിഞ്ഞു.

"ഇപ്പറഞ്ഞതെല്ലാം ശരിയാണോടാ?"

"എനിക്ക് ഇവളെ അറിയില്ല. ഞാൻ കാട്ടിനുള്ളിലേക്ക് പോയതേയില്ല."

അവൻ പറഞ്ഞതുകേട്ടപ്പോൾ അവളോടൊപ്പം വന്നിരുന്ന ഒരുകൂട്ടം ചെറുപ്പക്കാർ അടിക്കാനായി അവന്റെ നേരെ ഓങ്ങിയടുത്തു. ഒരാൾ മുന്നിൽക്കുതിച്ചെത്തി അവന്റെ ഷർട്ടിൽ കടന്നുപിടിച്ചു. "നീയിവളെ നശിപ്പിച്ചില്ലേടാ?"

"വിട്.. വിട്.." അടങ്ങിയിരുന്നവരിൽ ചിലർ അവർക്കിടയിലേക്കോടിയെത്തി. കലപില ബഹളത്തിനിടയിൽ ഒരുസ്ത്രീ രണ്ടുപെൺകുട്ടികളെ കൈപിടിച്ചുവലിച്ചുകൊണ്ട് പള്ളിമുറ്റത്തു വന്നുനിന്നലറി.

"എനിക്കും എന്റെ ഈ രണ്ടുകുഞ്ഞുങ്ങൾക്കും മറുപടി പറഞ്ഞിട്ട് ഇയാൾ ഇവളെ കല്യാണം കഴിക്കുകയോ കഴിക്കാതിരിക്കുകയോ ചെയ്യട്ടെ. ഞാനീ കുഞ്ഞുങ്ങളുമായി പട്ടിണികിടന്നു ചാകുന്നു. കിട്ടുന്ന കൂലിയെല്ലാം കുടിച്ചു കളഞ്ഞിട്ട് ബാക്കിയുള്ളത് ഇവൾക്കുതന്നെയാണ് കൊണ്ടുകൊടുക്കുന്നത്."

"അങ്ങനെയാണോടാ? നിന്റെ ഭാര്യ പറയുന്നത് സത്യമാണോടാ?"

"കള്ളം.. കള്ളം.. ഇവളെ എനിക്കിനി വേണ്ട."

അവൾ നടുങ്ങി വിളിച്ചു

"മഹാപാപീ.."

ഖുദ്ദൂസ് അവസരമറിഞ്ഞു സംസാരിച്ചു.

"അവൻതന്നെ അവളെ വേണ്ടാ എന്നുപറയുന്നല്ലോ, എങ്കിൽപിന്നെ അവൾക്ക് കുട്ടികളെയുംകൊണ്ട് ഒഴിഞ്ഞുപോയ്ക്കൂടേ? നമ്മുടെ ജാതിയിൽ ഒന്നൊഴിപ്പിച്ചു വേറെ കെട്ടുന്നത് അനുവദിച്ചിട്ടുള്ളതാണല്ലോ."

മുസ്ലീം മുന്നോക്കസംഘ പ്രവർത്തകർ ഒന്നാകെ പ്രകോപിതനായി. "നിർത്ത്, എടോ താൻ എന്തു ന്യായമാണീപ്പറയുന്നത്? ഒഴിപ്പിച്ചുകെട്ടുന്ന ജാതിയാണു നമ്മുടെ ജാതിയെന്നോ? എന്താടോ താൻ നമ്മുടെ സമുദായത്തെ താഴ്ത്തിക്കെട്ടി സംസാരിക്കുന്നത്? മാപ്പു പറയെടോ. എവിടെയാടോ ഒഴിപ്പിച്ചു വിട്ടേച്ചു കെട്ടാൻ പറഞ്ഞിട്ടുള്ളത്? കാരണമില്ലാതെ ഒന്നിനെ ഒഴിപ്പിച്ചിട്ട് മറ്റൊന്നിനെ കെട്ടാൻ എവിടെയെങ്കിലും പറഞ്ഞിട്ടുണ്ടോടോ? നാളെ ഇവളെയും ഒഴിപ്പിച്ചിട്ട് വേറൊന്നിനെപ്പോയിക്കെട്ടാന്നാണോ പറയുന്നത്?

"മാപ്പു പറയടോ.. മാപ്പു പറയടോ.." പല ശബ്ദങ്ങൾ ആവേശത്തോടെ ഉയർന്നു. ഇതിനിടയിൽ എലിപ്പൊറിപ്പൂവന് രഹസ്യം അടക്കാനായില്ല. അവൻ മുസ്ലീം മുന്നോക്ക സംഘപ്രവർത്തകരിൽ ഒരാളുടെ ചെവിയിൽ മെല്ലെപ്പറഞ്ഞു,

"ഇവൻ ഫറക്കത്ത് പൊറോട്ടാ സ്റ്റാളിൽ നിന്നും ഖുദ്ദൂസിന് റൊട്ടിയും കറിയും വാങ്ങിക്കൊടുക്കുന്നതും ഞാൻ നോക്കിക്കോളാം വിഷമിക്കണ്ട എന്നു ഖുദ്ദൂസിനോടു പറഞ്ഞതുമൊക്കെ ഞാൻ നേരിൽ കണ്ടിട്ടുണ്ട്.

ഇതുകേട്ട ഒരു മുസ്ലീം മുന്നോക്ക സംഘാംഗം പള്ളിയുടെ പടിയിലേറി ഖുദ്ദൂസിന്റെ നേരെ വിരൽചൂണ്ടി ചോദിച്ചു. ഇവൻ ഫറക്കത്ത് പൊറോട്ടാ സ്റ്റാളിൽനിന്നും വാങ്ങിത്തന്ന റൊട്ടിയും കറിയും വാങ്ങിത്തിന്നശേഷം അവർക്കായി ന്യായം പറയുന്നോടാ. അവസരവാദീ.. നീയെല്ലാം എന്തു ന്യായം പറയുന്ന നിയമജ്ഞനാണെടോ?

ഖുദ്ദൂസ് പെട്ടെന്നു വായടക്കി കൂട്ടത്തിലേക്കു വലിഞ്ഞു.

"ആദ്യം നീ കെട്ടിയ ഈ പെണ്ണിനും രണ്ടുകുഞ്ഞുങ്ങൾക്കും ഉത്തരം പറ" ചിലർ ഉറക്കെ ആവശ്യപ്പെട്ടു.

"എടോ.. വാതുറക്കെടോ. എന്തു പറയുന്നു?" സംഘത്തലവൻ ചോദിച്ചു.

തലകുനിച്ചു മറുപടിപറയാതെ മൗനമായി നിന്നു ഈസുപ്പു.

"എന്താടാ മിണ്ടാതെ നിക്കുന്നത്? നിന്റെ വായിൽ പുണ്ണുണ്ടോ? പറയെടാ ഉത്തരം."

"ഞാൻ ഇവളോടൊന്നിച്ച് കഴിഞ്ഞിരുന്നു" പ്രശ്നത്തിൽനിന്നു രക്ഷപ്പെടാനായി മനസ്സില്ലാമനസ്സോടെ അവൻ സമ്മതിച്ചു.

"ശരി, നീ നിന്റെ ഭാര്യയോടും കുഞ്ഞുങ്ങളോടുമൊപ്പം കഴിഞ്ഞെന്നു പറയുന്നു. അപ്പോൾ നീ നശിപ്പിച്ച ഈ പെണ്ണിന് എന്തു സമാധാനം പറയും?"

“ഞാൻ ഇവളെ നശിപ്പിച്ചിട്ടില്ല. എനിക്ക് ഇവളെ അറിയില്ല.” അവൻ പറഞ്ഞുനിർത്തിയതും ആ പെണ്ണിന്റെ സഹോദരൻ അവന്റെ പലക പോലുള്ള നെഞ്ചിൽ ആഞ്ഞൊന്നു കൊടുത്തു.

“ഒരു കുറ്റിച്ചൂലിങ്ങെടുക്ക്..” പെണ്ണിന്റെ അമ്മ അലറി.

“കുറ്റിച്ചൂലുകൊണ്ട് ഇവന്റെ മുഖം ഞാനിന്ന് അടിച്ചുകഴുകും. സത്യം സഭയ്ക്കുമുന്നിൽ പറയെടാ.. നിങ്ങൾക്കറിയാമോ, ഞങ്ങളുടെ തെരുവിന്റെ തൊട്ടടുത്തുള്ള തെരുവുകാരനാണിവൻ. പക്ഷേ, ഞങ്ങളുടെ തെരുവിലൂടെയാണ് ഇവന്റെ വഴിനടപ്പ്. ഞങ്ങളുടെ വീടിനടുത്തുകൂടി പോകുമ്പോഴൊക്കെ ഇവൻ ചൂളമടിക്കും. ഇവൻ കടന്നുപോയിക്കഴിഞ്ഞാലുടനെ എന്റെ പെങ്ങൾ കാട്ടിലേക്കു പോകുവാണെന്നു പറഞ്ഞിറങ്ങും. കാട്ടിൽ പോകുന്നവളെ പിടിച്ചുനിർത്താൻ പറ്റുമോ? ആദ്യമൊന്നും കാര്യം മനസ്സിലായില്ല. പിന്നീടാണ് ഞങ്ങൾക്ക് കാര്യം പിടികിട്ടിയത്. പിടിച്ചുനിർത്തി രണ്ടുകൊടുത്തു ചോദിച്ചപ്പോൾ സത്യം തുറന്നു പറഞ്ഞു. അതെ ഇവൻതന്നെയാണെന്ന്..” പെണ്ണിന്റെ സഹോദരൻ കോപത്തോടെ പറഞ്ഞുനിർത്തിയശേഷം.

“എടാ മയിരാണ്ടി.. രക്ഷപ്പെടാമെന്നു വിചാരിക്കുന്നോ? നടക്കില്ല. കത്തികൊണ്ട് പിളർന്നെടുക്കും നിന്നെഞാൻ. ഇപ്പൊത്തന്നെ തീരുമാനം നീ പറയണം.” പെണ്ണിന്റെ സഹോദരനലറി.

“എന്താടാ എന്തു പറയുന്നു? സത്യം പറയെടാ” അധികാരി ചോദിച്ചതിനും അവൻ മറുപടിയൊന്നും പറയാതെ കുനിഞ്ഞുനിന്നു.

“പറയെടാ തായോളീ..” മുസ്ലീം മുന്നോക്ക സംഘത്തലവൻ അവന്റെ ചെകിട്ടിൽ ആഞ്ഞൊന്നു കൊടുത്തു.

“ഇവൻ തന്നെയാണോ പെണ്ണേ?” തലവൻ പെണ്ണിനോടു ചോദിച്ചു. അല്പനേരത്തെ മൗനത്തിനുശേഷം അവൾ ആണെന്നു തലയാട്ടി.

“ഇവൾ നീയെന്നാണല്ലോ പറയുന്നത്. പറയെടാ സത്യം.”

അവൻ തിരിഞ്ഞുനോക്കി.

മുസ്ലീം മുന്നോക്ക സംഘാംഗങ്ങൾ ഓങ്ങിക്കൊണ്ട് നില്ക്കുന്നു. ഇത്രയുംപേർ തനിക്കെതിരെ കൂടുമെന്ന് അവൻ തീരെ പ്രതീക്ഷിച്ചിരുന്നില്ല. തന്നോടൊപ്പം പക്ഷംചേർന്നു വന്നവർ സംസാരിക്കാതെ കൂട്ടത്തിൽനിന്നും മെല്ലെ ഊരിപ്പോകുന്നകാര്യവും അവന്റെ ശ്രദ്ധയിൽപെട്ടു. അവൻ ഖുദ്ദൂസിനെ നോക്കി. ഖുദ്ദൂസ് മുഖംതിരിച്ചുകളഞ്ഞു. മുസ്ലീം മുന്നോക്ക സംഘാംഗങ്ങൾ വെറുതെ വിടുമെന്നും തോന്നുന്നില്ല.

റൊട്ടിയും കറിയും വാങ്ങിക്കഴിച്ചത് നാട്ടുകാരറിഞ്ഞത് ഖുദ്ദൂസിനു നാണക്കേടായതുപോലെ. അവൻ ചുറ്റുംനോക്കി. ഖുദ്ദൂസ് അവിടെനിന്നും മെല്ലെ ഊർന്നു മാറി. അവനു മറ്റു പിടിവള്ളിയൊന്നും കിട്ടിയില്ല. തല കുനിച്ചുകൊണ്ടു മെല്ലെപ്പറഞ്ഞു.

“ഞാൻതന്നെ.”

“അവനെക്കൊണ്ട് കല്യാണം കഴിപ്പിക്ക്.”

സഭാപതി പറഞ്ഞ തീരുമാനം വിസ്താരസംഘം സ്വീകരിച്ചു. അന്നു രാത്രിതന്നെ പെണ്ണിന്റെ പിതാവിനെയും അവളെയും കൂട്ടി നിക്കാഹ്

കഴിപ്പിച്ചുവെച്ചു.

വിവാഹത്തിനുമുമ്പ് പെണ്ണിനെ നശിപ്പിച്ചതിനുള്ള ശിക്ഷയെക്കുറിച്ച് മുസ്ലീം മുന്നോക്ക സംഘാംഗങ്ങൾ തിരക്കി.

"ശിക്ഷയോ? അഞ്ചുകിലോ തേങ്ങായെണ്ണയും അഞ്ചുതേങ്ങയും പള്ളിക്ക് അപരാധപരിഹാരമായി അടയ്ക്കണം" സംഘത്തലവൻ തീർപ്പുപറഞ്ഞു.

"ഒരു പെണ്ണിനെ നശിപ്പിച്ചതിന് ഇതാണോ ശിക്ഷ?"

ശിക്ഷ പോരെന്നു മുസ്ലീം മുന്നോക്ക സംഘാംഗങ്ങളായ യുവാക്കൾ ശക്തമായ അമർഷത്തോടെ ചോദ്യമുയർത്തി.

അഞ്ച്

മരിക്കുന്നതിനു മൂന്നു ദിവസം മുമ്പ് വിറകുകടയിലിരുന്ന് കാൽമുട്ടു ചൊറിഞ്ഞുകൊണ്ടിരുന്ന തൊണ്ണൂറു വയസ്സായ ചീനാദാനാവുപ്പാ റാവുത്തർപുരത്തിന്റെ പുരാതനചരിത്രഗ്രന്ഥം മറിച്ചുനോക്കിക്കൊണ്ട് പറഞ്ഞകാര്യങ്ങൾ, ചോറുണ്ടാക്കാനായി വിറകിനായിപ്പോയ മൊയ്ദീന്റെ ചെവിയിൽവീണു.

"നിങ്ങൾക്കറിയാമോ ഇന്നത്തെ ഈ റാവുത്തർപുരം ഒരുകാലത്ത് കൊടുംകാടായിക്കിടന്ന സ്ഥലമാണ്. ആർക്കും വേണ്ടാത്ത ഒതുക്കപ്പെട്ട ഒരിടം! പട്ടാപ്പകലുപോലും പേയും പിശാചും കുത്തിമറിഞ്ഞു കളിക്കുന്നിടം. ഘോരവനം! രാത്രിയായാൽ ദാഹംതീർക്കാനായി രക്തംതേടി പറക്കുന്ന പിശാചുക്കൾ നിറഞ്ഞകാട്. ധർമ്മാധർമ്മ ചിന്തയുള്ള വേണാട്ടു രാജാക്കന്മാർ ഭരിച്ചിരുന്ന കാലത്ത്, കുറ്റംചെയ്തവരിൽനിന്നും പുല്ലു മുളയ്ക്കാത്ത ഈ വരണ്ട പ്രദേശത്തിനും ഇവിടുത്തെ ശവപ്പറമ്പുകൾക്കുപോലും നികുതിചുമത്തുന്നത് ശിക്ഷയിലുണ്ടായിരുന്നു. അതുപോലെതന്നെ പുറമ്പോക്കു സ്ഥലങ്ങളെ കുറ്റവാളികളുടെ പേരിൽ പാട്ടം കൊടുത്ത് പാട്ടപ്പണവും വസൂലാക്കി വന്നിരുന്നു. പാട്ടംകെട്ടാതെ ശിക്ഷയിൽനിന്നും രക്ഷപ്പെടാനായി നാടുവിട്ട് മറുനാടുകളിൽപോയി അഭയം തേടിയവരും ധാരാളമുണ്ട്.

വേണാട്ടു രാജാവ് സ്ഥാണു ഇരവിവർമ്മത്തമ്പുരാൻ, മാലിക് ഇബ്നു ദീനാർ പള്ളിവകയായി ശവം അടക്കം ചെയ്യുന്നതിനായി കരം ഒഴിവാക്കി പതിച്ചുകൊടുത്ത സ്ഥലമാണ് ഈ തരിശുഭൂമിയായ സ്ഥലവും ഈ സ്ഥലത്തെ ചുറ്റിക്കിടക്കുന്ന ഉടങ്കാടും ഉൾപ്പെട്ട ആയിരത്തിമുന്നൂറ്റിച്ചില്ലാനം ഏക്കർ പുറമ്പോക്കു ഭൂമി!

മൈതാനം പോലുള്ള ഈ സ്ഥലത്ത് ഒരു മൂലയ്ക്കായി പനയോല കൊണ്ടു വേലികെട്ടി ശവങ്ങളെ അടക്കം ചെയ്തുപോന്നിരുന്നു. ചുടുകാടിനോടു ചേർന്നുള്ളിടം പുല്ലുമുളയ്ക്കാത്ത തരിശുഭൂമിയായി കിടന്നിരുന്നു. ഖബർസ്ഥാനമെന്നതിനാൽ ആത്മാക്കളുടെ വിഹാരം ഉണ്ടാക്കുമെന്നു ഭയന്ന് അധികമാരും ഇങ്ങോട്ട് പ്രവേശിച്ചിരുന്നില്ല. ജിന്നുക

ളുടെ വിളയാട്ടം അന്നും ഇന്നും ഇവിടെ ഉണ്ടെന്നു വിശ്വസിക്കപ്പെടുന്നു.

മാലിക് ഇബ്നു ദീനാർ പള്ളിക്കു ചുറ്റിനും ക്രമേണ മുസ്ലീങ്ങളുടെ ഭവനങ്ങൾ ഉയർന്നു. ധനികരായ ഇവർക്കൊക്കെ കൊളമ്പ്, ബർമ്മ തുടങ്ങിയ പല സ്ഥലങ്ങളിലും കച്ചവടമുണ്ട്. നാട്ടിൽ പാടങ്ങളും വലിയ തെങ്ങിൻതോപ്പുകളുമുള്ള ഗമണ്ടൻ പണക്കാർ! ഇവരുടെയൊക്കെ നിലങ്ങളിൽ രാപകലില്ലാതെ അദ്ധ്വാനിക്കുന്ന ജനങ്ങളുടെ ചെറിയകുടിലുകൾ, ഉയർന്ന മുസ്ലീങ്ങളായ തങ്ങൾമാർ, ലബ്ബകൾ തുടങ്ങിയവരുടെ വീടുകളുടെ അരുകിലാണുള്ളത്. രാത്രികാലങ്ങളിൽ സാധുക്കളുടെ ഇടയിൽ ഇടയ്ക്കിടെയുണ്ടാകാറുള്ള ശണ്ഠകൾ ഇബ്നു ദീനാർ പള്ളിയുടെ അരികിൽ താമസിക്കുന്ന ഉയർന്ന മുസ്ലീങ്ങൾക്ക് വലിയ തലവേദനയായിത്തീർന്നിരുന്നു. കുടിലുകളിലുള്ള പാവങ്ങളെ അവിടെനിന്നും ഒഴിപ്പിക്കുന്നതിനെക്കുറിച്ച് ധനികരായവർ ചിന്തിക്കാൻ തുടങ്ങിയകാലം.

ആ നാട്ടിൽ ആദ്യകുടിയേറ്റക്കാരനായ ഹസ്സൻ റാവുത്തർ പെട്ടെന്നു മരണപ്പെട്ടു. അദ്ദേഹത്തിന്റെ മരണശേഷം പൊന്നറയ്ക്കൽ തറവാട്ടിലെ സെയ്യദ് സെയ്യദ് റാവുത്തർ മുതലാളി സ്വയം നാട്ടിലെ ആദ്യകുടിയേറ്റക്കാരനായി മാറി. പൊന്നറയ്ക്കൽ വീട്ടിലെ റാവുത്തർ മുതലാളി ആദ്യകുടിയേറ്റക്കാരനായതും അദ്ദേഹം നാട്ടിലെ പ്രാധാനികളായ കുടുംബക്കാരെ മാലിക് ഇബ്നു ദീനാർ പള്ളിയുടെ മുൻപിൽ വിളിച്ചുകൂട്ടി തന്റെ തീരുമാനം അറിയിച്ചു.

“റാവുത്തർമാരായ നമ്മൾ മാത്രമേ മാലിക് ഇബ്നു ദീനാർ നിർമ്മിച്ച പള്ളിയെച്ചുറ്റി താമസിക്കുന്നുള്ളൂ. നമ്മോടൊപ്പമാണ് തങ്ങൾമാരും ലബ്ബകളും താമസിക്കുന്നത്. നമ്മുടെ വീടുകൾക്കു സമീപത്തായി ഏതാനും പട്ടിണിപ്പരിഷകൾവന്ന് വീടുവാങ്ങിയും കുടിലുകെട്ടിയും താമസിച്ചുവരുന്നത് നമുക്കു നാണക്കേടല്ലേ? ഈ നാടോടിക്കൂട്ടത്തെ ഇവിടെനിന്നും ആട്ടിപ്പായിക്കേണ്ടതല്ലേ? അങ്ങനെ ചെയ്യുന്നത് ധർമ്മമല്ലാതാവുമോ?”

“അതെ, മാറ്റണം. അതിനു എന്താണൊരുവഴി നേതാവേ..”

“ഉടങ്കാടും ഖബർസ്ഥാനവും ഒഴികെയുള്ള വെളിമ്പ്രദേശമായിക്കിടക്കുന്ന കുറെസ്ഥലമുണ്ടല്ലോ. ആ സ്ഥലത്ത് അവർക്കു കുടിലുകെട്ടാനായി ആളൊന്നിനു രണ്ടുസെന്റ് സ്ഥലംവീതം കൊടുത്ത് ഒതുക്കിയാലോ?”

“ഭേഷ്. നല്ല അഭിപ്രായം.”

“വീടുകെട്ടാൻ ഓരോരുത്തർക്കും കുറേശ്ശെ പണവുംകൂടി കൊടുത്തേക്കാം.”

“ബലേഭേഷ്, നല്ല ബുദ്ധിയാണല്ലോ..”

അങ്ങനെ മാലിക് ഇബ്നു ദീനാർപള്ളിത്തലവനും അവരുടെ സിൽബന്ധികളും ചേർന്ന് സാധുക്കളെ പുറത്താക്കി. പുറത്താക്കപ്പെട്ട സാധുക്കൾ രണ്ടുസെന്റ് തറയിൽ കുത്തിമറച്ച് കുടിലുകെട്ടി താമസിച്ചു. അതാണ് മാലിക് ഇബ്നു ദീനാർ പള്ളിയിൽനിന്നും അല്പമകലെ കാണുന്ന ചേരിയിലെ കുടിലുകളെല്ലാം.

ഇപ്പോഴത്തെ റാവുത്തർപുരം!

റാവുത്തർപുരത്തെ ജനങ്ങൾക്ക് നിസ്കരിക്കണമെങ്കിൽ അല്പമകലെയുള്ള മാലിക് ഇബ്നു ദീനാർ പള്ളിയിലേക്കുതന്നെ പോകണം. അവിടെ നിസ്കാരത്തിനായിച്ചെല്ലുമ്പോൾ റാവുത്തർപുരവാസികൾ ഒതുക്കപ്പെട്ടവരായി മാറി. ജുമുഅ പ്രാർത്ഥനയ്ക്ക് ഇവർക്കായി പള്ളിയുടെ പിൻവശത്തുനിന്നു പ്രാർത്ഥിക്കാനായി ഒരിടം ഒതുക്കപ്പെട്ടു. റാവുത്തർപുരം വാസികളിൽ ചിലർക്ക് ഈ ഒതുക്കപ്പെടൽ അശേഷം ഇഷ്ടപ്പെട്ടില്ല.

"ഞങ്ങൾ മുസ്ലീങ്ങളല്ലെന്നുണ്ടോ... റാവുത്തർമാരല്ലെന്നുണ്ടോ... എന്തിനാണീ പക്ഷഭേദം?"

ചിലർ രോഷം ഉള്ളിലൊതുക്കിക്കഴിഞ്ഞു.

ഒരു വെള്ളിയാഴ്ച ജുമുഅ തൊഴീലിനും ഖുതുബായ്ക്കുംശേഷം റാവുത്തർപുരം നിവാസികൾ എല്ലാവരും ഒത്തുകൂടി. ഒതുക്കപ്പെട്ട ആ സ്ഥലത്ത് നമുക്കൊരു ചെറിയപള്ളി പണിതാലോ? എന്ന് അവർ ആലോചനയിലായി.

"അതെയതെ" ഐകകണ്ഠ്യേന എല്ലാവരും അതു പിന്താങ്ങി.

"പക്ഷേ, പള്ളിയുണ്ടാക്കാനുള്ള പണം..?" ഒരാൾ സംശയം പ്രകടിപ്പിച്ചു.

പണത്തെക്കുറിച്ചുള്ള സംസാരം വന്നപ്പോൾ അവർ തമ്മിൽത്തമ്മിൽ നോക്കി. അന്നന്നുചെയ്യുന്ന കൂലിപ്പണിയിലൂടെ കിട്ടുന്ന തുച്ഛമായ പണവും പിന്നെ ചെറിയ കൈത്തൊഴിലിലൂടെ ഉണ്ടാക്കുന്ന ചില്ലറവരുമാനവും നിത്യച്ചെലവിനായിപ്പോലും കഷ്ടിയാണ്. ഈയവസ്ഥയിൽ പള്ളിനിർമ്മിക്കാനുള്ള പണം എങ്ങനെ സ്വരൂപിക്കും?

"പള്ളിപണിയാനുള്ള പണം എങ്ങനെയെങ്കിലും സ്വരൂപിക്കാമെന്നു വെച്ചാലും, പള്ളികെട്ടാനുള്ള സ്ഥലം നമുക്ക് സ്വന്തമായില്ലല്ലോ. അതിനെന്തുചെയ്യും?"മറ്റൊരാൾ സംശയം പ്രകടിപ്പിച്ചു.

ഇങ്ങനെയുള്ള ചോദ്യങ്ങൾ പലതുയർന്നപ്പോൾ അവരോരോരുത്തരും അതേക്കുറിച്ചു ചിന്തിക്കാൻ തുടങ്ങി.

"ശരിയാണല്ലോ, പള്ളിപണിയാൻവേണ്ട സ്ഥലം നമുക്കില്ലല്ലോ..?"

"മാലിക് ഇബ്നു ദിനാർ പള്ളി ജമാഅത്തുകാരോട് പോയി ചോദിച്ചാലോ. അവർ പള്ളി നിർമ്മിക്കാൻ അനുവദിക്കുമോ എന്നു ചോദിച്ചിട്ടാകാം ബാക്കിക്കാര്യം."

"അതെ ചെന്നുചോദിക്കാം."

തീരുമാനപ്രകാരം കൂട്ടത്തിൽ പ്രധാനിയായ മാലിക് ഇബ്നു ദീനാർ പള്ളിയധികാരിയെക്കണ്ട് അവർ നിവേദനം മുന്നിൽവെച്ചു.

അധികാരി പറയുന്നത് തന്റെ സ്വന്തം അഭിപ്രായമാണെങ്കിൽപോലും അത് ജമാഅത്തിന്റെ അഭിപ്രായംതന്നെയായിരിക്കും.

"ഞങ്ങളൊരു ചെറിയപള്ളി ഉണ്ടാക്കിത്തരാം. നിങ്ങൾക്ക് അവിടെ നിസ്കരിക്കാം. പക്ഷേ, യാതൊരു കാരണവശാലും പള്ളിയിരിക്കുന്ന സ്ഥലം നിങ്ങൾക്കായി പതിച്ചുതരുന്ന പ്രശ്നമില്ല. പക്ഷേ, ഞങ്ങളുടെ സുന്നത്ത് ജമാഅത്തിന് കീഴിലായിരിക്കും, പള്ളിയും നിങ്ങളും. മാത്ര

മല്ല, ഇനിയുള്ളകാലം മുഴുവനും അതു റാവുത്തർ പള്ളിയായിത്തന്നെ നിലകൊള്ളുകയും ചെയ്യും.''

അധികാരികൾ മൊഴിഞ്ഞതിനെ മറ്റു നിവൃത്തികളൊന്നുമില്ലാത്തതിനാൽ ആവശ്യക്കാരായ റാവുത്തർപുരം വാസികൾ അംഗീകരിച്ചതിന്റെ പേരിൽ ഒരു ചെറിയ പ്രാർത്ഥനപ്പള്ളി നിർമ്മിക്കപ്പെട്ടു. തെങ്ങോലമേഞ്ഞ മേല്ക്കൂരയുള്ള ഒരു ചെറിയപള്ളി.

“സ്വാതന്ത്ര്യം ഇവിടെയും ഇല്ലെന്നോ? ഇവിടെയും നമ്മൾ അടിമകൾ തന്നെയാണെന്നോ?'' ചിലർ തമ്മിൽത്തമ്മിൽ കുശുകുശുത്തു.

“ഏതുവിധേനയും അവരുടെ ആഗ്രഹമേ നടക്കൂ. നമ്മൾ സാധുക്കൾ, അവർക്ക് അടിമകളായി കഴിയുകതന്നെ വേണം.''

എന്തായാലും എങ്ങനെയൊക്കെയോ അവിടെ ഒരു പള്ളി ഉണ്ടായി. ഏതാനും ദിവസങ്ങൾക്കുശേഷം റാവുത്തർപുരനിവാസികൾ മാലിക് ഇബ്നു ദീനാർ പള്ളി ജമാഅത്തുകാരോട് താണുകേണ് അനുമതി നേടിയെടുത്ത് ജുമുഅ തൊഴീലും പ്രാർത്ഥനയും അവിടെ നടത്തി.

മാലിക് ഇബ്നു ദീനാൽ പള്ളിയിൽ, ജുമുഅ നടത്തുമ്പോൾ ഉണ്ടായിരുന്ന തിരക്ക് കുറഞ്ഞു. അത് പള്ളിത്തെരുവുകാർക്ക് വലിയൊരു ആശ്വാസമായി. വലിയതോതിൽ വിമ്മിട്ടം ഉണ്ടായിരുന്ന പള്ളിത്തെരുവു മേലാളന്മാർക്ക് സമാധാനമായി.

നജീസ്(അശുദ്ധം) ഒഴിഞ്ഞുപോയതു നല്ലതുതന്നെ എന്ന അഭിപ്രായത്തോടെ പള്ളിയധികാരികളെ ചിലർ അഭിനന്ദിച്ചു. പുതിയ ഭരണാധികാരിയുടെ തന്ത്രം തന്നെയാവണം ഈ പുറത്താക്കൽ.

സാധുക്കളായ കൂലിത്തൊഴിലാളികളായതിനാൽ ഓടക്കരനിവാസികളിൽ ഏറെപ്പേർക്കും കുളിക്കാൻ സമയം കിട്ടാറില്ല; ചിലർക്ക് തുണി അലക്കിയുടുക്കാനും. ചിലരുടെ ഉടുതുണി പിഞ്ഞിക്കീറിയാലും അതുമാറ്റാൻ മറ്റൊന്നുണ്ടാവില്ല. ചിലർ മുഖക്ഷൗരം ചെയ്തിട്ടുണ്ടാവില്ല. ഈ അവസ്ഥയിൽ മാലിക് ഇബ്നു ദീനാർ പള്ളിയിൽ പോയാൽ.. ഇവരുടെ കാറ്റ് ധനികരുടെ ദേഹത്തു തട്ടാതെ പിൻനിരയിൽ ചെന്നുനിന്നു പ്രാർത്ഥിക്കേണ്ടിവരും. രണ്ടാംകെട്ടിലെ മക്കളോടെന്നപോലൊരു തരംതിരിവാണ് എന്നുമവർ ഓടക്കരക്കാരോടു കാട്ടിയിരുന്നത്. എങ്ങനെയെന്നറിയില്ല, അതിൽനിന്നൊരു മോചനം ഇപ്പോൾ അവർക്കു ലഭിച്ചിരിക്കുന്നു.

സ്വാതന്ത്ര്യം കിട്ടിയെങ്കിലും മൂക്കുകയർ പള്ളിയധികാരികളുടെ കൈയിൽത്തന്നെയായിരുന്നു. റാവുത്തർപുരത്ത് ഒരു ശവം വീണാൽ ഉടൻ ജമാഅത്ത് അധികാരികളോട് ചെന്നറിയിക്കണം. അവർ അനുവദിച്ചാൽ മാത്രമേ ഖബറടക്കം ചെയ്യാനാവൂ. ഓടക്കരക്കാർക്കായി പ്രത്യേക ഖബർസ്ഥാനം ഇല്ലാത്തതിനാൽ അവരുടെ ഖബർസ്ഥാനത്ത് റാവുത്തർപുരവാസികളുടെ ശവങ്ങൾ അടക്കം ചെയ്യണമെങ്കിൽ പള്ളിയധികാരികളുടെ പ്രത്യേക അനുവാദം നേടേണ്ടതുണ്ട്. ഇത് റാവുത്തർപുരവാസികൾക്ക് ഇന്നേവരേക്കും പരിഹരിക്കാനാവാത്ത പ്രശ്നമായിത്തന്നെ തുടർന്നുവന്നു.

ചീനാദാനാവുപ്പാ നിത്യേന ഇങ്ങനെ പഴയകാലത്തുള്ള മൂത്താത്ത

മാരുടെ ദർബാർ അയവിറക്കിക്കൊണ്ടിരിക്കാറുണ്ട്.

റാവുത്തർപുരത്തിൽ ഒരു മരണം സംഭവിച്ചു. മരിച്ചയാൾ ഇസ്ലാമിനെ എതിർക്കുന്ന പക്ഷക്കാരൻ. മുഹമ്മദ് നബിയെ അവസാന നബിയെന്നു വിശ്വസിക്കാത്തയാൾ. സുന്നത്ത് ജമാഅത്ത് വിശ്വാസികൾ മുഹമ്മ്ദ് നബിയെ അവസാന നബിയെന്നും അദ്ദേഹത്തിനുശേഷം വേറെ നബിയില്ലെന്നും വിശ്വസിക്കുന്നവർ. മരണപ്പെട്ടയാൾ റാവുത്തർപുര നിവാസിയായിരുന്നു.

ആ ശവശരീരത്തെ അടക്കംചെയ്യാൻ ഖബറിസ്ഥാനിൽ സ്ഥലം തരില്ല എന്ന് മാലിക് ഇബ്നു ദീനാർ പള്ളിനിർവ്വാഹക സമിതി വിസമ്മതിച്ചു. റാവുത്തർപുരത്തുള്ള ചിലർ പലപ്രാവശ്യം പറഞ്ഞുനോക്കിയിട്ടും മാലിക് ഇബ്നു ദീനാർ പള്ളി നിർവ്വാഹകസമിതി അനങ്ങിയില്ല. സ്ഥലം തരാൻ പറ്റില്ലെന്ന അവരുടെ അവസാന തീരുമാനമറിയിച്ചു.

തൊട്ടടുക്കലുള്ള ചില ജമാഅത്ത് കാര്യവാഹികൾ വന്നു ശുപാർശ ചെയ്തിട്ടും അവർ കേട്ടഭാവം കാണിച്ചില്ല. ഖബറടക്കാൻ സ്ഥലംകിട്ടാതെ ആറടിമണ്ണിനായി മൂന്നുദിവസം മയ്യത്ത് കിടന്നു. പിന്നെ അടക്കാനുള്ള സ്ഥലത്തിനായി റാവുത്തർപുരവാസികൾ നാടായ നാടെല്ലാം ശവവും വഹിച്ചുകൊണ്ടുനടന്നു. ഒരിടത്തും ആരും ഖബറടക്കാൻ ഇടം കൊടുക്കാൻ തയ്യാറായില്ല. ദുർഗ്ഗന്ധംവമിച്ചു തുടങ്ങിയ മൂന്നാംനാൾ രാത്രിയിൽ അകലെയുള്ള ഏതോ ഒരു ചെറിയ ഗ്രാമത്തിൽ കൊണ്ടുപോയി ശവത്തെ ഖബറടക്കിയതായി അറിഞ്ഞു.

ഖബറടക്കിയശേഷം മടങ്ങിയെത്തിയവർ മാലിക് ഇബ്നു ദീനാർ പള്ളിയുടെ മുന്നിലെത്തി, അടക്കംചെയ്തതിനെക്കുറിച്ചു സംസാരിച്ചുകൊണ്ടിരുന്നപ്പോൾ, *ദിനതന്തി*പത്രം മുടങ്ങാതെ വായിക്കുന്ന അക്ഷരാഭ്യാസിയായ നസീർ എല്ലാവരും കേൾക്കെ ഉറക്കെപ്പറഞ്ഞു.

“ഒരു നാട്ടിൽ ഒരു മനുഷ്യന്റെ അവകാശം എന്നത് അന്ത്യനിദ്രയ്ക്കായി അവനുകിട്ടുന്ന ആറടി മണ്ണാണ്. ഒരാളുടെ ജന്മാവകാശമായ ആ ആറടിമണ്ണ് മറ്റാർക്കും അവകാശപ്പെട്ടതല്ല. നാട്ടുകാരനായ ഒരു മനുഷ്യന് ആ ആറടിമണ്ണ് കൊടുക്കുന്നത് നിഷേധിക്കുന്നവർ ഒരു യഥാർത്ഥ മുസൽമാനാകാൻ സാദ്ധ്യതയില്ല. ഇത് തുറന്ന മനുഷ്യാവകാശ ലംഘനമാണ്.”

നസീർ പറഞ്ഞ ഈ അഭിപ്രായം മനസ്സിലാക്കിയതിനു ശേഷമാണ് യുവാക്കളുടെ തലയ്ക്കുള്ളിൽ വെളിച്ചം നിറഞ്ഞത്. ആ വെളിച്ചത്തിന്റെ ഫലമായാണ് ‘മുസ്ലീം മുന്നേറ്റ സംഘടന’ രൂപംകൊണ്ടത്.

അവർ ഉറക്കെപ്പറഞ്ഞു. “ഏതു വിഭാഗത്തിൽപ്പെട്ടവനാണെങ്കിലും മുസ്ലീങ്ങളുടെ ഖബർസ്ഥാനങ്ങളിൽ അവനവകാശമുള്ള ആറടിമണ്ണ് അവന്റെ അന്ത്യനിദ്രയ്ക്ക് കൊടുക്കുകതന്നെ വേണം.”

മാലിക് ഇബ്നു ദിനാർ പള്ളി നിർവ്വാഹക സമിതി ഈ അഭിപ്രായം സ്വീകരിക്കാൻ തയ്യാറായില്ല. “ഞങ്ങളുടെ ഖബർസ്ഥാനം സുന്നത്ത് ജമാഅത്തുകാർക്കു മാത്രം സ്വന്തം.”

മൊയ്ദീനെ കാണണമെങ്കിൽ മൂന്നേ മൂന്നു സ്ഥലങ്ങളിൽ അന്വേ

ഷിച്ചാൽ മാത്രം മതി. ഒന്ന്-ടാസ്മാക് കടയുടെ മുന്നിൽ. രണ്ട്-പള്ളിയിലെ സന്തുക്ക് പുരയുടെ മുന്നിൽ. മൂന്ന് മുകളിൽപ്പറഞ്ഞ രണ്ടു സ്ഥലങ്ങളിലുമില്ലെങ്കിൽ കാട്ടിനുള്ളിലെവിടെയെങ്കിലും ആരുംകാണാത്തിടംനോക്കി ചുരുണ്ടുകൂടിക്കിടക്കും.

മുണ്ടുമടക്കിയുടുത്ത് കാലിന്മേൽക്കാലും കേറ്റിവെച്ച് അവൻ ഇരിക്കുമ്പോൾ അടിയിലിട്ടിരിക്കുന്ന നീലനിറത്തിലുള്ള ഷഡ്ഡി വെളിയിൽ കാണുന്നതിൽ അവനു യാതൊരുവിധ സങ്കടവുമില്ല. അവനിരിക്കുന്ന തിനരികിലൂടെയാണ് കാട്ടിലേക്ക് സ്ത്രീകൾ പലരും കടന്നുപോകുന്നത്. ആരു കടന്നുപോയാലും അവനു നാണമില്ല. ചിലപ്പോൾ കുറ്റാലം ഈരിഴയൻ തോർത്തുപയോഗിച്ച് ചെവിമൂടത്തക്കവിധം തലയിലൊരു വട്ടക്കെട്ടുകെട്ടിവെക്കും. കൈവിരലുകൾക്കിടയിൽ സദാ പുകതുപ്പുന്ന ബീഡി. കണ്ണുകൾ രണ്ടിലും രക്തം കട്ടകെട്ടിക്കിടക്കും. ഏതുനേരവും ഒട്ടകത്തിൻ മുകളിലാണു യാത്ര.

മൊത്തവ്യാപാരക്കടയിലെ മസ്താനെക്കാണുമ്പോൾ മാത്രം 'വരണം അണ്ണാ..' എന്ന് ആദരവേടെ അവൻ വിളിച്ചുകൊണ്ട് എണീറ്റു നില്ക്കും. മറ്റാരു വന്നാലും അവൻ ശ്രദ്ധിക്കാറേയില്ല. അതിനു കാരണമെന്തെന്ന് ഇന്നുവരെ ആർക്കുമറിയില്ല. ചിലപ്പോൾ മസ്താൻ മറുനാട്ടിൽനിന്നും ഇവിടെവന്നു താമസിക്കുന്ന പുതിയ ആളായതുകൊണ്ടായിരിക്കുമോ? അതോ വീടുമാറി വന്നപ്പോൾ വീട്ടുസാമാനങ്ങൾ എടുത്ത് വീട്ടിനുള്ളിലേക്ക് ഇറക്കിവെക്കാൻവേണ്ടി വിളിച്ചതിന്റെ നന്ദി പ്രകടനമായിരിക്കുമോ?

"എന്തെങ്കിലും ലോഡ് പണിയുണ്ടെങ്കിൽ വിളിക്കണേ.." മസ്താനെ കാണുമ്പോഴെല്ലാം അവൻ ഓർമ്മിപ്പിക്കാറുണ്ട്. മസ്താൻ അവനോടു സംസാരിച്ചു നില്ക്കാറില്ല. അവനെച്ചൂഴ്ന്നു വീശിയടിക്കുന്ന വായുവിൽ മദ്യത്തിന്റെ രൂക്ഷഗന്ധമുണ്ട്..! ശവമഞ്ചം (സന്തുക്ക്) കയറ്റുന്നതിനാൽ അവന് നാട്ടിലാരുംതന്നെ മറ്റു ലോഡുപണിയൊന്നും കൊടുക്കാറില്ല.

മിന്നലിന്റെ പോക്കറ്റിൽനിന്നും പുറത്തെടുത്തുകൊടുത്ത വിയർപ്പിന്റെ ഈർപ്പമുള്ള നോട്ടുകൾ ഗുമസ്തൻ എണ്ണിനോക്കി. നാലായിരം രൂപ ഉണ്ടായിരുന്നു. "അവന് എങ്ങനെ കിട്ടിയതാണ് ഇത്രയും പണം? പലിശയ്ക്കുവാങ്ങി തന്നതായിരിക്കുമോ? പലിശ ഞാൻതന്നെ അടയ്ക്കേണ്ടിവരുമോ? പലിശ കൊടുക്കാൻ മാത്രം പണത്തിനു നിവൃത്തിയുമില്ലല്ലോ."

ചിന്തിച്ചുനില്ക്കുന്നതുകണ്ട് മിന്നൽ ഊഹിച്ചിരിക്കണം.

"എന്താ സാറേ, ഒരാലോചന?"

"അല്ല, ഈ രൂപയ്ക്ക്..? പലിശ കൊടുക്കണോ?"

"പലിശയൊന്നും കൊടുക്കണ്ട?"

"അങ്ങനെയെങ്കിൽ.."

"പണം എടുത്തോളൂ മറ്റൊന്നും ഇപ്പോൾ ചിന്തിക്കണ്ട. ആദ്യം മെത്തവാങ്ങൂ. രൂപയെക്കുറിച്ചുള്ള വിഷമം ഇപ്പോൾ വേണ്ട. നിങ്ങൾ പലിശ കൊടുക്കുകയും വേണ്ട."

വിഷമിക്കണ്ട എന്നവൻ പറഞ്ഞാലും അദ്ദേഹത്തിന് വിഷമിക്കാതിരിക്കാനായില്ല. മകളുടെ ദുഃഖം തന്റേതിലും ആയിരം ഇരട്ടി അധികമായിരിക്കുമ്പോൾ ഇതൊക്കെ ഒരു ദുഃഖമാണോ? അദ്ദേഹം സ്വയം സമാധാനിച്ചു.

അദ്ദേഹം നേരെ സേട്ടിന്റെ ജയം സ്റ്റോറിൽച്ചെന്ന് ആറിനു നാല് എന്ന അളവിലുള്ള ഒരു സ്പോഞ്ചുമെത്തയ്ക്കു ബില്ല് ഇടീച്ചു. മെത്തയുടെ ബില്ലുമായി വരുന്നയാളുടെ കൈയിൽ മെത്ത കൊടുത്തയയ്ക്കാൻ ഏർപ്പാടാക്കിയശേഷം തിരികെ വന്ന് മൊയ്ദീനെ അന്വേഷിച്ചു. റോഡരികിൽ മൊയ്ദീനെ അന്വേഷിച്ചപ്പോൾ അവനെ കണ്ടുകിട്ടിയില്ല. മറ്റു വണ്ടിക്കാരോട് മൊയ്ദുവിനെക്കുറിച്ച് അന്വേഷിച്ചാലോ എന്നു ചിന്തിച്ചു. വേണ്ട, കാണുമ്പോഴെല്ലാം 'വരണം സാറേ' എന്നു ഉപചാരവാക്കുകൾ പറയുന്ന മൊയ്ദീൻ! മറ്റുവണ്ടിക്കാർ എന്തെന്നുപോലും തിരക്കാത്തവർ. എന്നാൽ മൊയ്ദു ഒരിക്കൽ വിനയപൂർവ്വം ചോദിച്ചതാണ് 'ലോഡുണ്ടെങ്കിൽ അറിയിക്കണേ' എന്ന്! ഈ ലോഡ് അവനുതന്നെ കൊടുക്കണം. കാണുമ്പോഴെല്ലാം 'വരണം സാറേ' എന്നു ആദരവോടെ ഉപചാരവാക്കുകൾ പറയുന്ന അവന്റെ സ്നേഹത്തിനുള്ള ഒരു മറുപടിയായിരിക്കണമിത്.

കണക്കപ്പിള്ള മസ്താൻ ആ നാട്ടിൽ പുതിയ ആളാണ്. നാടുമായി വലിയ പരിചയമായിട്ടില്ല. എന്നാലും അന്വേഷിക്കാം എന്ന വിചാരത്തോടെ മുന്നോട്ടു നടന്നു. തെരുവിലേക്കുള്ള പ്രവേശനദ്വാരത്തുകണ്ട ഒരു ലേഡീസ് സ്റ്റോഴ്സിനുമുന്നിൽ നില്ക്കുകയായിരുന്ന ചെറിയൊരു മുഖപരിചയം തോന്നിയ വ്യക്തിയോടു കണക്കപ്പിള്ള ചോദിച്ചു.

"മൊയ്ദീനെ കണ്ടോ?"

"കണ്ടില്ല" മറുപടി പറഞ്ഞു തീർന്ന മാത്രയിൽത്തന്നെ മറ്റൊരു ചോദ്യത്തിന് ഇടനല്കാതെ അയാൾ നടന്നുകഴിഞ്ഞു. ഇനിയെന്തു ചെയ്യും? ങാ.. നോക്കാം.. എന്നു മനസ്സിൽക്കരുതി നേരെകണ്ട വഴിയിലൂടെ അദ്ദേഹം നടന്നപ്പോൾ ചെന്നുചേർന്നത് ഓടക്കരത്തെരുവിലാണ്. ആ തെരുവിൽത്തന്നെയാണ് മൊയ്ദീൻ ഉള്ളതെന്ന് അദ്ദേഹത്തിനു പണ്ടാരോ പറഞ്ഞുകേട്ട നേരിയൊരോർമ്മയുണ്ട്.

ഓടക്കരത്തെരുവിലുള്ള ഒരു വൃദ്ധ, മസ്താന്റെ വീട്ടിലെ കുഞ്ഞുങ്ങൾക്ക് ഖുറാൻ ഓതിക്കൊടുക്കാനായി വരാറുണ്ട്. ഗ്രാമത്തിൽ നടക്കുന്ന കാര്യങ്ങളെല്ലാം ആ വൃദ്ധയിലൂടെയാണ് തെരുവിലുള്ളവർ അറിഞ്ഞിരുന്നത്.

താഴത്തെ തെരുവിലുള്ള ഒരു കന്യകയ്ക്ക് ബാധകേറി. ഭയങ്കരമായി ഇളകിത്തുള്ളിത്തുടങ്ങി. തലമുടി ഉലച്ചുവാരിയിട്ട് അവൾ ഉറഞ്ഞാടി. ഏതോ പിശാചുവന്ന് ഉറങ്ങിക്കിടന്നിരുന്ന കന്യകയെ തട്ടിയുണർത്തി കൂട്ടിക്കൊണ്ടുപോയി. അവൾ പോയ വഴിയെല്ലാം പ്രകാശമാനമായി. പോയിപ്പോയി ഖബറിസ്ഥാനിലേക്കു കടന്നു. അവിടെ കുറ്റാക്കൂരിരുട്ടിലും പതിനാലാം രാവിലെ നിലാവ് ഒളിവീശിക്കൊണ്ടിരുന്നു. അവിടെ നിന്നു കാട്ടിലേക്കുപോയി. കാട്ടിലും നിലാവ്. ആഹാ..,! എന്തൊരു നിലാവ്..! കൈനീട്ടിയവൾ നിലാവിനെ വാരിപ്പുണർന്നു മുകർന്നുല്ലസി

ച്ചുകൊണ്ടിരുന്നപ്പോൾ മോഹാലസ്യപ്പെട്ടുപോയി. ബോധരഹിതയായി അവൾ കാട്ടിൽത്തന്നെ കിടന്നു.

അരികിൽ കിടന്നുറങ്ങിയ മകളെ കാണാനില്ലെന്നു കണ്ട മാതാപിതാക്കൾ അവളെത്തിരക്കി ഓടിനടന്നു. അന്വേഷിച്ചലഞ്ഞ് ഒടുവിലവർ കാട്ടിലെത്തി. കാട്ടിൽക്കിടന്ന അവളെ വാരിയെടുത്ത് വീട്ടിലേക്കു കൊണ്ടുചെന്നു.

അവൾക്കു ബോധം തിരികെ കിട്ടിയപ്പോൾ ചുറ്റിനും മിഴിച്ചുനോക്കി. "എന്നെ കാട്ടിലേക്കു വിടൂ..ഞാൻ കാട്ടിൽ പോകട്ടെ.. എനിക്കു കാട്ടിൽ പോകണം.." എന്നവൾ വാശിപിടിച്ചു. കൂടിനിന്ന സ്ത്രീകൾ ചേർന്ന് അവളെ ബലമായിപ്പിടിച്ചിരുത്തിയപ്പോൾ തലമുടി വലിച്ചുവാരിയിട്ടവൾ ആടാൻ തുടങ്ങി. ബാധകയറിയ അതിഭയങ്കരമായ മുടിയാട്ടം..!

മേലേത്തെരുവിലെ മൂലയ്ക്കായിരുന്നു മന്ത്രവാദിയുടെ വീട്. ഭാഗ്യം! മന്ത്രവാദി വീട്ടിൽത്തന്നെയുണ്ടായിരുന്നു. ആരോ ചെന്നു മുട്ടിവിളിച്ച് മന്ത്രവാദിയെ കൂട്ടിക്കൊണ്ടുവന്നു. വന്നുകണ്ട മാത്രയിൽത്തന്നെ മന്ത്രവാദി മൗനിയായി അല്പനേരം അവളെ നോക്കിനിന്നു.

"എന്താടോ നോക്കുന്നത്?" അവൾ ചോദിച്ചു.

"നീ എവിടെനിന്നു വന്നു?"

"ഞാൻ കാട്ടിൽനിന്നു വന്നു."

"കാട്ടിലെ ആരാണു നീ?"

"അറിയില്ലേ എന്നെ?"

"ഇല്ല, അറിയില്ലല്ലോ."

"കാട്ടിൽകൊണ്ടുചെന്ന് കൊലചെയ്ത മൊയ്ദീന്റെ ബീവിയാണു ഞാൻ. എന്റെ വയറ്റിലുണ്ടായിരുന്ന കുഞ്ഞിനെ താടോ.." കൈമുറുക്കി അവൾ തറയിൽ ആഞ്ഞുകുത്തി.

അവളുടെ ആ കുത്തിന് ഒരു ആനയുടെ ബലം ഉണ്ടായിരുന്നു. അവൾ പല്ലുകൾ ഞെരുഞെരെ കടിച്ചമർത്തി, കോട്ടുവായിടുന്നതുപോലെ വാപൊളിച്ചു. വായ്ക്കുള്ളിൽ ഭീകരഗുഹകണ്ട മന്ത്രവാദി അല്പം പിന്നോട്ടുമാറി.

"ഹേയ്.. നിങ്ങളല്ലേ എന്നെ കാട്ടിലേക്കു വരാൻ ക്ഷണിച്ചത്? പറയ്.." അവൾ മന്ത്രവാദിയെ ചൂണ്ടിക്കൊണ്ടു ചോദിച്ചു.

മന്ത്രവാദി നടുങ്ങിത്തെറിച്ചു പിൻവാങ്ങുന്നതുകണ്ട ജനങ്ങൾ ഭയപ്പാടോടെ ചോദിച്ചു

"എന്താ വാപ്പാ.. അവളുടെ വായിൽ എന്താണു കണ്ടത്?"

കൈകൊണ്ടയാൾ വാപൊത്തിക്കാണിച്ചു-മിണ്ടാതിരിക്കൂ എന്ന്.

എല്ലാവരും മിണ്ടാതെ സംസാരരഹിതരായി അനക്കമറ്റുനില്ക്കുമ്പോൾ അവൾ കൺമിഴിച്ച് എല്ലാവരെയും മാറിമാറിനോക്കി. ആ നോട്ടം എല്ലാവരുടെയും തൊണ്ടയിലെ ജലാംശം ആവിയാക്കി.

"നിങ്ങൾ നിർബ്ബന്ധിച്ചതു കൊണ്ടുമാത്രം ഓതിനോക്കാമെന്നു കരുതി വന്നതാണ് ഞാൻ. ഇത് നിസ്സാരമാണെന്നു തോന്നുന്നില്ല. ഞാൻ വീട്ടിൽച്ചെന്ന് മന്ത്രക്കോൽ എടുത്തുകൊണ്ടുവരാം."

മന്ത്രക്കോൽ എടുക്കാനായി മന്ത്രവാദി മെല്ലെ ഇറങ്ങിപ്പോയി.

പിന്നീട് ആ തെരുവിലേക്ക് അയാൾ വന്നിട്ടേയില്ല. അയാൾക്കു കാര്യം മനസ്സിലായി. കുടുകുടെച്ചിരിച്ചുകൊണ്ട് ആ വൃദ്ധ ഓടക്കരത്തെരുവിലെ മന്ത്രവാദിയുടെ കഥ പറഞ്ഞുനിർത്തി.

കണക്കപ്പിള്ള മസ്താൻ ഓടക്കരത്തെരുവിലൂടെ നടന്നുനടന്ന് ഒരു തിരിവിലെത്തി. തിരിവ് അവസാനിക്കുന്നിടത്ത് ഒരു പയ്യൻ വലിയൊരു വീഞ്ഞപ്പെട്ടി കമിഴ്ത്തിവച്ച് അതിൽ നാലഞ്ചു കുപ്പികളിൽ മിഠായികളും ഒരു കടലാസുവിരിച്ച് അതിൽ കുറെ മധുരപലഹാരങ്ങളും നിരത്തി വില്പനയ്ക്കു വെച്ചിരിക്കുന്നതു കണ്ടു. മധുരപലഹാരങ്ങളിലേക്ക് ഈച്ചകൾ കൂട്ടത്തോടെ വന്നിരിക്കുന്നുണ്ടായിരുന്നു. പറന്നുവന്നിരിക്കുന്ന ഈച്ചപ്പറ്റങ്ങളെ ഓടിക്കാനായി അവൻ ഒരു കോലുകൊണ്ട് വീഞ്ഞപ്പെട്ടിയിൽ ഇടയ്ക്കിടെ അടിച്ചുകൊണ്ടുമിരുന്നു വീഞ്ഞപ്പെട്ടിയിൽ ഓരോ അടിവീഴുമ്പോഴും ഈച്ചകൾ കൂട്ടത്തോടെ പറന്നകലുകയും വീണ്ടും അവ വന്നു കൂടുകയും ചെയ്തുകൊണ്ടിരുന്നു.

ആറ്

കടൽക്കരയിൽ പറങ്കികളുടെ അതിക്രമവും കൊലകളും കൊടുമ്പിരികൊണ്ടിരിക്കുന്ന കാലം. കടൽക്കരയിലെ വിശാലമായ വെള്ളപ്പൂഴിമണൽ മരയ്ക്കാന്മാരെ എതിർത്തു പോരാടിയ പറങ്കിളുടെ നിണംവീണു ചെന്നിറമാർന്നു. ഇരുചേരിക്കാർക്കുമിടയിൽ അതിഭയങ്കരയുദ്ധംതന്നെ നടന്നു. കടലിലെയും കരയിലെയും വ്യാപാരക്കുത്തകകൾക്കും മതം അടിച്ചേല്പിക്കാനും അധികാരത്തിന്റെ ചെങ്കോൽ എന്നെന്നേക്കുമായി പിടിച്ചെടുക്കാനും.. പിന്നെ, സർവ്വഭരണാധികാരത്തിനായും നടന്ന യുദ്ധത്തിൽ പതിനായിരക്കണക്കിനു പ്രാണൻ ബലികഴിക്കപ്പെട്ടു. പറങ്കികളെ എതിർത്തുനിന്ന് പോരാടിത്തളർന്ന മരയ്ക്കാന്മാർ പൈശാചികമായി ആക്രമിക്കപ്പെട്ടു. കടലോരത്തുള്ള മരയ്ക്കാർകോളനികൾ ഒന്നാകെ പറങ്കികൾ തീയിട്ടു നശിപ്പിക്കുകയും സ്ത്രീകളെ അതിദാരുണമായ ബലാൽസംഗത്തിനിരയാക്കുകയും ചെയ്തു. കടലോരത്തെ പള്ളികളായ പള്ളികളെല്ലാം അവർ തകർത്തുതരിപ്പണമാക്കി. തകർത്ത പള്ളികളിൽനിന്നും അടർത്തിയെടുത്ത കല്ലുകൾകൊണ്ടുപോയി കടലോരങ്ങളിൽ ക്രിസ്തീയ ദേവാലയങ്ങൾ കെട്ടിയുണ്ടാക്കി. ഒടുവിൽ കടലോരത്തെങ്ങും മാതാവിന്റെ ദേവാലയങ്ങളുയരുകയും അവിടെനിന്നും നിത്യേന മണിനാദം മുഴങ്ങുകയുംചെയ്തു.

കടലോരങ്ങളിൽ മരയ്ക്കാന്മാർക്കു ജീവിക്കാൻ നിവൃത്തിയില്ലാത്ത അവസ്ഥയായി. മരയ്ക്കാന്മാർ കടലോരം ഉപേക്ഷിച്ച് സുരക്ഷിതസ്ഥാനങ്ങൾതേടി ഉൾപ്രദേശങ്ങളിലേക്കു കുടിയേറി.

ശിരച്ഛേദനം ചെയ്യപ്പെട്ട വലിയതമ്പിമരയ്ക്കാർ ബൈദ്ദബ്ബായെ കള്ളിക്കാട്ടിൽ അടക്കം ചെയ്തശേഷം കടലോരത്തെ യുദ്ധഭൂമിയിലേക്കു തിരി

കെയെത്തിയ ചിന്നത്തമ്പിമരയ്ക്കാർ ബെദ്രബ്വാ അവിടത്തെ കാഴ്ചകണ്ട് സ്തബ്ധനായി. കരളലിയിക്കുന്ന സ്ത്രീകളുടെ നിലവിളിയും, കുഞ്ഞുങ്ങളുടെ കരച്ചിലും അറബിക്കടലിൽനിന്നും വീശിയടിക്കുന്ന കാറ്റിലൂടെ ചിന്നത്തമ്പിമരയ്ക്കാർ ബെദ്രബ്വായുടെ കാതിൽ ആർത്തലച്ചുവീണു ഹൃദയത്തെ കഷണങ്ങളായി നുറുക്കിക്കൊണ്ടിരുന്നു.

നാനാഭാഗത്തുനിന്നും ജനങ്ങൾ ചിതറി വിരണ്ടോടുന്നതുകണ്ട് പൊങ്ങിവന്ന ദേഷ്യം നിയന്ത്രിച്ചുകൊണ്ട് ചിന്നത്തമ്പിമരയ്ക്കാർ ബെദ്രബ്വാ ഉറയിൽനിന്നും ഊരിയെടുത്തവാൾ വീണ്ടും ഉറയിലേക്കിട്ട് സ്വന്തം വീടു ലക്ഷ്യമാക്കി ഓടി. വീട്ടിൽ എല്ലാവരും പരിഭ്രമിച്ച് വിവശരായി നില്ക്കുന്നതുകണ്ട് അദ്ദേഹം ഉറക്കെ വിളിച്ചുപറഞ്ഞു. അയൽവീടുകളിൽ പോലും കേൾക്കാൻമാത്രം ഉച്ചത്തിലായിരുന്നു ആ അലർച്ച.

“എടുക്കാനുള്ളതെല്ലാം എടുത്തുകൊണ്ട് വേഗത്തിൽ ഇറങ്ങിക്കോ മക്കളേ..”

അദ്ദേഹത്തിന്റെ ശബ്ദത്തിൽ ഉൾക്കൊണ്ടിരുന്ന പതർച്ചയുടെ അർത്ഥം മനസ്സിലാക്കി എല്ലാവരും വീടുവിട്ടിറങ്ങാൻ തയ്യാറായി. ചിന്നത്തമ്പിമരയ്ക്കാരുടെ വീട്ടിലുള്ളവരെല്ലാം ഒരുങ്ങിയിറങ്ങുന്നതറിഞ്ഞ് അയൽപക്കത്തുള്ളവരെല്ലാവരും അവരെ അനുഗമിച്ച് വീടുവിട്ടിറങ്ങി.

ഊരിപ്പിടിച്ച സൂര്യപ്രഭയുള്ള വാളുമായി ചിന്നത്തമ്പിമരയ്ക്കാർ മുമ്പിലും അദ്ദേഹത്തോടൊപ്പം പുലി മരയ്ക്കാരും അവരുടെ സുരക്ഷയ്ക്കായി മറ്റുചില വീരന്മാരായ മരയ്ക്കാന്മാരും വീടും നാടുമുപേക്ഷിച്ചു പുറപ്പെട്ടു. കൈയിൽക്കിട്ടിയതെല്ലാം ഭാണ്ഡമാക്കി, ആ ഭാണ്ഡങ്ങൾ തലയിലും തോളിലും കക്ഷത്തും ചുമന്നുകൊണ്ട് സ്ത്രീകളും കുഞ്ഞുങ്ങളും വൃദ്ധരും എങ്ങോട്ടെന്നില്ലാതെ യാത്രതിരിച്ചു.

“എങ്ങോട്ടാണീ യാത്ര” ഒരു മരയ്ക്കാർവീരൻ ചോദിച്ചു.

“ശബ്ദം കേൾപ്പിക്കാതെ വരാനാണു പറഞ്ഞത്” ചിന്നത്തമ്പിമരയ്ക്കാർ പറഞ്ഞു.

“വഴിക്കുവെച്ച് പറങ്കികൾ മുന്നിലേക്കു ചാടിവീണാലോ?”

“പടവെട്ടണം. അവസാനത്തെ മരയ്ക്കാരും നിലംപതിക്കുന്നതുവരെ പടവെട്ടണം. മരിക്കാൻ ധൈര്യമുള്ളവർക്ക് എന്നോടൊപ്പം ചേരാം. ഷഹീദാകണം; സ്ത്രീകളെയും കുട്ടികളെയും ജീവനോടെ രക്ഷിക്കാൻ ഉശിരോടെ നമ്മൾ പോരാടണം. റാവുത്തർപുരത്തു പോയിച്ചേരുന്നതുവരെ സൂക്ഷിച്ചു മുന്നേറണം. ആരും വാള് ഉറയിലേക്കിടാൻ പാടില്ല.” ചിന്നത്തമ്പിമരയ്ക്കാർ മരയ്ക്കാർ വീരന്മാരോടെല്ലാവരോടുമായി പറഞ്ഞു.

ചിന്നത്തമ്പിമരയ്ക്കാരുടെ നേതൃത്വത്തിൽ മരയ്ക്കാന്മാർ ഊരിപ്പിടിച്ച വാളുമായി റാവുത്തർപുരം ലക്ഷ്യമാക്കി വരുന്നത്, റാവുത്തർപുരത്തുള്ള ജനങ്ങൾ ഒരുൾക്കിടിലത്തോടെ നോക്കിനിന്നു. എന്നാൽ പിന്നാലെ സ്ത്രീകളും കുഞ്ഞുങ്ങളും തലച്ചുമടുമായി നടന്നുവരുന്നതു കണ്ടപ്പോൾ അവരുടെയെല്ലാം ഭയംമാറി.

“അഗതികളായിരിക്കാം.”

ചിന്നത്തമ്പിമരയ്ക്കാർ ബെദ്രബ്വാ മാലിക് ഇബ്നു ദീനാർ

പള്ളിമുറ്റത്തുവന്നു തളർന്നിരുന്നു. അവിടെ തടിച്ചുകൂടിയ ജനങ്ങൾ അവരോട് നാടേതെന്നും എന്തുപറ്റിയെന്നും ചോദിച്ചറിഞ്ഞു. അവരുടെ വർത്തമാനത്തിലൂടെ കടൽക്കരയിലെ പ്രശ്നങ്ങളറിഞ്ഞ് അവർ മനംനൊന്തു നിന്നു.

"പറങ്കികളുടെ ക്രൂരതയാൽ കടലോരത്തിനി വസിക്കുക സാദ്ധ്യമല്ലാതായിരിക്കുന്നു. അഗതികളായി ഇവിടെയെത്തിയതാണു ഞങ്ങൾ. ഞങ്ങൾക്കു താമസിക്കാൻ ഒരിടം വേണം."

"ഇവിടെ താമസിക്കാൻ സ്ഥലം വേണമെങ്കിൽ പള്ളിയധികാരികളെ നേരിൽക്കണ്ട് അപേക്ഷിക്കണം" ആരോ ചിലർ പറഞ്ഞു.

അവർ വന്നുകേറിയപ്പോൾ സന്ധ്യമയങ്ങിത്തുടങ്ങിയിരുന്നു. തുടർന്ന് എങ്ങും ഇരുട്ട് വ്യാപിക്കാനാരംഭിച്ചു. മകളുടെ വീട്ടിലേക്ക് ഒറ്റക്കാളവണ്ടിയിൽ പോയിരുന്ന അധികാരികൾ തിരികെവരാൻ ഇനിയും അല്പംകൂടി താമസിക്കുമെന്ന് കൂടിനിന്നവരിൽ ഒരാൾ പറഞ്ഞു.

അങ്ങനെയെങ്കിൽ നാടും വീടും ഉറങ്ങിയശേഷമാവുമോ ഇനി അദ്ദേഹത്തിന്റെ തിരികെയുള്ള വരവ്? കുഞ്ഞുങ്ങൾ വിശന്നു കരഞ്ഞുതുടങ്ങി. വിശപ്പും ദാഹവുംകൊണ്ട് സ്ത്രീകളെല്ലാം ക്ഷീണിച്ചവശരായി കാണപ്പെട്ടു. ഇനിയെന്തുചെയ്യും?

വൃദ്ധജനങ്ങൾക്കു സമയത്തിനു മരുന്നു കഴിക്കാത്തതിന്റെ തളർച്ച. രോഗത്തിന്റെ മുരടനക്കം.

നബി തിരുമേനി ഹിജിറത്ത് (മക്കയിൽ നിന്നും മദീനയിലേക്കു നബി ചെയ്ത യാത്ര) നടത്തിയത് ചിന്നത്തമ്പി മരയ്ക്കാരപ്പയുടെ ഓർമ്മയിലെത്തി. മക്കയിലെ 'ഹുറൈഷികൾ' നബിയെ വധിക്കാനായി കൂടിയാലോചിച്ചു തീരുമാനമെടുത്തതറിഞ്ഞ് നബി മക്കവിട്ട് മദീനയിലേക്കു സുഹൃത്ത് അബൂബക്കർ സിദ്ദിഖുമായി രായ്ക്കുരാമാനം യാത്രതിരിച്ചു. എതിരാളികൾ അവരെ തിരഞ്ഞ് പിറകെ ചെന്നു. ശത്രുക്കൾ പിന്നാലെ ഉണ്ടെന്നറിഞ്ഞ നബിയും ചങ്ങാതിയും ദൗർമലയിലെ ഒരു ഗുഹയ്ക്കുള്ളിൽക്കയറി ഒളിച്ചിരുന്നു. ഗുഹയെമ്പാടും ചുറ്റിനടന്നു പരിശോധിച്ച ശത്രുക്കളുടെ കണ്ണിൽ ഗുഹാകവാടം ചിലന്തിവലമൂടിക്കിടക്കുന്നതായി കണ്ട് ഉള്ളിൽ ആരുമില്ലെന്നു കരുതി അവർ തിരികെപ്പോയി. ശത്രുക്കൾ അകന്നുപോയിക്കഴിഞ്ഞപ്പോൾ അവർനേരെ മദീനാ പട്ടണത്തിലേക്കു ചെന്നു. മദീനയിലെ ജനങ്ങൾ സന്തോഷപൂർവ്വം നബിയെയും അബൂബക്കർ സിദ്ദിഖിനെയും മംഗളാരവങ്ങൾ മുഴക്കി സ്വീകരിച്ചു. മദീനാനിവാസികൾ ഓരോരുത്തരും തങ്ങളുടെ വീടുകളിൽ താമസിക്കുവാനായി നബിയോടപേക്ഷിച്ചു.

നബിയുടെ ചരിത്രം ചിന്നത്തമ്പി മരയ്ക്കാർബെദ്ദബ്ബായുടെ ഓർമ്മകളിൽ നിറഞ്ഞതും "നമ്മൾ വന്നുചേർന്നതും ഒരു 'ഹിജ്റത്ത്' ആയിത്തീരും" എന്നുറക്കെപ്പറഞ്ഞു.

അദ്ദേഹത്തോടൊപ്പം വന്നവരിൽ ചിലർ ഒപ്പമെത്തിയ മരയ്ക്കാർ വീരന്മാരെയും സ്ത്രീകളെയും നബിചരിതം പറഞ്ഞ് ആശ്വസിപ്പിച്ചുകൊണ്ടിരുന്നപ്പോൾ വിശന്നുകരയുന്ന കുഞ്ഞുങ്ങൾക്കും സ്ത്രീകൾക്കും വിശപ്പടക്കാനായി ആഹാരം നല്കുകയായിരുന്നു ആ നാട്ടുകാരിൽ ചിലർ.

അവർ ആഹാരം കഴിച്ചു വിശപ്പടക്കുമ്പോൾ ദൂരെനിന്നും ഒറ്റക്കാളവണ്ടിയുടെ അടിഭാഗത്തു തൂക്കിയിട്ടിരുന്ന റാന്തൽ വിളക്കിന്റെ പ്രകാശം കണാറായി. വെളിച്ചം മാലിക് ഇബ്നു ദീനാർ പള്ളിയുടെ അരുകിലെത്തിയതും പള്ളിയധികാരികളാണ് വന്നതെന്നറിഞ്ഞ് ചിന്നത്തമ്പി മരയ്ക്കാർ ബെദ്രബ്വായും കൂട്ടരും സന്തോഷിച്ചു. അദ്ദേഹം അധികാരികളോടു സംസാരിക്കാനായി ഒറ്റക്കാളവണ്ടിയുടെ അരുകിലേക്കു ചെന്നു.

അധികാരികൾ പള്ളിമുറ്റത്തുകൂടിയിരുന്ന മരയ്ക്കാർമാരുടെ കുടുംബങ്ങളെക്കണ്ട് ആശ്ചര്യപ്പെട്ടു.

"ആരാണിവരെല്ലാം? എന്തിനാണ് ഇവരിങ്ങനെ പള്ളിമുറ്റത്തു കൂടിനിൽക്കുന്നത്?"

ചിന്നത്തമ്പി മരയ്ക്കാർ ബെദ്രബ്വാ ഊരിപ്പിടിച്ചവാൾ ഉറയിലിട്ടശേഷം അധികാരികളോടു നമസ്കാരം പറഞ്ഞ് അദ്ദേഹത്തിന്റെ അരികിലേക്കു ചെന്നു.

"പറങ്കികളുടെ ക്രൂരതകൾ സഹിക്കാനാവാതെ കടൽത്തീരം വിട്ടു താങ്കളുടെ നാട്ടിൽ അഭയംതേടി വന്നവരാണ് ഞങ്ങൾ. ഞങ്ങൾക്ക് താങ്കളുടെ നാട്ടിൽ താമസിക്കാനും നിസ്കരിക്കാനും ഇടംതരണം."

അധികാരി അദ്ദേഹത്തെ സൂക്ഷിച്ചു നോക്കി. നോട്ടത്തിന്റെ അർത്ഥം മനസ്സിലാക്കിയ ചിന്നത്തമ്പിമരയ്ക്കാർ ബെദ്രബ്വാ വിനയാന്വിതനായി പറഞ്ഞു.

"ഞങ്ങളെല്ലാം മരയ്ക്കാന്മാരാണ്."

"മത്സ്യബന്ധനം നടത്തി ഉപജീവനംനടത്തുന്ന മരയ്ക്കാന്മാരാണോ?"

"മത്സ്യബന്ധനവും കടൽവാണിഭവുമാണ് ഞങ്ങളുടെ ഉപജീവനമാർഗ്ഗം."

"മത്സ്യബന്ധനം എന്ന ഹീനതൊഴിൽ ചെയ്യുന്ന നിങ്ങൾക്ക് ഞങ്ങളുടെ ജുമാഅത്തിൽ താമസിക്കാൻ സ്ഥലം തരാനാവില്ല. യമനിലുള്ള ഹൂളർ മൗത്തിൽനിന്നും വന്ന സെയ്യദ്രുമാരും (തങ്ങൾ) ലബ്ബമാരും വസിക്കുന്ന പവിത്രമായ ഞങ്ങളുടെ ജമാഅത്തിൽ മരയ്ക്കാന്മാർക്ക് സ്ഥലം തന്നാൽ സെയ്യദ്രുമാർ കോപിച്ചേക്കും. മറ്റെവിടെയെങ്കിലും പോയി താമസസ്ഥലം കണ്ടുപിടിച്ചുകൊള്ളുക" അധികാരികൾ പറഞ്ഞുനിർത്തി.

"ഞങ്ങളിൽ മത്സ്യബന്ധനം നടത്തുന്നവരും ഉണ്ട്. കടൽ വാണിഭക്കാരുമുണ്ട്. വിദേശങ്ങളിലേക്ക് കടൽമാർഗ്ഗം കയറ്റുമതിയും ഇറക്കുമതിയും ചെയ്യുന്നവരും ഉണ്ട്. അധികാരികളേ.. സമുദ്രമാർഗ്ഗം കച്ചവടപ്പടകുകളിലൂടെ കൊണ്ടുവരികയും കൊണ്ടുപോവുകയും ചെയ്യുന്ന കച്ചവടച്ചരക്കുകൾ പറങ്കികളുടെ കൈയിലകപ്പെടാതെ ഭദ്രമായി കരയിലെത്തിക്കുന്നതും ഞങ്ങളിൽ ചിലരാണ്."

"ഇല്ല, ഞങ്ങളുടെ ഗ്രാമത്തിൽ മീൻപിടിത്തക്കാർക്ക് താമസിക്കാൻ സ്ഥലം തരില്ല" എന്നു പറഞ്ഞ അധികാരികൾ ചിന്നത്തമ്പി മരയ്ക്കാർ ബെദ്രബ്വായോടു ചോദിച്ചു:

"നിങ്ങളുടെ പേരെന്താണ്?"

"ചിന്നത്തമ്പി മരയ്ക്കാർ..,എന്റെ കാക്കയുടെ പേര് വല്യതമ്പിമര

യ്ക്കാർ. ഇത് പുലി മരയ്ക്കാർ.''

"ഓഹോ, ആ പോരുകാരൻ വല്യതമ്പിമരയ്ക്കാരാണല്ലേ നിങ്ങളുടെ കാക്ക? ആട്ടെ, ഈ സ്ത്രീകളും കുട്ടികളും?''

"വല്യതമ്പി മരയ്ക്കാരുടെ കുടുംബം; മാത്രമല്ല ഞങ്ങളുടെ കുടുംബങ്ങളും ബന്ധുക്കളും മിത്രങ്ങളും ഒക്കെയുണ്ട്. പറങ്കികളുടെ വാളിന് ഇരയാകുന്നതിനുമുമ്പ് മാനം രക്ഷിക്കാനായി നാടും വീടും ഉപേക്ഷിച്ച് പ്രാണരക്ഷാർത്ഥം ഓടിവന്നവരാണു ഞങ്ങൾ. അധികാരികളേ.. ഞങ്ങളുടെ ബന്ധുക്കളായ ചിലപുരുഷന്മാർ ഇപ്പോഴും ദുഷ്ടന്മാരും അന്യരുമായ പറങ്കികളുടെ വൻശക്തിക്കുമുന്നിൽ.. അവരുടെ ആധിപത്യത്തിനെതിരെ.. പോരാടിക്കൊണ്ടിരിക്കുകയാണ്.''

കടലോരക്കഥകൾ മുഴുവനും കേട്ടറിഞ്ഞതിനുശേഷം അധികാരികളുടെ മനസ്സിൽ കാരുണ്യത്തിന്റെ നേർത്തൊരു ഉറവ കിനിഞ്ഞിറങ്ങി. അല്പനേരം ആലോചനയിലാണ്ടശേഷം അദ്ദേഹം ഉത്തരവിട്ടു:

"റാവുത്തർപുരത്തിനു വടക്കുള്ള കാടുവെട്ടിത്തെളിച്ച് അവിടെ കുടിലുകെട്ടി താമസിച്ചുകൊള്ളുക.''

ഒറ്റക്കാളവണ്ടിയുടെ അടിഭാഗത്തു തൂക്കിയിട്ടിരുന്ന റാന്തൽവെളിച്ചം മെല്ലെ അകന്നകന്നു പോയി. പള്ളിമുറ്റത്തും ചുറ്റുപാടും ഇരുട്ട് കനത്തു.

പ്രഭാതസൂര്യൻ ഉദിച്ചുയരുമ്പോൾ മരയ്ക്കാന്മാർ കൈയിലുണ്ടായിരുന്ന സൂര്യപ്രഭയുള്ള വാളുകൊണ്ട് കാടുവെട്ടിത്തെളിച്ച് വെളിമ്പ്രദേശമാക്കി. അവിടമെല്ലാം സൂര്യപ്രകാശം ആർത്തിയോടെ നക്കിത്തുടച്ചു വൃത്തിയാക്കി. ആ പ്രകാശത്തിൽ അവരതുകണ്ടു; പുഴുക്കൾ ഞൊളയ്ക്കുന്ന ഒരു അഴുക്കുചാൽ അതുവഴി ഒഴുകുന്നു.

"ദുർഗ്ഗന്ധം വമിക്കുന്ന ഈ അഴുക്കുചാലിന്റെ കരയിലാണോ നമ്മൾ താമസിക്കേണ്ടത്?'' സ്ത്രീകൾ ചോദിച്ചു

മറ്റു മാർഗ്ഗങ്ങളൊന്നുമില്ലാതെ അവർ അവിടെ താവളമൊരുക്കാൻ തീരുമാനിച്ചു. ആ അഴുക്കുചാലിന്റെ കരയിൽ പുതിയ കുടിലുകൾ ഉയർന്നു. പെട്ടെന്നുയർന്നുവന്ന കുടിലുകൾകണ്ട് റാവുത്തർപുരനിവാസികൾ ആശ്ചര്യത്തോടെ നോക്കിനിന്നു. ആ സ്ഥലത്തിന് അവർ നല്കിയ പേരാണ് 'ഓടക്കരത്തെരുവ്.' ചിന്നത്തമ്പിമരയ്ക്കാരും പുലിമരയ്ക്കാരും തങ്ങളുടെ കുടുംബങ്ങളെയും കൂടെവന്ന മറ്റു മരയ്ക്കാന്മാർ അവരുടെ കുടുംബങ്ങളെയും ഓടക്കരയിൽ വീടുകെട്ടി താമസിപ്പിച്ചശേഷം സ്വന്തം മണ്ണിനെ വേട്ടയാടി നശിപ്പിച്ചുകൊണ്ടിരിക്കുന്ന നായ്ക്കളെ തുരത്തിയോടിക്കാനും മാതൃഭൂമിയെ രക്ഷിക്കാനുമായും ഊരിപ്പിടിച്ച വാളുമായി മരയ്ക്കാന്മാരായ സകല വീരന്മാരെയും കൂട്ടി ചിന്നത്തമ്പിമരയ്ക്കാരുടെ നേതൃത്വത്തിൽ കടൽക്കര ലക്ഷ്യമാക്കി പുറപ്പെട്ടു.

കുഴിഞ്ഞ കൺകോണിൽ ഒട്ടിപ്പിടിച്ചിരുന്ന പീള കൈകൊണ്ട് തോണ്ടിയെടുത്ത് ഇരുന്നിരുന്ന കടയുടെനിരപ്പലകയിൽ തേച്ചുകൊണ്ട്, ആറ്റിൽ കടത്തുകാരനായ പൊഴിക്കാരൻ ഉപ്പ, ഓടക്കരത്തെരുവ് ഉണ്ടായകഥ മമ്മാചീനുവിന് പറഞ്ഞുകൊടുത്തശേഷം ഒരു കടുംചായ വാങ്ങി ഊതിക്കുടിച്ചുകൊണ്ടിരുന്നപ്പോൾ മമ്മാച്ചീനുവിന്റെ ചുവട്ടിൽ പൊട്ടിയ

മുട്ടനൊരു വളിയൊച്ചകേട്ട് കടത്തുകാരൻ ഉപ്പാ ഞെട്ടിവിറച്ചു.

ഓടക്കര തെരുവിലൂടെ നടന്നുകൊണ്ടിരുന്ന മസ്താൻ എതിരെ കണ്ട പള്ളിയുടെ മുന്നിലൂടെ കടന്നുപോകുന്ന തെരുവിലേക്കു കയറി. അവിടെ ഒരു വിറകുകട തുറന്നിരിക്കുന്നുണ്ടായിരുന്നു. കടക്കാരനോട് മൊയ്ദീനെക്കുറിച്ച് ചോദിച്ചറിയാം എന്നുകരുതി കടനോക്കി നടന്നു. കടയ്ക്കുമുന്നിലെത്തിയപ്പോൾ ഒരാൾ കൈയിലൊരു വടിയുമായി ആരെയോ വിരട്ടിയോടിച്ചുകൊണ്ടു വരുന്നതുപോലെ ഓടിവരുന്നുണ്ടായിരുന്നു. മസ്താൻ പേടിച്ച് ഓടി വിറകുകടയ്ക്കുള്ളിലേക്കു കയറി. അപ്പോഴൊക്കെ അയാൾ തെരുവിലാകെ വടിയുമായി പാഞ്ഞു നടക്കുകയായിരുന്നു.

കൈയിൽ വടിയുമായി തെരുവുതോറും ഓടിനടക്കുന്ന അവനെപ്പിടിക്കാൻ ചിലർ പിറകെ ഓടിവന്നു. അവർ അവനെ പിടിക്കാൻ ശ്രമിച്ചു. എല്ലാവരും അവന്റെ കൈയിലെ വടികൊണ്ടുള്ള അടി ഭയന്ന് വാങ്ങിയൊതുങ്ങിയാണ് പിന്തുടർന്നത്. ആജാനുബാഹുവായ അവനെ പിടിച്ചുകെട്ടുക എന്നത് അത്യന്തം ശ്രമകരമായ പണിയാണ്. യാദൃച്ഛികമായെങ്ങാനും അവന്റെ വടികൊണ്ടുള്ള അടികൊണ്ടാൽ കഴിഞ്ഞതുതന്നെ. അവന്റെ ഒരൊറ്റയടി പണ്ട് ആദം കാജാവിന് കൊണ്ടിട്ടുണ്ട്. അതോടുകൂടി അവന്റെ ജീവിതം പാഴായ കാര്യം തെരുവിലുള്ളവർക്കെല്ലാം അറിയാവുന്നതാണ്. അതുകൊണ്ടുതന്നെയാണ് അവനോടടുക്കാൻ എല്ലാവരും ഭയന്നുമടിച്ചത്.

അവനെ ചങ്ങലയ്ക്കിട്ടിരുന്നതായിരുന്നു. പുല്ലുവിളയാശാൻ കൊടുത്ത തൈലംകൊണ്ട് അവനു തലയിൽ തളംവെച്ചു. പുല്ലുവിളയാശാൻ പറഞ്ഞപ്രകാരംതന്നെ മുടങ്ങാതെ തളംവെക്കുകയും ധാരകോരുകയും ചെയ്തു. ബഹളമുണ്ടാക്കാതെ അവൻ ചങ്ങലയിൽക്കിടന്നു. മച്ചുനൻ ആദം കാജയാണ് തളംവെച്ചു കൊടുക്കാറ്; ധാരകോരിക്കുന്നതും. ചിലപ്പോൾ ചങ്ങലക്കെട്ടിൽ നിന്ന് മച്ചുനൻതന്നെ അവനെ സ്വതന്ത്രനാക്കി കുളിപ്പിക്കാൻ കൊണ്ടുപോകും.

ഒരുനാൾ അവനെ കൈയിൽ ചങ്ങലക്കെട്ടില്ലാതെ സ്വതന്ത്രനാക്കി, ആറ്റിൽ കുളിപ്പിക്കാൻ കൊണ്ടുപോവുകയായിരുന്നു, ആദം കാജാ. അവിചാരിതമായി ഓങ്ങി ഒറ്റയടി.

"എന്തിനാടാ എന്നെ കെട്ടിയിട്ടത്?"

വീണ്ടും അടിക്കാൻ ഓങ്ങിയ കൈ ശരീരത്തിൽ പതിക്കുന്നതിനു മുമ്പ് ആദം കാജാ ഓട്ടംപിടിച്ചു. ജീവൻ ബാക്കിയുണ്ടെങ്കിൽ പുല്ലുപറിച്ചായാലും ജീവിക്കാം. ആദ്യ അടി കണക്കിനുതന്നെയാണു കൊണ്ടത്. അതുതന്നെമതി അവന്റെ ജീവിതകാലം മുഴുവൻ നരകിക്കാൻ. ആ വഴി തന്നെ ഓടി വീട്ടിലെത്തി പാവിരിച്ചു നിലത്തുകിടന്നു. എത്രയോ മരുന്നും മന്ത്രവും ചെയ്തു, ഫലമുണ്ടായില്ല.

കടന്നുപിടിച്ച ചുമ വിടുന്നില്ല. കടവും കാവലുമായി ആദം കാജയെ നേരെ ആശാരിപ്പള്ളം ആശുപത്രിയിലേക്കു കൊണ്ടുപോയി. പരിശോധിച്ച ഡോക്ടർ പറഞ്ഞ പ്രകാരം അസുഖം ക്ഷയവും വരൾച്ചരോ

ഗവുമാണ്. ആപത്തുണ്ടാക്കും. ഏതു സമയമെന്നില്ലാതെ ചുമതുടങ്ങും. ദ്വാരം വീണിരിക്കുന്നത് കരളിലാണ്. ഉണങ്ങിയ മീനുപോലെ ശരീരം ചുരുങ്ങും. ഒടുവിൽ എല്ലുംതോലും മാത്രമേ കാണൂ. ചുമച്ചുകുരച്ച് അവൻ കഫം വീടിനു വെളിയിൽ തുപ്പിക്കൊണ്ടേയിരുന്നു.

വല്യതമ്പിമരയ്ക്കാർ ദർഗാവിൽ കൊടിയേറ്റുത്സവം. നീളമുള്ള കൊടിമരത്തിന്റെ മുനയിൽ അമ്പിളിക്കലയും നക്ഷത്രവും പതിച്ച പച്ച നിറത്തിലുള്ള കൊടികെട്ടി അതിൽ ചന്ദനംപൂശി മാലയിട്ട് ഫക്കീർഷാമാർ കിസ്സാപ്പാട്ടുപാടി താളമേളങ്ങളോടുകൂടി കൊടി എഴുന്നള്ളിപ്പ് വന്നുകൊണ്ടിരുന്നു. എഴുന്നള്ളിപ്പ് ഓരോ തെരുവിലും കയറിയിറങ്ങി. കൊടിമരത്തിന്റെ എഴുന്നള്ളത്ത് കാണാൻ സ്ത്രീകൾ വീടിനു മുന്നിൽ അണിനിരന്നു. കൊടിമരം വീടിനുമുന്നിൽ വന്നതും തല തുണികൊണ്ട് മറച്ച് ഇരുകവിളുകളിലും ഭക്തിയോടുകൂടി കൈകൊണ്ടു തട്ടിയിട്ട് അവർ കൈമുകർന്നു. ചിലർ കൊടി തൊട്ടു കണ്ണിൽവെച്ചു. തെരുവിലെ ജനങ്ങൾ കൊടിഘോഷയാത്രയെ അനുഗമിച്ചു. മിക്കവാറും ജനങ്ങളും തൊപ്പിവെച്ചും തൂവാലകൊണ്ടും മറ്റും തലമറച്ചിരുന്നു.

വല്യതമ്പിമരയ്ക്കാരപ്പാ ദർഗ്ഗാ കൊടിയേറ്റെഴുന്നള്ളത്തു നടക്കുമ്പോൾ അന്നു വൈകുന്നേരം രണ്ടുമണിക്കുമുമ്പേ തൊഴിലുകളെല്ലാം നിർത്തിവെച്ചിട്ട് കൊടിയെഴുന്നള്ളത്തു ഘോഷയാത്രയെ അനുഗമിക്കാനും അണിചേരാനും എല്ലാവരും തയ്യാറെടുക്കും. എഴുന്നള്ളത്തിനെ അനുഗമിക്കുക എന്നതു പുണ്യപ്രവൃത്തിയാണ്. അന്നു വൈകുന്നേരം തെരുവിലെല്ലാം മുഴങ്ങിക്കൊണ്ടിരിക്കുന്ന ശബ്ദങ്ങൾ നിലയ്ക്കും. ഉച്ചയ്ക്കുശേഷം എല്ലാ ജോലിസ്ഥലങ്ങളിലും ശമ്പളത്തോടുകൂടിയ അവധിയായിരിക്കും. പത്താംനാൾ കള്ളിക്കാട്ടിൽ ചന്ദനക്കുടവും വിളക്കും ഉണ്ടാകും. അന്ന് ജനാവലിയെക്കൊണ്ടു തെരുവുനിറയും. രാവിലെ ഫാത്തിഹാ ഓതി നേർച്ചയുണ്ട്. ഈ നേർച്ച സ്വീകരിക്കാനായി തലേ രാത്രി മുതൽ അവിടത്തന്നെ താമസിക്കുന്നവരുമുണ്ട്. പുണ്യം കിട്ടുന്ന നേർച്ച സ്വീകരിക്കാൻ നല്ല ഉന്തും തള്ളുമായിരിക്കും. അന്നുരാത്രി കാട് ഉറങ്ങില്ല. ജനങ്ങളുടെ സഞ്ചാരം അത്രയ്ക്കുമുണ്ടാവും.

വല്യതമ്പിമരയ്ക്കാർ ബൈദ്രബ്ബാ ദർഗ്ഗാ കൊടിയേറ്റ് എഴുന്നള്ളത്ത് കൊടിമരത്തിനോടൊപ്പം വരികയായിരുന്നു ചുഴലി മമ്മദ്. കുടിച്ചു ലക്കില്ലാതെ 'അവന്റെയൊക്കെ കൊടിയും മൈരും' എന്നുപറഞ്ഞ് കൊടിക്കമ്പത്തിന്റെ മുനയിൽക്കെട്ടിയിരുന്ന കൊടി പറിച്ചെടുത്ത് കീറി എറിഞ്ഞപ്പോൾ ആകാശത്ത് ഒരത്ഭുതം നടന്നത് എഴുന്നള്ളത്തിനെ അനുഗമിച്ചിരുന്ന ചിലർ കണ്ടു.

ആദ്യ 'പിറ'യ്ക്കു കൊടി എഴുന്നള്ളത്ത്; പത്താം പിറയ്ക്കു കന്ദൂരി. ആകാശത്തിന്റെ പടിഞ്ഞാറേ ചെരുവ് മേഘം ഇല്ലാതെ വളരെ തെളിഞ്ഞായിരുന്നതിനാൽ ആദ്യപിറ വളരെ വ്യക്തമായി കണ്ടു. അല്പനേരം കഴിഞ്ഞപ്പോൾ ഒരു തുണ്ടുമേഘം വന്ന് 'പിറ'യെ മറച്ചുപിടിച്ചു. അങ്ങുമിങ്ങുമായി ചില വെള്ളിനിറങ്ങൾ കണ്ടു. ചുഴലിക്കാറ്റ് മമ്മദ് കൊടി കീറിക്കളഞ്ഞ സമയത്ത് ആകാശത്ത് മിന്നലുപോലെ ഒരു വെളിച്ചം ശക്ത

മായി ജ്വലിച്ചടങ്ങി. ചിലർ അതുകണ്ട് അത്ഭുതപ്പെട്ടു. അപ്പോൾ മുതൽ ചുഴലിക്കാറ്റ് മമ്മദ് ചിരിക്കാൻ തുടങ്ങി. നിർത്താത്ത ചിരി. സാധുവായിരുന്ന മമ്മദ് വീട്ടിൽ ചെന്നുകേറിയതും എതിരെവന്ന ഭാര്യയെ തലങ്ങും വിലങ്ങും തല്ലാൻ തുടങ്ങി. പിന്നെ കുട്ടികളെ എല്ലാത്തിനെയും പിടിച്ചുതല്ലി. ശേഷം തെരുവിലിറങ്ങിനിന്ന് കണ്ണിൽക്കണ്ട ജനങ്ങളെയെല്ലാം തല്ലി. അന്നുരാത്രി മുഴുവൻ തെരുവിൽ അവൻ കൂത്താടി.

മരയ്ക്കാർ തെരുവിലുള്ള വല്യതമ്പിമരയ്ക്കാർ ബെദ്ദബ്ബായുടെ ഓർമ്മയ്ക്കായി നിർമ്മിച്ച ദർഗ്ഗാവിൽചെന്ന് അവൻ ആർത്തട്ടഹസിച്ചു. ജനങ്ങൾക്കു മനസ്സിലായി, അവനു നൊസ്സു തുടങ്ങിയെന്ന്. അന്നുരാത്രി മുഴുവനും അവനും തെരുവും ഉറങ്ങിയില്ല.

മച്ചുനൻ ആദം കാജാവിനു മദ്യപിച്ചാൽ ആവേശം കൂടും. പല സാഹസിക പ്രവൃത്തികളും തലയിൽ ഉദിക്കുന്നത് അപ്പോഴാണ്. നല്ല ലഹരിയിലായിരുന്ന ആദം കാജാവിന് മമ്മദിന്റെ അട്ടഹാസം സഹിക്കാൻ കഴിഞ്ഞില്ല. പതുങ്ങിപ്പതുങ്ങി പിന്നാലെചെന്ന് മമ്മദിനെ അടങ്ങനെ പിടിച്ചു. ആദം കാജായുടെ മൃഗീയമായ പിടുത്തം വിടുവിക്കാനായി മമ്മദ് ശരീരം കുടഞ്ഞുനോക്കി. ഫലമില്ല. കാജായുടെ പിടുത്തത്തിന് ആനയുടെ ബലമായിരുന്നു. ആ പിടുത്തത്തിൽത്തന്നെ മമ്മദിനെ കാജാ ചങ്ങലയ്ക്കിട്ടു പൂട്ടി. ആ പൂട്ടിൽത്തന്നെ ദിവസങ്ങളോളം മമ്മദ് കിടന്നു.

എല്ലാവരും ഭയന്ന് അടുക്കൽച്ചെല്ലാതെ നില്ക്കുമ്പോഴെല്ലാം കാജാതന്നെയാണ് സമയാസമയം അടുക്കൽച്ചെന്ന് തളം വെക്കുന്നതും ധാരകോരുന്നതും.

വല്യതമ്പി മരയ്ക്കാർ ബെദ്ദബ്ബാ തന്റെ ജ്ഞാനദൃഷ്ടികൊണ്ട് മമ്മദിന്റെ അവസ്ഥ മനസ്സിലാക്കി; "എന്താടാ നിനക്ക് ഭ്രാന്താണോ?" അദ്ദേഹം അവനോടു ചോദിച്ചത് മറ്റാർക്കും കേൾക്കാനായില്ല. അദ്ദേഹം ചോദിച്ച ആ ചോദ്യമാണ് ശാപമായി അന്ന് പടിഞ്ഞാറേ ആകാശച്ചെരുവിൽ മേഘങ്ങളില്ലാത്ത തെളിഞ്ഞ ആകാശത്ത് ഒരു മിന്നലായി ഒളിവീശി മറഞ്ഞതെന്ന് അതുകണ്ട ചിലർ തെരുവിലെല്ലാം പറഞ്ഞുനടന്നു.

കാജാവിനെ തല്ലിയതിനുശേഷം ആരുംതന്നെ മമ്മദിനെ കെട്ടിയിടാൻ മുന്നോട്ടുവന്നില്ല. അവൻ ആറ്റിൽ കുളിച്ചതിനുശേഷം സാധാരണക്കാരനെപ്പോലെ തലതുവർത്തിനടന്നു നേരെ വീട്ടിലെത്തി. അവനെ കെട്ടിയിരുന്ന തൂണിന്റെ അരികിൽ ചെന്നുനിന്നവൻ അലറി.

"ആരുണ്ടെടാ എന്നെ കെട്ടിയിടാൻ..? ധൈര്യമുള്ളവൻ വാടാ.." പേടിച്ചരണ്ട് ആരുംതന്നെ മുന്നോട്ടുവന്നില്ല.

അവൻ ചങ്ങലയ്ക്കിടാത്ത ഭ്രാന്തനായി തെരുവിലെല്ലാം നടന്നു ചിരിച്ചു. അവന്റെ കണ്ണിൽ മിന്നിമറഞ്ഞ ക്രോധാഗ്നി എല്ലാവരെയും ഭയപ്പെടുത്തി. സ്ത്രീകൾ അവന്റെ എതിരെ പോകാതായി. അവൻ വരുന്നത് കണ്ടാൽത്തന്നെ നാട്ടുകാർ വീടിന്റെ വാതിലുകളെല്ലാം അടയ്ക്കാൻ തുടങ്ങി..

അങ്ങനെയിരിക്കെയാണ് നാട്ടിൽ പഞ്ചായത്തു തിരഞ്ഞെടുപ്പു നടന്നത്. തെരഞ്ഞെടുപ്പിൽ മുസ്ലീം മുന്നേറ്റ സംഘത്തിന്റെ പേരിൽ മത്സരി

ച്ച സ്ഥാനാർത്ഥി വൻഭൂരിപക്ഷം നേടി വിജയിച്ചു. അവരുടെ ആ വിജയം ജമാഅത്തിനെ അത്ഭുതപ്പെടുത്തി. ജമാഅത്ത് ആദരവോടെ മത്സരിപ്പിച്ച സ്ഥാനാർത്ഥി മൂന്നാംസ്ഥാനത്തേക്കു പിന്തള്ളപ്പെട്ടു. കാലമിത്രയും ജമാഅത്തിന്റെ വലിയ ആദരവുനേടി മത്സരിക്കാൻ നിന്ന അവരുടെ സ്ഥാനാർത്ഥി മത്സരിച്ചു വിജയിച്ചുകൊണ്ടിരുന്ന പ്രദേശങ്ങളിൽ മുസ്ലീം മുന്നേറ്റസംഘത്തിന്റെ നേതൃത്വത്തിൽ മത്സരിച്ച മത്സരാർത്ഥി വിജയിച്ചതിൽ ആകപ്പാടെ നിരാശരായ ജമാഅത്ത് നിർവ്വാഹക സമിതി, കൂട്ടം കൂടിയിരുന്ന് തിരഞ്ഞെടുപ്പ് അവലോകനം തുടങ്ങി. ഒരംഗം എഴുന്നേറ്റു പറഞ്ഞു. വരത്തന്മാരായ ഓടക്കരയിലെ ജനങ്ങൾ വോട്ടുചെയ്തതിനാലാണ് അവർ ജയിച്ചത്. മറ്റൊരംഗം ശക്തമായിപ്പറഞ്ഞു: നാം നമ്മുടെ ജനങ്ങൾക്കു കൊടുത്ത വാക്കുകൾ പാലിച്ചിരുന്നില്ല. ഓടക്കര തെരുവിലെ ജനങ്ങൾക്കു പൊതുശൗചാലയം ഉണ്ടാക്കിക്കൊടുക്കാമെന്ന് പറഞ്ഞിരുന്നില്ലേ? ചെയ്തോ? ഇല്ല. മിനാറുകൾ മാത്രം കണക്കിലധികം പണിതു, ശരിയല്ലേ? ചോദ്യങ്ങൾ പലതും പലരും ചോദിച്ചതിന് ജമാഅത്ത് അധികൃതർ മറുപടി പറയാനാവാതെ കുഴങ്ങി.

മുസ്ലീം മുന്നേറ്റസംഘത്തിന്റെ പേരിൽ സ്ഥാനാർത്ഥിയായി മത്സരിച്ചു വിജയിച്ച മരയ്ക്കാർ തെരുവിലെ മജീദ്, തെരുവിലെ ജനങ്ങൾക്കു നന്ദിയറിയിക്കാനായി, അലങ്കരിച്ച ജീപ്പിൽ തെരുവായ തെരുവിലൂടെയെല്ലാം തൊഴുകൈയുമായി കടന്നുവന്നു. തെരുവിന്റെ ഓരോ മൂലയ്ക്കും ജീപ്പുനിർത്തി അവിടെക്കൂടിയ ജനങ്ങളെനോക്കി അയാൾ പറഞ്ഞു:

“നിങ്ങൾക്ക് ജമാഅത്ത് പല വാഗ്ദാനങ്ങളും തന്നത് ഓർമ്മയുണ്ടാകുമല്ലോ. എന്നാൽ അതിൽ ഒന്നുപോലും നിറവേറ്റാൻ അവർക്കായിട്ടില്ല. ഓടക്കരത്തെരുവിലെ സ്ത്രീകൾക്കായി പൊതു ശൗചാലയം നിർമ്മിച്ചുതരുന്നതായി പറഞ്ഞിരുന്നത്.. ഓടക്കരത്തെരുവ് കുളത്തിലെ മാലിന്യം അകറ്റി ശുദ്ധീകരിക്കാമെന്നു പറഞ്ഞത്.. പന്നിശല്യത്തിന് പരിഹാരം കാണാമെന്നു പറഞ്ഞത്.. തെരുവിലെ കത്താതെ കിടക്കുന്ന വിളക്കുകളൊക്കെ നന്നാക്കാമെന്നു പറഞ്ഞത്.. വറ്റിവരണ്ടുകിടക്കുന്ന പൈപ്പുകളിലൂടെ മുടങ്ങാതെ ശുദ്ധജലം വരുത്തുന്നതിനായി ഏർപ്പാടാക്കാമെന്നു പറഞ്ഞിരുന്നത്.. ഇവയിൽ ഒന്നുപോലും അവർ നിറവേറ്റിയിട്ടില്ല. ഇപ്പോൾ നിങ്ങൾ എന്നെ തിരഞ്ഞെടുത്തിരിക്കുന്നു. നിശ്ചയമായും ഞാൻ ഇപ്പറഞ്ഞ കാര്യങ്ങളെല്ലാം പെട്ടെന്നുതന്നെ നിറവേറ്റിത്തരുന്നതായിരിക്കും.” ജനങ്ങൾ ഒന്നടങ്കം കൈയടിച്ചു; വിസിലടിച്ചു.

അബ്ദുൾ മജീദ്, മൂന്നാംവാർഡ് മെമ്പർ എന്ന ബോർഡ് അദ്ദേഹത്തിന്റെ വീടിന്റെ മുന്നിൽ പുതുതായി തൂക്കിയിട്ടിരിക്കുന്നത് പൊതുജനങ്ങൾ ശ്രദ്ധിച്ചുനോക്കി. അക്ഷരമറിയാത്ത മിക്കവാറും ജനങ്ങൾക്കും ബോർഡിൽ എന്താണ് എഴുതിയിരിക്കുന്നതെന്നു മനസ്സിലാക്കാനായില്ല. പച്ച പെയിന്റടിച്ച ബോർഡിന്റെ മുകളിൽ പിറയും നക്ഷത്രവും താഴെ വെള്ളപെയിന്റുകൊണ്ട് ഭംഗിയായി അദ്ദേഹത്തിന്റെ പേരും എഴുതപ്പെട്ടിരുന്നു.

ജനങ്ങൾക്കു താൻ കൊടുത്ത വാഗ്ദാനം നിറവേറ്റണം എന്ന ചിന്ത

മജീദിന്റെ മനസ്സിനെ അലട്ടിക്കൊണ്ടിരുന്നു. അദ്ദേഹത്തിന്റെ തുടർച്ചയായുള്ള പ്രയത്നത്താൽ ആദ്യംതന്നെ ഓടക്കരത്തെരുവിന്റെ മൂലയിൽ കാടോടുചേർന്ന് ഒരു ഒഴിഞ്ഞ സ്ഥലത്ത് സ്ത്രീകൾക്കായി ഒരു ശൗചാലയം നിർമ്മിച്ചുകൊടുത്തു. അതിന് വാർഡുമെമ്പർക്കു നന്ദി അറിയിച്ചുകൊണ്ട് തെരുവായ തെരുവിലെയെല്ലാം ഭിത്തികളിലും പള്ളിവാതിലിനോടു ചേർന്ന ചുമരുകളിലും ചുമരെഴുത്തുകളും പോസ്റ്ററുകളും നിറഞ്ഞു. പരസ്യങ്ങൾക്കു കീഴിലായി ഇപ്രകാരം എഴുതപ്പെട്ടിരുന്നു.

മുസ്ലീം മുന്നേറ്റ സംഘം.

ജമാഅത്ത് നിർവ്വാഹകസമിതിയിലെ ചിലർക്ക് ഭിത്തികളിലെ ഈ പരസ്യപോസ്റ്ററുകൾ കണ്ട് കലികയറി അവ കീറിക്കളഞ്ഞു. “മൈരാണ്ടികളുടെ ഒരു പരസ്യം!”

“ആരെടാ പോസ്റ്റർ കീറിയത്? ധൈര്യമുള്ള തന്തയ്ക്കു പിറന്ന മക്കളാണേൽ ഇപ്പോ വന്ന് വലിച്ചു കീറെടാ.. കാണട്ടെ.”

കൈയിൽ നിവർത്തിപ്പിടിച്ച കത്തിയുമായി മുസ്ലീം മുന്നേറ്റസംഘാംഗങ്ങളിൽ ഒരുവൻ തെരുവിൽ നിന്ന് വെല്ലുവിളിച്ചു.

മജീദ് സ്വാഗതപ്രസംഗം നടത്തുകയും പ്രമുഖരിൽച്ചിലർ അദ്ധ്യക്ഷസ്ഥാനം വഹിക്കുകയുംചെയ്ത ഒരു സമ്മേളനത്തിൽവച്ച് ബഹുമാന്യനായ പഞ്ചായത്തു പ്രസിഡന്റ് ശൗചാലയം ഉദ്ഘാടനംചെയ്തു. കാണികളായ ഓടക്കരത്തെരുവിലെ ജനങ്ങൾ കൈയടിച്ച്.. വിസിലടിച്ച്.. ആനന്ദനൃത്തമാടി. ഓടക്കരയിലെ സ്ത്രീകൾക്കായിരുന്നു ഏറ്റവും സന്തോഷം. ഇനി കാട്ടിലേക്കു പോകണ്ട, പാമ്പിനെ പേടിക്കണ്ട, ബാധശല്യം ഭയപ്പെടേണ്ട, മൊയ്ദീന്റെ ബീവി ബാധയായി വരില്ല.

ഓടക്കര തെരുവിൽ ആകെക്കൂടി ഏറെക്കുറെ മുന്നൂറിലധികം കുടുംബങ്ങളുണ്ട്. ഇത്രയധികം കുടുംബങ്ങളുള്ള നാട്ടിൽ, ആകപ്പാടെ രണ്ടു ശൗചാലയമോ? ചിലർ ഇങ്ങനെ സംശയിച്ചു. മുസ്ലീം മുന്നേറ്റസംഘത്തിലെ ചിലർ ഇക്കാര്യത്തെക്കുറിച്ചു ചിന്തിച്ചു. അവരിൽച്ചിലർ നിവേദനവുമായി മജീദിനുമുന്നിലെത്തി.

“സമാധാനിക്കൂ.. സമാധാനിക്കൂ.. ധാരാളം ശൗചാലയങ്ങൾ നിർമ്മിക്കാൻ ഏർപ്പാടാക്കാം.” എന്നുപറഞ്ഞ് മജീദ് തല്ക്കാലം അവിടെനിന്നും തലയൂരി.”

സ്ത്രീകൾക്കായി നിർമ്മിച്ച പുതിയ പിഞ്ഞാണ കക്കൂസിൽ പോയിരിക്കാനും തൂറാനും കക്കൂസു കാണാനുമായി സ്ത്രീകളുടെ നീണ്ടനിര തന്നെയുണ്ടായി. ചിലർക്ക് കാട്ടിൽപോയി കുത്തിയിരുന്നു തൂറുന്ന സുഖം കിട്ടിയില്ല. ഒരാഴ്ച കഴിഞ്ഞതേയുള്ളൂ. ശൗചാലയത്തിന്റെ മുകൾഭാഗത്ത് വെച്ചിരുന്ന സിൻഡക്സ് പാത്രത്തിലേക്ക് വെള്ളം വരുന്നതു നിലച്ചു. വെള്ളമില്ലാത്ത ശൗചാലയത്തിൽ വെച്ചിരുന്ന രണ്ടു പിച്ചളടാപ്പുകൾ ഊരിയെടുത്തതാരാണെന്ന് ആർക്കും നിശ്ചയമില്ല. ഒരുതുള്ളി വെള്ളംപോലും ഇല്ലാത്ത ശൗചാലയം..! സ്ത്രീകളുടെ നിര കുറഞ്ഞുകുറഞ്ഞുവന്നു. ഭയപ്പാടില്ലാതെ പോയിരിക്കാവുന്ന ശൗചാലയത്തിന്റെ രണ്ടു കതകുകളും ആരോ ഇളക്കിയെടുത്തുകൊണ്ടുപോയതും ആരും അറിഞ്ഞില്ല.

വെള്ളമില്ലാത്ത, കതകില്ലാത്ത, സ്ത്രീകൾക്കായുള്ള രണ്ടു ശൗചാലയം. രാത്രി ഇരുട്ടത്ത് ശൗചാലയത്തിന്റെ ചുറ്റുവട്ടത്തിൽ മുഴുവനും അമേദ്ധ്യക്കൂമ്പാരം ഉയർന്നത് പന്നികൾക്കും നായ്ക്കൾക്കും നല്ലൊരു മേച്ചിൽസ്ഥലമായി. മജീദിന്റെ ജനക്ഷേമപ്രവർത്തനത്തിന്റെ സ്മാരകമായ സിന്റെക്സ്പോലും മോഷ്ടിക്കപ്പെട്ട നിലയിൽ ആ രണ്ടു ശൗചാലയങ്ങളും നിലകൊണ്ടു.

ശൗചാലയത്തിന്റെ ചുമരുകളിൽ ലൈംഗികച്ചുവയുള്ള രചനകൾ ധാരാളമുണ്ടായി! നിത്യേനയുള്ള വാർത്തകൾ കരിക്കട്ടകൊണ്ട് ശൗചാലയ ഭിത്തിമേൽ എഴുതിവെക്കുന്നതും പതിവായി. വീണ്ടും ഓടക്കര സ്ത്രീകൾക്ക് വിസർജ്യസ്ഥലം ഇരുൾമൂടിയ കാടുതന്നെയായി.

നീണ്ടതെരുവിലെ വിറകുകടയ്ക്കുള്ളിൽ പേടിച്ചോടിക്കയറിയ കണക്കപ്പിള്ള മസ്താൻ, വടിയുമായി പാഞ്ഞുവന്ന ഭ്രാന്തൻ മമ്മദ് കൺമുന്നിൽ നിന്നും മറഞ്ഞപ്പോൾ മെല്ലെ കടയ്ക്കുള്ളിൽ നിന്നും പുറത്തിറങ്ങി.

"നിങ്ങൾ ആരാണ്?" വിറകുകടക്കാരൻ ചോദിച്ചു.

"എന്റെ സ്ഥലം കുലശേഖരം. ഞാനിപ്പോൾ ഇവിടടുത്താണു താമസിക്കുന്നത്."

"ഭ്രാന്തൻ മമ്മദിനെക്കണ്ട് പേടിച്ചുപോയോ?"

"അതെ."

"അവനിപ്പോൾ ആരെയും ഉപദ്രവിക്കാറില്ല. ഇങ്ങനെ കമ്പും കൈയിൽപിടിച്ച് ആടുമാടുകളെ വിരട്ടുന്നതുപോലെ ഓടിനടക്കും. ഇപ്പോൾ കുട്ടികളാണ് മമ്മദിനെ വിരട്ടാറ്. ഭയപ്പെടേണ്ട പൊക്കോളൂ." മസ്താന്റെ ഭയത്തെ തണുപ്പിക്കാൻ വിറകുകടക്കാരൻ പറഞ്ഞു.

"നിങ്ങൾ മൊയ്ദീനെ കണ്ടോ?" കണക്കപ്പിള്ള ചോദിച്ചു.

"അവൻ ഉണക്കമീനുമായി ഖബർസ്ഥാനിനരികിലുള്ള തെരുവിലേക്ക് പോകുന്നതുകണ്ടു."

തെരുവിൽ കരുവാടു(ഉണക്കമീൻ)കുഴമ്പിന്റെ വാസന കുമുകുമാ വീശി. പച്ചമീൻ കിട്ടാൻ പ്രയാസമുള്ളകാലം. മൂന്നുംനാലുംതവണ ഐസിൽവെച്ച മീനുകൾ. ഒടുവിൽ വില്ക്കാത്തവയെല്ലാം വാരിക്കൂട്ടിയിട്ട് ഉണക്കി, ഉണക്കമീനായി കുറഞ്ഞവിലയ്ക്ക് വില്ക്കും. അത് ചില സൈക്കിളിൽ കച്ചവടം നടത്തുന്നവർ വാങ്ങി തെരുവുതോറും കൂവിനടന്നു വില്ക്കാറുണ്ട്. ഖബർ സ്ഥാനത്തിനരികിലുള്ള കുടിലിൽ താമസിക്കുന്നവർ, ഓടക്കരത്തെരുവിലെ ജനങ്ങൾ തുടങ്ങിയവർക്ക് ഈ ഉണക്കമീൻ വളരെ പ്രിയപ്പെട്ടതാണ്.

"അവന് ഉണക്കമീൻ കച്ചവടമില്ലല്ലോ?" അദ്ദേഹം ആലോചിച്ചു നില്ക്കുമ്പോൾ മൊയ്ദീൻ സൈക്കിളിന്റെ കാരിയറിൽ ഉണക്കമീൻ കുട്ട കെട്ടിവെച്ചുകൊണ്ട് വരുന്നതുകണ്ട് മസ്താൻ ഉറക്കെപ്പറഞ്ഞു.

"അതാ മൊയ്ദീൻ വരുന്നു."

അവൻ കുറച്ചുകൂടിയടുക്കലായപ്പോൾ

"അയ്യോ ഇത് അവനല്ലല്ലോ" എന്നു കണക്കപ്പിള്ള സ്വയം പറഞ്ഞു.

ഇനി അവനെ എവിടെപ്പോയി അന്വേഷിക്കും? അവൻ പറഞ്ഞത്

ഓർമ്മയിലുണ്ട്. തെരുവിൽ വന്നു മൊയ്ദീൻ എവിടെയുണ്ട് എന്നുചോദിച്ചാൽ മതി, ആരും പറയും. കൊച്ചുകുഞ്ഞുങ്ങൾക്കുപോലും എന്നെ അറിയാം. മൊയ്ദീൻ പണ്ടുപറഞ്ഞത് ഓർത്തു.

“ഞാൻ അന്വേഷിക്കുന്ന മൊയ്ദീൻ ഇതല്ല.”

“ഇവന്റെ പേരും മൊയ്ദീൻ എന്നുതന്നെയാണ്. ഇനി ഇതല്ലെങ്കിൽ മറ്റാരോടെങ്കിലും അന്വേഷിച്ചു നോക്കൂ.”

വിറകുകടക്കാരനിൽനിന്നും യാതൊരു വിവരവും കിട്ടാതെ അദ്ദേഹം അല്പനേരം ആലോചിച്ചുനിന്നു. മറ്റൊരു വണ്ടിക്കാരനെ മതി എന്നു വെച്ചാലോ? തീരെ പരിചയമില്ലാത്തവരുടെ കൈയിൽ ബില്ലുകൊടുത്താൽ എങ്ങാനും അവർ മെത്തവാങ്ങി മറുവിലയ്ക്കു വിറ്റു കാശാക്കിയാലോ? ഈ ചിന്ത ഉണ്ടായതോടെ ആദ്ദേഹം തീരുമാനം മാറ്റി.

ഒരിക്കൽ പത്മനാഭപിള്ളയുടെ കടയിൽനിന്നും ഒരു സാധനം വാങ്ങിക്കൊണ്ടുവരാൻ പള്ളിയിൽ നിസ്കാരത്തിനുവരുന്ന ഒരുവന്റെ കൈയിൽ ആയിരം രൂപയുടെ നോട്ട് കൊടുത്തയച്ചത് ഓർമ്മയിൽ വന്നു. നോട്ടു വാങ്ങി പോക്കറ്റിൽ വെച്ചവൻ അല്പമകലെച്ചെന്നശേഷം രൂപാ കളഞ്ഞു പോയെന്നു പച്ചക്കള്ളം പറഞ്ഞ് തിരികെവന്നതും ഓർമ്മയിലെത്തി. അതിനാൽ ബില്ല് മറ്റൊരാളെ ഏല്പിക്കാൻ മനസ്സുവന്നില്ല.

ഏഴ്

വല്യതമ്പിമരയ്ക്കാരപ്പായുടെ ദർഗ്ഗാവിൽനിന്നും പതിവായി വരുന്ന ഫക്കീർഷാ അത്തവണയും ഓടക്കരത്തെരുവിലേക്കു വന്നു. കഴുത്തിൽ വലിയമുത്തുള്ള പളുങ്കുമാല. കാല്പാദങ്ങളെ തൊട്ടുകിടക്കുന്ന പച്ചനിറമുള്ള അങ്കി. വാൽനീട്ടിക്കെട്ടിയ തലപ്പാവിൽ രണ്ടുമൂന്നു സുറുമാക്കമ്പി തിരുകിവെച്ചിരുന്നു. നീട്ടിവളർത്തിയ താടിക്കു മൈലാഞ്ചിച്ചെമപ്പ്. കൈയിൽവെച്ചിരുന്ന പിച്ചളത്തട്ടത്തിൽ മണ്ടയിലെ ചകിരികളയാത്ത പൊതിച്ച ഒരുതേങ്ങ. പിച്ചളത്തട്ടത്തിന്റെ മദ്ധ്യത്തായിവെച്ചിരുന്ന പൊക്കമുള്ള നെരിപ്പോടിൽ തീക്കനലുപോലുള്ള ചുവന്നകണ്ണുകൾ. ആരെങ്കിലും പണം കൊടുത്താൽ കുന്തിരിക്കപ്പൊടി നെരിപ്പോടിൽത്തൂവി പുക ഉയർത്തും. ഫക്കീർഷാ നടന്നു ചെല്ലുന്നിടത്താകെ കുന്തിരിക്കത്തിന്റെ വാസന കെട്ടിനില്പുണ്ടായിരുന്നു.

“തായേ.. വല്യതമ്പിമരയ്ക്കാരപ്പായുടെ ദർഗ്ഗാവിൽനിന്നും ഉപ്പായുടെ അനുവാദം വാങ്ങിവന്ന ഫക്കീർഷായാണു ഞാൻ.” വീട്ടുവാതിലിലേക്കു കയറിനിന്ന് അയാൾ ഉറക്കെ വിളിച്ചു പറഞ്ഞു. “ദർഗ്ഗാവിലേക്കു എന്തെങ്കിലും കാണിക്ക ഉണ്ടെങ്കിൽ തരണേ അമ്മേ..”

കാണിക്ക കൈകൊണ്ടദ്ദേഹം വാങ്ങാറില്ല. പിച്ചളത്തട്ടം നീട്ടിക്കാണിച്ച് വീണ്ടും ചോദിക്കും. “അപ്പായ്ക്കായി കാണിക്ക എന്തെങ്കിലും ഉണ്ടെങ്കിൽ തരണേ അമ്മേ.. ശ്രീദേവീ..”

കാളഫക്കീറിന്റെ ഭാര്യ മൈമൂൻ, സംസാരശേഷിയില്ലാത്ത മകനു

വേണ്ടി വല്യതമ്പി മരയ്ക്കാരപ്പാ ദർഗ്ഗാവിലേക്കു മകനെയും കൂട്ടിക്കൊണ്ടുചെന്ന് ഒരാഴ്ച ദർഗ്ഗാവിൽ താമസിച്ച് കേണപേക്ഷിക്കുകയും രണ്ട്പഴക്കുലവാങ്ങിക്കൊടുക്കാമെന്നും 'യാസിൻ' ഓതിക്കാമെന്നും വെള്ളിയിൽ ഒരു നാക്ക് ഉണ്ടാക്കിച്ച് പള്ളിയിലേക്ക് കൊടുക്കാമെന്നും നേർന്നിരുന്നു.

ദർഗ്ഗാവിൽ നിന്നും അപ്പായുടെ ഉത്തരവു വാങ്ങിവന്ന ഫക്കീർഷായുടെ ശബ്ദം വെളിയിൽ കേട്ടതും തെരുവിലെ വീട്ടിൽനിന്നും വാതിലിൽ തലമുട്ടാതെ കുനിഞ്ഞ് അവൾ പുറത്തേക്കു വന്നു. പത്തുവീടുകൾ ചേർന്നതാണ് ആ തിരിവിലെ വീട്. മഴക്കാലത്ത് വീടിനുള്ളിൽ മഴവെള്ളം ഒഴുകിയിറങ്ങി നിറയും. ബ്ലേഡ് പലിശക്കാരൻ അബുശാലി ഒന്നിനു പാതിക്ക് വിലയ്ക്കു വാങ്ങി വീട് വാടകയ്ക്കു കൊടുക്കും. അതിൽ ഒന്നിലാണ് മൈമൂനു താമസിക്കുന്നത്.

രണ്ടു പെൺകുട്ടികളെയും സംസാരശേഷിയില്ലാത്ത മകനെയും ഭാര്യയെയും വഴക്കുണ്ടാക്കി തള്ളിക്കളഞ്ഞിട്ട് ഒഴിഞ്ഞുപോയവനാണ് കാളഫക്കീറ്. പടുപാവി. മൈമൂനു സ്റ്റെയിൻലെസ് സ്റ്റീലിന്റെ ഒരു പണിപ്പുരയിൽ ദിവസക്കൂലിക്കു പോയിവരുന്നു. പെൺകുട്ടികൾ രണ്ടുപേരും മീൻവലയ്ക്ക് മാൽപിന്നി നിത്യവൃത്തി കഴിക്കുന്നു.

തലയിൽ തുണിയിട്ടുകൊണ്ട് ; 'ബിസ്മിൻ' ചൊല്ലി ഫക്കീർഷായുടെ പിച്ചളത്തട്ടിൽ പത്തുരൂപായിട്ടുകൊണ്ട് കൊമ്പുതേങ്ങാ തൊട്ടു കണ്ണിൽവച്ചു.

"എന്റെ കുഞ്ഞ് വാ തുറന്നു സംസാരിക്കാനായി 'ദുആ' ആവശ്യപ്പെടണേ ബാവാ" അവൾ വിനയാന്വിതയായി കെഞ്ചി. "അപ്പായോട് ആവശ്യപ്പെടാം അമ്മാ.. അപ്പാ ദുആ സ്വീകരിക്കാതിരിക്കില്ല."

തീച്ചട്ടിയിലേക്ക് കുന്തിരിക്കപ്പൊടി വാരിയിട്ട് പുകയുടെ ശക്തി വർദ്ധിപ്പിച്ചശേഷം മൈമൂനുവിന്റെയും സംസാരിക്കാത്ത മകന്റെയും മീൻവല പിന്നിക്കൊണ്ടിരുന്ന രണ്ടുപെൺമക്കളുടെയും മുഖത്തേക്കു കാണിച്ചശേഷം മയിൽപീലികൊണ്ട് അദ്ദേഹം അവരുടെയൊക്കെ തലയിൽ തലോടി.

പിന്നെ അടുത്ത വീട്ടിലേക്കുപോയി. അവിടെയും ഇതുപോലൊക്കെത്തന്നെ സംസാരിച്ചു.

"വല്യതമ്പിമരയ്ക്കാരപ്പാ ദർഗ്ഗാവിൽനിന്നും അപ്പായുടെ ഉത്തരവു വാങ്ങിവന്ന ഫക്കീർഷാക്ക് എന്തെങ്കിലും കാണിക്ക തരണേ ശ്രീദേവീ.."

"വീടുവീടാന്തരം കയറിയിറങ്ങി വല്യതമ്പി മരയ്ക്കാരപ്പായുടെ പേരുംപറഞ്ഞ് കാണിക്ക വാങ്ങിച്ചു. ചില പ്രമാണിമാർക്കും സ്ത്രീകൾക്കും കണ്ണിൽ സുറുമ എഴുതിക്കൊടുത്തു. മുഖത്തു പുക കാണിച്ച് പ്രത്യേക കൈനീട്ടം വാങ്ങി. കൊല്ലത്തിലൊരിക്കലുള്ള മരയ്ക്കാരപ്പായുടെ ദർഗ്ഗാവിലേക്കു കൊടിയേറുന്നതിനുമുമ്പ് ഓടക്കരത്തെരുവിൽ നിന്നും കാണിക്കവാങ്ങിയ ഫക്കീർഷാ തെരുവിൽനിന്നും പെട്ടെന്ന് എങ്ങോട്ടേക്കോ അപ്രത്യക്ഷനായി.

കാളപ്പക്കീർ. മുഴുക്കുടിയൻ. കല്യാണം കഴിക്കാമെന്നുപറഞ്ഞ്

മുൻകൂർ സ്ത്രീധനം പറ്റൽ ഇവന്റെ പ്രധാന തൊഴിലാണ്. അന്യവീടുകളിൽ പാചകത്തിനവൻ പോകാറുണ്ട്. ഇങ്ങനെ കിട്ടുന്ന പണമെല്ലാം കുടിച്ചു തീർക്കും. ബാക്കിപ്പണം അടുത്തുള്ള തെരുവിൽ അവൻ വെച്ചിരിക്കുന്ന ഒരുതേവിടിശ്ശിക്കു കൊണ്ടുപോയി കൊടുക്കുമെന്നാണ് സംസാരം. വെപ്പാട്ടിയെ വെച്ചിരിക്കുന്നതു മൈമൂൻ അറിഞ്ഞതുമുതൽ അവളുമായി അയാൾ നിത്യേന ശണ്ഠകൂടാറുണ്ട്. ഒരു ചില്ലിക്കാശു പോലും ഭാര്യക്കോ മക്കൾക്കോ അവൻ കൊടുക്കില്ല. സംസാരിക്കാത്ത മകന് ഒരു മിഠായിക്കഷണംപോലും വാങ്ങിക്കൊടുത്തതായി അറിയില്ല.

വീട്ടിനുള്ളിലുള്ള വിറകടുപ്പിൽ പാചകം ചെയ്യാൻ പാടില്ല എന്നതു അബുശാലിയുടെ കല്പനയാണ്. വീടിനുള്ളിൽ കരിപിടിക്കുമത്രേ! ആ നിബന്ധനയുടെ പേരിലാണ് വീട് വാടകയ്ക്ക് കിട്ടിയതും. ഞായറാഴ്ച പണിയൊന്നുമില്ല. ചില അവധിദിനങ്ങളിലും പണിയൊന്നും ഉണ്ടാകാറില്ല. പണിയുള്ള ദിവസങ്ങളിൽ കിട്ടുന്ന കൂലികൊണ്ടുവേണം മറ്റു ദിവസങ്ങളും തള്ളിനീക്കേണ്ടത്. ഈ കഷ്ടപ്പാടിൽ കിട്ടിയ കുറഞ്ഞ വാടകവീടിനെ നഷ്ടപ്പെടുത്തിയാൽ മറ്റൊരുവീട് ഓടക്കരത്തെരുവിൽ കിട്ടിയെന്നു വരില്ല. അബുശാലിയുടെ നിബന്ധനപ്രകാരം അവൾ വീടിനുള്ളിൽ പാചകം ചെയ്യാറില്ല. വീടിനുമുന്നിലുള്ള തെരുവിൽ വെച്ചാണ് പാചകം ചെയ്യുന്നത്. സംസാരശേഷിയില്ലാത്ത മകൻ സലാവുദീൻ കാട്ടിൽപോയി വിറകുവെട്ടിക്കൊണ്ടുവന്നു മുറ്റത്തിടും. അവധി ദിവസങ്ങളിൽ അവൾതന്നെ പോയി വിറകുവെട്ടിക്കൊണ്ടുവരും. മുറ്റത്തു വീഴുന്ന വെയിലിൽ ഉണക്കാനിട്ടിരിക്കുന്ന കുറച്ചു വിറകുകൾ കാണാതായതിനാൽ മൈമുനു പ്രാന്തിളകി തെരുവിലെ വീട്ടുകാരികളെ അറഞ്ഞുകുത്തി ഉറക്കെപ്രാകിയും തെറിവിളിച്ചും തെരുവാകെ പോർക്കളമാക്കും. അങ്ങനെയുള്ള ഒരു സമയത്ത് ഖബറിസ്ഥാന്റെ വടക്കെ തെരുവിൽനിന്നും ഒരുസ്ത്രീ ആവേശത്തോടെ നടന്നടുത്ത് മൈമുനുവിനു നേരെ നോക്കി കോപത്തോടെ ഉറക്കെപ്പറഞ്ഞു.

“എന്തിനാടീ നീ മക്കളെ ഉണ്ടാക്കിവെച്ചേക്കുന്നത്? കാട്ടിൽ അവരെ വിറകുവെട്ടാനയയ്ക്കുന്നത് പെൺകുട്ടികൾ തൂറാനായി കുത്തിയിരിക്കുന്നതു കാണാനാണോടീ. എന്തിനാടീ നീയവനെ കാട്ടിലോട്ടു പറഞ്ഞയക്കുന്നത്?”

“എന്താടീ പറഞ്ഞേ? വാതുറക്കാത്ത എന്റെ മകൻ നീയൊക്കെ തുറന്നുകാട്ടി കുത്തിയിരിക്കുന്നതു കാണാൻ വന്നെന്നോ? എട്ടുംപൊട്ടും തിരിയാത്ത എന്റെ കുഞ്ഞിനെപ്പറ്റി അപവാദം പറയുന്നോടീ.. നീ..നീയൊക്കെ ഇങ്ങനെ അപവാദം പറഞ്ഞാൽ നിന്റെയൊക്കെ നാക്കു പുഴുത്തുപോകുമെടീ..” മൈമുനു കോപാന്ധയായി.

“എന്റെ വായ എന്തിനു പുഴുക്കണം? നീതന്നെയാടീ പുഴുത്തു ചാകാൻ പോകുന്നത്. കെട്ടിയവനെ വിരട്ടിവിട്ടേച്ച് കണ്ടിടമെല്ലാം കേറിയിറങ്ങുന്നവൾ. നീയല്ലേടീ ആ പുതിയ ഇസ്ലാം ചെക്കനെ വെച്ചോണ്ടിരിക്കുന്നത്?”

“നീ വല്യ യോഗ്യത്തിയാവണ്ട. നിന്നെ എനിക്കറിയില്ലേടീ.. നീ

തൊപ്പിയിട്ട പറയനെയല്ലേ കെട്ടിയേക്കുന്നേ..''

മൈമൂനു കൊടുത്ത മറുപടികേട്ട് വന്നവൾ വർത്തമാനം നിർത്തി വന്നവഴിയേ നടന്നു. അല്പദൂരം ചെന്നശേഷം തിരിഞ്ഞുനിന്ന് ഉറക്കെപ്പറഞ്ഞു ''മകനെ നന്നായി വളർത്ത് അല്ലെങ്കിൽ അവൻ നശിച്ചുപോകും. ഞാൻ തൊപ്പിവെച്ച പറയനെ കെട്ടി നന്നായിത്തന്നെയാടീ കഴിയുന്നത്. നിന്നെപ്പോലെയാണോ? നിന്റെ പുരുഷൻ മെക്കയിലെ സുൽത്താനല്ലേ? ഷംസുവിന്റെ വെപ്പാട്ടിയായി ഇരിക്കാനാണല്ലോ നീ നിന്റെ കെട്ടിയോനെ ഓടിച്ചുവിട്ടത്. വല്യയോഗ്യത്തരം പറയുന്നോടീ.''

അയൽപക്കക്കാരെല്ലാം കൂടിനിന്ന് ഇവരുടെ പോരുകേട്ടു രസിച്ചു.

മൈമുനു അവരുടെ നേരെതിരിഞ്ഞു. ''നിങ്ങൾ വളവുദേശക്കാർ തന്നെ പറയിൻ. എന്റെ മകൻ സലാം അങ്ങനെയുള്ളവനാണോ? അവനു പ്രായമെത്രയായി? അവൾ പറയുന്നതു കേട്ടില്ലേ?''

''അവൻ കൊച്ചു പയ്യനല്ലേ? അഥവാ ആൺകുട്ടികൾ കാട്ടിലേക്കു പോയെന്നുതന്നെയിരിക്കട്ടെ, അപ്പോൾ അവൾക്കൊക്കെ ഒന്ന് എണീറ്റു നിന്നാൽ പോരേ?'' വളവു ദേശക്കാർ ന്യായം പറഞ്ഞു.

ഒരു വലിയമഴ പെയ്തൊഴിഞ്ഞതിനുശേഷമുള്ള നിശ്ശബ്ദത എങ്ങും നിറഞ്ഞു.

മീരാസായാണ് കല്യാണദല്ലാൾ. അഞ്ചു നേരത്തെ നിസ്കാരം. ഒറ്റ നോമ്പും വിടാറില്ല. എപ്പോഴും തലയിൽ തൊപ്പി. ഒരു കുറുന്താടി. തെരുവുതോറും ചുറ്റിനടക്കും. ഓടക്കര തെരുവിലുള്ള സകലമാന വീടുകളെയും അവിടെ താമസിക്കുന്ന വ്യക്തികളെയും അവരെക്കുറിച്ചുള്ള സകലമാന വിവരങ്ങളും മനഃപാഠമാക്കിയവൻ. വാപ്പാ, വാപ്പാന്റെ വാപ്പാ. അദ്ദേഹത്തിന്റെയും വാപ്പ തുടങ്ങി ഓരോ വീട്ടുകാരുടെയും മൂന്നുനാലു തലമുറക്കാരെവരെ മീരാസായ്ക്ക് അറിയാം. വീടുകളിൽ വെള്ളപൂശലാണു പണിയെങ്കിലും ബാക്കി സമയം മുഴുവനും വീടുകളിൽ വിവാഹം കഴിയാത്ത ആൺകുട്ടികളെയും പെൺകുട്ടികളെയും ജോടിചേർക്കലാണു പ്രധാനതൊഴിൽ. അല്ലാഹുവിനു സന്താഷമുണ്ടാക്കുന്ന തൊഴിൽ! വിവാഹം നടക്കാത്ത പെൺകുട്ടികൾ എവിടെയെല്ലാം ഉണ്ടെന്ന് ദല്ലാൾ മീരാസാവിനറിയാം. അതുപോലെ അവിവാഹിതരായ പുരുഷന്മാരെയും.

ഒരിക്കൽ തെരുവിൽ മീരാസാ കടന്നുപോകവെ,

''എന്റെ മകൾ നൂർജഹാനു ചേരുന്ന ഒരു പയ്യനെ കണ്ടുപിടിച്ചു തരണേ വാപ്പാ.''

അത്യാവശ്യമായി പൊയ്ക്കൊണ്ടിരുന്ന മീരാസാ ബീമയുടെ ശബ്ദം കേട്ടയുടൻ നിന്നുകൊണ്ട് അന്വേഷിച്ചു;

''മകൾ എന്തു ചെയ്യുന്നു?''

''കയറുകമ്പനിയിൽ നിത്യവും വേലയ്ക്കു പോകുന്നുണ്ട്.''

''എത്ര ശമ്പളം കിട്ടും?''

''നൂറ്റിപ്പത്ത്.''

''ഏതെങ്കിലും ഉണ്ടെങ്കിൽ നോക്കാം. ആട്ടെ, എന്തു കൊടുക്കും ബീമാക്കാ?''

"എന്റെ കൈയിൽ കൊടുക്കാൻ എന്തിരിക്കുന്നു വാപ്പാ?"

"എന്തെങ്കിലും കൊടുക്കാതെ പറ്റില്ലല്ലോ..."

"ഞാൻ ആരോടെങ്കിലും കടംവാങ്ങി ഒരു പതിനായിരം ഒപ്പിക്കാൻ നോക്കാം."

"അങ്ങനെയെങ്കിൽ നോക്കാം. ശരി ഞാൻ മനസ്സിൽ കുറിച്ചിട്ടിട്ടുണ്ട്. ഏതെങ്കിലും ഒത്തുവന്നാൽ നോക്കാം. എന്താ?"

"ശരി, അല്പം നല്ലരീതിയിലുള്ള ഒന്നിനെ നോക്കി നടത്തിത്തരണേ. നിങ്ങളുടെ പുണ്യംകൊണ്ടുവേണം നടക്കാൻ. അല്ലാഹു എട്ടുസ്വർഗ്ഗവും നിനക്കായി എണ്ണിത്തരും തീർച്ച."

"നോക്കാമെന്നേ വിഷമിക്കാതെ" ഇതുംപറഞ്ഞ് മീരാസാ വേഗത്തിൽ നടന്നകന്നു.

മീരാസായ്ക്ക് തന്റെ ചൂണ്ടയിൽ ഒരു മീൻ കൊത്തിയ സന്തോഷം. മീൻ അത്ര വലുതല്ലെങ്കിലും കിട്ടിയതുമതി എന്ന തൃപ്തിയും.

മീരാസാ നേരെ പോയത് അബ്ദുള്ളായുടെ വിറകുകടയിലേക്ക്. അവിടെയാണ് കറുപ്പൻ വിറകുവെട്ടുന്നത്. മാറുകണ്ണൻ (കോങ്കണ്ണൻ) ആണെങ്കിലും ആരോഗ്യമുള്ളവൻ. അവൻ നേരത്തെതന്നെ മീരാസായോട് കല്യാണക്കാര്യം പറഞ്ഞിരുന്നു.

"നമുക്കൊന്ന് ഏർപ്പാടാക്കിത്തരണം കാക്കാ" ഒരിക്കൽ രണ്ടുപേരും ചായകുടിക്കുമ്പോൾ മീരാസായുടെ ചെവിയിൽ അവൻ പറഞ്ഞു. പതിവുപോലെ ഒരു പത്തുരൂപയുടെ നോട്ടും അവൻ മീരാസാവുവിന്റെ പോക്കറ്റിൽ തിരുകി.

"ഞാൻ നോക്കി ശരിയാക്കിത്തരാമെടാ. നീ ഭയപ്പെടാതെ."

"ഉടൻതന്നെ വേണം."

"ശരി. ഞങ്ങളുടെ ജാതിയിൽ ഒരു പെണ്ണുണ്ട്. നീ കെട്ടുമോ?"

"ജാതിയേതായാലെന്ത്? നല്ല പെണ്ണായിരിക്കണം. വല്ലതും വെച്ചുണ്ടാക്കി തരുന്നവളുമായിരിക്കണം."

"ശരി. ഒരു കണ്ടീഷൻ. നീ ഞങ്ങളുടെ മതത്തിലേക്കു വരണം. സുന്നത്ത് ചെയ്യണം. സമ്മതമാണോ?"

"നിങ്ങൾ പറഞ്ഞാൽ ചെയ്യാതിരിക്കാൻ പറ്റുമോ? വരാം."

"പതിനായിരം അവർ തരും. അഞ്ച് നിനക്ക്. അഞ്ച് എനിക്ക്. സമ്മതമാണോ?"

"സമ്മതം!"

"നീ ചെലവിനുള്ള പണം സ്വരൂപിച്ചു വെക്ക്. ഞാൻ പെണ്ണിന്റെ അമ്മയോടു സംസാരിച്ചു നോക്കട്ടെ. പെണ്ണിന് വാപ്പ ഇല്ല. അയാൾ ഇതുങ്ങളെ കളഞ്ഞേച്ച് ഒഴിഞ്ഞുപോയി."

മീരാസാ തിരികെ നടന്നു. 'ഏതു ജാതിയായാൽ നമുക്കെന്ത്? നമുക്കു രൂപാ അഞ്ചുകിട്ടിയാൽ മതി. നിക്കാഹ് നടത്തിവെക്കണം. അത്രതന്നെ. അതോടെ തീരും. അവൻ അവളുമായി ജീവിച്ചാലും ശരി കളഞ്ഞേച്ചു പോയാലും ശരി. അത് അവന്റെ കാര്യം.. അവളുടെയും..' എന്നു ചിന്തിച്ചുകൊണ്ട് ബീമായുടെ വീട്ടിലേക്ക് അന്നു വൈകുന്നേരം മീരാസാ

ചെന്നു.

“നല്ലപയ്യൻ.., അദ്ധ്വാനിക്കുന്നവൻ. എന്നാൽ അവൻ നമ്മുടെ ജാതിയല്ല'' ഇതു കേട്ടതും ബീമായുടെ തലയിൽ ഇടിവീണതുപോലായി. അല്പനേരത്തെ മൗനത്തിനുശേഷം, “എന്തായാലും നമ്മുടെ ജാതിയല്ലല്ലോ'' സ്വബോധം വന്നപ്പോൾ അവർ പറഞ്ഞു.

“നമ്മുടെ ആൾക്കാരെ ഈ രൂപയ്ക്കു കിട്ടില്ലേ?'' അല്പനേരത്തെ ആലോചനയ്ക്കുശേഷം വീണ്ടും അവൾ ചോദിച്ചു.

“അല്ലെങ്കിൽ ഞാൻ ആലോചിച്ച് ചോദിച്ചിട്ടു പറയാം.”

മീരാസാക്കു ലേശം നഷ്ടബോധം തോന്നി.

“നല്ല പയ്യൻ. മിടുക്കൻ. കഠിനാദ്ധ്വാനി. ആലോചിച്ച് നല്ലൊരു തീരുമാനമെടുക്കൂ'' കൈക്കെത്തിയിട്ടും വായ്ക്കെത്തിയില്ലല്ലോ എന്ന അമളി പറ്റിയതുപോലെ ഒരു ബീഡിയെടുത്ത് കൊളുത്തിക്കൊണ്ട് മീരാസാ ആലോചനയിലാണ്ടു.

സമൂസ വില്ക്കുന്ന നാഗൂർ, പള്ളിയിലെ ‘ഇഷാ’ നമസ്കാരത്തിനുശേഷം പുല്പായിൽ അല്പനേരം ചരിഞ്ഞുകിടന്നു. കിടന്നതറിയാതെ ഉറങ്ങിപ്പോയി. സാധാരണയായി സമൂസാ വില്ക്കുന്നതിന്റെ ക്ഷീണം തീർക്കാൻ അഞ്ചുമിനിറ്റ് ഉറങ്ങാറുണ്ട്. എന്നാൽ പതിവിനു വിപരീതമായി ഇന്ന് ഏറെനേരം ഉറങ്ങിപ്പോയി. തലയിൽ തലപ്പാവും വെള്ളനിറത്തിലുള്ള മേലങ്കിലുമണിഞ്ഞ് കറുത്ത താടിയോടുകൂടി കൈയിൽ തസ്ബീഗ് മണി ഉരുട്ടിക്കൊണ്ട് ആജാനുബാഹുവായ ഒരാൾ മുന്നിൽ നില്ക്കുന്നതായി അവനു തോന്നി. അദ്ദേഹത്തിന്റെ നെറ്റിയിലുള്ള നിസ്കാരത്തഴമ്പ് ജ്വലിച്ചു. അദ്ദേഹത്തിന്റെ കൈയിലിരുന്ന നെടിയ വാളിന്റെ മൂർച്ചയുടെ തിളക്കത്തിൽ നാഗൂറിന്റെ കണ്ണുചിമ്മി. തസ്ബീഗ് മണിയിൽ നിന്ന് ചിതറിയ പ്രകാശം പള്ളി ഭിത്തിയിൽ പ്രതിഫലിച്ചു. അദ്ദേഹത്തെ നോക്കി നാഗൂർ എഴുന്നേറ്റുനിന്നു. നാഗൂറിന്റെ കൈകാലുകൾ വിറകൊണ്ടു.

“എന്നെ മനസ്സിലായോ?'' ഗംഭീരസ്വരമായിരുന്നു അദ്ദേഹത്തിന്റേത്.

“മനസ്സിലായില്ല'' നാഗൂർ മെല്ലെപ്പറഞ്ഞു.

വന്നയാൾ തന്റെ ശരീരത്തിൽനിന്നും തല (കഴുത്തു ഭാഗംവെച്ചു) മെല്ലെ അടർത്തിയെടുത്ത് പായിൽ വെച്ചശേഷം തലയില്ലാത്ത മനുഷ്യനായി നിന്നു. അദ്ദേഹത്തിന്റെ തലയാണോ ശരീരമാണോ സംസാരിക്കുന്നതെന്നു നിശ്ചയമില്ലാതെയായി നാഗൂറിന്. തലയില്ലാത്ത അദ്ദേഹത്തിന്റെ കൈയിലിരുന്ന തസ്ബീഗ് മണികൾ വിരലുകൾക്കിടയിലൂടെ നിർവിഘ്നം നീങ്ങുന്നതുകണ്ട നഗൂറിന് ആശ്ചര്യമായി.

“ഞാൻതന്നെയാണ് വല്യതമ്പിമരയ്ക്കാർ” തല യഥാസ്ഥാനത്തു തനിയെ ചെന്നിരുന്നു.

അന്യരുടെ ആധിപത്യത്തിനെതിരെ പടപൊരുതിനിന്നവൻ. ശത്രുശക്തിയുടെ പിടിയിലകപ്പെട്ടു മരണമടയുന്നതിനുമുമ്പ് തന്റെ മകൻ ചിന്നത്തമ്പി മരയ്ക്കാരോട് തന്റെ തലവെട്ടാൻ കല്പിച്ച് സ്വയം ഷഹീദായ ധീരനായ ത്യാഗി. ഓടക്കര തെരുവിന്റെ ചരിത്രം ആദ്യം മുതൽ മനസ്സി

ലാക്കിയ നാഗൂറിന് അപ്പായെ കാണാനായതിന്റെ അത്ഭുതം.

"അപ്പാ.."എന്നയാൾ ഉറക്കെ വിളിച്ചു. അപ്പാ നിത്യനിദ്ര കൊള്ളുന്ന കള്ളിക്കാട്ടിൽ നൂറ്റാണ്ടുകൾക്കുമുമ്പ് അടക്കംചെയ്യപ്പെട്ട അപ്പാ, ഇപ്പോൾ എഴുന്നള്ളി വന്നിരിക്കുന്നതുകണ്ട് നാഗൂർ പരിഭ്രമിച്ചു നിന്നു .

"ഞാൻ മരിച്ചിട്ടില്ല. നിങ്ങൾക്കെല്ലാം രക്ഷകനായി എന്നും കള്ളിക്കാട്ടിനുള്ളിൽ ഞാൻ മറഞ്ഞിരിക്കുന്നു" ഇത്രയും പറഞ്ഞ് അദ്ദേഹം പെട്ടെന്ന് അപ്രത്യക്ഷനായി.

"അപ്പാ.."എന്നു വിളിച്ചുകൊണ്ട് ഉറക്കത്തിൽ നിന്നും നാഗൂർ ഉണർന്നു.

പള്ളിയിൽ രാത്രി രണ്ടുമണി അടിക്കുന്ന ശബ്ദംകേട്ടു. പള്ളിക്കുള്ളിൽ ആകെയൊരു വാസന. ചന്ദനത്തിരിയുടെ സുഗന്ധമാണോ അതോ കുന്തിരിക്കത്തിന്റേയോ അതുമല്ല ഏതെങ്കിലും പൂവിന്റേയോ? ഏതെന്നു തിരിച്ചറിയാനായില്ല. എങ്കിലും മണപ്പിച്ച് എന്തിന്റെ വാസനയെന്നു കണ്ടുപിടിക്കാൻ നഗൂർ ഒരു വിഫലശ്രമം നടത്തി. എന്നാലും മുമ്പ് അനുഭവിച്ചിട്ടില്ലാത്തൊരു മാസ്മര സൗരഭ്യമായിരുന്നു അത്.

നാഗൂറിനു പിന്നീട് ഉറങ്ങാൻ കഴിഞ്ഞതേയില്ല. ചിന്താകുലനായി. എന്തിനായിരിക്കാം അപ്പാ എന്റെ സ്വപ്നത്തിലേക്കു വന്നത്? എന്തു സന്ദേശം ആയിരിക്കാം അദ്ദേഹത്തിന് എന്നോടുപറയാൻ ഉണ്ടായിരുന്നിരിക്കുക? അതോ അദ്ദേഹത്തിന്റെ നാട്ടുകാരെ എന്തെങ്കിലും അറിയിക്കാനുണ്ടായിരുന്നിരിക്കുമോ?

അതിരാവിലെ സുഹാബ തൊഴീലിനു ബാങ്കുവിളിക്കാനായി മുഅദ്ദീൻ വന്നു, ചെരുപ്പൂരി പുറത്തിട്ട് അകത്തേക്കു കയറിയതും നാഗൂർ ഇരുന്നിടത്തുനിന്നും എഴുന്നേറ്റ് പായ മടക്കി ഒതുക്കിവെച്ചു. ഉറക്കത്തിന്റെ ആലസ്യം കുടഞ്ഞെറിഞ്ഞു. മുഅദ്ദീൻ വെള്ളത്തൊട്ടിയുടെ അരുകിൽച്ചെന്ന് 'ഒലു' (കൈകാലുകൾ ശുദ്ധീകരിക്കുമ്പോൾ) ചെയ്യുമ്പോൾ വെള്ളത്തിന്റെ കലപില ശബ്ദം കേട്ടു. ഉടനെതന്നെ നാഗൂറും വെള്ളത്തൊട്ടിയുടെ അരികിലേക്കു ചെന്നു. എന്നാൽ അവിടെയെങ്ങും മുഅദ്ദീൻ കണ്ടില്ല. പിന്നെ ആരാണിവിടെ കൈകാലുകൾ കഴുകി ശുദ്ധമാകാൻ വന്നത്? ആരാണ് ചെരുപ്പുകൾ ഊരിയിട്ടത്? ഇപ്രകാരം സംശയിച്ചു നില്ക്കുമ്പോൾ പള്ളിവാതിലിനു മുകളിൽ നിർമ്മിച്ചിരുന്ന മിനാറിന്റെ മകുടത്തിൽനിന്നും ഒരു പ്രകാശം ആകാശത്തെ നോക്കി പാഞ്ഞുപോകുന്നതുകണ്ട് നഗൂർ സ്തംഭിച്ചുനിന്നു. ആരും വിളക്കു തെളിച്ചതല്ല, ഉറപ്പ്. അന്നേരം മിന്നലും ഉണ്ടായിരുന്നില്ല. പിന്നെ എന്തായിരുന്നു ആ പ്രകാശം?

ശക്തമായ ആ വെളിച്ചം!!

വെള്ളത്തൊട്ടിയുടെ കരയിൽ എത്രനേരം നിന്നുവെന്ന് നാഗൂറിനു തന്നെ ഒരു നിശ്ചയവുമുണ്ടായിരുന്നില്ല. ചുമർഘടികാരത്തിന്റെ അങ്ങോട്ടുമിങ്ങോട്ടും ചലിച്ചുക്കൊണ്ടിരിക്കുന്ന പെന്റുലം ആരോ പിടിച്ചു നിർത്തിയതുപോലെ നിന്നുപോയതിനാൽ സമയം അറിയാനും നിവൃത്തിയില്ലാതായി.

വളരെനേരം കഴിഞ്ഞപ്പോൾ തെരുവിൽ റബ്ബർച്ചെരുപ്പിന്റെ ശബ്ദം

കേട്ടു. മുഅദ്ദീൻ അപ്പോഴാണ് ബാങ്കുവിളിക്കാൻ വന്നത്. അദ്ദേഹം വന്നുകയറിയതും നാഗൂറിനെ കണ്ടു. ഒരിക്കൽപോലും 'സുബഹ്' നമസ്കാരത്തിനു വരാറില്ലാത്ത നാഗൂർ ഇന്നു പതിവില്ലാതെ വന്നതെന്തിനാണെന്ന് അയാൾ സ്വയം ചോദിച്ചു.

എട്ട്

കണക്കപ്പിള്ള മസ്താൻ മൊയ്ദീനെ അന്വേഷിക്കുന്നതു നിർത്തിയില്ല. വിറകുകടയിൽനിന്നും നേരെ പള്ളിയിലേക്കു നടന്നു. ചിലപ്പോൾ അവിടെ കണ്ടേക്കും. അവനെ എപ്രകാരമെങ്കിലും കണ്ടുപിടിക്കണം. അവനുതന്നെ ഈ മെത്തയുടെ ലോഡ് കൊടുക്കണം. ഒരു മഹാപരമ്പരയുടെ ഒടുവിലത്തെ കണ്ണിയാണവൻ. അവന്റെ മുൻതലമുറക്കാർ മാതൃരാജ്യത്തിനായി പ്രാണൻ വെടിഞ്ഞ് ഷഹീദുകളായി (ത്യാഗികൾ) മാറിയവരാണ്. വല്യതമ്പിമരയ്ക്കാർ അപ്പായുടെ മകൻ ചിന്നത്തമ്പി മരയ്ക്കാർ കുളച്ചൽ കടൽക്കരയിൽ പറങ്കികളുമായി വീരയുദ്ധം നടത്തി ജയിച്ചവനാണ്. ചിന്നത്തമ്പിമരയ്ക്കാരുടെ മകൻ, ഒരു പെണ്ണിന്റെ മാനം രക്ഷിച്ച പുലിമരയ്ക്കാർ.

തോണിയിലേറ്റി ദൂരസ്ഥലത്തേക്ക് അയയ്ക്കാനായി മരയ്ക്കാന്മാർ കുലശേഖരപട്ടണം, കായൽപട്ടണം തുടങ്ങിയ കടൽക്കരയിലുള്ള പണ്ടകശാലകളിൽ ശേഖരിച്ചുവെച്ചിരുന്ന ചുക്ക്, മുളക്, ദന്തം തുടങ്ങിയ വിലപിടിപ്പുള്ള സാധനങ്ങൾ കൊള്ളയടിക്കുന്നതിനായി പറങ്കികൾ തീരുമാനിച്ചുറപ്പിച്ചു. അവരുടെ പടയാളികൾ കടലോരഗ്രാമങ്ങളെ ചൂഴ്ന്നു. പറങ്കികൾക്കു പാർശ്വബലം നല്കിക്കൊണ്ട് പരവന്മാരും നിന്നു.

പറങ്കികൾ നാടിനെ കൊള്ളയടിക്കുക മാത്രമല്ല പള്ളികളെ ഇടിച്ചുനിരത്തി. മാരാന്മാരുടെ സ്ത്രീകളെയും കന്യകമാരെയും പിടിച്ചുകൊണ്ടുപോയി ബലാത്സംഗം ചെയ്തു നരകിപ്പിച്ചു. അവരെ ബലാൽ മതം മാറ്റി. ഒരു കന്യകയെ പറങ്കികൾ പിടിച്ചുകൊണ്ടുപോകുന്നതു കണ്ട് മനംനൊന്ത ബാലനായ പുലിമരയ്ക്കാർ ഊരിപ്പിടിച്ച വാളുമായി പറങ്കികളുടെ മദ്ധ്യത്തിലേക്ക് എടുത്തുചാടി. വാൾ ചുഴറ്റിപ്പോരാടി പലരെയും വെട്ടിവീഴ്ത്തി പിടിച്ചുകൊണ്ടുപോയ പെണ്ണിന്റെ മാനംരക്ഷിച്ചുകൊണ്ടുവന്ന പുലിമരയ്ക്കാരുടെ കഥ നാട്ടിലെല്ലാം ഇപ്പോഴും ഭക്തിഗാനമായി ആലപിച്ചുവരുന്നു. ചിലഗ്രാമങ്ങളിൽ ആ പെണ്ണിനെ രക്ഷിച്ച പേരിൽ ഇപ്പോഴും മൗലിദ് ഓതി നേർച്ച ചെയ്തുവരുന്നു. കന്യകകൾക്കായി നേർന്നു സമർപ്പിക്കുന്ന നേർച്ചയാണത്. പല കടലോരഗ്രാമങ്ങളിലും ജനിച്ച കുഞ്ഞുങ്ങൾക്ക് ചിന്നത്തമ്പിമരയ്ക്കാരപ്പായുടെ പേരിട്ടു. അവരുടെ മക്കൾ ചിന്നത്തമ്പി മരയ്ക്കാരെപ്പോലെ വീരനായി വളർന്നുവരാനായി അദ്ദേഹത്തിന്റെ ഓർമ്മ നിലനിർത്തിപ്പോന്നു. അങ്ങനെയുള്ള ആ വംശപരമ്പരയിൽ ഉണ്ടായ മൊയ്ദീനെയാണ് കണക്കപ്പിള്ള മസ്താൻ അന്വേഷിച്ചു നടക്കുന്നത്.

പള്ളി നോക്കി മസ്താൻ നടന്നു. അകത്തേക്കു പ്രവേശിക്കുന്ന സമയത്ത് പള്ളിക്കുള്ളിൽനിന്നും പുറത്തേക്കു പോകുന്നവരോടു ചോദിച്ചു;

"മൊയ്ദീനെ എവിടെയെങ്കിലും കണ്ടോ?"

"ബാർബർഷോപ്പിന്റെ മുന്നിൽ നല്ക്കുന്നതു കണ്ടു. മറുപടി പറഞ്ഞയാൾ തെരുവിലൂടെ നടന്നു മറഞ്ഞു. പള്ളിക്കുള്ളിലേക്ക് വെക്കാനാഞ്ഞകാല് പിൻവലിച്ച് കണക്കപ്പിള്ള മസ്താൻ തിരികെ നടന്നു. നടന്നത് ടാസ്മാക് കടനോക്കിയായിരുന്നു. അങ്ങനെ നടന്നുപൊയ്ക്കൊണ്ടിരിക്കുമ്പോഴാണ് മൊയ്ദീന്റെ മദ്യപാനത്തെക്കുറിച്ച് അദ്ദേഹത്തിന് ഓർമ്മവന്നത്. അവന്റെ ശരീരം തഴുകിവരുന്ന കാറ്റിൽ ലഹരിവസ്തുവിന്റെ മണം മുകർന്ന ഒരോർമ്മ. മുന്തിയ വംശപരമ്പരയിൽ പിറന്ന അവസാനത്തെ കണ്ണി. അവൻ ഇങ്ങനെ മദ്യപിച്ചു സ്വയം നശിക്കുന്ന കാര്യത്തെക്കുറിച്ചു ചിന്തിക്കാൻകൂടി മസ്താനു കഴിഞ്ഞില്ല. മഹത്തായ ആ വംശം കാലത്തിന്റെ തേരുരുളിൽ തേഞ്ഞുതേഞ്ഞ് ഇവനിൽവന്നു നില്ക്കുകയാണ്. കാലചക്രത്തിനിടയിൽ അരഞ്ഞരഞ്ഞ് ഇവനിൽ വന്ന വസാനിക്കുന്നു എന്നു പറയുന്നതാവും ശരി, മസ്താൻ ഓർത്തു.

മേടവീട് ഫക്കീർ റാവുത്തർ മുതലാളിയുടെ തെരുവിൽ ആകപ്പാടെ ബഹളം. അദ്ദേഹത്തിന്റെ കന്യകയായ മകളെ കാണാതായതിന്റെ ബഹളമാണ്. ഹജ്റായെ കാട്ടിനുള്ളിലും തെരുവുകളിലും ബന്ധുക്കളുടെ വീടുകളിലും ഒക്കെ അന്വേഷിച്ചു. കണ്ടുകിട്ടിയില്ല. പള്ളിത്തെരുവിലുള്ള ഒരേയൊരു മാളിക വീട്ടിലെ പെണ്ണ്. മാതാപിതാക്കൾ അവൾക്കായി വരനെ അന്വേഷിച്ചുകൊണ്ടിരിക്കുന്നു. തൊട്ടാൽ പൊട്ടുന്ന പ്രായം. തെരുവിലെ പല ചെറുപ്പക്കാർക്കും അവളിൽ ഒരു കണ്ണുണ്ടായിരുന്നു. സ്ത്രീധനം ഇല്ലാതെതന്നെ അവളെ വിവാഹം കഴിക്കാൻ ചിലർ തയ്യാറായി മുന്നോട്ടുവന്നു. കല്യാണച്ചെലവുകൾപോലും വഹിച്ചോളാം എന്നേറ്റുകൊണ്ട് മറ്റുചിലർ വന്നു. ദല്ലാൾ മീരാസാ പലർക്കും വേണ്ടി ഫക്കീർറാവുത്തർ മുതലാളിയെ സമീപിച്ചു.

യാതൊരു കാരണവശാലും ഈ തെരുവിലെ ചെറുപ്പക്കാർക്ക് തന്റെ മകളെ നിക്കാഹ് ചെയ്തുകൊടുക്കുന്ന പ്രശ്നമില്ല എന്ന പിടിവാശിയോടെ ഫക്കീർറാവുത്തർ വന്ന ആലോചനകളെല്ലാം തട്ടിക്കളഞ്ഞു. ദല്ലാൾ മീരാസാ നാടായ നാടെല്ലാം നടന്ന് ആ പെണ്ണിനായി വരനെ അന്വേഷിച്ചുകൊണ്ടിരുന്നു. ചിലർ പെണ്ണിന്റെ നാടിനെക്കുറിച്ചറിഞ്ഞപ്പോൾത്തന്നെ വേണ്ടെന്നുവെച്ചു. "ഓടക്കരത്തെരുവ്.. അവിടെയല്ലേ? ആ നാട്ടിലെ പെണ്ണിനെ ഞങ്ങൾക്കുവേണ്ട" എന്ന് ചിലർ ആലോചനതന്നെ വേണ്ടെന്നു വെച്ചു.

ഫക്കീർറാവുത്തരുടെ മകൾക്ക് നിലാവെന്നാൽ ഒടുങ്ങാത്ത പ്രിയമാണ്. നിലാവ് പട്ടുവിരിക്കുന്ന രാത്രികളിൽ വീടിന്റെ മട്ടുപ്പാവിൽ കയറിനിന്ന് നിലാവിനെ ആസ്വദിക്കാനെന്നപോലെ മണിക്കൂറുകളോളം സ്വയം മറന്നവൾ നില്ക്കാറുണ്ട്. താൻ ഒരു നിലാവായി പരിണമിക്കുന്നതായി അവൾക്കു തോന്നും, വിശാലമായ മാളികയെ നോക്കി സഹ്യപർവ്വത ശൃംഗം ഊതിവിടുന്ന കുളിരിളം കാറ്റ്. കുളിർകാറ്റും പൂനിലാവും

കൂടി കെട്ടിപ്പുണർന്നു കിടക്കുന്ന നീല നിശീഥിനികൾ! ഉഷ്ണംപിടിച്ച പകലിനൊടുവിലെ രാത്രികാലങ്ങളിൽ ആ കുളിരിലലിഞ്ഞ് നിലാവിൽ മുങ്ങി, ഉദയംവരെ ആകാശത്തേക്കു നോക്കിനിന്ന് അതിൽ ലയിക്കാൻ അവൾ കൊതിക്കാറുണ്ട്. ഒരിക്കൽ അവൾ സ്വയം ഒരു നിലാവായി സങ്കല്പിച്ച് ആ സങ്കല്പലോകത്തിൽ മതിമറന്ന് അങ്ങനെ നില്ക്കുമ്പോൾ അങ്ങു വിഹായസ്സിൽനിന്നും ഒരു നിലാവിൻകഷണം അടർന്ന് അവൾക്കുനേരെ വരുന്നതുകണ്ട് അവൾ ചിരിച്ചുപോയി. അവളുടെ അരികിലേക്കുവന്ന ആ നിലാവിൻ കഷണം ക്രമേണ ഒരു മനുഷ്യരൂപമായി മാറി. അഴകോലുന്ന ഒരു യുവാവിന്റെ രൂപം! ഒരു യുവസുന്ദരൻ! നിലാവിൽനിന്നും അടർന്നു വന്നതിനാൽ ആ യുവകോമളന്റെ വദനത്തിനു നിലാവിനെക്കാൾ ഭംഗിയുണ്ടായിരുന്നു. ഒരു ചന്ദ്രബിംബം മാതിരി അവൻ തോന്നിച്ചു.

അവൾ ആകെ സംഭ്രമിച്ചു നില്ക്കെ, അവൾ നില്ക്കുന്ന മാളികയിൽ ആ ചന്ദ്രബിംബ യുവാവ് വന്നിറങ്ങി. പിന്നെ പതിയെ അവളുടെ അരികിലെത്തി തോളിൽ തൊട്ടുകൊണ്ടു ചോദിച്ചു: ‘‘ഞാൻ ആകാശമാർഗ്ഗം സഞ്ചരിക്കുമ്പോഴെല്ലാം നീ എന്തിനാണ് എന്നെത്തന്നെ നോക്കി നില്ക്കുന്നത്? പറയൂ, എന്താണിങ്ങനെ?’’

ആ അഴകിൽ മയങ്ങി അല്പനേരം ഒന്നും പറയാനാവാതെ നാണിച്ചുനിന്നുപോയ അവൾ മെല്ലെ തലയുയർത്തി.

‘‘ചന്ദ്രലോകം കാണാൻ നീ ആഗ്രഹിക്കുന്നുവോ?’’ യുവാവ് ചോദിച്ചു

‘‘ഉം.. അതെ.. ആഗ്രഹിക്കുന്നു.’’

‘‘നിന്നെ ഞാൻ അങ്ങോട്ടേക്കു കൂടെ കൊണ്ടുപോട്ടേ?’’

‘‘കൊണ്ടുപോകുമോ?’’ചോദിക്കാൻ ലജ്ജ ഉണ്ടായിരുന്നെങ്കിലും അവൾ ചോദിച്ചു.

‘‘പിന്നെന്താ കൊണ്ടുപോകാമല്ലോ..’’ എന്നുപറഞ്ഞതും അവന്റെ ശരീരത്തിനിരുവശത്തുമായി രണ്ടുചിറകുകൾ മുളച്ചുവന്നു. സ്വർണ്ണച്ചിറകുകൾ!

‘‘എന്നെ എങ്ങനെയാ ചന്ദ്രലോകത്തേക്കു കൊണ്ടുപോകുന്നെ?’’ അവൾ ആശങ്കാകുലയായി ചോദിച്ചു.

‘‘എന്റെ ചിറകുകളിൽ കയറി ഇരുന്നോളൂ.’’ ചിറകു താഴ്ത്തിക്കൊടുത്തുകൊണ്ട് യുവാവു പറഞ്ഞു.

അവൾ മെല്ലെ ചിറകുകളിൽപിടിച്ചു കയറിയിരുന്നു. പിന്നെച്ചോദിച്ചു

‘‘ഞാൻ എങ്ങനെ തിരികെ വരും?’’

‘‘ഭയപ്പെടേണ്ട, ഞാൻതന്നെ നിന്നെ തിരികെ കൊണ്ടുവിടും.’’

ചിറകുകൾ പൂർവ്വാധികം വിടർത്തിക്കൊണ്ട് യുവാവു മെല്ലെപ്പറഞ്ഞു.

‘‘ആദ്യം നമുക്കു മഹേന്ദ്രഗിരിയുടെ നെറുകയിലേക്കു പോകാം. അവിടെനിന്നും ചന്ദ്രലോകത്തേക്കു പറക്കാം എന്താ?!’’

മഹേന്ദ്രഗിരിയിലെ കൊടുമുടിയിൽ എത്തിയപ്പോൾ അവൾ മെല്ലെ താഴേക്ക് എത്തിനോക്കി. ധാരാളം വൈദ്യുതി വിളക്കുകൾ പൊട്ടുപോലെ കാണായി.

"താഴെക്കാണുന്നതെന്ത്?" അവൾ ചോദിച്ചു

"റോക്കറ്റുകൾക്കായി ദ്രാവകങ്ങൾ നിർമ്മിക്കുന്ന സ്ഥലം. ഉടൻ തന്നെ വേഗംവേഗം യുവാവ് മുകളിലേക്കു പറന്നു. അല്പം ദൂരംകൂടി ചെന്നപ്പോൾ അവൾ വീണ്ടും താഴേക്ക് എത്തിനോക്കി. അവിടെ അഗ്നി സ്ഫുലിംഗങ്ങൾ കണ്ടു."

"അതെന്താണ്?" അവൾ ചോദിച്ചു

"അതോ, അതു ശത്രുക്കൾ രാജ്യത്തിനുള്ളിൽ പ്രവേശിക്കാതിരിക്കാനായി അവിടത്തെ രാജാവ് ഉണ്ടാക്കി വെച്ചിരിക്കുന്ന അഗ്നിപ്പുഴ."

അഗ്നിപ്പുഴയിൽനിന്നും ശക്തമായ അഗ്നിജ്വാലകൾ തെരുതെരെ പൊങ്ങുന്നത് അവൾ കണ്ടു. അവൾക്കാകെ ഭയമായി. കോമളയുവാവിന്റെ ചിറകുകൾ ഈ അഗ്നിയുടെ കൊടിയചൂടിൽ കരിഞ്ഞുപോയാലോ. അതോർത്തപ്പോൾ അവളുടെ ഭയം ഇരട്ടിച്ചു. വീണ്ടും അല്പ ദൂരംകൂടി പിന്നിട്ടപ്പോൾ ദ്രാവകം തിളച്ചുമറിയുന്ന ഒരു പുഴകണ്ടു.

"ഇതെന്താണ്?"

"പൊള്ളുന്ന ദ്രാവകം.. ശത്രുക്കൾ നാട്ടിലേക്ക് പടയൊരുക്കം നടത്താതിരിക്കാൻ ആ നാട്ടിലെ രാജാവ് ഉണ്ടാക്കിയിട്ടുള്ള ദ്രാവകനദി. ഇതു കടക്കാൻ ശ്രമിച്ചാൽ അപ്പോൾത്തന്നെ ഉരുകിപ്പോകും."

അവൻ പറഞ്ഞതെല്ലാം കേട്ട് അവൾക്കു വീണ്ടും ഭയം വർദ്ധിച്ചു.

"ഇതെല്ലാം കടന്നിട്ടുവേണോ ചന്ദ്രലോകത്തെത്താൻ?"

"പിന്നല്ലാതെ. സാരമില്ല, ചന്ദ്രലോകം കണ്ടാലുടനെ നമുക്കു മടങ്ങിപ്പോരാം" അവൻ അവളെ ആശ്വസിപ്പിച്ചു.

ആ കോമളയുവാവിന്റെ ചിറകിൽ അവൾ പൊത്തിപ്പിടിച്ചിരുന്നു. അവൻ പറന്നുപറന്ന് മുന്നേറി. വഴിമദ്ധ്യേയുള്ള നിബിഡമായ വനത്തിനു മുകളിലൂടെ പറന്നുകൊണ്ടിരുന്നപ്പോൾ അവൾ അവന്റെ വശ്യമായ സൗന്ദര്യത്തിൽ വല്ലാതെ മയങ്ങിപ്പോയി. അവൻ അവളെ മുന്നിൽക്കണ്ട മലയുടെ മുകളിൽ ഇറക്കി. പടിഞ്ഞാറേ ചെരുവിലേക്കു മറഞ്ഞുകൊണ്ടിരുന്ന അമ്പിളി എങ്ങും പൂനിലാവു പരത്തിക്കൊണ്ടിരുന്നു.

മലമുകളിൽനിന്നും താഴ്‌വരവരെ കൈകോർത്തു പിടിച്ച് അവർ ഇറങ്ങിനടന്നുവന്നു. പൂവട്ടപോലെ പരന്നുകിടന്ന ഒരു പാറയുടെ മുകളിലിരുന്ന് നിലാവിനെ ആസ്വദിച്ചുകൊണ്ടിരുന്നപ്പോൾ അവൾ അവന്റെ മാറിലേക്കു ചാഞ്ഞു. താനറിയാതെ ആ മദാലസ രാത്രിയിൽ ഉണർന്ന ഞരമ്പുകളിലൂടെ ഒഴുകിയ പുളകങ്ങൾ അവൾക്ക് തടയാനായില്ല. ആലിംഗനാനുഭൂതിയിൽ ആ പാറപ്പുറത്ത് അവരറിയാതെ മയങ്ങിപ്പോയി.

അവൾ ഉണർന്നപ്പോൾ "ഇല്ല, അവൻ എങ്ങുമില്ല."

വിവസ്ത്രയായ അവൾ ആ ഏകാന്തതയിൽ അവൻ തന്നെ ഉപേക്ഷിച്ചു കടന്നുകളഞ്ഞതോർത്തു വിലപിച്ചു.

അന്വേഷിച്ചു ചെന്നവർ, നഗ്നയാക്കപ്പെട്ട നിലയിൽ വനത്തിനുള്ളിലെ ഒരു പരന്നപാറപ്പുറത്ത് അവളെ കണ്ടെത്തി. അരികിലായി ഊരിയെറിയപ്പെട്ട അവളുടെ തുണിമണികളൊക്കെ കിടപ്പുണ്ടായിരുന്നു. അയൽപക്കക്കാരായ ആളുകൾ അതുകണ്ട് പരിഭ്രമിച്ച് ഓടിച്ചെന്ന് തുണി

കളെടുത്ത് അവളെ ഉടുപ്പിച്ചു. അവൾ മുഖംപൊത്തി ഏങ്ങിയേങ്ങിക്കരഞ്ഞു.

വീടിന്റെ മട്ടുപ്പാവിൽ നിലാവാസ്വദിച്ചുകൊണ്ടിരുന്ന അവളെ ഏതോ ജിന്നു വന്ന് എടുത്തുകൊണ്ടുപോയി കന്യകാത്വം നശിപ്പിച്ച വിവരം പിന്നീട് അവളുടെ ശരീരത്തിൽക്കണ്ട നഖക്ഷതങ്ങളിൽനിന്നാണ് വേണ്ടപ്പെട്ടവർ മനസ്സിലാക്കിയത്.

"എവിടാടീ പോയത..? ആരുടെ കൂടെയാടീ പോയത്..?"

അവൾ ഉത്തരം പറഞ്ഞില്ല. എങ്ങനെയൊക്കെ ചോദിച്ചിട്ടും അവൾ മറുപടി പറയാൻ കൂട്ടാക്കിയില്ല.

നീണ്ട മൗനത്തിനൊടുവിൽ അവൾ പറഞ്ഞു.

"എന്നെ ഒരു സുന്ദരനായ യുവാവാണ് വിളിച്ചുകൊണ്ടുപോയത്."

"ആരാടീ അവൻ?"

"നിലാവുപോലുള്ള ഒരാൾ" എന്നുപറഞ്ഞു നിർത്തി. പിന്നെ അവൾ വായ തുറന്നിട്ടില്ല. ബാധകേറിയതുപോലെ കണ്ണുമിഴിച്ച് നിന്നു.

അതുവഴി കടന്നുപോയ മമ്മാസിന്റെ ലബ്ബയെ കൊണ്ടുവന്ന് ഒന്നോതിനോക്കാൻ കൂടിനിന്നവർ പറഞ്ഞു. ഓതിനോക്കിയ ലബ്ബയ്ക്ക് ഒരെത്തും പിടിയും കിട്ടിയില്ല. എന്നാലും എന്തൊക്കെയോ മനസ്സിലാക്കിയ ഭാവത്തിൽ ലബ്ബ ഉറപ്പിച്ചു പറഞ്ഞു;

"ജിന്നുകളെ ഇവൾ സ്വപ്നം കണ്ടിരിക്കണം."

"സ്വപ്നത്തിൽ ജിന്നുകൾ വന്നോ പിള്ളേ..?" മമ്മാസിന്റെ ലെബ്ബ ചോദിച്ചപ്പോൾ വാതുറന്ന് ഒരക്ഷരം മിണ്ടാതെ "അതെ"എന്ന അർത്ഥത്തിൽ അവൾ തലയാട്ടി.

"ഞാൻ അഗ്നി നദി കണ്ടു.., ദ്രാവക നദി കണ്ടു.., വന്യമായ കാടും മലകളും കണ്ടു.., പോയ വഴിയിൽ നക്ഷത്രങ്ങൾപോലെ വിളക്കുകൾ കണ്ടു. അദ്ദേഹം എന്നെ അവടെയെല്ലാം കൊണ്ടുപോയി" ആരും ചോദിക്കാതെ അവൾ സ്വയം പുലമ്പിക്കൊണ്ടിരുന്നു.

"അപ്പോൾ ജിന്നുതന്നെയായിരിക്കണം ഇവളെ കൂട്ടിക്കൊണ്ടുപോയത്."

അപ്പോഴാണ് തന്നെ കൊണ്ടുപോയത് ജിന്നായിരുന്നെന്ന് അവൾക്കു മനസ്സിലായത്.

"എനിക്ക് ആ ജിന്നിനെ മതി. ഞാൻ അദ്ദേഹത്തോടൊപ്പമാണ് ജീവിക്കേണ്ടത്" അവൾ പുലമ്പിക്കൊണ്ടേയിരുന്നു.

അന്നുമുതൽ സ്വയം അണിഞ്ഞൊരുങ്ങി നിലാവില്ലാത്ത രാത്രികളിൽപ്പോലും അവൾ നിലാവു കാണാനെന്നപോലെ വിശാലമായ മട്ടുപ്പാവിൽ നിലാവുദിക്കുന്ന ദിക്കുനോക്കി നില്ക്കാറുണ്ട്.

ആ ചന്ദ്രബിംബത്തെ പ്രതീക്ഷിച്ച്, ചന്ദ്രലോകത്തേക്കുതന്നെ കൂട്ടിക്കൊണ്ടുപോയി അവിടെവെച്ച് തന്റെ കഴുത്തിൽ മിന്നുകെട്ടുന്ന പുതുമണവാളനെ പ്രതീക്ഷിച്ച് വർഷങ്ങളായി കാത്തിരുന്ന അവളുടെ തുടുത്ത കവിളുകൾ ക്രമേണ ഒട്ടിപ്പോയി. ഇടതൂർന്ന അവളുടെ മനോഹരങ്ങളായ കാർകൂന്തലിൽ നരകേറിയതുകണ്ട് അയൽക്കാർ അവളുടെ വിധിയെയോർത്തു വിലപിച്ചു.

ഒൻപത്

മിന്നൽ കൊടുത്ത പണവുമായി സേട്ടിന്റെ ജയം സ്റ്റോഴ്സിൽ നിന്നും മെത്തവാങ്ങി വെച്ചിട്ട്, മൊയ്ദീനെ അന്വേഷിച്ച് കണക്കപ്പിള്ള മസ്താൻ ഓടക്കരയിലേക്കു ചെന്നു. അവിടെ എത്തിയപ്പോൾ തെരുവിൽ വലിയൊരു ലഹള നടക്കുകയായിരുന്നു.

വലിയമരയ്ക്കാരപ്പായുടെ ദർഗ്ഗാവിലേക്ക് കൊമ്പു തേങ്ങയും കൊണ്ട് കാണിക്ക വാങ്ങാൻ ഫക്കീർഷാ നടക്കുകയായിരുന്നു. ഫക്കീർഷായെ വിളിച്ച് മുസ്ലീം മുന്നേറ്റസംഘാംഗമായ അലിയുടെ ഭാര്യ ഗരിസ കാണിക്കകൊടുത്തു. പിന്നെ തേങ്ങാതൊട്ട് കണ്ണിൽവെച്ചു. ഫക്കീർഷാ, ചട്ടിയിലെ കനലിൽ അല്പം കുന്തിരിക്കപ്പൊടി വാരിയിട്ട് പുക ഒന്നുകൂടി വളർത്തി. പിന്നെ ഭക്തിയോടെ മയിൽപീലികൊണ്ട് അവളുടെ തലയിൽത്തടവി. ഇതു കണ്ടുകൊണ്ടുവന്ന അലിയുടെ മുഖം ചുവന്നു ചീറി. കയറിവന്നതും ഓങ്ങി അവളുടെ മുഖമടച്ച് ഒറ്റയടി കൊടുത്തു.

"എന്തിനാടീ കാണിക്ക ഇട്ടത്?"

"എന്താ വാപ്പാ..?"

ഗരിസയോടുള്ള അനുതാപംകൊണ്ട് ചോദ്യത്തിന് ഫക്കീർഷായുടെ നേരെയും അയാൾ തുറിച്ചുനോക്കി. അടി തനിക്കും കിട്ടുമെന്നു ഭയന്നുപോയ ഫക്കീർഷാ അവിടെനിന്നും മെല്ലെ പിൻവാങ്ങി. പിന്നെ തെരുവിൽ അയാളുടെ നിഴൽപോലും കാണാനില്ലായിരുന്നു.

"എന്തിനാ എന്നെ അടിച്ചത്? നിങ്ങൾ നശിച്ചുപോവുകയേയുള്ളൂ.." വേദന സഹിക്കാനാവാതെ കോപത്തോടുകൂടി ഗരിസ ഉറക്കെപ്പറഞ്ഞു.

"എന്തിനാടീ ആ ഫക്കീർഷായ്ക്ക് കാണിക്കാന്നു പറഞ്ഞ് കാശുകൊടുത്തത്? മയിൽപീലികൊണ്ട് തലയിൽത്തടവാൻ നിന്നുക്കൊടുത്തത്?"

"വലിയതമ്പിമരയ്ക്കാരപ്പായുടെ ദർഗ്ഗായിൽനിന്നുംവന്ന ഫക്കീർഷാ. കാണിക്ക ഇടുന്നത് എന്റെ വിശ്വാസം."

"ഞാൻ വിശ്വസിക്കുന്നതു നീയും വിശ്വസിച്ചാൽ മതി" അവൻ ഉറപ്പിച്ചു പറഞ്ഞു.

"നിങ്ങൾ വിശ്വസിക്കുന്നത് ഞാനും വിശ്വസിക്കണമെന്നുണ്ടോ?"

"അതേടീ ഞാൻ ഔലിയാർമാരെ വിശ്വസിക്കുന്നില്ല. ദർഗ്ഗായിലെ പ്രാർത്ഥനയിൽ വിശ്വസിക്കുന്നില്ല. ഇതെല്ലാം ഇസ്ലാം നിയമപ്രകാരം കുറ്റമാണ്."

"എനിക്ക് കുറ്റമായി തോന്നുന്നില്ല."

"നിനക്കു കുറ്റകരമായി തോന്നുന്നില്ലെന്നോ..? നീ വിശ്വസിക്കുന്നെന്നോ..?"

തനിക്കു കുറ്റമായി തോന്നുന്നില്ലെന്ന് അവൾ പറഞ്ഞതും അവളുടെ തലമുടിയിൽ പിടിച്ച് വലിച്ചിഴച്ചു നടുത്തെരുവിൽ കൊണ്ടുതള്ളി അവിടെയിട്ടു തല്ലി. ഉമ്മയെ വാപ്പാ തലങ്ങും വിലങ്ങും തല്ലുന്നതുകണ്ട കുട്ടികൾ വാവിട്ട് ഉറക്കെ നിലവിളിച്ചു. കുട്ടികളുടെ നിലവിളി ശബ്ദംകേട്ട്

തെരുവിലെ ജനങ്ങൾ അലിയുടെ മുറ്റത്തേക്ക് ഓടിയെത്തി.

ഗരിസ തെരുവിൽ നിന്നും മണ്ണുവാരിയെറിഞ്ഞ് കെട്ടിയവനെ പ്രാകി. ഇതുകേട്ട അലി കോപാന്ധനായി നിന്നുവിറച്ചു.

"ഒറ്റച്ചവുട്ടിന് നിന്നെ ഞാൻ കൊന്നുകളയും.." ചവിട്ടാനായി അയാൾ കാലുയർത്തിക്കൊണ്ട് പറഞ്ഞു.

"കൊല്ല്.. എല്ലാം നശിച്ചുപോകട്ടെ. കൊല്ല്. ചവുട്ടിക്കൊല്ല്" അവൾ ചാടിയെഴുന്നേറ്റ് നിലവിളിച്ചുകൊണ്ടുനിന്നിരുന്ന കുട്ടികളെ കൈകൊണ്ട് എത്തിപ്പിടിച്ചണച്ചു.

"വാ.. മക്കളേ.. ഇയാളുടെ അടിയും ഇടിയും ചവിട്ടുംകൊണ്ട് ചാവുന്നതിലും ഭേദം ഒറ്റയടിക്ക് പ്രാണൻ കളയുന്നതാണ്. വാ മക്കളേ.." കുഞ്ഞുങ്ങളെ വലിച്ചുകൊണ്ട് അവൾ മുന്നോട്ടു നടക്കാനാഞ്ഞതും തെരുവിലെ സ്ത്രീകൾ പോകാൻ സമ്മതിക്കാതെ അവളെ സ്നേഹപൂർവ്വം തടഞ്ഞുനിർത്തി. അവൾ തടഞ്ഞവരെയൊക്കെ തട്ടിമാറ്റി. മറ്റൊരുത്തി അവളുടെ പിടിയിൽനിന്നും കുഞ്ഞുങ്ങളെ രക്ഷിച്ചു മാറ്റിനിർത്തി.

"ഇസ്ലാമിന് എതിരായി നടക്കുന്നവൾ പ്രാണനോടെ ഇരിക്കുന്നതിലും ഭേദം മരിക്കുന്നതാണ്. അവളെ വിടുവിൻ.." അവൻ ഉറക്കെപ്പറഞ്ഞു. 'ഒരു തെരുവ് ഒൻപതിനൊക്കും' എന്ന കണക്കിൽ അവിടെ ജനങ്ങൾ തടിച്ചുകൂടി. ആകപ്പാടെ കുഴഞ്ഞ പ്രശ്നം! ദർഗ്ഗായിൽ പ്രാർത്ഥിക്കുന്നവർ ഒരു വശത്തും അവിടെ പ്രാർത്ഥിക്കാത്തവർ മറുപുറത്തും നിന്ന് വാദം നടത്തി. പ്രശ്നം കൈയാങ്കളിവരെയെത്തി. സ്ത്രീകൾ കച്ചകെട്ടി കളത്തിലിറങ്ങി. തെരുവ് വാദപ്രതിവാദങ്ങളാൽ ആലോലകല്ലോലമായി.

തെരുവിന്റെ അവസ്ഥ കണ്ടതും കണക്കപ്പിള്ള മസ്താൻ സാഹിബ്ബ്, മൊയ്ദീനെ തിരയുന്നത് മതിയാക്കി തിരികെ നടന്നു.

അന്നുരാത്രി ഇഷാ തൊഴീലിനുശേഷം ജമാഅത്ത് അധികാരികൾ പള്ളിയിൽ നിന്നും പുറത്തേക്കു വന്നപ്പോൾ ഗരിസായും കുഞ്ഞുങ്ങളും പള്ളിവാതിലിനു മുന്നിലെ മുറ്റത്ത് നില്ക്കുന്നതുകണ്ട് എന്തെന്നില്ലാത്ത ദേഷ്യത്തിൽ ആരാഞ്ഞു. സ്ത്രീകൾ പള്ളിവാതിലിന്റെ മുന്നിലെ മുറ്റത്തുകൂടി സഞ്ചരിക്കാൻ പാടില്ലെന്ന് വിളംബരപ്പലക തൂക്കിയിട്ടിട്ടുണ്ട്. അതും ധിക്കരിച്ചാണ് അവൾ കുട്ടികളെയും കൂട്ടിക്കൊണ്ട് വന്നുനില്ക്കുന്നത്. അധികാരികൾക്ക് അവളുടെ വരവ് തെല്ലും രസിച്ചില്ല.

"സ്ത്രീകൾ പള്ളിമുറ്റത്തു വരരുതെന്ന് നിനക്ക് അറിയില്ലേ?"

"അറിയില്ല വാപ്പാ."

"ബോർഡു കണ്ടില്ലേ?"

"വായിക്കാനറിയില്ല വാപ്പാ."

"എന്തിനാണു വന്നത്?"

കൈയിൽ ചുരുട്ടിവെച്ചിരുന്ന കടലാസ് അവൾ അയാളെ കാണിച്ചു.

"ഇതെന്താ?"

"എന്റെ ഭർത്താവ് എന്നെയും കുഞ്ഞുങ്ങളെയും അടിച്ചുകൊല്ലും."

"കണക്കപ്പിള്ളയെക്കണ്ട് അയാളുടെ കൈയിൽ കൊടുക്ക്. പോ..

പോ.. പള്ളിയുടെ മതിൽക്കെട്ടിനുള്ളിൽ സ്ത്രീകൾ കടക്കാൻ പാടില്ല. ങും.. നില്ക്കാതെ വേഗം പോ..''

ജമാഅത്ത് അധികാരി അവളുടെ സങ്കടം കേൾക്കാൻ കൂട്ടാക്കാതെ തിടുക്കത്തിൽ അയാളുടെ വീട്ടിലേക്കുപോയി.

ഇനി ആരോടുപോയി സങ്കടം പറയും? വഴിയൊന്നും കാണാതെ അവൾ എന്തുചെയ്യണമെന്നറിയാതെ കുഴങ്ങി നില്ക്കുമ്പോഴാണ് മോതിനാർ പള്ളിവാതിൽകടന്ന് മെല്ലെ ഇറങ്ങി വരുന്നത് കണ്ടത്. ഒരു സ്ത്രീ കുഞ്ഞുങ്ങളുമായി പള്ളിയുടെ കോമ്പൗണ്ടിനുള്ളിൽ. ഒരു പെണ്ണുനില്ക്കുന്നതു കണ്ടതേ കലി കയറിയ അയാൾ അവളെ ഓടിച്ചു.

''പോ.. കടന്നുപോ.. പോകാൻ.. പോ.. പോകാനല്ലേ പറഞ്ഞത്.. സ്തീകൾ പള്ളിവാതിൽ കോമ്പൗണ്ടിനുള്ളിൽ. കയറാൻ പാടില്ലെന്ന് അറിയില്ലേ?''

മോതിനാർ തുരത്തിയോടിച്ചത് അവൾക്ക് വല്ലാത്ത അപമാനമായി തോന്നി. അവളറിയാതെ അവളിലേക്കൊഴുകിയെത്തിയ ഒരു ധൈര്യത്തിൽ അല്പവും പതറാതെ മോതിനാരുടെ മുഖത്തുനോക്കി അവൾ ചോദിച്ചു;

''ഞങ്ങൾ സ്ത്രീകൾക്കു ഈ പള്ളിയിൽ യാതൊരവകാശവുമില്ലെന്നാണോ? പള്ളിയുടെ മുറ്റത്തു നില്ക്കാൻപോലും പാടില്ലെന്നാണോ?''

അവളുടെ ചുണ്ട് അനങ്ങുന്നതു മാത്രമേ മോതിനാർ കണ്ടുള്ളൂ. കേൾവിശക്തി ഇല്ലാത്തതിനാൽ അവളുടെ ചോദ്യങ്ങൾ അയാളുടെ ചെവിയിൽ പതിച്ചതേയില്ല.

സ്ത്രീകളെ കണ്ടിട്ടില്ലാത്ത ആണുങ്ങളാണോ ഇവരെല്ലാം? പള്ളിയും പള്ളിമുറ്റവും ആണുങ്ങൾക്കു മാത്രമോ? ആശ്രയമറ്റ ഒരു സ്ത്രീസ്വരം ചെവിക്കൊള്ളാൻ ഇവർക്കൊന്നും സമയമില്ലെന്നോ? ഇപ്രകാരമാണോ സ്ത്രീകളെ കാണേണ്ടത്? എന്നൊക്കെ പിറുപിറുത്തുകൊണ്ട് പള്ളിയുടെ കോമ്പൗണ്ട് കടന്ന് അവൾ പുറത്തുവന്നു. പുറത്ത് കോമ്പൗണ്ടിന്റെ ഭിത്തിയിൽ തൂക്കിയിട്ടിരുന്ന വിളംബരപ്പലക അവളുടെ ദൃഷ്ടിയിൽപെട്ടു. കോപംകൊണ്ടുവിറച്ച അവൾ ''അവന്റെയൊക്കെ ഉമ്മാന്റെ ഒരു താലി'' എന്നുപറഞ്ഞ് വിളംബരപ്പലക വലിച്ചുപറിച്ച് നിലത്തിട്ടു നാലഞ്ചു ചവിട്ടുകൊടുത്തു.

''നിങ്ങടെ ഒരു ബോർഡും കുറെ നിയമങ്ങളും'' എന്നുംപറഞ്ഞ് തെരുതെരെ അവൾ വീട്ടിലേക്കു നടന്നു. വീട് ഇരുളിന്റെ കയത്തിൽ മുങ്ങിക്കിടക്കുകയായിരുന്നു. തെരുവു വിളക്കിന്റെ അരണ്ട പ്രകാശം. വീട്ടുവാതുക്കൽ വീണുകിടന്ന ആ അരണ്ട പ്രകാശത്തിൽ അലി കുത്തിയിരിക്കുന്നത് അവൾ കണ്ടു. അവളെ കണ്ടതും അലി ചാടിയെണീറ്റു. കൈയിൽ കത്തുന്ന ബീഡി.

''പള്ളി വാതുക്കൽ എന്തിനാടീ പോയത്?''

''നിങ്ങൾ എന്നെ ഉപദ്രവിക്കുന്നു എന്ന് എഴുതിക്കൊടുക്കാൻ.''

അവളുടെ കൈയിലിരുന്ന കടലാസ് അവൻ പിടിച്ചുവാങ്ങി ചീന്തി

യെറിഞ്ഞു.

''എന്റെ രോമങ്ങൾ അവർ പറിച്ചെടുക്കുമായിരിക്കും'' അവൻ അലറി.

മറുപടി പറയാനാവാതെ, ആരോരുമില്ലാത്തവളെപ്പോലെ അവൾ തലകുനിച്ചു നിന്നു. തെരുവിൽക്കൂടിയ ജനങ്ങൾ അപ്പോഴേക്കും അവിടെനിന്നും പിരിഞ്ഞുപോയിക്കഴിഞ്ഞിരുന്നു.

പത്ത്

ഓടക്കരത്തെരുവിലുള്ള ബീമാ ആലോചിച്ചാലോചിച്ച് അവൾക്ക് ഒരു മാർഗ്ഗവും കണ്ടെത്താനായില്ല. നമ്മുടെ സമുദായത്തിലെ പയ്യന്മാരാണെങ്കിൽ രൊക്കം പണം വേണം. ആഭരണങ്ങളും ധാരാളം ചോദിക്കും. പെണ്ണിനു വയസ്സ് ഇരുപത്തേഴായി. ഇനിയും വീട്ടിൽ വെച്ചോണ്ടിരിക്കാൻ ആവില്ല. കന്നിപ്പെണ്ണ് നെടുവീർപ്പിട്ടാൽപിന്നെ കുടുംബത്തിനു ഗതിയുണ്ടാവില്ല. തെരുവിലെ ഓരോ സ്ത്രീയും കാട്ടിൽപോയി കുഞ്ഞുണ്ടാക്കിയും പ്രസവിച്ചും കുഞ്ഞിനെ ഗർഭത്തിൽവെച്ചുതന്നെ നശിപ്പിച്ചും നടക്കുന്നു. ഗർഭച്ഛിദ്രം നടത്തുന്നതിനായിത്തന്നെ കാടിനരുകിലായി ഒരു ചെറിയ കുടിലുണ്ട്. അവിടെ സൈറാ ബെത്താ എന്ന സ്ത്രീയുണ്ട്. സുരക്ഷിതമായി ഗർഭസ്ഥശിശുവിനെ ഛിദ്രംചെയ്തു കളയുന്നതിൽ മിടുമിടുക്കി.

നൂർജഹാനു പള്ളിത്തെരുവിലുള്ള സാലിയോടു ചങ്ങാത്തം ഉണ്ടായത് കയറുകമ്പനിയിൽവെച്ചായിരുന്നു. അവരാദ്യം കണ്ടുമുട്ടിയതും അവിടെവച്ചുതന്നെ. സ്നേഹത്തോടെയുള്ള സംഭാഷണത്തിൽ ആരംഭിച്ച ആ പരിചയം ക്രമേണ പ്രണയമായി. കല്യാണം കഴിച്ചോളാമെന്ന് അവൻ നൂർജ്ജഹാനു വാക്കുകൊടുത്തു. പെണ്ണിന് നിറം അല്പം മങ്ങലാണെങ്കിലും നല്ല മുഖലക്ഷണം. സാലിക്കും കയറുകമ്പനിയിൽ തന്നെയായിരുന്നു ജോലി. രണ്ടുപേരും അടുത്തിടപഴകി. വിസർജ്ജ്യത്തിനായി കാട്ടിൽപോകുന്നു എന്ന ഭാവത്തിൽ അടിക്കടി കാട്ടിൽവെച്ച് ഇരുവരും കണ്ടുമുട്ടാറുണ്ടായിരുന്നു. രാത്രികാലങ്ങളിൽ അവളുടെ കിനാവുകളിൽ സാലി മണവാളനായെത്തി അവളെ വാരിപ്പുണർന്നിരുന്നു.

നാടും നാട്ടുകാരും അറിയാതെ നൂർജഹാനെ സൈറ ബെത്താ മൂന്നുപ്രാവശ്യം രക്ഷിച്ചു. നൂർജഹാന്റെ അമ്മ ബീമായ്ക്കും സാലിയുമായുള്ള അവളുടെ ബന്ധത്തെക്കുറിച്ച് നന്നായി അറിയാം. സാലി അവളുടെ കന്യകാത്വം നശിപ്പിച്ച കാര്യവും അറിയാം. അവൻതന്നെ അവളെ നിക്കാഹ് ചെയ്യും എന്ന കണക്കുകൂട്ടലിൽ മറ്റൊന്നും ശ്രദ്ധിക്കാൻ പോയില്ല.

സാലി ദുബായ്ക്കു വിമാനം കയറിയവിവരം ദിവസങ്ങൾക്കുശേഷം അവൻ കമ്പനിയിൽ വരാതായപ്പോഴാണ് നൂർജഹാൻ അറിയുന്നത്. ദുബായിൽനിന്നും പെർഫ്യൂമും സോപ്പും ഉടുപ്പും ഒക്കെ കൊണ്ടുവന്ന് തന്നെ വിവാഹംചെയ്യും എന്നു പ്രതീക്ഷിച്ച് അവൾ കാത്തിരുന്നു. വർഷ

ങ്ങൾ കടന്നുപോയി. അവൾക്ക് വയസ്സ് ഇരുപത്തേഴായി.

ദുബായിലെ പെർഫ്യൂമിന്റെ മണം വാരിവിതറിക്കൊണ്ട് ഓടക്കര തെരുവിലൂടെ അവൻ വരുന്നതും പോകുന്നതും അവൾകണ്ടു. അവന്റെ ദൃഷ്ടിയിൽ പതിക്കുന്ന തരത്തിൽ മുന്നിൽ ചെന്നുനിന്നിട്ടും അവൻ ഏറു കണ്ണിട്ടുപോലും അവളെ നോക്കാതെ പോയപ്പോൾ അവളുടെ നെഞ്ചിൽ കനലെരിഞ്ഞു. തെരുവിൽവെച്ച് പിന്നെ ഒരേയൊരു പ്രാവശ്യം കൂടിയേ അവൾ അവനെ നേരിൽ കണ്ടിട്ടുള്ളൂ. രണ്ടുമാസത്തെ അവധിയിൽ നാട്ടി ലേക്കുവന്ന അവൻ പിന്നെ ഓടക്കരത്തെരുവുഭാഗത്ത് അധികം വരാ തായി.

ഒരിക്കൽ ബീമാ റോഡരികിലുള്ള ഒരു മെഡിക്കൽസ്റ്റോറിൽ നില്ക്കു മ്പോൾ ബൈക്കിൽ അതുവഴി അവൻ പോകുന്നതുകണ്ടു. അല്പമകലെ ബൈക്കുനിർത്തി ഒരു കടയിലേക്ക് അവൻ കയറി. ബീമാ വേഗം നടന്ന് ബൈക്ക് നിർത്തിവെച്ചിരിക്കുന്ന സ്ഥലത്തെത്തി.

കടയിൽനിന്നും ബിസ്കറ്റും മറ്റും വാങ്ങിയശേഷം ഇറങ്ങിവന്നവൻ ബൈക്കിന്റെ അരുകിൽ ബീമാ നില്ക്കുന്നതുകണ്ടു.

“എന്താ അക്കാ സുഖമല്ലേ?” അവൻ ചോദിച്ചു.

അവൻ അക്കായെന്നു വിളിക്കുമെന്ന് അവൾ സ്വപ്നത്തിൽപോലും കരുതിയില്ല. അവൻ അവളെ അക്കാ എന്നുവിളിച്ചപ്പോൾ അവൾ ഒരു നിമിഷം എന്തോ ഓർത്തുപോയി.

“മകൾക്ക് കല്യാണമൊക്കെ ആയോ അക്കാ?” എന്നുചോദിച്ചു കൊണ്ട് അവൻ ബൈക്ക് സ്റ്റാർട്ടാക്കി ഓടിച്ച് പോയി മറഞ്ഞു.

“ഹമ്പട, പടുപാപീ..”

അവൾ സ്തംഭിച്ചു നിന്നു.

അവനെ വിശ്വസിച്ച് നശിപ്പിക്കപ്പെട്ട നൂർജഹാനും ബീമായും വീടി നുള്ളിലിരുന്ന് ആരുമാരുമറിയാതെ പൊട്ടിക്കരഞ്ഞു. കരഞ്ഞുകരഞ്ഞ് നെഞ്ചിലെ നീറ്റൽ ഒരുവിധം ഇറക്കിവെച്ച അവസ്ഥയിലാണ് വിവാഹദ ല്ലാൾ മീരാസായോട് പെണ്ണിന് വരനെ അന്വേഷിക്കാൻ പറഞ്ഞത്. ഈ അവസ്ഥയിൽ ആരായാലും തരക്കേടില്ല എന്ന മാനസികാവസ്ഥയാണ് ബീമയ്ക്ക്.

ദല്ലാൾ മീരാസാ സന്തോഷത്തോടുകൂടി വീടിനു വെളിയിൽനിന്ന് ഉറക്കെ വിളിച്ചു;

“ബീമാക്കാ..”

ബീമാ വീടിനുള്ളിൽനിന്ന് വെളിയിലേക്ക് ഇറങ്ങിവന്നു.

നൂർജഹാൻ കയറുകമ്പനിയിൽ പോയിരുന്ന സമയം.

“എന്താ വാപ്പാ..”

“ആൾ റെഡി.”

“നമ്മുടെ ആളാണോ?”

“അല്ല വേറെ ജാതി. നമ്മുടെ ജാതിയിലെ പയ്യന്മാർക്ക് സ്ത്രീധനം കൊടുക്കാൻ നിന്റെ കൈയിൽ എന്തെങ്കിലും ഉണ്ടോ ബീമാക്കാ..?”

ഒന്നുമില്ല എന്ന് അവൾ തലയനക്കി.

"നിങ്ങൾ പറഞ്ഞപ്രകാരം പതിനായിരം ഇരന്നുണ്ടാക്കി വെച്ചിട്ടുണ്ട്."

"ശരി. അങ്ങനെയെങ്കിൽ ഒരു മാസത്തിനുള്ളിൽ നിക്കാഹ് നടത്തി വെക്കാം."

"ഒരു മാസം എന്തിന്?"

"നിനക്ക് ബുദ്ധി നശിച്ചുപോയോ? അവന് സുന്നത്ത് ചെയ്യണ്ടേ? മുറിവ് ഉണങ്ങണമെങ്കിൽ പത്തുദിവസമെങ്കിലും പിടിക്കും. പിന്നെ മുസൽമാനായി മാറാൻ ഖലിമാ(മൂലമന്ത്രം) ചൊല്ലിപ്പഠിപ്പിക്കണം. അതുകൂടാതെ വേറെയും അല്ലറചില്ലറ പരിപാടികൾ ഉണ്ട്. അതുകൊണ്ട്.. നിങ്ങൾ ധൃതിവെക്കരുത് അക്കാ.."

"ശരി," ആയിരം വികാരങ്ങൾ മനസ്സിലടക്കിക്കൊണ്ട് താഴ്ന്ന സ്വരത്തിൽ അവൾ പറഞ്ഞു:

"ഏതുവിധത്തിലായാലും കെട്ടു നടക്കണം. കന്യാഭാരം തലയിൽനിന്നും ഇറക്കിവെക്കണം."

കയറുകമ്പനിയിൽനിന്ന് തിരികെവന്ന നൂർജഹാൻ മൺകലത്തിൽ ഉമ്മാ പിടിച്ചുവെച്ചിരുന്ന തണുത്തവെള്ളത്തിൽ മേൽകഴുകിയിട്ടു ചൂടുചക്കരക്കാപ്പി പാത്രത്തിൽനിന്നും ഗ്ലാസിലേക്കു പകർന്ന് മെല്ലെ ഊതിയൂതിക്കുടിച്ചുകൊണ്ടിരുന്നു. മകളുടെ കണ്ണുകളിൽ മുൻപു കണ്ടിരുന്ന ഉത്സാഹവും സന്തോഷവും എവിടെപ്പോയി മറഞ്ഞെന്ന് കുറച്ചുനാളായി അമ്മ ബീമാ അവളെ ശ്രദ്ധിക്കുന്നുണ്ടായിരുന്നു.

നൂർജ്ജഹാൻ വീടിനുവെളിയിലിറങ്ങി കാറ്റുകൊള്ളാനായി ചെന്നു നിന്നു.

"നീ അകത്തേക്കു വാ.. നിന്നോടൊരു കാര്യം പറയാനുണ്ട്" ബീമാ അവളെ അകത്തേക്കു വിളിച്ചു.

"പറയ്, ഞാൻ കേൾക്കുന്നുണ്ട്."

"അയൽക്കാരാരെങ്കിലും കേട്ടാലോ? നീ അകത്തേക്കു വാ."

"ഞാൻ കാട്ടിലേക്കു പോയിട്ടു വരാം" അവൾ കാട്ടിനരുകിലേക്കു പോകുന്ന വഴിയിൽ സെന്റുമ്മാ അവളെ കണ്ടു. രണ്ടുപേരുംകൂടി നേർക്കുനേർ കുത്തിയിരുന്ന് മലവിസർജ്ജനം നടത്തുകയും വർത്തമാനം പറയുകയും ചെയ്തുകൊണ്ടിരുന്നു. നാട്ടുവർത്തമാനം പറഞ്ഞകൂട്ടത്തിൽ ഓടക്കര തെരുവിലെ സെയ്യദ്ദിന്റെ മകൾ ഒരന്യജാതിക്കാരനൊപ്പം ഒളിച്ചോടിപ്പോയ കഥയും പറഞ്ഞു.

"പത്തിരുപത്തെട്ടു വയസ്സ് ആയ ശേഷവും പെണ്ണിനെ കെട്ടിച്ചുകൊടുക്കാതെ പിടിച്ചുവെച്ചോണ്ടിരുന്നു."

"സെയ്ദൂനാണോ?"

"അതെ."

ഇതുകേട്ടതും നൂർജഹാന് 'കഷ്ടം സെയ്ദൂൻ ഇങ്ങനെ ചെയ്തല്ലോ' എന്നു തോന്നിപ്പോയി. 'ഓടിപ്പോയതോ പോയി. അവൾക്ക് ഒരു മുസ്ലീം ചെക്കന്റെ കൂടെ ഓടിപ്പോകാൻ പാടില്ലായിരുന്നോ' എന്ന ചോദ്യം അവളുടെ മനസ്സിലുയർന്നു.

"നാട് കുട്ടിച്ചോറായി മാറി സെന്റുക്കാ" എന്നുപറഞ്ഞ് ഇരുവരും എണീറ്റ് അവരവരുടെ വീടുകളിലേക്ക് പോയി.

നൂർജഹാൻ വീടിന്റെ നടയ്ക്കുവെളിയിൽ നിന്ന് "ഉമ്മാ" എന്നു വിളിച്ചു. വെള്ളത്തിനായിട്ടാണ് അവൾ വിളിക്കുന്നതെന്ന് വിചാരിച്ച ബീമാ വെള്ളപ്പാത്രം നോക്കി. പിടിച്ചുവെച്ചിരുന്ന വെള്ളം മുഴുവനുംകൊണ്ട് അവൾ മേൽകഴുകിയിരിക്കുന്നു.

"നിക്ക്. ഞാൻപോയി പൈപ്പുവെള്ളം പിടിച്ചോണ്ടുവരാം" എന്നു പറഞ്ഞ് പ്ലാസ്റ്റിക് കുടവും എടുത്ത് ബീമാ റോഡിലേക്കിറങ്ങി.

വീടിനു മുന്നിൽ കാൽനീട്ടിയിരുന്ന് ബീഡി തെറുക്കുകയായിരുന്ന ആറാം നമ്പർ വീട്ടുകാരി മൈതീൻ സാത്തു ബീമായെക്കണ്ടതേ ചോദിച്ചു

"കാട്ടിൽപോയതാണോ നൂർജഹാൻ?"

"അതെയതെ."

"അന്തിസമയത്ത് വയറ്റുവേദന വന്നാൽപിന്നെ എങ്ങോട്ടാണു പോവുക? അല്ലെങ്കിൽ തെരുവോരത്തിരിക്കണം. ഒൻപതു വീടിനൊരു കക്കൂസ് എന്ന കണക്കിനുപോലും പാപിയായ അവൻ കെട്ടിത്തരുന്നില്ല, എന്തുചെയ്യും? ആ മൂലയിൽ വളച്ചുവെച്ചിരിക്കുന്ന മറവിൽവേണം ചന്തി കഴുകാനും മൂത്രമൊഴിക്കാനും. അവൻ ഒരു നാളും ഗുണം പിടിക്കില്ല. തീണ്ടാരിത്തുണി കഴുകിയിടാൻപോലും സ്ഥലമില്ല. ഒന്നാം തീയതി പിറന്നാൽ അവൻ പക്ഷേ, വാടക വാങ്ങാൻ വരും.

ഒൻപതു വീടുകളുടെ മുന്നിലുള്ള ഇത്തിരിപ്പോന്ന ആകാശത്തിനു താഴെ തഴപ്പായ മൈതാനത്തിലിട്ട് കൂലിക്ക് മെടഞ്ഞുകൊണ്ടിരുന്ന ബീമാ, മകൾവന്നയുടനെ വഴി നടക്കാനിടം കൊടുത്തുകൊണ്ട് എണീറ്റു, പിന്നെ പായ ഒരുഭാഗത്തായി ചുരുട്ടിവെച്ചിട്ട് വീടിനുള്ളിൽച്ചെന്ന് മകളെ വിളിച്ചു.

"നൂറേ.."

"വരുന്നുമ്മാ.."

വീടിനുള്ളിൽ കയറിയ ബീമാ, മുറിയിൽ ഓരത്തായി നിലത്തു കുത്തിയിരുന്നു. പിന്നെ മകളോടു ശബ്ദം താഴ്ത്തിപ്പറഞ്ഞു.

"ദുബായ്ക്കാരൻ നിന്നെ ചതിച്ചല്ലോ മോളേ.. നീ അവനെ മാത്രം സ്വപ്നം കണ്ടിരുന്നവളല്ലേ? വഞ്ചിച്ചുകളഞ്ഞു ആ മഹാപാപിച്ചെക്കൻ! ഒരുനാളും അവൻ ഗുണം പിടിക്കില്ല" ബീമാ അവനെ മനംനൊന്തു പ്രാകി.

"പ്രാകാതെ ഉമ്മാ.." നൂർജഹാൻ വിലക്കി.

"പ്രാകാതെ പിന്നെ, വരും അവൻ നിന്നെ കെട്ടാൻ..!"

അല്പനേരത്തെ മൗനത്തിനുശേഷം ബീമാ പറഞ്ഞു:

"ഞാൻ നിനക്ക് ഒരു ചെക്കനെ അന്വേഷിച്ച് കണ്ടുപിടിച്ചു വെച്ചിട്ടുണ്ട് മോളേ.. ദല്ലാൾ മീരാസാ കൊണ്ടുവന്ന ആലോചനയാണ്. കഠിനാദ്ധ്വാനി.., ദിവസം പത്തുമുന്നൂറു രൂപാ സമ്പാദിക്കുമത്രേ! ഒരു മാസത്തിനുള്ളിൽ കല്യാണം നടത്താമെന്നും പറഞ്ഞിട്ടുണ്ട്. സ്ത്രീധനം കൊടുക്കാൻ നമ്മുടെ കൈയിൽ എന്തുണ്ട്? പതിനായിരം കൊടുത്താൽ മതിയെന്ന് മീരാസാ പറഞ്ഞു." അല്പനേരം മകളുടെ മുഖത്ത് സൂക്ഷിച്ചു നോക്കിയിരുന്നു ബീമാ. വീണ്ടും താഴ്ന്ന സ്വരത്തിൽ മക

ളോടു ചോദിച്ചു:

"നിനക്ക് സമ്മതം തന്നെയാണല്ലോ?"

"എവിടെ? ആര്?" അവൾ അന്വേഷിച്ചു.

"പറഞ്ഞാൽ നീ എങ്ങനെ പ്രതികരിക്കും എന്നറിയില്ലല്ലോ" എന്നുപറഞ്ഞ് ബീമാ ഒരുനിമിഷം നിർത്തി.

"ങും.. പറയ്"

"നിനക്ക് സമ്മതമാണെങ്കിൽ മതി." ഉമ്മായുടെ സംസാരത്തിൽ അടങ്ങിയിരുന്ന ധൈര്യക്കുറവ് അവളിൽ സംശയമുളവാക്കി. ഏതെങ്കിലും, വൃദ്ധനോ.., നാലഞ്ചു കുട്ടികളുടെ വാപ്പയോ..,? രണ്ടാം കെട്ടുകാരനോ..,? മക്കളും ഭാര്യയും ഉള്ളവനോ..? ഇങ്ങനെയുള്ള ചിന്തകളാൽ അവൾ ഉൽക്കണ്ഠാകുലയായി.

"പറയ്.." അവൾ ധൃതികൂട്ടി.

"നല്ല യുവാവ്. കല്യാണം കഴിച്ചിട്ടില്ല. യുവാവായ പുതിയാപ്ല."

കല്യാണം കഴിച്ചിട്ടില്ലാത്ത യുവാവെന്നു കേട്ടതും അവളുടെ മനസ്സിനുള്ളിൽ ചെറിയൊരു ആശ്വാസമുണ്ടായി.

"പറയ്.." മനസ്സിൽ ഒരുചെറു കുളിരരുവി ഒഴുകിയപോലെ അവൾ ചോദിച്ചു.

"നീ കണ്ടമാനം ആഗ്രഹിക്കണ്ട മോളേ.. നമുക്കു മറ്റു ഗതിയൊന്നും ഇല്ലെന്നുള്ളകാര്യം നിനക്കറിയാമല്ലോ? നമ്മുടെയാളുകൾ ലക്ഷങ്ങളാണു ചോദിക്കുന്നത്."

"അതിന്?" നടുക്കത്തോടെ അവൾ ചോദിച്ചു.

"ഒരു പുതിയ ഇസ്ലാമായവന്."

ബീമാ പറഞ്ഞുനിർത്തിയതും നൂർജഹാന് ഏഴുലോകവും തലയ്ക്കു ചുറ്റും കറങ്ങുന്നതായിത്തോന്നി. "ഏതോ ഒരുത്തൻ.. മതംമാറി വന്നവൻ.. അവന് കെട്ടാനായി താൻ കഴുത്തു നീട്ടിക്കൊടുക്കണമെന്നോ? പെണ്ണുകെട്ടാനായി മാത്രം മതംമാറി വരുന്ന പയ്യന് ഞാൻ കഴുത്തു നീട്ടിക്കൊടുക്കണോ? ഉമ്മാ.."

ആരുടെ കൈയിലേക്കെങ്കിലും പിടിച്ച് കയറുമാറി കൊടുക്കാൻ ഞാൻ വല്ല ആടോ മാടോ മറ്റോ ആണോ? എന്നു ചിന്തിച്ച് അവൾ പൊടുന്നനെ പൊട്ടിക്കരഞ്ഞു.

ബീമാ തന്റെ സംസാരം അതോടുകൂടി നിർത്തി. കരയട്ടെ, കരഞ്ഞു തീരട്ടെ.. പ്രയാസം മുഴുവൻതന്നെ കരഞ്ഞു തീർക്കട്ടെ. പിന്നീട് സമാധാനമായി പറഞ്ഞു സമ്മതിപ്പിക്കാം.

ജോലികഴിഞ്ഞുവന്ന ക്ഷീണവും കരഞ്ഞുകരഞ്ഞുള്ള മനഃപ്രയാസവും ആകെക്കൂടി അവശയായ നൂർജഹാൻ അറിയാതെ അവിടിരുന്നു മയങ്ങിപ്പോയി. മയക്കത്തിൽനിന്നും നീണ്ട ഉറക്കത്തിലേക്കവൾ പതിച്ചു. ഉറക്കത്തിൽ ആ രാത്രിയിൽ പലപല ദുഃസ്വപ്നങ്ങളും അവൾ കണ്ടു.

ബീമാ ചുവരിൽ ചാഞ്ഞിരുന്ന് തന്റെ അവസ്ഥയോർത്തു നേരം വെളുപ്പിച്ചു. കൊടിയ ദാരിദ്ര്യത്തിനിടയിൽ ദല്ലാൾ മീരാസായ്ക്ക് മുൻകൂർ വാക്കുകൊടുത്തു. അവൻ ചോദിച്ച പ്രകാരംതന്നെ കുറച്ച് പണം മുൻകൂ

റായും കൊടുത്തു. അവനും നുണയൊന്നും പറഞ്ഞിട്ടില്ല. സത്യം മാത്ര മാണയാൾ പറഞ്ഞത്. അതും ആലോചിച്ചു പറയാനാണു പറഞ്ഞതും. എത്ര ആലോചിച്ചിട്ടും മറ്റുവഴികളൊന്നും കാണാതെ ഒടുവിൽ ഇരുമന സ്സോടെ സമ്മതം മൂളേണ്ടിയുംവന്നു.

ഇനി നൂർജഹാൻ സമ്മതിക്കുമോ? അഥവാ സമ്മതിച്ചില്ലെങ്കിൽ കൊടുത്തപണം തിരികെ കിട്ടുമോ?

പതിനൊന്ന്

കണക്കപ്പിള്ള മസ്താൻ സന്തുക്ക് മൊയ്ദീനുവേണ്ടിയുള്ള അന്വേ ഷണം നിർത്തിയില്ല. അദ്ദേഹത്തിന്റെ മുന്നിൽ അവൻ പ്രത്യക്ഷപ്പെടാ നിടയില്ല. റോഡിലൂടെ കടന്നുപോകുന്നവരിൽ ചിലരോടു ചോദിച്ചപ്പോൾ ഒരാൾ പറഞ്ഞു:

“ടാസ്മാക് കടയുടെ മുന്നിൽ നില്ക്കുന്നുണ്ട്.”

കേട്ടതേ കണക്കപ്പിള്ള നേരെ ടാസ്മാക് കടയുടെ മുന്നിലേക്കു നടന്നു. അവിടെച്ചെന്നപ്പോൾ അവിടെയും അവനില്ല. ഒരു ക്വാർട്ടർ വാങ്ങി എളിയിൽത്തിരുകിക്കൊണ്ട് എതിരെവന്ന ഒരാളോടു ചോദിച്ചു.

“മൊയ്ദീനെക്കണ്ടോ?”

ചോദ്യംകേട്ടപ്പോൾ അയാൾ മറ്റൊരാളുടെ മുഖത്തുനോക്കി ചോദിച്ചു.

“ആ മൊയ്ദീൻ ചെക്കൻ ഇവിടെ നിക്കുവായിരുന്നില്ലേ?”

“നില്ക്കുന്നുണ്ടായിരുന്നു. അടിച്ചേച്ചു പോയിക്കാണും” അയാൾ പറഞ്ഞു.

ടാസ്മാക് കടയുടെ മുന്നിൽ നിന്നാൽ മറ്റുള്ളവരാരെങ്കിലും തന്നെ തെറ്റിദ്ധരിച്ചാലോ എന്നു ചിന്തിച്ച് അദ്ദേഹം വേഗം അവിടെനിന്നു പള്ളിയെ ലക്ഷ്യമാക്കി നടന്നു. പള്ളിമുറ്റത്ത് ബാങ്കുവിളി പ്രതീക്ഷിച്ച് തൊഴലിനായി കുറേപ്പേർ കാത്തുനില്ക്കുന്നുണ്ടായിരുന്നു. പള്ളിമുറ്റത്തെ ത്തിയപ്പോൾ വല്ലാത്ത മൂത്രശ്ശങ്ക. ഉടനെ പോയേ മതിയാവൂ. പള്ളിയിലെ മൂത്രപ്പുരയിലേക്കു ചെന്നപ്പോൾ അവിടെ ചുവരിൽ ഒരു പരസ്യം ഒട്ടി ച്ചുവെച്ചിരിക്കുന്നത് അദ്ദേഹത്തിന്റെ ദൃഷ്ടിയിൽപെട്ടു.

ഷഹീദ് ചെറിയതമ്പിമരയ്ക്കാരപ്പാ ദർഗാ ചന്ദനക്കുടപ്പരസ്യം. രജ ബ്പിറ 14 മുതൽ 21 വരെ ഏഴുദിവസത്തെ ആഘോഷം. പിറദിവസം 21 നു തക്കലയപ്പായുടെ പാട്ട്. അന്നു പകൽ നേർച്ച. ആ പരസ്യം കണ്ടതും ഷഹീദ് ചെറിയതമ്പി മരയ്ക്കാരപ്പയെപ്പറ്റി മൊയ്ദീൻ ഒരിക്കൽ പറഞ്ഞ കാര്യം ഓർമ്മയിലേക്കു വന്നു. അവൻ തന്റെ കൈവണ്ടിയിൽച്ചാരി ഇരു ന്നുകൊണ്ടു പറഞ്ഞകഥ.

ചെറിയതമ്പി മരയ്ക്കാരപ്പ തന്റെ നാട്ടിലേക്ക് അതിർത്തികൾ ലംഘിച്ച് കടന്നുകയറി, മുസ്ലീങ്ങളുടെ കടൽവാണിഭം തകർത്തെറിഞ്ഞ പറങ്കികളോട് യുദ്ധം ചെയ്തുകൊണ്ടിരുന്നു. അന്നു വല്യതമ്പി മരയ്ക്കാ രപ്പയെ അടക്കം ചെയ്തശേഷം ചിന്നത്തമ്പി മരയ്ക്കാരപ്പ നേരെ ചെന്നത്

വല്യതമ്പി മരയ്ക്കാരെ ഒറ്റുകൊടുത്ത മുസ്ലീങ്ങളെ തേടിയായിരുന്നു. വീടിനു മുന്നിൽ വെറ്റില ചുണ്ണാമ്പുതേച്ച് അടയ്ക്കയും പുകയിലയുമായി വായിലേക്കു തിരുകിവെച്ച് മുറുക്കി രസിച്ച് സംസാരിച്ചുകൊണ്ടിരിക്കുകയായിരുന്നു രണ്ടുപേർ.

"നിങ്ങൾതന്നയാണോടാ എന്റെ വാപ്പയെ പറങ്കികൾക്ക് കാട്ടിക്കൊടുക്കാമെന്നു പറഞ്ഞ് പണവും പണ്ടവും വാങ്ങി ഒറ്റിയത്?" എന്നു ഗർജ്ജിച്ചുകൊണ്ട് ചിന്നത്തമ്പി മരയ്ക്കാരപ്പ ഉറയിൽനിന്നും വാൾ വലിച്ചൂരി.

അവർ രണ്ടുപേരും വീടിനുള്ളിലേക്കു ചെന്ന് വാളെടുക്കാൻ എഴുന്നേറ്റതും രണ്ടുപേരുടെയും തല നിലത്തുകിടന്നുരുണ്ടു. പിന്നെ ആ കബന്ധങ്ങൾ നിലത്തുവീണ് തുടിച്ചടങ്ങി.

നിലത്തുവീണ തലകൾ രണ്ടുകൈയിലുമായി എടുത്തുകൊണ്ടു മരയ്ക്കാർ നേരെ ചെന്നത് പറങ്കികളുടെ നേതാവിന്റെ മുന്നിലേക്കാണ്. രക്തംതുടിക്കുന്ന കണ്ണുകളുമായി നില്ക്കുന്ന ചിന്നത്തമ്പിമരയ്ക്കാരെ കണ്ടതും പറങ്കികളുടെ നേതാവ് ആകെപ്പതറി നിന്നു.

"ഭയപ്പെടേണ്ട, നിങ്ങൾക്ക് ഇതാ, ഒരു സമ്മാനം!" എന്നുപറഞ്ഞ് തലകൾ രണ്ടും പറങ്കിത്തലവന്റെ മുന്നിലേക്ക് എറിഞ്ഞശേഷം തിരികെ നടന്നു.

ചിന്നത്തമ്പി മരയ്ക്കാരപ്പ നടന്നകന്നപ്പോൾ പറങ്കിത്തലവൻ രണ്ടു തലയും സൂക്ഷിച്ചുനോക്കി. വല്യതമ്പിമരയ്ക്കാരെ കാട്ടിത്തരാം എന്നു വാക്കുകൊടുത്ത അഹമ്മദ് മരയ്ക്കാരും വാപ്പു മരയ്ക്കാരും! അത്തു തപ്പെട്ടുപോയി. തങ്ങൾക്കുവേണ്ടി മരയ്ക്കാന്മാരുടെ നടപടികൾ കണ്ടറിഞ്ഞ് കൃത്യമായി വിവരങ്ങൾ നല്കിയിരുന്നവരുടെ കൂട്ടത്തിലെ രണ്ടു മരയ്ക്കാന്മാരുടെ തലകൾ!

പറങ്കികളുടെ അടുത്ത ഉന്നം ചിന്നത്തമ്പിമരയ്ക്കാരായിരുന്നു. അയാളെ പിടിച്ചു തലവെട്ടിയെടുത്ത് ലിസ്ബണിലേക്ക് അയക്കണം. അവനൊരാൾ, നൂറുപേർക്കു തുല്യനാണ്. വാളുമായി അവനെച്ചുറ്റി നില്ക്കുന്ന എതിരാളികളെ അവൻ നേരിടുന്നതു കണ്ടാൽ.. എതിരാളികളുടെ കണ്ണുകളിൽ അവൻ ഒരിക്കലും ദൃശ്യമാവില്ല. അവന്റെ കൈയിലിരുന്നു ചുഴലുന്ന വാളിന്റെ പ്രകാശത്തിൽ ശത്രുക്കളുടെ കണ്ണുകൾ മങ്ങിപ്പോകും. അടുക്കാനാവാത്ത കലിപിടിച്ച സിംഹമാണയാൾ!

ചിന്നത്തമ്പിമരയ്ക്കാരെക്കുറിച്ചുള്ള ഇത്തരം കാര്യങ്ങളെല്ലാമറിഞ്ഞശേഷം ചിന്നത്തമ്പി മരയ്ക്കാരുടെ നീക്കങ്ങളെക്കുറിച്ചറിയാനും അതു തങ്ങളെ അറിയിക്കാനും കഴിവുള്ള മറ്റാരെയെങ്കിലും വശത്താക്കാൻ കഴിയുമോ എന്നായി പറങ്കികളുടെ ആലോചന. എന്നാൽ മാത്രമേ തങ്ങൾക്ക് ചിന്നത്തമ്പി മരയ്ക്കാരെ പിടികൂടാനാവൂ. നീക്കങ്ങൾ നോക്കി മനസ്സിലാക്കി ചോർത്തിക്കൊടുക്കുന്നതിന് എന്തുവേണമെങ്കിലും നല്കാൻ തയ്യാറെന്ന് പറങ്കികളുടെ തലവൻ മറ്റുള്ളവരെ അറിയിച്ചു. പദ്ധതിയുമായി പലരെയും സമീപിച്ചു. ആരുംതന്നെ ചിന്നത്തമ്പി മരയ്ക്കാരെ കാട്ടിക്കൊടുക്കാൻ തയ്യാറായില്ല. കഠിനശ്രമങ്ങൾക്കുശേഷം ചിന്നത്തമ്പി മരയ്ക്കാരുമായി ചെറിയൊരു അകല്ചയുള്ള രണ്ട് കടൽക്ക

ച്ചവടക്കാരെ പറങ്കികൾക്കു കിട്ടി. ഒരു ഹസൻ മരയ്ക്കാരും മകൻമരയ്ക്കാരും! രണ്ടുപേരും കടൽക്കച്ചവടം ചെയ്യുന്നവരാണ്. പറങ്കികളോട് ചിന്നത്തമ്പി മരയ്ക്കാർ യുദ്ധം ചെയ്തതിനെത്തുടർന്ന് ഇവരുടെ കച്ചവടം ആകെ നശിച്ചിരുന്നു. അതിനാൽ ഇവർ ചിന്നത്തമ്പി മരയ്ക്കാർ നടത്തുന്ന പറങ്കികളുമായുള്ള യുദ്ധത്തെ തീരെ അനുകൂലിക്കുന്നില്ല. അവർ പറങ്കികളോടു ചേർന്നു.

പറങ്കികളോടു മരയ്ക്കാന്മാർ നടത്തുന്ന യുദ്ധത്തിന് അറുതിയുണ്ടാകുവാൻ അവർ ആഗ്രഹിച്ചു. ഏതെങ്കിലും കരാറിന്റെ പേരിൽ പരസ്പരം സമാധാനചർച്ചചെയ്ത് കടൽവാണിഭം വീണ്ടും തുടരേണ്ടതുണ്ട്. തങ്ങൾക്കു ജീവിക്കണം. എന്ന വിചാരം ഉള്ളവരായിരുന്നു ഇരുവരും. ജീവിക്കാൻ വഴികാണാതെ ദുഃഖിച്ചിരുന്ന ഇവരെക്കുറിച്ച് പറങ്കിത്തലവൻ അറിഞ്ഞു. അവരെ തങ്ങളിലേക്കണയ്ക്കാൻ പറങ്കിത്തലവൻ ശ്രമിച്ചു.

“കടൽകടന്നുവന്ന ഞങ്ങൾക്ക് വ്യാപാരം ചെയ്യാൻ സാധിക്കുന്നില്ല. കടൽവാണിഭത്തിൽ വിശ്വസിച്ചിരുന്ന നിങ്ങൾക്കും കച്ചവടം ചെയ്യാൻ സാധിക്കുന്നില്ല. കടൽക്കരയിൽ ഏതുനേരവും യുദ്ധവും കൊള്ളയും കൊലയും നടന്നുകൊണ്ടിരിക്കുന്നു. കടൽക്കരയിലെ ജനങ്ങൾ പട്ടിണിയും ദാരിദ്ര്യവും കാരണം മരിച്ചുവീഴുന്നു. ഇങ്ങനെ പോയാൽ എങ്ങനെയാണ്. ഇതിന് ഒരവസാനം വേണ്ടെന്നാണോ?”

“അവസാനം വേണം.”

“എങ്ങനെ തീർപ്പുണ്ടാക്കും?”

“സമാധാനം.”

“സമാധാനത്തിന് ചിന്നത്തമ്പി മരയ്ക്കാർ തയ്യാറാവണമല്ലോ? എന്നു പറങ്കിപ്പടത്തലവൻ ചോദിച്ചപ്പോൾ ഹസൻ മരയ്ക്കാർ മൗനമായി ചിന്തിച്ചു. മകൻ മരയ്ക്കാർ തീർത്തും പറഞ്ഞു

“അനുവദിപ്പിക്കും.”

“തയ്യാറാവില്ല.. കുട്ടിമരയ്ക്കാരേ.. നിങ്ങൾ ചിന്നത്തമ്പിമരയ്ക്കാരുടെ അടയാളം കാണിച്ചുതന്നാൽ മാത്രം മതി. ബാക്കി ഞങ്ങളേറ്റു.”

“യുദ്ധം നടക്കുമ്പോൾ അയാളുടെ അടയാളം കാണാൻ പറ്റില്ല.”

“എന്തുകൊണ്ടു പറ്റില്ല?”

“അയാൾ ഒരു ചുഴലിക്കാറ്റാണ്.”

“അങ്ങനെയെങ്കിൽ അയാളുടെ അടയാളം തിരിച്ചറിയാൻ മറ്റെന്തു വഴിയുണ്ട്?”

“അതുതന്നെയാണ് ആലോചിക്കേണ്ട കാര്യം.”

“അതൊന്നുംവേണ്ട. ചിന്നത്തമ്പി മരയ്ക്കാരുടെ നീക്കങ്ങൾ, അയാൾ താമസിക്കുന്ന സ്ഥലം, ഇതിത്രയും മാത്രം കാണിച്ചുതന്നാൽ മതി. നിങ്ങൾക്കു കടൽവാണിഭം നടത്താൻ ഞങ്ങൾ എല്ലാ സൗകര്യങ്ങളും ചെയ്തുതരാം. കടലിൽനിന്നും ശംഖുവാരാനുള്ള അവകാശവും തരാം. നിങ്ങളുടെ ചരക്കുകൾക്ക് ചുങ്കവും നല്കേണ്ടിവരില്ല.

മകൻ മരയ്ക്കാർ ഹസൻ മരയ്ക്കാരെ നോക്കി. അച്ഛൻ മരയ്ക്കാർ

എന്തൊക്കെയോ നഷ്ടപ്പെട്ടവനെപ്പോലെ കാണപ്പെട്ടു. കുട്ടിമരയ്ക്കാർ പറഞ്ഞു:

“യുദ്ധമുഖത്തുവച്ച് നിങ്ങളെക്കൊണ്ട് ചിന്നത്തമ്പിമരയ്ക്കാരെ കണ്ടുപിടിക്കാനാവില്ല. ഞങ്ങളെക്കൊണ്ടുപോലും സാധിക്കാത്ത കാര്യം. പിന്നാണോ നിങ്ങൾ? അദ്ദേഹം എവിടെവരും എവിടെത്താമസിക്കും എന്നൊന്നും പറയാനാവില്ല. യുദ്ധം നടക്കുമ്പോൾ ഒരു കൊടുങ്കാറ്റുപോലെ എത്തി വാൾ ചുഴറ്റി വീശും. യുദ്ധമുനയിൽവെച്ച് അദ്ദേഹത്തെ ഞങ്ങൾ കണ്ടിട്ടേയില്ല. എന്നാൽ അദ്ദേഹംതന്നെയാണ് മരയ്ക്കാർപ്പടയ്ക്കു നേതൃത്വം വഹിച്ച് യുദ്ധം ചെയ്യുന്നതെന്നു മാത്രം ഞങ്ങൾക്കറിയാം.

“അദ്ദേഹത്തിന്റെ വീട് എവിടെ എന്നു പറയാമോ? തീ കൊളുത്താം.”

“അതിന് അദ്ദേഹം വീട്ടിൽ ഉണ്ടാവാറില്ല.”

“ഭാര്യയും മക്കളും..?”

“അവിവാഹിതനാണദ്ദേഹം.”

“ശരി, ആയിക്കോട്ടെ. നിങ്ങൾ ഞങ്ങൾക്കു വേണ്ടപ്പെട്ടവരായി നില്ക്കണം. എല്ലാ സഹായങ്ങളും ചെയ്തുതരാം.”

“നാളെത്തന്നെ ശംഖു ശേഖരിച്ച് കച്ചവടം ആരംഭിച്ചുകൊള്ളുക.”

ഇത്രയും പറഞ്ഞ് പറങ്കിത്തലവൻ ലൂയി ഡി ഗാമാ അവിടെനിന്നും ഇറങ്ങി.

ഹസൻ മരയ്ക്കാരെയും മകൻ മരയ്ക്കാരെയും കണ്ടതിനുശേഷം തിരികെപ്പോയി കുറച്ചുദിവസങ്ങൾക്കുശേഷം കുളച്ചൽ കടൽക്കരയിൽ നടന്ന ഉഗ്രമായ യുദ്ധത്തിൽ ചിന്നത്തമ്പി മരയ്ക്കാരുടെ സൂര്യപ്രഭ യുള്ള വാൾ പറങ്കിപ്പടയെ തുരത്തിയോടിച്ചു. മരയ്ക്കാന്മാരുടെ കൊടിയ വിജയമായിരുന്നു ആ യുദ്ധം.

കുളച്ചൽ യുദ്ധത്തിനുശേഷം പറങ്കിപ്പടയ്ക്കു നേതൃത്വം നല്കിയ പറങ്കിപ്പടത്തലവൻ മരയ്ക്കാരുടെ ദൃഷ്ടിയിൽപെടാതെ അവരുടെ താവ ളങ്ങളിൽത്തന്നെ മറഞ്ഞിരുന്നു. എന്നാലും തോല്വി ഏറ്റുവാങ്ങി അപ മാനിതനായ അയാളുടെ മനസ്സ് നെരിപ്പോടിനുതുല്യം എരിയുകയായി രുന്നു, പകരം വീട്ടാൻ!!

വാസ്കോ ഡ ഗാമായുടെ അനുജൻ മുപ്പതു വയസ്സായ ലൂയി ഡി ഗാമയുടെ നേതൃത്വത്തിൽ ഒരു സൈന്യം കിഴക്കേക്കരനോക്കി പുറപ്പെട്ടു വരുന്നതായി അറിഞ്ഞ പറങ്കിപ്പടനായകന്മാർ സഹായത്തിനായി വരുന്ന പടയെ പ്രതീക്ഷിച്ച് അത്യുത്സാഹത്തിൽ മറഞ്ഞിരുന്നു. പള്ളികളെല്ലാം പൊളിച്ചെറിയണം, മരയ്ക്കാന്മാരെയെല്ലാം വെട്ടി കടലിൽ എറിയണം. ആ ദിവസത്തിനായി അവർ സ്വപ്നംകണ്ടു.

യുദ്ധം ഒതുങ്ങി, അല്പം സമാധാനത്തിന്റെ പ്രകാശം കടന്നുവന്ന പ്പോൾ തെക്കെ മാളികവീട്ടിൽ വലിയ മുളകു കച്ചവടക്കാരനായ മുസ്തഫാ മരയ്ക്കാരുടെ മകൾ ഖദീജാ ബീവിയുടെ കല്യാണാഘോഷം നടന്നു.

പുതുപ്പെണ്ണിനെ പൊന്നുകൊണ്ട് അലങ്കരിച്ചു. മൈലാഞ്ചിപ്പാട്ടു സംഘം പെണ്ണിനെ നടുവിലിരുത്തി മൈലാഞ്ചിപ്പാട്ടുകൾ പാടി. പെണ്ണ് നാണിച്ചുപോകും വിധത്തിലായിരുന്നു മൈലാഞ്ചിപ്പാട്ട്. കല്യാണരാവ് കൊഴുപ്പിക്കാനായി അവർ പുതുപ്പെണ്ണിനെക്കൊണ്ട് തളിർവെറ്റില

തീറ്റിച്ചു ചുണ്ടുചോപ്പിച്ചു. കണ്ണിൽ സുറുമയെഴുതിക്കൊടുത്ത് കണ്ണിമ കറുപ്പിച്ചു. ഖദീജാ മണവാട്ടി മണിയറയെയും ആദ്യരാത്രിയെയും കുറിച്ചോർത്ത് മനസ്സുനിറയെ ആനന്ദത്തോടെ സ്വപ്നംകണ്ടിരുന്നു. അരികിലേക്കുവരുന്ന പുതുമണവാളന്റെ മുഖം കനവിൽക്കണ്ട് നാണിച്ച അവൾ വരാൻപോകുന്ന സ്വർഗ്ഗീയനിമിഷവും പ്രതീക്ഷിച്ചിരിപ്പായി. അകലെ നിന്നും ദഫ്മുട്ട് ആശാന്മാരുടെ ദഫ്മുട്ടു കളിച്ചുകൊണ്ടുള്ള വരവ് പ്രതീക്ഷിച്ചുകൊണ്ട്!

അകലെനിന്നും കേട്ട ഉച്ചത്തിലുള്ള കൊട്ട് അടുത്തടുത്തു വരുന്നു. അവളുടെ ഹൃദയം കുളുർന്നു. പട്ടുടുപ്പും പട്ടുവേഷ്ടിയും പട്ടുതലപ്പാവും അണിഞ്ഞ രാജകുമാരൻ. രാത്രി പകലാക്കുന്ന പെട്രോമാക്സ് വിളക്ക് പെയ്യുന്ന വെളിച്ചവും തലയിൽച്ചുമന്ന് ചിലർ മുന്നിൽ നടക്കുന്നുണ്ട്. അവരുടെ നടുവിലായി വട്ടപ്പാട്ടുസംഘത്തിന്റെ മധുരിക്കുന്ന മാപ്പിളപ്പാട്ട്.

"മാരനിതാ വരുന്നേ.. വരുവിൻവേഗം.. വരുവിൻ.. എന്റെ മലർമുഖം കാണുവിൻ.. നിന്റെ ചുടുമുത്തം ഏറ്റുവാങ്ങാൻ കൊതിക്കും എൻകവിൾത്തടങ്ങൾ.."

മണവാളൻ വീട്ടുപടിക്കലെത്തിയപ്പോൾ, മാപ്പിളപ്പുറപ്പാടു പാട്ടുകാരായ വട്ടപ്പാട്ടുകാർ മണവാളനെ അകത്തുകയറാൻ സമ്മതിക്കാതെ ചുറ്റിവളഞ്ഞുനിന്ന് പാടാൻ തുടങ്ങി. വട്ടപ്പാട്ടുകാരുടെ ആശാന് പെണ്ണിന്റെ വീട്ടുകാർ ഒരു പട്ടുസാൽവ സമ്മാനമായി പുതപ്പിച്ചപ്പോൾ പുതുമണവാളനെ അവർ അകത്തു കയറാൻ അനുവദിച്ചു.

പനയോലയോടൊപ്പം പൊന്നുചേർത്തു വക്കുപിന്നിയ നേർത്ത മനോഹരമായ പൊന്നോലപ്പായ. മണവാളനെ ഇരുത്താനായി പ്രത്യേകമായി ഉണ്ടാക്കപ്പെട്ടത്. അലങ്കരിക്കപ്പെട്ട കണ്ണാടിത്തിണ്ണയിൽ പട്ടുതലയിണയും നാക്കുനീട്ടി ഒളിചിതറുന്ന കുത്തുവിളക്കും വെച്ചിട്ടുണ്ടായിരുന്നു. കുത്തുവിളക്കിന്റെ മഞ്ഞനിറത്തിലുള്ള നാക്കുകൾ കണ്ണാടിത്തിണ്ണയിലെ ചുവരിൽ മഞ്ഞനിറം പൂശി. മണവാളനെ മച്ചുനൻ കൈപിടിച്ചു സ്വീകരിച്ചു മംഗല്യപ്പായിൽ ഇരുത്തി. നാട്ടിലെ മൗലവി ഖുദ്ബാ ഓതി. പുതുമണവാളന്റെ കൈയും, പെണ്ണിനുവേണ്ടി പെണ്ണിന്റെ പിതാവായ മുസ്തഫാ മരയ്ക്കാരായരുടെ കൈയും ചേർത്തുപിടിച്ച് ഏറ്റു ചൊല്ലാനായി അറബിയിൽ മന്ത്രം ചൊല്ലിക്കൊടുത്തു.

"എന്റെ മകൾ ഖദീജാ ബീവിയെ 97½ രൂപാ സ്ത്രീധനത്തിന് താങ്കൾക്ക് ഇണയാക്കി തന്നിരിക്കുന്നു. സമ്മതിക്കുന്നുണ്ടോ" എന്നു മൗലവി ചോദിച്ചതിന് പുതുമണവാളൻ "അതെ സമ്മതിച്ചിരിക്കുന്നു" എന്നു മറുപടി പറഞ്ഞു.

സമ്മതം പറഞ്ഞയുടനെ ചിലർ കല്യാണവീട്ടിലേക്ക് കൊലവെറിയോടുകൂടി വേഗത്തിൽ കയറിവന്നു. കൈയിൽ സൂര്യപ്രഭയുള്ള വാളുകൾ. കല്യാണവീട്ടിൽ കൂടിയിരുന്ന ജനങ്ങളെനോക്കി വീരാവേശത്തോടെ ഉച്ചത്തിൽ പറഞ്ഞു:

"വരുവിൻ.., ഓടി വരുവിൻ.. വാളുകൾ കൈയിലേന്തി ഓടിവരുവിൻ. നമ്മുടെ മുസ്ലീം കന്യകമാരെ അവർ കടത്തിക്കൊണ്ടുപോയിരിക്കുന്നു.

ആറുകടക്കുന്നതിനു മുമ്പ് ഓടി വരുവിൻ.''

കേട്ടപാതി മണവാളവേഷത്തിൽ ഇരിക്കുകയായിരുന്ന ചിന്നത്തമ്പി മരയ്ക്കാർ ചീറ്റപ്പുലിയായി മണവാളവേഷത്തിൽത്തന്നെ വീട്ടുമുറ്റത്തേക്കു കുതിച്ചു. കൂട്ടത്തിലെ ഒരാളുടെ കൈയിലിരുന്ന വാളുപിടിച്ചു വാങ്ങി മുന്നിലേക്കു കുതിച്ചു. പെണ്ണിനെയുംകൊണ്ട് കടന്നുകളഞ്ഞവർ വള്ളത്തിൽ ആറ്റിന്റെ നടുക്കെത്തിയതും ചിന്നത്തമ്പി മരയ്ക്കാരും ഒപ്പം കുഞ്ഞുതമ്പി മരയ്ക്കാരും മറ്റു മരയ്ക്കാന്മാരും കരയിൽക്കിടന്ന വള്ളങ്ങൾ കുറ്റിയിൽ നിന്നഴിച്ച് അതിൽക്കയറി എതിരാളിയെ തുരത്തിക്കൊണ്ടുചെന്നു. ശത്രുക്കൾ മറുകരയിലെത്തിയതും ചിന്നത്തമ്പി മരയ്ക്കാർ ശത്രുക്കൾക്കുനേരെ കുതിച്ചെത്തി. അതിഭയങ്കരമായ യുദ്ധം ആരംഭിച്ചു. ശത്രുക്കളെ പൊക്കിയെടുത്തു തറയിലടിച്ചു. കടത്താൻ ശ്രമിച്ച കന്യകയെ ശത്രുക്കളുടെ കൈയിൽനിന്നും രക്ഷിച്ച് ആറുകടന്നു. അവളെ സുരക്ഷിതമായി വീട്ടിൽ എത്തിച്ചതിനുശേഷം മടങ്ങി. ലൂയി ഡി ഗാമയുടെ നേതൃത്വത്തിൽ ഇരുപതു കപ്പലുകളിൽ വന്നിറങ്ങിയ പറങ്കിപ്പട. ചിന്നത്തമ്പി മരയ്ക്കാരുടെയും കുഞ്ഞുതമ്പി മരയ്ക്കാരുടെയും കൂടെ വന്നവർ വളരെക്കുറച്ചുപേർ. മലയാള മാപ്പിളപ്പാട്ടു കവിവര്യന്മാരുടെ വീര്യം തുടിക്കുന്ന അങ്കപ്പാട്ടുകൾ പാടി വീരാവേശം നേടി പറങ്കിപ്പടയ്ക്കുനേരെ അവർ കുതിച്ചുചാടി.

''ഞങ്ങളുടെ നാട് നശിപ്പിക്കാൻ വന്ന നായ്ക്കളേ..'' എന്ന് അലറിക്കൊണ്ട് ഓങ്ങിയ വാളുമായി മുമ്പിൽ കുതിച്ച ചിന്നത്തമ്പിമരയ്ക്കാരുടെ തോൾപ്പട്ടയിൽ ഒരു വെട്ടുവീണു. പെട്ടെന്നു തിരിഞ്ഞുനോക്കിയ തക്കത്തിൽ മറ്റൊരു വെട്ട് കഴുത്തിലും. പട്ടുവസ്ത്രങ്ങൾ ചെമന്നു. അതുപടി നിലത്തേക്കമർന്നു. അദ്ദേഹത്തോടൊപ്പമുണ്ടായിരുന്ന സകലമാന മരയ്ക്കാന്മാരെയും ലൂയി ഡി ഗാമയുടെ നേതൃത്വത്തിൽവന്ന പറങ്കിപ്പട വെട്ടിവീഴ്ത്തി.

മണവാളവേഷത്തിലുള്ളയാളാണ് ചിന്നത്തമ്പിമരയ്ക്കാരെന്ന് ഹസൻ മരയ്ക്കാരും മകൻ മരയ്ക്കാരും അടയാളം കാണിച്ചു കൊടുത്തപ്പോൾ പറങ്കികൾ അദ്ദേഹത്തിന്റെ ശരീരം പലകഷണങ്ങളാക്കി വെട്ടിനുറുക്കി കടലോരത്തു താമസിക്കുന്ന ജനങ്ങൾ കാണാനായി വലിച്ചെറിഞ്ഞു. തലഭാഗം എറിഞ്ഞത് കാട്ടിനുള്ളിലാണ്. അന്ന് രജബ്പിറ 14-ാം പക്കമായിരുന്നു.

നാട്ടിലെ മരയ്ക്കയന്മാരെല്ലാംകൂടി ആ തലയെടുത്ത് രജബ്പിറ (അറബിമാസം) 14-ാം തീയതി നല്ലടക്കം ചെയ്തു.

അന്നുരാത്രി ചിന്നത്തമ്പി മരയ്ക്കാർ, ജമാഅത്ത് അധികാരികൾക്ക് സ്വപ്നദർശനം നല്കി അറിയിച്ചു:

''ഞാൻ കടൽക്കരയിലുള്ള മുസ്ലീങ്ങൾക്ക് പാർശ്വബലമായി ഉണ്ടാകും.''

ജമാഅത്ത് അധികാരികൾ തലഭാഗം ഖബർ അടക്കം ചെയ്ത സ്ഥലത്ത് ചന്ദനത്തിരി കത്തിച്ച് ബാത്തിഹാ ഓതി. അദ്ദേഹം പട്ടുവസ്ത്രങ്ങളണിഞ്ഞ് സൂര്യവാളുമായി ചിലരുടെ സ്വപ്നങ്ങളിൽ ഇടയ്ക്ക്

പ്രത്യക്ഷപ്പെടാറുണ്ട്. പട്ടുവേഷ്ടി, പട്ടുടുപ്പ്, പട്ടുതലപ്പാവ്, സൂര്യവാൾ എന്നിവയുമായി.

ജമാഅത്ത് സഭ ഒത്തുകൂടി ഖബർ കെട്ടിയുണ്ടാക്കി അവിടെ കാണിക്കപ്പെട്ടിയും വെച്ചു.

ഷഹീദ് ചിന്നത്തമ്പിമരയ്ക്കാർ സാഹിബ്ബ് ഔലിയാ ദർഗ്ഗാ! ചന്ദനക്കുടം! പരസ്യം ഭിത്തികളിൽ അവിടവിടെയായി പതിക്കപ്പെട്ടിരുന്നു. മൊയ്ദീൻ പറഞ്ഞു:

"ഇക്കൊല്ലം എന്റെ വാപ്പായുടെ ചന്ദനക്കുടത്തിനു പോകണം. അവിടെയല്ലേ എന്റെ ബെദ്ദബ്ബായുടെയും ഖബർസ്ഥാൻ."

ആ പുതുപ്പെണ്ണ് പിന്നെ മറ്റു കല്യാണമൊന്നും വേണ്ടെന്നു തീരുമാനിച്ച് കന്യകയായി ജീവിച്ചു. 63-ാമത്തെ വയസ്സിൽ മരണമടഞ്ഞ അവരെ ഉദയ മാർത്താണ്ഡം കടൽക്കരയിൽ നല്ലടക്കം ചെയ്തു. ശഅ്ബാൻ(അറബിമാസം) പിറ 21-ന് ഉദയമാർത്താണ്ഡം കന്നിബിവി ഉമ്മായുടെ ദർഗ്ഗാവിലേക്ക് സ്ത്രീകൾ നെയ്യപ്പം ഉണ്ടാക്കിക്കൊണ്ട് കടൽക്കരയിൽ മണ്ണിലൂടെ നടന്നു.

പന്ത്രണ്ട്

പള്ളിയുടെ വകയായിട്ടുള്ള സ്ഥലത്താണ് കൂനിയപ്പായുടെ കട. കടയുടെ മുന്നിലായി ഇട്ടിരുന്ന വട്ടകല്ലിൽ വെറുതെ വർത്തമാനം പറഞ്ഞുകൊണ്ടിരിക്കുകയായിരുന്ന ചിലർ, ഷഹീദ് ചെറിയതമ്പി മരയ്ക്കാരപ്പാ ഔലിയാ ദർഗ്ഗാവിൽ ചന്ദനക്കുടം നടത്തുന്നതിനെപ്പറ്റി പറയുകയായിരുന്നു.

"ഈ വർഷം നമുക്കൂടെ പോകണമെടാ" മൈൻ പിച്ച പറഞ്ഞപ്പോൾ വെട്ടുകല്ലിൽ ഇരിക്കുകയായിരുന്ന നാവൂരപ്പാ പെട്ടെന്ന് എഴുന്നേറ്റുനിന്ന് ഉടുത്തിരുന്ന മുണ്ട് മടക്കിക്കുത്തി ചോദിച്ചു:

"ഓഹോ.. എന്താടാ നിനക്കങ്ങനെ തോന്നാൻ?"

"അദ്ദേഹം ആരെന്ന് നിനക്കൊക്കെ അറിയാമോടാ?"

"അതിന് നിനക്കറിയാമോ? എന്നാൽപറ, ആരാടാ? അദ്ദേഹം?"

"അങ്ങനെ ചോദിക്ക്മോനേ.. മരിച്ചവീടുകളിലേക്ക് സന്തുക്ക് ചുമന്നുകൊണ്ടുപോകുന്നില്ലേ ആ മൊയ്ദീൻ ചെക്കൻ അവന്റെ ഉപ്പൂപ്പാന്റെ ഉപ്പൂപ്പാന്റെ ഖബറിടമാടാ അത്" എന്നു നാഗൂരപ്പാ പറഞ്ഞതും വെട്ടുകല്ലിൽ ഇരുന്നവർക്ക് വലിയ ആശ്ചര്യം തോന്നി.

"കേട്ടിട്ടില്ലാത്ത പഴങ്കഥ. നിങ്ങൾ എന്താണീ പറയുന്നത്? കുളിക്കാതെ അഴുക്കും ചെളിയുമായി നടക്കുന്ന, മദ്യപാനിയായ ആ ചെക്കന്റെ ഉപ്പൂപ്പാന്റുപ്പൂപ്പനെന്നോ?"

"അതോ.. അതു വലിയ കഥ. നമ്മളെല്ലാം വരത്തന്മാർ. നമുക്കു മുമ്പ് മൊയ്ദീൻ ചെക്കന്റെ ഉപ്പൂപ്പന്മാരെല്ലാം കൊടുങ്കാടായ് കിടന്ന ഇവിടെ വന്ന് കാടുവെട്ടിത്തെളിച്ച് വെളിമ്പ്രദേശമാക്കി, ഓടക്കരയിൽ

കുടിലുകൾവെച്ച് കുടിപാർത്തവരാണ്. എടാ നിനക്കറിയാമോ നമ്മുടെ പൂർവ്വികരെല്ലാം മരയ്ക്കാന്മാരാണെന്ന് പല നാടുകളിലെ കടൽക്കരയിൽനിന്നും ആട്ടിയോടിക്കപ്പെട്ടവരായി ഇവിടെവന്ന് കാടുകയറിക്കിടക്കുന്ന പുറമ്പോക്കിൽ വീടുവെച്ചു താമസിച്ചവരാണെന്ന്.''

ചുമച്ചുചുമച്ച് അവിടവിടെയായി കഫം തുപ്പി, ഒരു ബീഡിക്ക് തീകൊളുത്തി പുകവിട്ടുകൊണ്ട് നാവൂരപ്പ ആ പഴയകഥ പറഞ്ഞുനീട്ടാൻ തുടങ്ങുമ്പോൾ മൈൻപിച്ച താൻ ഇരിക്കുകയായിരുന്ന വെട്ടുകല്ലിൽ അല്പം മാറി നാവൂരപ്പയ്ക്കു വിശാലമായിരുന്നു കഥപറയാൻ സ്ഥലം ഒരുക്കിക്കൊടുത്തു.

നാഗൂരപ്പാ തീരെ മെലിഞ്ഞവനാണ്. തന്റെ ഈർക്കിൽപോലെ മെലിഞ്ഞ കാലിൻമുകളിൽ മറ്റേക്കാലെടുത്തുവെച്ച് കഥപറയാൻ തുടങ്ങുമ്പോൾ, കൂട്ടത്തിലൊരാൾ ഒരുകെട്ട് പൂമാർക്ക് ബീഡി എതിരെയുള്ള കടയിൽനിന്നും വാങ്ങിക്കൊണ്ടുവന്ന് കൊടുത്തതിനെ ഷർട്ടിന്റെ പോക്കറ്റിലിട്ട ശേഷം അയാൾ പഴങ്കഥ തുടർന്നു:

പത്തുനാന്നൂറു കൊല്ലങ്ങൾക്കുമുമ്പ് കടൽക്കരയിൽ മരയ്ക്കാന്മാരും പറങ്കികളും തമ്മിൽ കൊടിയ യുദ്ധം നടന്നു. പറങ്കികളെ നമ്മുടെ ആൾക്കാർ വെട്ടിക്കൊലപ്പെടുത്തിയപ്പോൾ നമ്മുടെ ആൾക്കാരെ പറങ്കികളും വെട്ടിക്കൊന്നു. തുടർന്ന് ഭയങ്കരയുദ്ധം നടന്നു. നമ്മുടെ ആൾക്കാർ എന്നുപറഞ്ഞാൽ മരയ്ക്കാന്മാർ!

''നമ്മളെല്ലാം മരയ്ക്കാന്മാരുടെ വംശാവലിയിൽപെട്ടവരാണ് അറിയാമോ? വാപ്പാക്കൂട്ടം.''

മരയ്ക്കാന്മാർക്കായിരുന്നു കടൽക്കച്ചവടത്തിന്റെ അവകാശം ഉണ്ടായിരുന്നത്. കടൽവഴി എല്ലാ സാധനങ്ങളും അറബ് നാടുകളിലേക്ക് കയറ്റിക്കൊണ്ടുപോയി വില്പന ചെയ്തിരുന്നത് നമ്മുടെ മരയ്ക്കാന്മാരായിരുന്നു. മുസ്ലീങ്ങളിൽനിന്നും കടലിന്റെ അവകാശത്തെ പറിച്ചെടുക്കാൻവേണ്ടിയാണ് ഗാമ കപ്പൽ കയറി വന്നത്. അയാൾ വന്നതോടെ കടൽക്കരയിലുള്ള സമാധാനപരമായ ജീവിതമാകെ താറുമാറായി, കടൽക്കര യുദ്ധഭൂമിയായി.

പറങ്കികളെ നമ്മുടെ സ്ഥലത്തുനിന്നും വിരട്ടിയോടിക്കുന്നതിൽ ധൈര്യപൂർവ്വം മുന്നിൽനിന്ന് യുദ്ധം ചെയ്തിരുന്നത് വല്യതമ്പി മരയ്ക്കാരപ്പായാണ്. പറങ്കികളുടെ കൈയിൽ അകപ്പെടാതിരിക്കാൻ മകനോട് കഴുത്ത് വെട്ടാൻ പറഞ്ഞു. കള്ളിക്കാട്ടു ചന്ദനക്കുടം എന്നു പറഞ്ഞുകേട്ടിട്ടില്ലേ അത് അദ്ദേഹത്തിന്റെ ഖബറിടമാണ്. അന്നു കള്ളിക്കാടായിക്കിടന്ന സ്ഥലം ഇന്ന് വീടുകളും കുടികളും കൊണ്ടുനിറഞ്ഞു. അപ്പാപ്പിറ വന്നാൽ അവിടെ വലിയ ജനക്കൂട്ടമായിരിക്കും. ജകജോതിയായിമാറും നാട്!

വലിയതമ്പി മരയ്ക്കാരപ്പായുടെ മകനാണ് ഷഹീദ് ചിന്നത്തമ്പി മരയ്ക്കാരുപ്പാ സാഹിബ്ബ് ഔലിയാ. അദ്ദേഹത്തിന്റെ വംശാവലിതന്നെയാണ് നമ്മുടെ ഓടക്കരത്തെരു ജനങ്ങളെല്ലാം. അവർ പെറ്റുപെരുകി പലപല തെരുവുകളായി. വലിയതമ്പിമരയ്ക്കാർ തെരുവ്, ചിന്നത്തമ്പിമരയ്ക്കാർ തെരുവ് എന്നുതുടങ്ങി നമ്മുടെ നാട്ടിലുള്ള തെരുവായ തെരു

വുകളെല്ലാംതന്നെ ആ ഔലിയാർമാരുടെ പേരിലാണുള്ളത്.

"വലിയതമ്പി മരയ്ക്കാരുപ്പായെ പറങ്കികൾക്ക് ഒറ്റുകൊടുത്ത് അച്ചാരം വാങ്ങിയ പാപികളായ തുലുക്കന്മാരുടെ തലവെട്ടി എടുത്തുകൊണ്ടുചെന്ന് പറങ്കിത്തലവന്റെ മുന്നിലേക്ക് വലിച്ചെറിഞ്ഞത് ആരെന്നറിയാമോ?" കത്തിത്തീരാറായ ബീഡിയിലെ ചൂട് കൈയിൽ തട്ടിയതും ബീഡി ദൂരേക്ക് വലിച്ചെറിഞ്ഞ് നാവൂരപ്പാ ചോദിച്ചു.

"ഇല്ല അറിയില്ലല്ലോ."

ചിന്നത്തമ്പിമരയ്ക്കാരപ്പാ! വീരശൂരൻ! കടലിൽ പലപല യുദ്ധങ്ങൾ ചെയ്ത് പറങ്കിപ്പടയാളികളുടെ അനേകം കപ്പലുകൾ കടലിൽ മുക്കി പറങ്കികളെ വെട്ടിക്കടലിലെറിഞ്ഞ മഹാശൂരൻ! അദ്ദേഹത്തെയും ഒറ്റുകൊടുക്കാൻ രണ്ടു തുലുക്കക്കുലംകുത്തികൾ സമ്മതിച്ചിരുന്നു. നോക്കണേ.. കരയുദ്ധം ഒഴിഞ്ഞിരിക്കുന്ന സമയം നോക്കി ചിന്നത്തമ്പിമരയ്ക്കാർക്കു കല്യാണം നിശ്ചയിച്ചിരുന്നു. കല്യാണത്തിനു മാപ്പിള പുറപ്പെട്ടുവരുന്ന നേരവും നാളും അന്വേഷിച്ചറിഞ്ഞ് പറങ്കികളെ അറിയിച്ചത് ആ തുലുക്കത്തെമ്മാടികളാണ്. അവർ പറഞ്ഞുകൊടുത്തതുതന്നെയാണ്.

ചിന്നത്തമ്പിമരയ്ക്കാരെ അടയാളം മനസ്സിലാക്കണമെങ്കിൽ ഞങ്ങൾ ഒരു വഴി പറഞ്ഞുതരാം. ഒരു തുലുക്കത്തി പെണ്ണിനെ രാത്രിയിൽ, ചിന്നത്തമ്പി മരയ്ക്കാർക്കു നിക്കാഹ് നടക്കുന്ന സമയംനോക്കി കടത്തിക്കൊണ്ടു പോകണം. പെണ്ണിനെ തട്ടിക്കൊണ്ടു പോയെന്ന വാർത്ത കേട്ടാൽ അവൻ പെണ്ണിനെ രക്ഷിക്കാൻ നിശ്ചയമായും മുന്നിൽത്തന്നെ വരും. പുതുമണവാളന്റെ വേഷത്തിലായിരിക്കും അവൻ വരുന്നത്. അവനായിരിക്കും ചിന്നത്തമ്പി മരയ്ക്കാർ! തുലുക്കന്മാരായ ആ ഇരപ്പാളികൾ ഒറ്റുകൊടുത്തത് അനുസരിച്ച് ചിന്നത്തമ്പിമരയ്ക്കാരുടെ അടയാളം മനസ്സിലാക്കി, ആ മഹാപാപികൾ അദ്ദേഹത്തെ കൊലപ്പെടുത്തി. ശവശരീരത്തെ കഷണം കഷണമാക്കി വെട്ടിനുറുക്കി ഓരോഭാഗവും ഓരോ ഗ്രാമത്തിലേക്കും വീശിയെറിഞ്ഞു. തലഭാഗം ഉദയമാർത്താണ്ഡം കാട്ടുപള്ളി കടൽക്കരയിലാണ് പതിച്ചത്. ആ തലഭാഗം കാട്ടുപള്ളി കടൽക്കരയിൽത്തന്നെ ഖബറടക്കം ചെയ്യപ്പെട്ടു.

പറങ്കിപ്പടയാളികൾ പിടിച്ചുകൊണ്ടുപോയ പെണ്ണിനുവേണ്ടി, ഒറ്റയ്ക്കുയുദ്ധംചെയ്തു പലരേയുംകൊന്ന് പുഴയിലെറിഞ്ഞശേഷം പെണ്ണിനെ രക്ഷിച്ച് നാട്ടിലേക്കു കൊണ്ടുവന്നു. ചിന്നത്തമ്പിമരയ്ക്കാർ നിക്കാഹ് ചെയ്യാൻ നിശ്ചയിച്ചിരുന്ന പെണ്ണ് അപ്പോഴേക്കും ഒരു തീരുമാനമെടുത്തിരുന്നു. 'ഞാൻ വേറൊരുത്തനെയും വിവാഹം കഴിക്കില്ല. എന്റെ ഭർത്താവ് ചിന്നത്തമ്പിമരയ്ക്കാർതന്നെയാണ്. അദ്ദേഹം മരിച്ചിട്ടില്ല. ജീവനോടുതന്നെയുണ്ട്. നാളെ മഹസറിൽ (പരലോകത്ത്) വെച്ചു താലികെട്ടി ഞങ്ങൾ ഒന്നിച്ചു ജീവിക്കും' എന്നുപറഞ്ഞ് സർവ്വാഭരണ വിഭൂഷിതയായി അവൾ ജീവിച്ചുമരിക്കുമ്പോൾ അറുപത്തിമൂന്നു വയസ്സ്. തലയിൽ ഒരു മുടിപോലും നരച്ചിട്ടില്ലായിരുന്നു. ശരീരത്തിൽ ഒരു ചുളിവുപോലും വീണിട്ടില്ലായിരുന്നു. ചുറുചുറുക്കുള്ള കന്യകയായി ജീവിച്ച കന്യാബീവി ഉമ്മയുടെ ഖബർ മുഖിയുദ്ദീൻ പള്ളിയുടെ തെക്കുഭാഗത്ത് നില്ക്കുന്ന പഴ

യൊരു പൂവരശിന്റെ ചുവട്ടിലെ കല്ലുകൊണ്ടു (രണ്ടു മീശാൻകല്ലുകൾ) നാട്ടിയിരിക്കുന്നതാണ്. ശഅ്ബാൻപിറ 21-ന് കന്നി ബീവിയുമ്മ ദർഗാവിലേക്കു സ്ത്രീകൾ ചൂൽനെയ്യപ്പം ചുട്ടെടുത്ത് ഭക്തിയോടുകൂടി സുഖപ്രസവത്തിനുവേണ്ടി ഓതാറുണ്ട്."

കൂനിയപ്പന്റെ കടയുടെ മുൻഭാഗത്ത് ഇട്ടിരുന്ന കല്ലിലിൽനിന്നു നാവൂരപ്പാ മെല്ലെയെണീറ്റു. "ഇതാണ് നമ്മുടെ പൂർവ്വചരിത്രം" എന്നും പറഞ്ഞ് അയാൾ മെല്ലെ നടന്നു.

പതിമൂന്ന്

മുഅദീൻ വിളിച്ച ബാങ്കുശബ്ദം ഓടക്കരത്തെരുവിലെ രാത്രിയുറക്കം കുറവായിരുന്ന മമ്മതിന്റെ ചെവിയിൽപതിച്ചു. ബാങ്കുവിളി പ്രതീക്ഷിച്ചു കിടന്നവൾ. രാത്രിസമയത്ത് ഉൾക്കാടോടു ചേർന്നുള്ള ശവപ്പറമ്പിൽ നിന്നും എണീറ്റ് ജീവൻവെക്കുന്ന ആത്മാക്കളുടെ യാത്രയെ മുഅദ്ദീന്റെ ബാങ്കുചെന്ന് ചങ്ങലക്കിട്ട് പൂട്ടുന്നതു പ്രതീക്ഷിച്ച് മമ്മദ് കുടിലിന്റെ ഇരുളിൽ ദൃഷ്ടിയൂന്നിയിരുന്നു. ബാങ്കുവിളി കേട്ടപ്പോൾ പറമ്പിലെ ആത്മാക്കൾ ചങ്ങലകളിൽ പൂട്ടിയെന്ന് ഉറപ്പായി അവൾക്ക്. പിന്നെ എണീറ്റിരുന്ന് രണ്ട് കോട്ടുവായിട്ടു.

"കുട്ടിമൈമൂനേ.. എണീക്ക് കുട്ടീ.. ബാങ്കുവിളിച്ചു കഴിഞ്ഞു. ഇതെന്തു പ്രാന്തെടുത്തുള്ള ഉറക്കമാ ഉണരെന്നേ..? ആദ്യ വണ്ടിക്കു പോയാലല്ലേ നാലുവീടെങ്കിലും കൂടുതൽ പോകാനാവൂ.."

അവൾ എണീറ്റ് വീടിന്റെ മുറ്റത്തുനിന്ന് അകലെത്താമസിക്കുന്നവർ കേൾക്കാൻമാത്രം ഉറക്കെ നീട്ടിവിളിച്ചു.

"സമീറാ.. ബീരുമ്മാ.. സെയ്യദൂ.. അലീഫാത്തൂ.. വേഗം ഓടിവാ.. കുട്ടിപ്പറ്റങ്ങളേ.."

മമ്മദിക്കായുടെ അലറൽ കേട്ട് എല്ലാവരും ചടപടോന്ന് എണീറ്റ് മുറ്റത്തേക്ക് മൂത്രമൊഴിക്കാൻപോയശേഷം മമ്മദിക്കായുടെ വീടിന്റെ മുറ്റത്തുകൂടി.

"എല്ലാരും വന്നോ?"

"രണ്ടുപേര് വന്നിട്ടില്ല."

"ഇപ്പൊ എത്രപേരുണ്ട്?"

"നാല്പത്താറു പേരുണ്ട്."

"സംഘക്കാര് വരുംമുമ്പേ അഞ്ചരയ്ക്കുള്ള വണ്ടിക്ക് പോകാം എന്നാലേ വെള്ളകീറുമ്പോഴത്തേക്ക് അവിടെ എത്താനാവൂ."

ചായവാങ്ങിക്കുടിക്കാനായി തൂക്കു പാത്രങ്ങളും അവർ എടുത്തിട്ടുണ്ടായിരുന്നു.

വളരെ ദരിദ്രരായ ചിലർ തുണിസഞ്ചികളും എടുത്തിട്ടുണ്ടായിരുന്നു. അത് ചില വീടുകളിൽനിന്നും കൊടുക്കുന്ന ബാക്കിയായ പഴയത് വാങ്ങിക്കൊണ്ടുവരാൻ വേണ്ടിയായിരുന്നു. വെള്ളിയാഴ്ച ഒരു സ്ഥലത്ത്, ശനി

യാഴ്ച മറ്റൊരിടത്ത്. ഇങ്ങനെ ആഴ്ചയിലെ ഏഴുദിവസവും ഏഴുസ്ഥലങ്ങളിൽ ഭിക്ഷയെടുക്കൽ. ഇതിനായിട്ടാണ് മമ്മദിക്കായുടെ നേതൃത്വത്തിൽ ഈ പട്ടാളം പുറപ്പെടുന്നത്. രാവിലെ അഞ്ചരയ്ക്കുള്ള വണ്ടിക്കു പോയി വൈകുന്നേരം നായ കിതയ്ക്കുന്നതുപോലെ കിതച്ചുകൊണ്ട് വീട്ടിൽ തിരികെ വന്നുചേരുമ്പോൾ ഏതു വിധത്തിലായാലും പത്തുമുന്നൂറുരൂപ കുറയാതെ കിട്ടും. അങ്ങനെയുള്ളപ്പോൾ മില്ലിൽപോയി നൂറ്റിപ്പത്തുരൂപയ്ക്കു പണിയെടുക്കണമോ?

വണ്ടികേറുന്ന സ്ഥലത്ത് ഇവർക്കിടയിൽ ശണ്ഠ ഉണ്ടാകാറുണ്ടെന്നുള്ളത് ശീലമാണ്. തലേദിവസം ഭിക്ഷയ്ക്കുപോയിരുന്ന വീട്ടിൽ പിറ്റേന്ന് ചെന്നത് നാലുപേർ. കൂട്ടത്തിലെ അലീപാത്തു അഞ്ചുപേരെന്നു നുണപറഞ്ഞ് അഞ്ചുപേർക്കുള്ള കാശ് വാങ്ങിച്ചെടുത്തു. ഇവൾ അഞ്ചുപേർക്കുള്ള കാശ് ചോദിച്ചുവാങ്ങിച്ചെടുത്ത കാര്യം പൊറോട്ടാക്കാരന്റെ ഭാര്യയുടെ കാതിൽ വീണു. വല്യമരയ്ക്കാരപ്പായുടെ പേരിൽ ആണയിട്ടശേഷം മൂന്നുപേർക്ക് ഉണ്ടായിരുന്ന കാശ് കൊടുത്ത് ബാക്കി രണ്ടുപേരുടേത് അലീഫാത്തു അമുക്കിക്കളഞ്ഞു. ഇതാണ് ഇന്നത്തെ വഴക്കിന്റെ വിഷയം. അടുത്തവീടിന്റെ വാതുക്കൽവെച്ചു തുടങ്ങിയ ശണ്ഠയുടെ ബാക്കിയാണ് മറുനാൾ വണ്ടികേറുമ്പോഴും തുടർന്നുകൊണ്ടിരുന്നത്. സ്ഥലത്തുചെന്നു ചേരുന്നതുവരെ വണ്ടിക്കുള്ളിൽവച്ചും വലിയ വഴക്കുണ്ടായി. തമ്മിൽത്തമ്മിൽ തെറിവിളിച്ചും മറ്റും ആകെ അലങ്കോലമായി. അലീഫാത്തു ഏത് ഉമ്മയുടെ മകളാണെന്നും മറ്റും അവളും തകതകാന്നെറിഞ്ഞു. പൊറുക്കാനാവാത്ത കൂത്തിന് കമ്പം കേറ്റാൻ പൊറോട്ടാക്കാരന്റെ ഭാര്യ ബീരുക്കാ കൂട്ടുചേർന്ന് തെറിയുടെ ഡാം അഴിച്ചുവിട്ടു. ഒടുവിൽ:

"വീട്ടിലേക്കു വാ കാണിച്ചു തരാം" പൊറോട്ടാക്കാരന്റെ ഭാര്യ ചുണ്ടു കടിച്ചുകൊണ്ട് തനിയെ നടന്നു.

"നിന്റെ കൂടെ വരുന്നില്ല."

വണ്ടിയിറങ്ങി സംഘം സംഘമായി പിരിഞ്ഞു നടന്നു. ചിലർ പള്ളി കണക്കപ്പിള്ളയ്ക്കു കൈക്കൂലികൊടുത്തു വാങ്ങിയ കള്ളക്കല്യാണക്കുറി കാട്ടി പെണ്ണിനെ കല്യാണം കഴിപ്പിക്കാൻ നിവൃത്തിയില്ല എന്നും ഭർത്താവില്ലാത്ത വിധവയെന്നും അപ്പനില്ലാത്ത യെത്തീമെന്നും പള്ളി മുദ്രയോടുകൂടി വീടുകളിൽ കാണിച്ച് പത്തും നൂറും പിരിവെടുക്കുന്നുണ്ട്. തെരുവുതോറും ഈ കൂട്ടർ നടന്ന് ഉണ്ടാക്കിവിട്ട പൊടിപടലം അടങ്ങുന്നതിന് സൂര്യനസ്തമിക്കണം.

മറ്റുചില ജാതിക്കാർ മുസ്ലീങ്ങളെപ്പോലെ പർദ്ദായണിഞ്ഞ് ഇക്കൂട്ടരോടൊപ്പം ചേർന്ന് ഭിക്ഷാടനം നടത്തുന്നുണ്ട്. ഭിക്ഷയെടുക്കുന്നതിൽ തങ്ങളുടെ കൂടെച്ചേർക്കുന്നവർക്ക് കിട്ടുന്നതിൽ ഒരു പങ്ക് കൊടുക്കാറുണ്ട്. ഇത്തരം ഭിക്ഷാടനപ്പിരിവ് ഒരു തൊഴിലായി ഏറ്റെടുത്തു നടത്തുന്ന കുറെ സ്ത്രീകൾ ഓടക്കര തെരുവിലുണ്ടായിരുന്നു.

"ഇവളുമാർക്ക് നല്ലവല്ല തൊഴിലും ചെയ്തു തിന്നരുതോ? ഭിക്ഷയ്ക്കെന്നും പറഞ്ഞ് ഇറങ്ങിക്കോളും" പള്ളിത്തെരുവിലുള്ള സംസുറാവുത്തർ മുതലാളി കാജാപീറിനോട് ദേഷ്യത്തോടെ മുറുമുറുത്തു.

അഹങ്കാരം പിടിച്ച് നടക്കുന്ന സ്ത്രീകൾ. ഏതെങ്കിലും വീട്ടിൽപോയി പണിയെടുത്താൽ ശമ്പളവും ആഹാരവും കിട്ടും. മില്ലിൽപോയി ജോലിയെടുത്തു തിന്നരുതോ? അഹങ്കാരം പറഞ്ഞ് തെരുവുതോറും ഭിക്ഷയെടുത്തു നടക്കുന്ന മടിച്ചികൾ! നാണം കെട്ടവർ. ഇവളൊക്കെ ഒന്നും ഇല്ലാത്തവരൊന്നുമല്ല. കെട്ടിയവന്മാര് അന്യനാടുകളിൽപോയി ജോലിചെയ്യുന്നുണ്ട്. നല്ല ശമ്പളം കിട്ടുന്നുമുണ്ട്. ഇവളൊക്കെ താന്തോന്നികളായിട്ട്, അഴിച്ചുവിട്ട കഴുതകളായിട്ട് നടക്കുന്നു. ഭിക്ഷയെടുത്ത് പലിശയ്ക്കുകൊടുത്ത് പഠിച്ചുപോയി.

‘‘അയ്യോ പലിശ വാങ്ങുമോ? ഹറാമല്ലേ?’’ സംസുറാവുത്തർ സംശയാലുവായി.

‘‘ഈ സ്ത്രീകൾക്കൊന്നും അങ്ങനെയൊരു വിശ്വാസവും ഇസ്ലാമും ഒന്നുമില്ലല്ലോ. തോന്നിവാസം പിടിച്ച മൂധേവികൾ! എവിടെയെങ്കിലും ഏതെങ്കിലും ജാതിക്കാർ ഇങ്ങനെ കൂട്ടമായിപ്പോയി ഭിക്ഷയെടുക്കുന്നത് തൊഴിലായി കൊണ്ടുനടന്നുജീവിക്കുന്നത് നിങ്ങൾ കണ്ടിട്ടുണ്ടോ? നമ്മുടെ ജാതി സ്ത്രീകൾ മാത്രമാണ് ഇങ്ങനെ ഭിക്ഷയെടുക്കുന്നത് തൊഴിലായി സ്വീകരിക്കുന്നത്.’’

‘‘ഇത് എല്ലാ നാട്ടിലും ഉണ്ടെന്നേ’’ കാജാപീർ പറഞ്ഞു നിർത്തി.

സംസാരിച്ചുകൊണ്ടുനിന്നപ്പോൾ വല്യമരയ്ക്കാർ തെരുവിൽനിന്നും ശണ്ഠയൊച്ച കേട്ടു. ശണ്ഠ ഓടക്കര തെരുവിലെ സ്ത്രീകൾക്കിടയിലായിരുന്നു. മമ്മതി ഫക്കീറായ്ക്കു പണം പലിശയ്ക്കു കൊടുത്തിരുന്നു. തിരികെ ചോദിച്ചപ്പോൾ ഫക്കീറാ പലനാൾ അവധി പറഞ്ഞു. മമ്മതിക്ക് ഇന്ന് രണ്ടിലൊന്നറിയണമെന്നു വാശി. അന്നേദിവസം തെരുവുനീളെ നടന്നുഭിക്ഷയെടുത്ത് ക്ഷീണിച്ചുവന്ന അവൾക്ക് വയറ്റിലൊന്നും ഇല്ലാത്തതിന്റെ ഈർച്ച. രാവിലെ ഒരു ചായമാത്രം കഴിച്ച ഒഴിഞ്ഞ വയറ്. വല്യതമ്പിമരയ്ക്കാരപ്പാത്തെരുവിലൂടെവന്ന അവൾ എതിരെ വന്ന ഫക്കീറയെ കണ്ടു.

‘‘എടീ.. കണ്ടിടം നിരങ്ങീ.. എന്റെ പണം എവിടെടീ?’’

മമ്മതിയുടെ ചോദ്യം കേട്ടതും ഫക്കീരയ്ക്ക് കോപം അഗ്നികുംഭം പോലായി.

‘‘എടീ.. ഓടക്കരത്തെരുവു തേവിടിശ്ശീ.. ആരെയാടീ നീ കണ്ടിടം നിരങ്ങീന്നു വിളിക്കുന്നെ?’’

‘‘നിന്നെത്തന്നെയാടീ പച്ചത്തേവിടിശ്ശീ..’’ എന്നുപറഞ്ഞ് അവളുടെ ജമ്പറിനു കടന്നുപിടിച്ച് ‘‘വെക്കടീ കാശ്’’ എന്ന് മമ്മതി അലറി.

‘‘വിടെടീ എന്റെ ജമ്പറ്’’ അവൾ മമ്മതിയുടെ കൈ എത്തിക്കടിച്ചു. മമ്മതി ജമ്പറ് പിടിച്ചു വലിച്ചപ്പോൾ ബ്ലൗവുസ് കീറി. വന്നുകൂടിയ ജനം ഫക്കീറയുടെ നഗ്നമായ മുലകണ്ട് നാണത്തോടെ വാപൊത്തിച്ചിരിച്ചു. ചിലർ മൂക്കിൽ വിരൽവച്ച് അത്ഭുതപ്പെട്ടുനിന്നു.

രണ്ടുപക്ഷത്തും ആൾക്കാർ ചേർന്നു. ശണ്ഠ വലുതായി. കൊടുത്ത പണത്തിന് പലിശയും മുതലും കൊടുക്കാത്തതിനാൽ മമ്മതി ചെയ്തത് ശരിതന്നെ എന്നു ചിലരുടെ വാദം. എന്നാലും പെണ്ണായിപ്പിറന്ന ഒരുത്തി

പണം കൊടുത്തില്ലെന്നുള്ള കാരണം പറഞ്ഞ് മറ്റൊരു പെണ്ണിനെ മാനം കെടുത്തുന്നതു ശരിയാണോ എന്നു മറ്റുചിലരുടെ വാദം. ഈ വാദങ്ങൾ നടന്നപ്പോൾ "വരുന്നെടീ" ന്നും പറഞ്ഞ് ഫക്കീറാ ചേലയുടെ മുന്താണികൊണ്ട് മാറിടം മറച്ച് വീട്ടിലേക്ക് വേഗത്തിൽപോയി ബ്ലൗസുമാറ്റി മറ്റൊരു ശണ്ഠയ്ക്കു തയ്യാറെടുക്കുമ്പോൾ തെരുവിൽവച്ച് മാനം കെടുത്തപ്പെട്ടതോർത്ത് അവൾ കരയുന്നുമുണ്ടായിരുന്നു.

"വാടീ.. ഒരുമ്പട്ടവളേ.. എനിക്ക് രൂപാ തരാതിരുന്നാൽ നിനക്കുള്ള രണ്ടും ഞാൻ ചെത്തി നായ്ക്ക് ഇട്ടുകൊടുക്കുമെടീ.. പണം പോയെങ്കിൽ പോട്ട് മൈരെന്നു വെക്കും. നിന്നെ കണ്ടിട്ടേയുള്ളെടീ ഭയങ്കരീ.."

കൈചൂണ്ടിപ്പറഞ്ഞിട്ട് മമ്മതി അവിടെനിന്നും പുറപ്പെട്ടു. നടന്നുകൊണ്ടിരുന്നപ്പോൾ തിരിഞ്ഞുനിന്ന് അവൾ ഇടയ്ക്കിടെ ശപിക്കുന്നുണ്ടായിരുന്നു.

"എന്റെ കാശുവാങ്ങീട്ട് തരാത്തവൾ. ഗുണം പിടിക്കില്ലെടീ..വല്യമരയ്ക്കാരപ്പാ.. അവളുടെ കൈയും കാലും അനക്കാനാവാതെ കിടത്തി.." വഴിനീളെ ശപിച്ചുകൊണ്ട് അവൾ നടന്നു.

കൈസാ, കുളംതോണ്ടിഹാജിയാരുടെ വീട്ടിൽ പണിചെയ്തുകൊണ്ടിരിക്കുന്നവൾ. ഭർത്താവ് ഉപേക്ഷിച്ചുപൊയ്ക്കളഞ്ഞു. മകനെ ഗർഭമുള്ളപ്പോൾ അയാൾ പ്രസവച്ചെലവിനു പണംവേണ്ടേ.. ഉണ്ടാക്കണ്ടേ.. എന്നുംപറഞ്ഞ് തിരുപ്പൂരിൽ ജോലിക്കു പോകുന്നുവെന്ന് പറഞ്ഞ് പോയവൻ. ആ പോക്ക്! പിന്നെ വന്നിട്ടേയില്ല. ആ വൃത്തികെട്ടവൻ.. ഉപയോഗശൂന്യൻ.. ഏതു നാട്ടിലാണെന്ന് ആർക്കും അറിയില്ല. അവൻ സ്ത്രീസുഖം തേടി വന്നവൻ. ദല്ലാൾമൂലം കെട്ടിയപെണ്ണാണ് കൈസാ. കുളന്തോണ്ടിഹാജിയാർ കൊടുക്കുന്ന മാസം ആയിരത്തിയഞ്ഞൂറു രൂപ കൊണ്ട് അവളും മകൻ റഷീദും മറ്റ് അല്ലറചില്ലറ ശല്യമൊന്നുമില്ലാതെ പള്ളിസ്ഥലത്ത് നാലുകമ്പ് നാട്ടി കൂടിൽകെട്ടി കഴിയുന്നു.

മമ്മതിയും കൂട്ടരും വെള്ളിയാഴ്ചകളിൽ കുളന്തോണ്ടി ഹാജിയാരുടെ വീടിന്റെ തെരുവിൽ ഭിക്ഷയെടുക്കാൻ പോകുന്നത് പതിവാണ്. ഹാജിയാർ തലയ്ക്ക് രണ്ടുരൂപാ ഭിക്ഷയിടും. അതിനായി തലേദിവസം തന്നെ ചില്ലറ മാറ്റിവെച്ചിരിക്കും. അദ്ദേഹത്തിന് ഈ വമ്പത്തികളെ അറിയാം. കള്ളവും കാപട്യവും നാട്യവും ഇവളുമാരുടെ കൂടപ്പിറപ്പാണ്. കൂട്ടമായിവന്ന് ആറുപേരെങ്കിൽ ഏഴുപേരെന്നും എട്ടുപേരെന്നുമൊക്കെപ്പറഞ്ഞ് കാശ് തട്ടിയെടുക്കും. കള്ള മൂധേവികൾ!

കൈസാ കുളംതോണ്ടിഹാജിയാരുടെ വീടിന്റെ പുറംമുറ്റം തൂത്തുവാരി വൃത്തിയാക്കിക്കൊണ്ടിരിക്കുന്ന സമയം. ഭിക്ഷയെടുക്കാൻ ഒരു കൂട്ടർ എത്തി. കൈസയോട് ശമ്പളം എത്രയുണ്ടെന്നും മറ്റും ചോദിച്ചറിഞ്ഞു. കൂട്ടത്തിൽ ഒരുത്തി പറഞ്ഞു: "ഈ ആയിരത്തിയഞ്ഞൂറു രൂപയ്ക്ക് നായപോലെ കിടന്നു കഷ്ടപ്പെട്ടാൽ എന്തു മിച്ചംകിട്ടും? ഉമ്മായുടെ ചേലത്തുമ്പു പിടിച്ചുകൊണ്ടു നിന്ന അബ്ദുൾ റഷീദ് അവളുടെ കണ്ണിൽപെട്ടു. "പയ്യനു സുന്നത്ത് ചെയ്യണ്ടേ? അതിനു പണം വേണ്ടേ? ആരുതരും? ആയിരത്തിയഞ്ഞൂറു കൊണ്ട് എന്തുചെയ്യാൻ തികയും? ആഹാരം കഴി

ക്കുമോ അതോ മറ്റുചെലവു നോക്കുമോ? ഒരു കാര്യംചെയ്യ്. ഞങ്ങടെ കൂടെവാ.. ദിവസം 200.. 300.. കിട്ടും. മാസം 5000.. 6000.. ഒക്കും. രാജ്ഞി യായിട്ടു കാലിനുമുകളിൽ കാലിട്ടിരുന്ന് ശാപ്പിടാം. ബാക്കിയുണ്ടെങ്കിൽ പലിശയ്ക്കും കൊടുക്കാം. ഞങ്ങളെക്കണ്ട് പഠിക്ക്.''

"പറയാം'' മുമ്പും പിമ്പും നോക്കാതെ അവൾ മറുപടി പറഞ്ഞു.

"ആലോചിച്ചിട്ടു മതി.''

അവർ അടുത്ത വീട്ടിലേക്കു നീങ്ങിയപ്പോൾ കൈസാ ആലോചന യിൽ മുഴുകി. അവർ പറഞ്ഞതുശരിയല്ലേ? ചെക്കനു പ്രായമായി. സുന്നത്ത് ചെയ്യണമെങ്കിൽ ചെലവുണ്ട്. ഹാജിയാരോട് ചോദിച്ചാൽ തരുമോ? തന്നശേഷം ശമ്പളത്തിൽ പിടിക്കും അത്രതന്നെ! അങ്ങനെ യെങ്കിൽ നിത്യചെലവിനു തികയാതെ ബുദ്ധിമുട്ടേണ്ടി വരും. ഹാജിയാ രോടു ചോദിക്കാതെ പലചരക്കുകടയിൽനിന്നും ശമ്പളം കിട്ടുമ്പോൾ തരാമെന്നുപറഞ്ഞ് കടസാമാനങ്ങൾ ചോദിച്ചാൽ കിട്ടിയേക്കും. ചെല വായ പണം ശമ്പളം വഴി കൊടുക്കാനായില്ലെങ്കിൽ..!?

അന്നു രാത്രിയും അവൾ ആലോചിച്ചു. ഉറക്കം വന്നില്ല. മഹാപാപി മാപ്പിള. സ്ത്രീസുഖം അനുഭവിച്ചശേഷം കുഞ്ഞിനെ തന്നിട്ട് ഒറ്റപ്പോക്ക് പോയില്ലേ. ആര്? ഏത്? എന്നു മനസ്സിലാക്കാതെ ഒരുത്തന് ദല്ലാൾ മീരാസാ എന്ന നായ എന്നെ കെട്ടിച്ചുകൊടുത്തുകളഞ്ഞല്ലോ ദൈവമേ..! ആ ദല്ലാൾ നായ ചെയ്തപണി. ചോദിച്ചാൽ എനിക്കെന്തറിയാം എന്നു പറയും. വിവാഹത്തിനായി ആവശ്യപ്പെട്ടു. നിന്റെ അപ്പനും അമ്മയും കന്യാഭാരം തീർക്കണം എന്നുപറഞ്ഞാണ് ഈ കല്യാണം നടത്തിയത്. 'ഞാനെന്തു ചെയ്യാൻ?' ഇതാണ് മീരാസാ പറയുന്ന ന്യായീകരണം. അവന്റെ നാടും വീടും പേരും കുലവും ഞാനെന്തിനറിയണം? എന്നരീതിയിൽ യാതൊന്നുമറിയില്ലെന്ന മട്ടിൽ മീരാസാ സംസാരിച്ചു. അയാൾ ഗുണം പിടിക്കില്ല.. മഹാരോഗംവന്നു ചാകും. അവൾ ശപിച്ചുകൊണ്ടേയിരുന്നു.

ശരി 5000.. 6000.. കിട്ടുന്ന ജോലി എന്തിനു കളയണം? ജോലിചെയ്ത നാളിതുവരെയുള്ള ശമ്പളവും വാങ്ങി ഹാജിയാരുടെ വീട്ടുവേല മതി യാക്കേണ്ടതുതന്നെ. നട്ടുച്ചവെയിലിൽ ചൂടുംകൊണ്ട് നടന്നാലും വേണ്ടില്ല.

ആ മാസത്തെ ശമ്പളം വാങ്ങിയശേഷം ഹാജിയാരുടെ ഭാര്യയോട് അവൾ പറഞ്ഞു: "ഞാൻ ഒരാഴ്ച കഴിഞ്ഞേ വരൂ. വല്യമരയ്ക്കാരപ്പാ യുടെ ദർഗ്ഗാവിലേക്ക് കുഞ്ഞിന് നേർച്ചക്കടം ഉണ്ട്. കൊടുക്കാൻ പോകുന്നു.''

മുഹമ്മദ് ലബ്ബയുടെ ഓത്തുപള്ളിയിൽ ഓതിക്കൊണ്ടിരുന്ന അബ്ദു റഷീദ് വൈകുന്നേരം വീട്ടിലെത്തി ഉമ്മയോടു വിലപിച്ചു: "എനിക്ക് മാർഗ്ഗം(സുന്നത്ത്)ചെയ്താൽ മാത്രമേ പള്ളിയിൽപോയി നിസ്കരിക്കാൻ പറ്റൂ. നിസ്കരിച്ചാൽ മാത്രമേ സ്വർഗ്ഗം കിട്ടുകയുള്ളത്രേ!''

ഉമ്മ മറുപടി പറഞ്ഞില്ല.

അലിഫ്പഫാ തുടങ്ങാൻ ഓത്തുപള്ളിയിൽ ചേർക്കാൻ സമയത്ത് കൈസ, ചേലത്തുമ്പിൽ കെട്ടിവച്ചിരുന്ന 50 പൈസ അഴിച്ചെടുത്ത് ലബ്ബ യ്ക്ക് കൊടുത്തു. അവളുടെ കൈകളും ഓതാനായിവന്ന കുട്ടിയുടെ

കൈകളും ലബ്ബ സൂക്ഷിച്ചുനോക്കി. നേർച്ച കൈയിലുണ്ടോന്ന്.

"നേർച്ച കൊണ്ടുവന്നില്ലേ കുഞ്ഞേ?"

"ഇല്ല ലബ്ബാ" നിവൃത്തികേടിനെപ്പറ്റി കൈസാ പറഞ്ഞു.

"അൽഹമ്മദ് ആരംഭിക്കണമെങ്കിൽ നേർച്ച കൊണ്ടുവരണമെന്ന് അറിയില്ലേ?"

"നേർച്ച വാങ്ങാൻ കൈയിൽ കാശില്ല ലബ്ബാ.."

"ങാ.. സാരമില്ല.. അരക്കിലോ പഞ്ചസാരക്കുള്ള കാശ് പിന്നീട് ചെക്കന്റെ കൈയിൽ കൊടുത്തുവിട്."

"നേർച്ചവച്ചു തുടങ്ങിയാൽ മാത്രമേ ഓത്ത് വരികയുള്ളു. മനസ്സിലായോ?"

"ശരി ലബ്ബേ.."

കൈസയുടെ മകൻ അബ്ദുറഷീദ് നേർച്ച കൊടുക്കാതെ, ഓത്തു പഠിക്കാതെ കള്ളത്തരം പറഞ്ഞ് ലബ്ബയുടെ കറിവേപ്പിലക്കമ്പു കൊണ്ടുള്ള അടി കണക്കിനു മേടിച്ചും ലബ്ബയിൽ നിന്നും ഒഴിഞ്ഞൊഴിഞ്ഞ് ഒടുവിൽ അൽഹമ്ദ് (ഖുറാന്റെ ആദ്യ അദ്ധ്യായം) തൊട്ടു. കൈസാ അരക്കിലോ പഞ്ചസാരയ്ക്കുള്ള കാശ് കൊടുക്കാത്തതിന്റെ ഈർഷ്യ ലബ്ബയുടെ മനസ്സിൽ ഇപ്പോഴുമുണ്ട്. അതിനാൽ ലബ്ബ 'അൽഹമ്മദ്' അവന് തുടങ്ങിക്കൊടുക്കാതെ കാലവും കഴിച്ചു.

"എടാ മരയ്ക്കാനേ.. എണീക്കെടാ ഹമുക്കേ.."

അബ്ദു എണീറ്റുനിന്നു.

"നിനക്കു മാർഗ്ഗം എടുത്തോടാ?"

ഇല്ല എന്നവൻ തലയാട്ടി.

"പള്ളിയിൽ നിസ്കരിക്കാൻ പോകണ്ടേ?"

പോണം എന്നവൻ തലയാട്ടി

"ഉസ്താദേ.. ഈ പയ്യൻ മൂത്രമൊഴിച്ചാൽ കഴുകാത്തവൻ" ചില കുട്ടികൾ ഒരേ ശബ്ദത്തിൽ വിളിച്ചു പറഞ്ഞു.

"അങ്ങനെയാണോടാ?"

അവൻ മിണ്ടാതെ നിന്നു.

"നിസ്കരിക്കണമെങ്കിൽ മാർഗ്ഗം ചെയ്യണം. മാർഗ്ഗം ചെയ്താൽ മാത്രമേ മൂത്രമൊഴിച്ചാൽ കഴുകാനാവൂ. മൂത്രമൊഴിച്ചാൽ കഴുകിയാൽ മാത്രമേ പള്ളിയിൽ കയറി നിസ്കരിക്കാൻ കഴിയൂ."

ലബ്ബ സുന്നത്ത് ചെയ്യുന്നതിന്റെ ആവശ്യത്തെപ്പറ്റി വിവരിച്ചു. ദിവസം അഞ്ചുനേരം നിസ്കരിച്ചാൽ മാത്രമേ സ്വർഗ്ഗത്തിലേക്കു പോകാനാവൂ. നിസ്കരിക്കാത്തവന് സ്വർഗ്ഗമില്ല. ഖബറിൽ കിട്ടുന്ന ചികിത്സ അറിയാമോടാ? അൽഹമ്ദ് ഓതിയാൽ മാത്രമേ നിസ്കാരം അർത്ഥവത്താകൂ.

ഉത്തരം പറയാനാവാതെ അവൻ മിഴിച്ചുനിന്നു.

"വീട്ടിൽപോയി പറയ് അൽഹമ്ദ് തൊടണമെന്ന്. കൈമടക്കും നേർച്ചയും കൊണ്ടുവരണമെന്ന്. നേർച്ചയ്ക്ക് പഞ്ചാര കൊണ്ടുവരുന്നത് നല്ലത്. പഞ്ചാര നേർച്ചവച്ച് ഓതിയാൽ മാത്രമേ നബിക്ക് ഇഷ്ടമാവുകയുള്ളൂ. നേർച്ചയുടെ മണംകൊണ്ട് മലക്കുകൾ വാനിൽനിന്നും ഇറങ്ങി

വരും. വീട്ടിൽപോയി പറയ്. 'സിറാത്തൽ മുസ്തകീൻ' പാലം കടക്കണമെങ്കിൽ അൽഹമ്ദ് തുടങ്ങണമെന്ന്."

ലബ്ബ നേർച്ചകൊടുക്കുന്നതിനെപ്പറ്റിയും നേർച്ച പഞ്ചാസാര ആയിരിക്കേണ്ടതിന്റെ ആവശ്യകതയെപ്പറ്റിയും സംസാരിച്ച ശേഷം ലബ്ബ കുട്ടികൾക്ക് ഓത്ത് പറഞ്ഞുകൊടുത്തുകൊണ്ടിരുന്നപ്പോൾ അയ്മദ് കോടി ഷർട്ടും മുണ്ടും ധരിച്ച് തലയിൽ തൊപ്പിയുംവെച്ച് കൈയിൽ ചന്ദനത്തിരിക്കൂടും നേർച്ചയ്ക്കു പഞ്ചാസാരയുംകൊണ്ട് വാപ്പയെയും കൂട്ടി 'യാസീൻ' തുടങ്ങാനെത്തി.

"ലബ്ബേ.. കുഞ്ഞിന് യാസീൻ തുടങ്ങിക്കൊടുക്കൂ.."

"പിന്നെന്താ സന്തോഷം.."

"വേഗം വേണം. തുടങ്ങിക്കൊടുക്കൂ.. നില്ക്കാൻ സമയമില്ല. നിങ്ങൾക്കുള്ള കൈമടക്ക് ചെക്കന്റെ കൈയിൽ കൊടുത്തിട്ടുണ്ട്. തുടങ്ങിക്കൊടുത്ത് ദുഃആ ചെയ്യൂ.. വേഗം വേണം."

അയ്മദിന്റെ വാപ്പാ കടതുറക്കാൻ വൈകിയതിനാൽ മടങ്ങിപ്പോയി.

ലബ്ബ പഞ്ചസാര വാങ്ങി ഒരരുകിൽ ഭദ്രമായിവച്ചു.

ഉച്ചത്തിലുള്ള ശബ്ദത്തിൽ ഓതിക്കൊണ്ടിരുന്ന വിദ്യാർത്ഥികൾ ഒച്ച വെക്കാതിരിക്കാൻ വടിയെടുത്ത് തറയിൽ രണ്ടടിയടിച്ചു.

"ശ്ശ്.. ശബ്ദം ഉണ്ടാക്കരുത്."

ഓത്തുപള്ളി നിശ്ശബ്ദമായി.

"വാടാമോനേ.." അയ്മദിനെ സ്നേഹത്തോടെ ലബ്ബ അരുകിലേക്കു വിളിച്ചു.

ചന്ദനത്തിരി കത്തിച്ചു.

"യാസീൻ വൽ ഖുറാനിൽ ഹക്കീം" എന്നു തുടങ്ങിക്കൊടുത്തു. ചൊല്ലിക്കൊടുത്തു കഴിഞ്ഞതും നേർച്ച വിളമ്പുന്നത് കുട്ടികൾ ആകാംക്ഷയോടെ നോക്കിയിരുന്നു. വിളമ്പുകയായിരുന്നില്ല; നേർച്ച കുട്ടികളെ കാണിക്കുകയായിരുന്നു. ലബ്ബ പഞ്ചസാരപ്പൊതി മെല്ലെ തുറന്നു. ഇടതുകൈയിൽ നേർച്ചയും വലതുകൈയിൽ വടിയുമായി ഓരോ വിദ്യാർത്ഥികളുടെയും അരികിൽ കൊണ്ടുചെന്നു. പഞ്ചസാരപ്പൊതി കാണിച്ച് നേർച്ച എടുക്കാൻ പറഞ്ഞു.

"മക്കളേ.. എടുത്തോളൂ.."

ആരും നുള്ളി എടുത്തില്ല. എടുത്താൽ എടുത്ത കൈക്ക് അടിവീഴും എന്നു കുട്ടികൾക്കറിയാം. വിദ്യാർത്ഥികൾ പഞ്ചസാരയിൽ വെച്ചിട്ട് കറണ്ടടിച്ച മാതിരി കൈ എടുത്തു കളഞ്ഞു.

കൈവിരൽ വായിലിട്ട് വിരലുകുടിച്ചുകൊണ്ടിരുന്ന അബ്ദു റഷീദിന്റെ അടുക്കൽ ലെബ്ബ പഞ്ചസാര കൊണ്ടുവന്നപ്പോൾ വായിൽനിന്നും വിരലെടുത്ത് ആ വിരല് അവൻ പഞ്ചസാരയിൽ മുക്കി. വിരലിൽ അല്പം പഞ്ചസാര ഒട്ടിപ്പിടിച്ചു. ഇതുകണ്ടതും ലബ്ബയ്ക്കു ദേഷ്യം കയറി. പഞ്ചസാര എടുത്ത വിരലിന്റെ പിൻവശത്ത് നാലഞ്ചടി വീണു. ഓത്തുപള്ളി പിരിയുന്നതുവരെ അവൻ ഏങ്ങിയേങ്ങിക്കരഞ്ഞു. കരഞ്ഞുകൊണ്ടുതന്നെയാണ് വീട്ടിലെത്തിയതും.

"എന്തിനാടാ കരയുന്നത്?" ഉമ്മ തിരക്കി.

"ലബ്ബ അടിച്ചു" അവൻ കൈകാട്ടിക്കൊടുത്തു.

"ഹെന്റെ അള്ളാ.. എന്തിനാ അടിച്ചത്?" അമ്മ ഏങ്ങിപ്പോയി.

"നേർച്ച എടുക്കാൻ പറഞ്ഞു. എന്റെ ഈറൻ കൈയിൽ അല്പം പഞ്ചസാര ഒട്ടിപ്പിടിച്ചു. അതിനാണ് അടിച്ചത്."

നീരുവെച്ചു വീർത്ത കൈയുടെ പിൻഭാഗംകണ്ട് കൈസയുടെ മനസ്സുനീറി.

ഗുണംപിടിക്കാത്ത ലെബ്ബ! എന്റെ കുഞ്ഞ് അല്പം പഞ്ചസാര വിരലിൽത്തൊട്ട് എടുത്തതിന് ലെബ്ബ ഇങ്ങനെ അടിച്ചല്ലോ. ഒരിക്കലും ഗുണം പിടിക്കാത്ത ലബ്ബ. അവൾ പ്രാകിക്കൊണ്ടിരുന്നു.

ലബ്ബ ഉറങ്ങാതിരിക്കാൻ ഒരു കടുംചായ കുടിക്കുന്നത് പതിവാണ്; ഉച്ചയൂണിനുമുമ്പ് ലെബ്ബ ഒരു സ്ഫടികഗ്ലാസ് എടുത്ത് ആവശ്യത്തിനു പഞ്ചസാരയും പാകത്തിനു തേയിലപ്പൊടിയും ഇട്ട്, ചേമക്കണ്ണേ എന്നു വിളിച്ചു. വിളികേട്ട് ചേമക്കണ്ണ് എന്ന പയ്യൻ ലെബ്ബയുടെ അരുകിലെത്തി.

"മോനേ..പണ്ടാരത്തിന്റെ തേയിലക്കടയിൽപോയി അല്പം ചൂടുവെള്ളം എടുത്തോണ്ടുവാ."

ചേമക്കണ്ണ് ചൂടുവെള്ളമെടുക്കാൻ ഗ്ലാസുമായി ഓടി. തിരികെ സ്ഫടികഗ്ലാസ് നിറയെ കട്ടഞ്ചായകൊണ്ടുവന്ന് ലെബ്ബയുടെ മുന്നിൽ വെച്ചു. ലെബ്ബ കട്ടഞ്ചായ ഗ്ലാസുയർത്തി നോക്കിയശേഷം അല്പം ഊതിക്കുടിച്ചുകൊണ്ട് പറഞ്ഞു:

"ജോറായിരിക്കുന്നെടാ മോനേ.."

പതിനാല്

ഹജ്ജിനുപോയ യാത്രക്കാർ പുണ്യ ഹജ്ജ്കർമ്മം നിറവേറ്റിക്കഴിഞ്ഞ് ജിദ്ദായിൽനിന്നും കാജാസെയ്യദ്ദിന്റെ ഒരു കപ്പലിൽ നാട്ടിലേക്കു തിരിച്ചു. എല്ലാവരും ഒരേ ദൈവത്തെ വാഴ്ത്തി പ്രാർത്ഥിച്ച് നിസ്കാരത്തിൽ മുഴുകി. ചിലർ ഹജ്ജിന്റെ ഓർമ്മകൾ താലോലിച്ചുകൊണ്ടിരിക്കുന്നു. സ്ത്രീകളും കുട്ടികളും വയോവൃദ്ധരും തുടങ്ങി അവർ എല്ലാവരുംകൂടി നാന്നൂറിലധികം ഹാജിമാർ ഉണ്ടായിരുന്നു. ഹാജിമാരെ കയറ്റിവന്ന കപ്പൽ കരനോക്കി അടുത്തുകൊണ്ടിരുന്നു. കപ്പൽ, മുസ്ലീംപ്രമുഖനും വ്യവസായിയുമായ കാജാ സെയ്ദുവിന്റേതാണെന്ന് ഗാമ മനസ്സിലാക്കി. മാനുവൽ രാജാവിൽനിന്നും അഡ്മിറൽ പദവിയിലേക്ക് കയറ്റം കിട്ടിയ ഗാമ രണ്ടാം പ്രാവശ്യം ഇന്ത്യയിലേക്ക് ഇരുപതു യുദ്ധക്കപ്പലുകളും എണ്ണൂറ് പടയാളികളും സഹിതം പുറപ്പെട്ടുവരികയുണ്ടായി. കടൽമാർഗ്ഗം വന്നുകൊണ്ടിരുന്ന അദ്ദേഹം കണ്ണിൽക്കണ്ട മുസ്ലീങ്ങളുടെ തോണികളെയും കപ്പലുകളെയും മുക്കിക്കൊണ്ടേയിരുന്നു. അവയിലുണ്ടായിരുന്ന യാത്രക്കാരെ കൊലചെയ്ത് കപ്പലിലെ വിലയേറിയ സാധനങ്ങൾ കൊള്ളയടിച്ചു.

കപ്പൽ കരയ്ക്കടുക്കാതെ കരയിൽനിന്നും അറുപതുമൈൽ അകലെ നങ്കൂരമിട്ടു. തുടർന്ന് കപ്പലിൽനിന്ന് കരപ്രദേശമാകെ ദൂരദർശിനി ഉപയോഗിച്ച് സസൂക്ഷ്മം വീക്ഷിച്ചു.

ഹാജിമാരെ കയറ്റിവന്ന കപ്പലിൽ ഈജിപ്ത്തിലെ സുൽത്താന്റെ പ്രതിനിധിയായ ജോവർ ഉണ്ടായിരുന്നു. ഹാജിമാരെയെല്ലാം കപ്പലിലുള്ള ചരക്കുസൂക്ഷിക്കുന്ന അറയിൽത്തള്ളി പൂട്ടാൻ ഗാമ കല്പന പുറപ്പെടുവിച്ചു. ആപത്തു മനസ്സിലാക്കിയ ഹാജിമാർ കപ്പൽ കരയിലടുത്താലുടനെ കപ്പൽ നിറയെ കുരുമുളക് സമ്മാനമായി നല്കാം ഉപദ്രവിക്കരുതെന്നു പറഞ്ഞ് കെഞ്ചിക്കേണു. ഈജിപ്ത് സുൽത്താന്റെ പ്രതിനിധി കപ്പലിലിരുന്ന ജോവറും അതു ശ്രദ്ധിക്കുന്നുണ്ടായിരുന്നു. കരയ്ക്കടുത്താൽ കപ്പൽ നിറയെ കുരുമുളക് ഇനാമായി(സമ്മാനം) നല്കാമെന്നു പറഞ്ഞു. പക്ഷേ, ഒരപേക്ഷയും ഗാമ സ്വീകരിച്ചില്ല. ചരക്ക് സൂക്ഷിക്കുന്ന മുറിക്ക് തീവെക്കാൻ ഗാമ ഉത്തരവിട്ടു. കപ്പലിനു തീയിടപ്പെട്ടു. ഹാജിമാർ ഏങ്ങിയേങ്ങിക്കരഞ്ഞു. കൊച്ചുകുഞ്ഞുങ്ങളെ എടുത്തുപൊക്കിക്കാട്ടി അവർ കരുണയ്ക്കായി കേണിരന്നു. യാതൊരു പ്രയോജനവും ഉണ്ടായില്ല. കരുണയറ്റ മനസ്സോടുകൂടി എല്ലാവരെയും കൊല്ലുകയും ജീവനോടെ ഹാജിമാരെ തീകൊളുത്തുകയും ചെയ്തു. പച്ചമാംസം വെന്തുരുകിക്കത്തുന്ന പുക നീലക്കടൽപരപ്പിനു മുകളിൽ ചുരുളുകളായി ഉയർന്നുപൊങ്ങി. നീലക്കടൽ ചെങ്കടലായിമാറി.

അറബിക്കടലിലെ കൊടുംനീചപ്രവൃത്തിയായ കൂട്ടക്കൊല നടന്ന വിവരം കരയിൽ ആരും അറിഞ്ഞിരുന്നില്ല. ജിദ്ദയിൽനിന്നും പുറപ്പെട്ട ബന്ധുക്കളായ ഹാജിമാർ കയറിയ കപ്പൽ കരയ്ക്ക് അടുത്തില്ലല്ലോ എന്ന ആധിയും വേവലാതിയുമായി കഴിയുമ്പോൾ കടലിൽനിന്നും ഉയർന്ന കറുത്തപുകച്ചുരുളിലൂടെ പച്ചമാംസം കത്തിയടങ്ങുന്ന ഗന്ധം തിരിച്ചറിഞ്ഞ് കടലലകളെ കീറിമുറിച്ച് മരയ്ക്കാന്മാർ കുതിച്ചുചെന്നു. കടലിൽവെച്ച് ഇനി വലിയ യുദ്ധം നടത്തിയിട്ടും കാര്യമില്ല. എങ്കിലും അവർ ചെന്നു. കടലലകളെ കീറിമുറിച്ചെത്തിയ രണധീരന്മാരെ ഓരോരുത്തരെയായി പറങ്കികൾ കടലിന്റെ അഗാധതയിലേക്കു കൊന്നുതാഴ്ത്തി.

ഏതാനും ദിവസങ്ങൾക്കുശേഷം ശവങ്ങൾ മെല്ലെ കടൽത്തീരത്തടിഞ്ഞുതുടങ്ങി. യുദ്ധക്കപ്പലിൽ ശേഷിച്ചത് ഇരുപതു യുവാക്കൾ മാത്രം. ലിസ്ബൻ ദേവാലയത്തിൽ മതപ്രചരണത്തിനായി വളർന്നവരെ നേമിചം (ബലി) ചെയ്തപ്രകാരം ആ യുവാക്കളുടെ ആത്മാക്കൾ മാത്രം ബാക്കിയായി. ആ ഇരുപതു യുവാക്കളെയും പറങ്കികൾ ലിസ്ബനിലേക്കു കയറ്റിക്കൊണ്ടുപോയി. കടൽക്കരയിലുള്ള മുസ്ലീങ്ങളുടെ വീടുകളെയും പണ്ടകശ്ശാലകളെയും(ഗോഡൗൺ) അഗ്നിക്കിരയാക്കി അവർ നശിപ്പിച്ചു.

പട്ടുമരയ്ക്കാരുടെ നേതൃത്വത്തിൽ മുസ്ലീംവീരന്മാർ എതിർത്തുനിന്നു യുദ്ധംചെയ്തു. കൊടിയ യുദ്ധമുഖത്ത് ഗാമയ്ക്കു പിടിച്ചു നില്ക്കാനായില്ല. കടൽവ്യാവസായക്കുത്തക മരയ്ക്കാന്മാർക്കു മാത്രം കൈയവകാശമായുള്ള കാലംവരെ യൂറോപ്പിൽ ഭരണാധിപന്മാരായിരിക്കാൻ കഴിയില്ലെന്ന് മനസ്സിലാക്കിയ ഗാമയും പടയാളികളും മെല്ലെ ഗബ്രാലി

നെപ്പോലെ യുദ്ധത്തിൽനിന്നും പിൻവാങ്ങി.

ഗാമ തിരികെപ്പോയതിനുശേഷം അൽബുക്കർക്ക് (Afonso de Albuquerque) വരവായി. വന്നവരവിൽത്തന്നെ നാട്ടുഭരണകൂടവുമായി കരാറിലേർപ്പെടാൻ അൽബുക്കർ മുതിർന്നു. അതു നടക്കാത്തതിനാൽ വൻപടയുടെ പിൻബലത്തോടെവന്ന അൽബുക്കർക്ക് നാട്ടിലുള്ള ഏറ്റവും വലിയപള്ളിക്ക് തീവെച്ചു. മരയ്ക്കാന്മാർ ഇവരെ എതിർത്ത് യുദ്ധംചെയ്തു. പറങ്കിപ്പടയ്ക്കും അൽബുക്കർക്കും ആഴമേറിയ മുറിവുകളേറ്റു. പറങ്കികളിൽ പലരും കൊലചെയ്യപ്പെട്ടു. ബാക്കിയായ പറങ്കികൾ പുറംകടലിൽ നിർത്തിയിട്ടിരുന്ന കപ്പലിൽക്കയറി രക്ഷപ്പെട്ടുകളഞ്ഞു. പള്ളി മുഴുവനും കത്തിയമരുന്നതിനുമുമ്പ് മരയ്ക്കാന്മാരും ആ ഭാഗത്തുള്ള ജനങ്ങളും ചേർന്ന് തീ കെടുത്തിക്കളഞ്ഞു.

പറങ്കികളുടെ ചില കപ്പലുകളെ മരയ്ക്കാന്മാർ പിടിച്ചെടുത്തു. ഇതിനു നേതൃത്വം നല്കിയത് അലി മരയ്ക്കാരും ഇബ്രാഹിം മരയ്ക്കാരുമായിരുന്നു. കുഞ്ഞ് ഇബ്രാഹിം മരയ്ക്കാർ, പട്ടുമരയ്ക്കാർ തുടങ്ങിയവർ നാട്ടിൽ പലഭാഗത്തുനിന്നും മുസ്ലീങ്ങളെ ഏകോപിപ്പിച്ച് പറങ്കികൾ കെട്ടിയുയർത്തിയ കോട്ടകളെ ചൂഴ്ന്ന് ആക്രമണം നടത്തി വലിയ നാശനഷ്ടങ്ങൾ വിതച്ചുകൊണ്ടിരുന്നു.

നാട്ടിലെ രാജാവിൽനിന്നും ഉത്തരവുനേടിയായിരുന്നു പറങ്കികൾ കോട്ടകൾ കെട്ടിയത്. അതിനു മുമ്പുതന്നെ മരയ്ക്കാന്മാർ എതിർപ്പു രേഖപ്പെടുത്തിയിരുന്നു. അതു ഗ്രാമത്തിനു പുറത്തല്ലേ എന്നു മറുപടി പറഞ്ഞ് അന്നു രാജാവ് മരയ്ക്കാന്മാരെ ഒഴിവാക്കുകയായിരുന്നു. എന്നാൽ ഇന്ന് മാലിക് ഇബ്നു ഹബീബ് നിർമ്മിച്ച പള്ളി തകർത്തു തരിപ്പണമാക്കപ്പെട്ടു. മാത്രമല്ല മറ്റുരണ്ടു പള്ളികളും ചില ഖബറുകളും അവർ തകർത്തശേഷം ആ സ്ഥാനത്ത് വിശുദ്ധമാതാവിന്റെ കോവിലുകൾ കെട്ടിയുയർത്തി. കോവിലുകൾ കെട്ടിയുയർത്തിയ സ്ഥലം, പറങ്കികൾ രാജാവിന്റെ കൈയിൽനിന്നും വിലയ്ക്കുവാങ്ങിയതായുള്ള അവകാശപത്രിക എഴുതിവാങ്ങിയിരുന്നു. അവകാശപത്രം കണ്ടിട്ടും മുസ്ലീങ്ങൾ അടങ്ങിയില്ല. പറങ്കികൾക്കെതിരായി അവർ യുദ്ധംചെയ്യാൻ തിടുക്കം കൂട്ടി. നമ്മുടെ മണ്ണിൽ കോട്ടകെട്ടി നമ്മെ അടക്കിഭരിക്കാൻവന്ന അന്യശക്തികളായ നീചന്മാരെ മാതൃരാജ്യത്തുനിന്ന് തുരത്തിയോടിക്കാൻ യുദ്ധം ചെയ്യാൻ മരയ്ക്കാന്മാർ തയ്യാറായി. ആ യുദ്ധത്തിനു നേതൃത്വം നല്കിയ പട്ടുമരയ്ക്കാരുടെ വീരപരാക്രമം പറങ്കിപ്പടയ്ക്കു തടയാനോ താങ്ങാനോ ആയില്ല. പട്ടുമരയ്ക്കാരെ വേരോടെ നശിപ്പിച്ചാൽ മാത്രമേ തങ്ങൾക്കു വിജയിക്കാനാവൂ എന്നു മനസ്സിലാക്കിയ പറങ്കികൾ അദ്ദേഹത്തെ അടയാളമിട്ടുവെച്ചു. ആ യുദ്ധത്തിൽ പറങ്കികളുടെ വെടിയുണ്ടയേറ്റ് വീരശൂരപരാക്രമിയായ പട്ടുമരയ്ക്കാർ നിലംപതിക്കുന്നതിനുമുമ്പ് കൈയിലുണ്ടായിരുന്ന വാളുകൊണ്ട് മുന്നിൽക്കണ്ട ഒരു പറങ്കിപ്പടയാളിയുടെ തല ഒറ്റവെട്ടാൽ വെട്ടിവീഴ്ത്തിക്കളഞ്ഞിരുന്നു.

പട്ടുമരയ്ക്കാർ എന്നെന്നേക്കുമായി കണ്ണടയ്ക്കുന്ന സമയത്ത് അരുകിൽനിന്നിരുന്ന ഇബ്രാഹിം മരയ്ക്കാരോട് തന്റെ കൈയിലുണ്ടായിരുന്ന

വാള് കൊടുത്തശേഷം ഇപ്രകാരം പറഞ്ഞിരുന്നു: "നമ്മുടെ നാടിനായി ജീവത്യാഗംചെയ്ത മഹാത്മാക്കളുടെ വീരകൃത്യങ്ങൾ ഓർമ്മയിൽ കുറിച്ചുവെക്കുക. ആ ഓർമ്മകൾ നിശ്ചയമായും നാളെയുടെ തലമുറയ്ക്ക് ആക്കവും ഊക്കവും നല്കുന്ന ചരിത്രരേഖകളായി മാറും. അവ വായിക്കുന്ന നമ്മുടെ കുഞ്ഞുങ്ങൾ ദേശത്തെ സംരക്ഷിക്കുന്ന രാജ്യസ്നേഹികളായ പൗരന്മാരായി വളരും തീർച്ച."

പട്ടുമരയ്ക്കാർ പറഞ്ഞതുപ്രകാരം യുദ്ധസ്മരണകളെക്കുറിച്ച് ഇബ്രാഹിം മരയ്ക്കാർ എഴുതിയ കുറിപ്പുകൾ ഓടക്കരത്തെരുവിലെ സ്ത്രീകൾ പാടി തൊട്ടിലാട്ടി കുഞ്ഞുങ്ങളെ ഉറക്കി. അച്ചടിക്കപ്പെടാത്ത ആ പാട്ടുകൾ, ജനങ്ങളുടെ ചുണ്ടുകളിൽനിന്നും ചുണ്ടുകളിലേക്ക് ഒപ്പിയെടുക്കപ്പെട്ട ആ യുദ്ധഗീതങ്ങൾ കാലത്തിന്റെ കൈത്തലോടലേറ്റ് മാഞ്ഞുപോകാതെ ഇന്നും ഓടക്കരത്തെരുവിലെ അന്തരീക്ഷത്തിൽ മാറ്റൊലി കൊള്ളുന്നുണ്ട്. ആ യുദ്ധഗീതികൾകേട്ട് കുഞ്ഞുങ്ങൾ ഉറങ്ങി. കൈസാ ഉറങ്ങി. അവളുടെ മകൻ റഷീദ് ഉറങ്ങി. എന്നാൽ ഇന്ന് അതു പാടാൻ പാടില്ല എന്നു മുസ്ലീം മുന്നേറ്റസംഘം എതിർപ്പുമായി മുന്നോട്ടുവന്നിരിക്കുന്നു.

പട്ടുമരയ്ക്കാരുടെ വംശാവലിയിലുള്ള കൈസാ ഓടക്കരത്തെരുവിലെ ഏറ്റവും അവസാനത്തെ ചെറിയ വീട്ടിലാണ് തന്റെ മകൻ അബ്ദുറഷീദുമൊത്ത് കഴിയുന്നത്. കൈസാ പണികഴിഞ്ഞ് വൈകുന്നേരം വീട്ടിലേക്കു മടങ്ങുമ്പോൾ കുളന്തോണ്ടി ഹാജിയാരുടെ ഭാര്യ കൊടുക്കുന്ന ആഹാരത്തിന്റെ ശേഷിച്ചവ വീട്ടിൽക്കൊണ്ടുവന്ന് മകനും കൊടുത്ത് വീണ്ടും മിച്ചമുള്ളത് അവളും കഴിച്ച് ഓരോ ദിവസവും കഴിച്ചുകൂട്ടി.

ആനി, ആടി മാസം (മിഥുനം കർക്കടകം മാസം) വലിയ കാറ്റിന്റെയും മഴയുടെയും കാലം. തോരാത്തമഴ! ആകാശം മൂക്കുചീറ്റിക്കൊണ്ടേയിരുന്നു. വാരിയെല്ലുകളെ നട്ടെല്ലിൽ നിന്നും ഇറുത്തെടുക്കുന്ന കൊടുംതണുപ്പ്. തല പുറത്തേക്കിടാനാവില്ല. തോരാമഴ. ചെക്കന് ദേഹമാസകലം ചൂട്. പനിയാണോ?

കൈസ ഭയന്നുപോയി. പനി അധികമായാൽ ഈ തോരാമഴയത്ത് സർക്കാർ ആശുപത്രിയിലേക്ക് എങ്ങനെ കൊണ്ടുപോകും? ആവശ്യത്തിനു പനിക്കുള്ള ഗുളിക വാങ്ങിവെക്കാമെന്നു വിചാരിച്ച് മഴയത്ത് ഇറങ്ങി അവൾ മെഡിക്കൽഷോപ്പിലേക്കു നടന്നു. അല്പദൂരം ചെന്നപ്പോഴേക്കും വലിയ ഒച്ചപ്പാടോടുകൂടി കാറ്റുവീശാൻ തുടങ്ങി. ഒപ്പം അലറിപ്പാഞ്ഞെത്തിയ മഴയും.

"എന്റെ മകനെന്തുപറ്റിയോ ദൈവമേ..?" എന്നുപറഞ്ഞു കരഞ്ഞ് അവൾ തിരികെ വീട്ടിലേക്കോടി. വീടിനടുത്തുവന്നതും ഹൃദയം നുറുങ്ങുന്ന ആ കാഴ്ച അവൾ കണ്ടു. വീടിന്റെ മേല്ക്കൂര കാണാനേയില്ല. ദ്രവിച്ചു തുടങ്ങിയ വീടിന്റെ ഭിത്തി ഒരു വശത്തേക്കു ചെരിഞ്ഞുവീണുകിടക്കുന്നു.

"അള്ളാ.. എന്റെ കുഞ്ഞ്.." അലറിക്കൊണ്ട് വീടിനരികിലേക്കവൾ ഓടി. അവിടെ അബ്ദുറഷീദിനെ കാണാനില്ല. പതറിപ്പോയ അവൾ നാലുപാടും നോക്കി.

അരുകിലായി ഒരു ഓടിട്ട വീടിന്റെ ഇറക്കുവാരിക്കടിയിൽ(ചായ്പ്പ്) മഴനനഞ്ഞ് വിറച്ചുകൊണ്ടിരിക്കുന്ന അബ്ദുറഷീദ്. അവൾ ഓടിച്ചെന്ന് ചേലത്തുമ്പുകൊണ്ടവന്റെ തലയും ശരീരവും തുടച്ച് ചേർത്തണച്ച് മഴ നനയാതെ ആ വീടിന്റെ ഓരത്തു ചേർന്നുനിന്നു.

അന്നുരാത്രി തലചായ്ക്കാനൊരിടത്തെക്കുറിച്ച് അവൾ ചിന്തിക്കുകയായിരുന്നു. അന്തിമയങ്ങി. ഇരുട്ടിനെ കൈപിടിച്ചു കൂട്ടിക്കൊണ്ടുവന്ന സന്ധ്യാസമയം. അവളും മകനും മഴയുടെ ശൗര്യം അടങ്ങിയതും ഈറനോടുകൂടി ആ രാത്രിയിൽ തലചായ്ക്കാനൊരിടം അന്വേഷിച്ചു നടന്നു. "കൈസാ, ഈ അന്തിക്ക് നീ എങ്ങോട്ടാണീ പോകുന്നേ?" മമ്മതി വിളിച്ചു ചോദിച്ചു. മമ്മതി അവളുടെ കുടിലിന്റെ വാതുക്കൽ ഇരുന്ന് മഴയുടെ തണുപ്പിൽ വിറച്ചുകൊണ്ടിരിക്കുകയായിരുന്നു.

"ഇപ്പൊ വീശിയടിച്ച കാറ്റിൽ എന്റെ വീടിന്റെ മേല്ക്കൂര വീണു പോയി. രാത്രി തലചായ്ക്കാൻ ഒരിടം അന്വേഷിച്ച് പോകുന്നു."

"എവിടെ പോകാൻ? വാ.. ഇവിടെ വന്നുകിടക്ക്."

"ഞങ്ങൾക്കുകൂടി കിടക്കാൻ സ്ഥലം ഉണ്ടാകുമോ?"

"ഉള്ള സ്ഥലത്ത് ചുരുണ്ടുകിടക്കാം. അകത്തേക്കു വാ.. മഴയിൽ നനയാതെ.."

പിറ്റേന്ന് രാവിലെ മഴയുടെ ചിനുചിനുപ്പ് നിന്നു. ഭൂമിയിൽ സൂര്യപ്രകാശം വീണു. തന്റെ കുടിലിന് എന്തവസ്ഥയായി എന്നറിയാനുള്ള അങ്കലാപ്പോടെ അവൾ വീടിനടുത്തെത്തി. വീട് കൂപ്പുകുത്തി വീണുകിടക്കുന്നു. വീടിനുള്ളിലെ സാധനങ്ങളെല്ലാം മഴയിൽ നനഞ്ഞൊലിച്ചുകിടക്കുന്നു. മണ്ണുകൊണ്ടുള്ള വിറകടുപ്പ് ഉടഞ്ഞു തകർന്നനിലയിൽ. വീശിയടിച്ച കാറ്റ് തലയിണയും പായും എവിടേക്കോ പറത്തിക്കൊണ്ടുപോയിരിക്കുന്നു. കൈസ വേദനയും കഷ്ടപ്പാടുമായി മൂക്കിൽ വിരൽവെച്ച് ഏങ്ങിനിന്നുപോയി

വീണ്ടും കുടിൽ കെട്ടി ഉയർത്തണമെങ്കിൽ എത്രപണം വേണം? ഓലയും കമ്പും തടിയും വേണം. കിട്ടുന്നത് മാസം വെറും ആയിരത്തഞ്ഞുറു രൂപയും. ഇതുകൊണ്ട് കഷ്ടിച്ച് ആഹാരം കഴിക്കാം. തന്നെ അനാഥമാക്കി ഒരേപോക്കായി കടന്നുപോയവൻ! അവന്റെ തലയിൽ ഇടിത്തീ വീണു പോവുകയേയുള്ളൂ. അയാൾ കെട്ടിയ പെണ്ണിനിന്ന് പുറമ്പോക്കു ഭൂമിയിയാണെങ്കിൽപോലും പള്ളി നിർവ്വാഹകസമിതിക്ക് ഭൂമിവാടക കൊടുക്കണം. പള്ളിക്കണക്കപ്പിള്ള അപ്പപ്പോൾ തറവാടക ചോദിച്ചു വരാറുണ്ട്.

"കൈയിൽ കാശില്ല" എന്നു പറയുമ്പോൾ അയാൾക്ക് അധികാരഭാവം ഉറയും:

"നിന്റെ മകനു സുന്നത്തിന് ഒസാ(പള്ളിപ്പുരോഹിതൻ) വരണമെങ്കിൽ പള്ളിക്കുള്ള കുടിശ്ശികയെല്ലാം ഒന്നിച്ചടയ്ക്കണം. അല്ലെങ്കിൽ കണ്ടോ!"എന്നു മുന്നറിയിപ്പ് നല്കിക്കൊണ്ടാണ് പള്ളി നിർവ്വാഹകസമിതി പിരിവുകാർ പോകാറുള്ളത്. ഒരുകണക്കിന് അതും ശരിതന്നെ. സാധുക്കളുടെ ശ്വാസം മുട്ടിക്കുന്ന കൊലക്കയറായി പള്ളി നിർവ്വാഹക

സമിതി മാറിക്കൊണ്ടിരിക്കുന്നു. കല്യാണം, മരണം, സുന്നത്ത്, തുടങ്ങിയ അവസരങ്ങളിലാണ് പള്ളിക്കു കൊടുക്കേണ്ട പണത്തെ മൊത്തമായി കെട്ടി രസീത് വാങ്ങേണ്ടത്. അങ്ങനെയെങ്കിൽ മാത്രമേ നിക്കാഹ് ചെയ്യാൻ മൗലവി എത്തുകയുള്ളൂ. ശവം അടക്കാൻ ഖബർസ്ഥാനിൽ സ്ഥലവും മയ്യത്ത് എടുക്കാനായി സന്തുക്കും കിട്ടുകയുള്ളൂ. സുന്നത്ത് ചെയ്യാനായി ഒസാ(പള്ളിപ്പുരോഹിതൻ)യെ പള്ളി അയയ്ക്കണമെങ്കിലും പണം ഒടുക്കി രസീത് പറ്റിയിരിക്കണം. ഞെക്കിക്കൊല്ലുന്ന ജമാഅത്തിന്റെ നീളുന്ന ദയാരഹിതമായ പരുക്കൻ പ്രമാണങ്ങൾ!

കൈസായ്ക്ക് ഇപ്പോൾ മാത്രമാണ് തലയിലല്പം ബോധം വീണത്. ചെക്കനു സുന്നത്തു ചെയ്യണം. അവന്റെ അപ്പൻ പോയതു മുതൽ ഇന്നു വരെയുള്ള ഭൂമിവാടക കൊടുക്കേണ്ടതുണ്ട്. വീണുകിടക്കുന്ന കുടിലിനെ നിവർത്തിവെച്ചു കെട്ടണം. പറന്നുപോയ മേല്ക്കൂര അന്വേഷിച്ചു കണ്ടു പിടിക്കണം. എവിടെത്തുടങ്ങണം? എന്തു ചെയ്യണം? അവൾക്ക് ഒരു രൂപവും കിട്ടിയില്ല. ആകപ്പാടെ അന്ധാളിച്ച് അവളാ കുടിലിനു മുന്നിൽ കുത്തിയിരുന്നു.

വീരശൂരപരാക്രമിയായ പട്ടുമരയ്ക്കാരുടെ കൊച്ചുമകൾ!!

പതിനഞ്ച്

കന്യാകുമാരിവഴി നാഗപട്ടണത്തേക്കു പോകുന്നവഴിയിൽ പറങ്കികളുടെ കപ്പലിൽ കരുതിയിരുന്ന കുടിവെള്ളം തീർന്നു. ഇനി എന്തു ചെയ്യും? എവിടെനിന്നു കുടിവെള്ളം ലഭിക്കും? അവർ അന്വേഷണമാരംഭിച്ചു. ദൂരദർശിനിയിലൂടെ എവിടെയെങ്കിലും കര കാണുന്നുണ്ടോയെന്ന് അവർ നിരീക്ഷിച്ചുകൊണ്ടിരുന്നു. അങ്ങനെ കരകാണാക്കടലിൽനിന്നും നോക്കിയിരിക്കെ അങ്ങകലെ ഹരിതമയമായ ഒരു തുരുത്തു കണ്ടു. കപ്പൽ ആ കര ലക്ഷ്യമാക്കി അടുപ്പിച്ചു. കരയിലേക്കടുത്തു തുടങ്ങിയപ്പോഴാണ് അതൊരു തുറമുഖ ഗ്രാമമാണെന്ന് അവർക്കു മനസ്സിലായത്. തുറമുഖത്ത് അടുപ്പിക്കുന്നതിനായി കടലിന്റെ ആഴം പ്രശ്നമായിരുന്നതിനാൽ കപ്പൽ അവർ പുറംകടലിൽ നിർത്തിയിട്ട് കരനോക്കി കൊടികാണിച്ചു. തുറമുഖത്തു കിടന്നിരുന്ന വള്ളങ്ങളിലെ മരയ്ക്കാന്മാർ അതുകണ്ടു. അവർ തണ്ടു കെട്ടിത്തുഴഞ്ഞ് കപ്പലുനോക്കിച്ചെന്നു. 'ധർമ്മപത്താൻ' ഗ്രാമമായിരുന്നു അത്. ഗ്രാമത്തിലെ കടൽത്തൊഴിലാളികൾ എന്തോ ആപത്തു വരുന്നു എന്നാണ് കരുതിയത്. പുതിയകപ്പൽ! പുതിയകൊടി! പുതിയമനുഷ്യർ!

കുടിവെള്ളപ്പാത്രങ്ങൾ കാട്ടി അവർ വെള്ളം ചോദിച്ചു; അവരുടെ ഭാഷയിൽ. ഭാഷ മനസ്സിലായില്ല. പാത്രംകണ്ടു ഭാഷ മനസ്സിലാക്കി. മരയ്ക്കാന്മാർ കയറിയ വള്ളങ്ങൾ കപ്പലിലേക്ക് അടുത്തതും ദാഹം താങ്ങാനാവാതെ ചില പറങ്കികൾ പോയ മരയ്ക്കാന്മാരുടെ വള്ളത്തിൽ കയറി കരയിലേക്കു വന്നു. ആവശ്യത്തിനു വെള്ളം കുടിച്ച്, പാത്രങ്ങളിൽ വെള്ള

വുമായി പറങ്കികൾ മടങ്ങി. എന്നാൽ കരയിലേക്കു വെള്ളത്തിനായി വന്ന കപ്പിത്താൻ ഉടനെ തിരികെപ്പോയില്ല. അയാൾ തുറമുഖം ശ്രദ്ധിച്ചു. കൊപ്ര, തേങ്ങ, മുളക്, ചുക്ക് തുടങ്ങിയ സാധനങ്ങൾ തുറമുഖത്ത് അടുക്കിവെച്ചിരിക്കുന്നതിൽ അയാളുടെ നോട്ടം നീണ്ടുചെന്നുടക്കിനിന്നു.

"ഈ സാധനങ്ങളെല്ലാം എങ്ങോട്ടേക്കാണ് അയയ്ക്കുന്നത്?" അയാൾ ചോദിച്ചു.

ഏദൻ, യമൻ, ഒമാൻ, ബഹ്റൈൻ.. തുടങ്ങിയ അറബ് നാടുകളിലേക്കാണെന്നു പറഞ്ഞു.

അങ്ങനെയോ? എന്നുപറഞ്ഞ് തലയാട്ടിയ ആ നാവികന്റെ ഭാവത്തിൽ എന്തൊക്കെയോ നിഗൂഢതകൾ പൊതിഞ്ഞിരുന്നു.

"ഈ ഗ്രാമത്തിന്റെ പേരെന്ത്?"

"ധർമ്മപത്താൻ."

മുൻപ് എപ്പോഴോ കേട്ടിട്ടുള്ള പേരെന്നപോലെ അയാൾക്കത് തോന്നിയോ? ധർമ്മപത്താനെ ചുറ്റിക്കാണണം എന്നയാൾ ആഗ്രഹിക്കുന്നതുപോലെതോന്നി. ചുറ്റിനും നടന്നുനോക്കിയാൽ ഗ്രാമത്തിന്റെ മുക്കും മൂലയും മനസ്സിലാക്കാം. അയാൾ ഒരു മരയ്ക്കാനെ സഹായത്തിനായി ക്ഷണിച്ചു:

"ധർമ്മപത്താൻ ഗ്രാമം മുഴുവൻ നടന്നു കാണിച്ചുതരാമോ?"

നാവികൻ തന്റെ ആഗ്രഹം വെളിപ്പെടുത്തി.

ഒരു വള്ളത്തൊഴിലാളിയായ നൈനാമരയ്ക്കാർ ഗ്രാമം ചുറ്റിക്കാണിക്കുവാനായി കപ്പിത്താനെയും കൂട്ടി നടന്നു.

പടിഞ്ഞാറുദിശയിലേക്കാണ് ആദ്യം നടന്നത്. കടലോടു ചേർന്ന് വലിയൊരു നദി ഒഴുകുന്നതുകണ്ട കപ്പിത്താന് ആകെ ആശ്ചര്യമായി. വിശാലമായ നദി. എവിടെനിന്നും വരുന്നു?

"ഇതാണ് താമ്രപർണ്ണിയാറ്. പൂവാറുവരെ ഒഴുകും. വടക്കെ മലയിൽനിന്നും വരുന്ന വെള്ളം ഈ നദിയിൽ നിറയുന്നു. ഇതുതന്നെയാണ് താമ്രപർണ്ണിയാറിന്റെ പൊഴിമുഖം. വെള്ളം നിറഞ്ഞുകവിയുമ്പോൾ കടലിലേക്കു വഴിതിരിച്ചുവിടും. പൊഴിമുഖം ഇവിടെനിന്നുതന്നെ കാണാം.

നൈനാമരയ്ക്കാർ വിശദീകരിച്ചത് അയാൾ ചെവിക്കൊണ്ടോ? അതോ ശ്രദ്ധിച്ചിരിക്കില്ലെന്നുണ്ടോ? ഒന്നുമറിയില്ല. അയാളുടെ നോട്ടം ആറിന്റെ വിദൂരതയിൽനിന്നും ഭാരംകയറ്റി വരുന്ന വള്ളങ്ങളിൽ ഊന്നിനിന്നു.

"ആറിന് അക്കരെയുള്ള പാറമുകളിൽ കാണുന്നതാണ് ആറ്റുപള്ളി."

കടൽക്കരയിലെ മണലിൽ നിന്നുകൊണ്ട് നാവികൻ നോക്കി. പള്ളി കാണാൻ തനിക്ക് താല്പര്യമില്ലെന്ന മട്ടിൽ അലക്ഷ്യമായിട്ടായിരുന്നു ആ വീക്ഷണം. ആ നോട്ടത്തിൽ വെറുപ്പുംകൂടി കലർന്നിരുന്നു.

വള്ളത്തൊഴിലാളി നൈനാൻ മരയ്ക്കാർ തുടർന്നു:

"നാഗൂർഷാഹുൽഹമീദ് സാഹിബ്ബ് ഔലിയുള്ള, കാറ്റുകൊള്ളാനായി വന്നിരിക്കാറുള്ള സ്ഥലമാണിത്."

പറഞ്ഞത് അയാളുടെ കാതിൽ ചെന്നെത്തിയതായി തോന്നിയില്ല. അയാളുടെ നോട്ടം അകലെനിന്നും വന്നുകൊണ്ടിരുന്ന വള്ളത്തിൽ ഉണ്ടാ

യിരുന്ന ചരക്കുകളുടെ മുകളിലായിരുന്നു.

"വള്ളത്തിൽ കൊണ്ടുവരുന്ന സാധനങ്ങൾ എങ്ങോട്ടേക്കാണ് പോകുന്നത്?" അയാൾ ചോദിച്ചു.

"തുറമുഖത്തേക്ക്."

കപ്പിത്താനെ കൂട്ടിക്കൊണ്ടു നൈനാൻമരയ്ക്കാർ വീണ്ടും നടന്നു. കാൽകഴപ്പു വകവയ്ക്കാതെ വടക്കുനോക്കി നടന്നപ്പോൾ കപ്പിത്താന്റെ മനസ്സിൽ മറ്റുപല കണക്കുകൂട്ടലുകളും നടക്കുന്നുണ്ടായിരുന്നു. യോജിച്ച സമയം, ഇങ്ങനെയൊരു ചെറിയ തുറമുഖം കാണാനായതും, കപ്പലിൽ കുടിവെള്ള ക്ഷാമമുണ്ടായതും ഭാഗ്യംതന്നെ. ഒരുപക്ഷേ, കുടിവെള്ള ക്ഷാമം ഉണ്ടായില്ലായിരുന്നെങ്കിൽ ഈ തുറമുഖം ശ്രദ്ധിക്കാതെ കടന്നു പോയേനെ!

"ഈ തുറമുഖത്തെ കാട്ടിത്തന്നതിന് ദൈവത്തിനു സ്തുതി" കപ്പിത്താൻ നെഞ്ചിൽ കൈകൊണ്ടു കുരിശുവരച്ചു.

"വടക്കുദിക്കു നോക്കിച്ചെല്ലുന്ന ഈ റോഡ് കുഴിത്തുറയിലേക്കാണ് പോകുന്നത്. ഈ റോഡിലൂടെയാണ് പാർത്ഥീവപുരം ഗ്രാമത്തിലേക്കു പോകേണ്ടതും. തിരുമലക്കോവിലും ഉദച്ചിക്കോട്ടയും ഇതിനു സമീപത്താണ്. തൊൽക്കാപ്പിയത്തിന്റെ കർത്താവിന്റെ ജനനസ്ഥലമായ കാപ്പിക്കാടും അതിനടുത്താണ്."

നൈനാൻ മരയ്ക്കാർ പറഞ്ഞതെല്ലാം മൂളിക്കേട്ടതല്ലാതെ എന്തെങ്കിലും അയാളുടെ മനസ്സിൽക്കൊണ്ടതായി തോന്നിയില്ല. അയാൾക്ക് ഈ പുണ്യപുരാണങ്ങളുടെയൊന്നും ആവശ്യമേയില്ലായിരുന്നു.

"ഏയ്.. നൈനാൻ.. വള്ളത്തിൽ കയറ്റിക്കൊണ്ടുവരുന്ന ആ ചരക്കുകൾ എവിടെനിന്നും വരുന്നു?" മരയ്ക്കാർ ഉത്തരം പറയുന്നതു കേൾക്കാനായി കാതുകൂർപ്പിച്ചുകൊണ്ട് അയാൾനിന്നു.

"വടക്കൻമലയുടെ താഴ്വരയായ കുലശേഖരം, പേച്ചിപ്പാറ, പെരുഞ്ചാണി തുടങ്ങിയ മലയോര ചന്തകളിൽനിന്നാണു വരുന്നത്."

"ഓഹോ.. അങ്ങനെയോ?"

"അതെ."

"പടിഞ്ഞാറു കണ്ടുകഴിഞ്ഞു. വടക്കും കണ്ടു. ഇനി കിഴക്കുഭാഗം കാണണം" അയാൾ ആവശ്യപ്പെട്ടു.

"കാണാം" നൈനാൻ പറഞ്ഞു.

പുത്തനാറിന്റെ കരയോരത്ത് തെങ്ങിന്റെ ഓലകൾ വീഴ്ത്തിയ തണലിലൂടെ കപ്പിത്താനെ നൈനാൻ മരയ്ക്കാർ നടത്തിച്ചുകൊണ്ടുവന്നു. കൂലംകഷമായ ചിന്തകളിൽ ആണ്ട് നൈനാ മരയ്ക്കാരോടൊപ്പം അയാൾ നടന്നു. പുത്തനാറിന്റെ കൈവഴിയിൽ തുള്ളി ഓടുന്ന ചെറിയ മീനുകൾ കപ്പിത്താന്റെ ശ്രദ്ധയെ ആകർഷിച്ചു.

"ഈ ശാഖാ നദി എങ്ങോട്ടു പോകുന്നു?"

"കന്യാകുമാരിക്ക്."

കന്യാകുമാരി എന്നുകേട്ടതും കപ്പിത്താന് വിഭ്രമമായി.

"ഇതുവഴി വേഗത്തിൽ കന്യാകുമാരിക്കു ചെല്ലാം" നൈനാൻ

പറഞ്ഞു.

“പത്തേമാരി പോകുമോ?”

“ഇല്ല, പത്തേമാരി പോവില്ല. കന്യാകുമാരിവരെ ചാലുകീറി ഉണ്ടാക്കിയെടുത്ത പുഴയാണ്. ഇടയ്ക്ക് ജോലിനിന്നുപോയി. ചാലുകീറിയ ചിലസ്ഥലങ്ങൾ മണ്ണുമൂടി കിടക്കുകയാണ്.

നൈനാ മരയ്ക്കാർ ഇതുപറഞ്ഞപ്പോൾ കപ്പിത്താനു മനസ്സാകെ തളർന്നതുപോലായി.

“അങ്ങനെയെങ്കിൽ കടൽവഴി പോകണം അല്ലേ?”

“അതെയതെ. അതാ.. ആ ഉയർന്നുകാണുന്നതാണ് ജേണ്ടപ്പള്ളിപ്പാറ. ഷെയ്ക്കിന്റെ പള്ളി. ജേണ്ടപ്പള്ളി വളരെ വളരെ വിശേഷപ്പെട്ട പള്ളിയാണ്. ഒരു ഷെയ്ക്ക് കെട്ടിയുണ്ടാക്കി കുടിയിരുന്ന പള്ളി. ആ ഷെയ്ക്കിന്റെ പാദം രണ്ടും മലകയറുന്നിടത്ത് ഉണ്ടായിരുന്നു. പാറപൊട്ടിക്കുന്ന ശിഖാമണി ബോധമില്ലാത്തവൻ വെടിവെച്ച് പാദത്തെ പൊട്ടിച്ചു. അതോടെ അവന്റെ രണ്ടുകണ്ണിന്റെയും കാഴ്ചയും നഷ്ടപ്പെട്ടു. പിന്നെ ഷെയ്ക്കിന്റെ പേരിൽ ഒരുപാടു നേർച്ചകൾ നേർന്ന് മാപ്പിരന്ന ശേഷമാണ് കാഴ്ച തിരികെ കിട്ടിയത്. അതിന് എതിർവശത്തുകാണുന്നില്ലേ അതാണ് ആനപ്പാറ. ആന കിടന്നുറങ്ങുന്നതുപോലെ തോന്നുന്നില്ലേ? ആനയുടെ ശിരസ്സിൽ വെള്ളനിറത്തിൽ കാണുന്നില്ലേ, അതുതന്നെയാണ് ശിരോകൂപം(ഉച്ചിക്കിണർ). ഞങ്ങളുടെ ധർമ്മപത്താൻ ഗ്രാമം വെള്ളംപൊങ്ങി നശിക്കാതിരിക്കാൻ മന്ത്രവാദി ലബ്ബ ചെറുവിരലുകൊണ്ട് ഒരു കല്ലെടുത്ത് കിണർ അടച്ചുവെച്ചിരിക്കുകയാണ്. ഒരു കപ്പൽ നിറയെ നൂൽകൊണ്ടുവന്ന് ആഴം അളന്നു നോക്കിയിട്ടും അടികാണാനാകാതെ കടൽ(പഹർ) നൂലിറക്കുന്തോറും താണുകൊണ്ടേയിരുന്നു. മന്ത്രവാദി ലബ്ബ ഒടുവിൽ സത്യംചെയ്ത് കല്ലെടുത്തുവെച്ചു കിണറ് മൂടിക്കളഞ്ഞു.

നൈന മരയ്ക്കാർ ഒരുനിമിഷം നിർത്തി പിന്നെപ്പറഞ്ഞു:

“കിണറു താനേ പൊങ്ങി നാടു നശിപ്പിക്കില്ലല്ലോ!”

“അദ്ദേഹം ചെയ്ത സത്യത്തിന്റെ ശക്തികൊണ്ട് അടപ്പ് താനേമാറി വെള്ളം പൊങ്ങിപ്പോകാതെ വർഷാവർഷം കുറേശ്ശെയായി കിണറിനെ മൂടിക്കൊണ്ടിരുന്നു. ലോകാവസാനം അടപ്പുതുറന്ന് മേഘത്തോടുചേർന്നു മറ്റൊരു മേഘം പോലെ കിണറ്റിലെ വെള്ളമെല്ലാം പറന്നുപോകും.”

ജേണ്ടപ്പള്ളിയിലെ ആനപ്പാറയുടെ നന്മയെപ്പറ്റി നൈനാ മരയ്ക്കാർ തനിയെ പറഞ്ഞുകൊണ്ടു നടന്നു. അദ്ദേഹം പറഞ്ഞതൊന്നും കപ്പിത്താൻ ശ്രദ്ധിക്കുന്നതായി തോന്നിയില്ല. ഗ്രാമത്തിന്റെ സാമ്പത്തികവും എളിമയും കപ്പിത്താനെ ആകെ ത്രസിപ്പിക്കുന്നതായിത്തോന്നി. അയാൾ ചുറ്റും കണ്ണോടിച്ചുകൊണ്ട് നടക്കുമ്പോൾ കുലകുലയായി കുലച്ചു നില്ക്കുന്ന ഇളംതെങ്ങുകൾ, കൊന്നത്തെങ്ങുകൾ, പ്ലാവുകൾ, മാവുകൾ, അടയ്ക്കാമരങ്ങൾ മുതലായവ ഗ്രാമത്തിനു കുടപിടിക്കുന്നതായി തോന്നിച്ചു. കപ്പിത്താന്റെ ഉൾക്കാമ്പ് ആ ചെറുതുറമുഖത്ത് നങ്കൂരമിടാൻ ആഗ്രഹിച്ചു. അവിടെ ആ കടലോരത്ത് അടുക്കിവെച്ചിരുന്ന കൊപ്രത്തേങ്ങായും മുളകു കൂനകളും കടന്ന് നാവികന്റെ ദൃഷ്ടി അങ്ങ്

താമ്രപർണ്ണിയാറ്റിന്റെ പരപ്പിലൂടെ നീന്തിവരുന്ന ഭാരംകയറ്റിയ വള്ളങ്ങളിലും അതിനുള്ളിൽ നിറഞ്ഞുപൊങ്ങിയിരിക്കുന്ന ചരക്കുകളിലും വീണ്ടും ചെന്നു തടഞ്ഞുനിന്നു.

കപ്പിത്താനും നൈനാൻമരയ്ക്കാരും നാടുചുറ്റിനടന്നു കണ്ടശേഷം ഒരിടത്തിരുന്നു. ചെന്തെങ്ങിന്റെ രണ്ടു കരിക്കുചെത്തി കപ്പിത്താനു കുടിക്കാൻ കൊടുത്തശേഷം നൈനാൻ മരയ്ക്കാർ തുറമുഖത്തേക്കു തിരികെ ചെന്നപ്പോൾ കപ്പിത്താൻ ഏമ്പക്കംവിട്ടു, പിന്നെ കടലിനെയും കടലിൽനിന്നും അല്പം അകലെ ആഴമുള്ളഭാഗത്ത് നങ്കൂരമിട്ടു നില്ക്കുന്ന കപ്പലിനെയും നോക്കി.

കരയിൽ നിന്നിരുന്ന വള്ളങ്ങൾ കടലിലിറക്കാൻ അയാൾ പറഞ്ഞു. കപ്പലിലുണ്ടായിരുന്ന ജീവനക്കാരെ വള്ളങ്ങളിൽക്കയറ്റി കരയിലേക്കു കൊണ്ടുവരാൻ പറയുമ്പോൾ അയാളുടെ മുഖത്ത് വല്ലാത്ത അധികാരഭാവം സ്ഫുരിക്കുന്നത് നൈനാൻ മരയ്ക്കാർ ശ്രദ്ധിച്ചു. സമാധാനമായി, പുഞ്ചിരിച്ച മുഖവുമായി ഗ്രാമം ചുറ്റിനടന്നു കണ്ടയാളുടെ മുഖം തുറമുഖത്തേക്കു തിരികെ വന്നപ്പോഴേക്കും ഇപ്രകാരം മാറാനുള്ള കാരണമെന്തെന്ന് മനസ്സിലാകാതെ ഒരു നിമിഷം നൈനാൻ മരയ്ക്കാർ അന്തിച്ചുനിന്നു.

ഇതിനിടയിൽ ഭാരം കയറ്റിയ വള്ളങ്ങൾ ആറ്റിൻകടവത്തെത്തി ഒതുക്കി നിർത്തപ്പെട്ടു. പണിക്കാർ വള്ളങ്ങളിൽ ഉണ്ടായിരുന്ന ചരക്കുകൾ മുതുകിൽ കയറ്റി തുറമുഖത്ത് ഇറക്കുന്ന സമയം. ചരക്കുകളിൽ തഴുകി പുറത്തേക്കുവരുന്ന കാറ്റിലെ ഗന്ധം നുകർന്ന് അതിനുള്ളിലെ വസ്തുക്കളെന്താണെന്ന് കപ്പിത്താൻ ഊഹിച്ചു.

'ചുക്ക്, മുളക്, ഏലയ്ക്കാ, അടയ്ക്ക..' കടലിൽ അങ്ങു ദൂരെ ഒരു കപ്പൽ തുറമുഖംനോക്കി വന്നടുക്കുന്നുണ്ടായിരുന്നു. ഇതുകണ്ട കപ്പിത്താൻ ഉഷാറിലായി. കപ്പലിനെ കരയിലടുക്കാൻ സമ്മതിക്കരുതെന്ന് അയാളുടെ കപ്പൽ ജീവനക്കാരോടയാൾ സൂചന നല്കി. മുന്നറിയിപ്പോടെ വരുന്ന കപ്പലിനെ തടുക്കാൻ കപ്പിത്താനും സംഘവും തയ്യാറായി. കുറച്ച് ആളുകൾ കരയിൽനിന്നും പോയ വള്ളങ്ങളിൽ തുറമുഖത്തേക്കു വന്നിറങ്ങി. കപ്പിത്താന്റെ വ്യത്യസ്തമായ മുഖഭാവവും.. വന്നിറങ്ങിയ ചരക്കും.. ചിലർക്ക് കാര്യം മനസ്സിലായി.

തുറമുഖത്ത് ഇറക്കിവെച്ചിരുന്ന ചരക്കുകളെ കയറ്റിക്കൊണ്ടുപോകാനായി വന്നുകൊണ്ടിരുന്ന കപ്പലിനെ ഇവിടെനിന്നും പോയ പറങ്കികൾതടഞ്ഞു. കപ്പലിലുണ്ടായിരുന്ന മരയ്ക്കാന്മാരുമായി പറങ്കികൾ വഴക്കായി. വഴക്കുനടക്കുമ്പോൾ തുറമുഖത്ത് ഇറക്കിവെച്ചിരുന്ന ചരക്കുകൾ പറങ്കികൾ തങ്ങളുടെ കപ്പലിൽ കയറ്റുന്നതിനായി ഒരുങ്ങുമ്പോൾ നൈനാൻ മരയ്ക്കാർ ഗ്രാമത്തിലുള്ള മരയ്ക്കാന്മാരെ വിളിച്ചു പറഞ്ഞു:

"കൂയ്.. കൂയ്.. കൂയ്.." കൂവലിന്റെ ഒച്ചകേട്ടതും കടലിലെന്തോ ആപത്ത് നടക്കുന്നുവെന്നു മരയ്ക്കാന്മാർ മനസ്സിലാക്കി. മമ്മാലി മരയ്ക്കാരുടെ നേതൃത്വത്തിൽ മരയ്ക്കാർപ്പട കുതിച്ച് തുറമുഖത്തെത്തി. കപ്പലിൽ കയറ്റുന്നതിനായി, ചെറിയവള്ളങ്ങളിൽ കയറ്റിക്കൊണ്ടിരുന്ന ചര

ക്കുകളെ പറങ്കികൾ തടഞ്ഞു. കപ്പിത്താനും മമ്മാലി മരയ്ക്കാരും തമ്മിൽ വാഗ്വാദം നടന്നു.

"ഞങ്ങളുടെ അനുവാദപത്രമില്ലാതെ കടലിൽ ചരക്ക് കൊണ്ടുപോകാൻ പറ്റില്ല."

കപ്പിത്താൻ ഗർജ്ജിച്ചു. കോപം കുതിച്ചൊഴുകിയ മമ്മാലി മരയ്ക്കാർ കപ്പിത്താനെ ഓങ്ങിയടിച്ചു. കപ്പിത്താൻ നിലത്തുവീണു. പറങ്കികൾ മമ്മാലി മരയ്ക്കാർക്കുനേരെ പാഞ്ഞടുത്തു. കൊടിയ യുദ്ധം നടന്നു. മരയ്ക്കാന്മാരുടെ ശൂരതയേറിയ ആക്രമണത്തിനുമുന്നിൽ പറങ്കികൾ പതറിത്തെറിച്ചു. അവർ തങ്ങളുടെ കപ്പലുനോക്കി കടലിലേക്കു കുതിച്ചു. എന്നാൽ കയറിപ്പായാൻ വള്ളങ്ങൾ കിട്ടാതെ അവരിൽച്ചിലർ ദിശയറിയാതെ ഓട്ടംപിടിച്ചു. കൈയിൽ കിട്ടിയ പറങ്കികളെ മരയ്ക്കാന്മാർ വെട്ടിനുറുക്കി കടലിലെറിഞ്ഞു. ചിലപറങ്കികൾ മുങ്ങിമരിച്ചു.

യുദ്ധത്തിൽ പറങ്കികൾ പരാജയപ്പെട്ടു. കപ്പലിൽ ഒളിച്ചിരുന്ന പറങ്കികളെ കപ്പലിലുണ്ടായിരുന്ന മരയ്ക്കാന്മാർ വെട്ടി കടലിലെറിഞ്ഞതിനുശേഷം കപ്പൽ തുറമുഖത്തേക്കടുപ്പിച്ചു. കരയിൽ ശേഖരിച്ചുവെച്ചിരുന്ന ചരക്കുകൾ കയറ്റിയശേഷം കപ്പൽ ഒമാനിലേക്കു തിരിച്ചുവിട്ടു.

ആ യുദ്ധത്തിൽ പറങ്കികളെ തോല്പിച്ച മമ്മാലി മരയ്ക്കാരുടെ പിൻതലമുറക്കാരിയാണ് മമ്മതി. അന്നത്തെ രാത്രി കൈസയും മകനും മമ്മതിയുടെ കുടിലിൽ ഉറങ്ങി. നേരംപുലർന്നപ്പോൾ എണീറ്റ് നിലംപൊത്തിക്കിടന്ന കുടില് വീണ്ടും ഒരുനോക്കു കണ്ടതിനുശേഷം കൈസ മകനെ മദ്രസ്സയിലേക്കു പറഞ്ഞയച്ചു. മറ്റു നിവൃത്തിയൊന്നുമില്ലാതെ അവൾ മെല്ലെ കുളന്തോണ്ടിഹാജിയാരുടെ വീട്ടിലേക്ക് എച്ചിൽപാത്രങ്ങൾ കഴുകി, വീട് അടിച്ചുവാരി വൃത്തിയാക്കി, മുറ്റത്തു വീണുകിടന്ന ഇലകൾ പെറുക്കിക്കൂട്ടി കുപ്പത്തൊട്ടിയിൽ കൊണ്ടിടുന്നതിനായി കണ്ണീരും തുടച്ചുകൊണ്ടു യാത്രയായി. ഉള്ളിൽ തിളച്ചുപൊങ്ങുന്ന വിശപ്പിന്റെ ചൂട് നീരാവിയായി അവളുടെ കണ്ണിലൂടെ മഴയായിപ്പെയ്തിറങ്ങി.

വീട്ടുജോലികൾ തീർത്ത് കൈസാ, കുളന്തോണ്ടിഹാജിയാരുടെ മുന്നിൽച്ചെന്ന് കൈവിരലുകളിലെ ഞൊട്ട പൊട്ടിച്ച് നിന്നു. അവൾ പണം ചോദിക്കുന്നതിനു വട്ടംകൂട്ടുന്നതാണെന്നു കുളന്തോണ്ടി ഹാജിയാർക്കു മനസ്സിലായി. അയാൾ കോപംകൊണ്ടു ചെമന്ന കണ്ണുകളുമായി ചോദിച്ചു:

"എന്താ നില്ക്കുന്നെ? ജോലിയൊക്കെ തീർന്നോ?"

"ഉം.."

"വീട്ടിൽക്കൊണ്ടുപോകാനായി വീട്ടുകാരി ബാക്കിവന്നതൊന്നും തന്നില്ലേ?"

"തന്നു."

"പിന്നെ എന്തിനാ നില്ക്കുന്നേ?"

"അല്ല, മുതലാളീ.. ഇന്നലെപ്പെയ്ത പെരുംമഴയിലും കാറ്റിലും എന്റെ പുര വീണുപോയി. മറ്റൊരു വീട്ടിലാണ് ഞാനും മകനും ഇന്നലെ അന്തിയുറങ്ങിയത്. എന്നും അന്യരുടെ വീട്ടിൽ ഉറങ്ങാൻ പറ്റുമോ? എന്റെ മകൻ രാത്രി ഉറക്കത്തിൽ കിടന്നു മൂത്രമൊഴിക്കും. മറ്റുള്ളവരുടെ

വീട്ടിലെ ചെമ്മൺതറ കഴുകാൻ പറ്റുമോ?''

"അതിനു ഞാനെന്തു വേണം?''

"ചെരിഞ്ഞുപോയ വീട് വീണ്ടും പൊക്കി വെക്കണം. പറന്നുപോയ മേല്ക്കൂര കെട്ടിമേയുകയുംവേണം. അതിന് മുതലാളി സഹായിക്കണം.''

"ഞാൻ എന്തു സഹായം ചെയ്യണം?''

"എന്റെ ശമ്പളവും തന്ന് ഒരു ആയിരം രൂപകൂടി തരണം.''

"ആയിരമോ?''

"മാസാമാസമുള്ള എന്റെ ശമ്പളത്തീന്ന് കുറേശ്ശെക്കുറേശ്ശെ പിടിച്ചുകൊള്ളൂ മുതലാളീ..''

"നിനക്ക് മുഴുവൻ ശമ്പളവും തരാൻ ഇനിയും പന്ത്രണ്ടു ദിവസം കൂടി ബാക്കിയുണ്ട്. ഇന്ന് തീയതി പതിനെട്ടല്ലേ ആയിട്ടുള്ളൂ? മുഴുവൻ ശമ്പളവും ആയിരം രൂപയുംകൂടി ചോദിച്ചാൽ എങ്ങനെ തരും? നീ തന്നു വച്ചതു പോലെയാണല്ലോ ചോദിക്കുന്നത്? ഈ മാസം അവസാനിക്കട്ടെ, ആലോചിക്കാം.''

ഹാജിയാർ ഇതുംപറഞ്ഞ് അകത്തേക്കുപോയി.

"രാത്രി തലചായ്ക്കുന്ന വീട് വീണുപോയി. പൊക്കിവെച്ചുകെട്ടാൻ ഒരു ചെറിയസഹായം ചെയ്യൂ മുതലാളീ..''

എന്നവൾ ദയനീയമായി വിലപിച്ചുകൊണ്ടുനില്ക്കുമ്പോഴാണ് മമ്മതി അവളെ വിളിച്ചത്.

"വാ.. ഞങ്ങളുടെ കൂടെവാ.. ദിവസവും മുന്നൂറു രൂപയിൽ കുറയാതെ കിട്ടും. വാ.. നേരംവെളുത്ത് ഇരുട്ടുന്നതുവരെ ശരീരം നുറുങ്ങെ വേലചെയ്താൽ കിട്ടുന്ന ഈ അമ്പതു രൂപകൊണ്ട് എന്തുചെയ്യാനാകും? പറയ്.. നീ എന്തുചെയ്യും?''

മമ്മതി പറഞ്ഞത് കൈസയ്ക്ക് ശരിയാണെന്നു തോന്നി. വീണുപോയ ദ്രവിച്ച പുര ഉയർത്തിവെച്ചുകെട്ടാൻ ഹാജിയാർ സഹായിക്കില്ലെങ്കിൽ തനിക്ക് വീടുതോറും നടന്നു കൈനീട്ടുകയേ മാർഗ്ഗമുള്ളൂ.

നാടിനുവേണ്ടി ജീവത്യാഗം ചെയ്ത ദേശസ്നേഹികളുടെ പിൻഗാമികൾ!!

പതിനാറ്

ഗ്രാമത്തിൽ രണ്ടുപ്രദേശങ്ങളാണുള്ളത്. ഗ്രാമത്തിന്റെ കിഴക്കുഭാഗത്തുള്ള ഓടക്കരത്തെരുവും പടിഞ്ഞാറുഭാഗത്തുള്ള പള്ളിത്തെരുവും. പള്ളിത്തെരുവിൽത്തന്നെ പല ഉപതെരുവുകളുമുണ്ട്. പള്ളിത്തെരുവിൽ പ്രധാനമായും ഗ്രാമമുഖ്യന്റെ വീടും മറ്റുപല പ്രമുഖരുടെ വീടുമാണുള്ളത്. പള്ളിയും അതിനോടു ബന്ധപ്പെട്ടവരും താമസിക്കുന്നഭാഗവും ഓടക്കരത്തെരുവും തമ്മിൽ വിഭജിക്കുന്ന അതിർത്തിയിൽ ഒരു ചുമടുതാങ്ങി ഉണ്ട്. പണ്ടുകാലത്ത് ആരോ സ്ഥാപിച്ച ഒരു ചുമടുതാങ്ങി. ചന്തയിലേക്ക് സാധനങ്ങൾ വില്ക്കാൻ കൊണ്ടുപോകുന്ന നാട്ടുകാർക്ക് തലച്ചുമട് ഇറക്കിവെക്കാനും ക്ഷീണംതീർക്കാനുമായി സ്ഥാപിക്കപ്പെട്ടിട്ടുള്ള

തായിരുന്നു ആ ചുമടുതാങ്ങി. മത്സ്യം ചുമക്കുന്ന മീൻകാരിപ്പെണ്ണുങ്ങൾ തലച്ചുമടിറക്കിവെച്ച് അല്പനേരം ഇരുന്ന് വെറ്റില ചവച്ച് ക്ഷീണമകറ്റുന്നത് ഈ ചുമടുതാങ്ങിക്കു കീഴിലാണ്. പഴയകാലത്തിന്റെ ഓർമ്മയായി ഇപ്പോൾ പൊങ്ങി നില്ക്കുന്നത് ഈ ഒരേയൊരു കല്ലുമാത്രമാണ്. ഇടക്കാലത്ത് ആ ഭാഗത്ത് മൂന്നു കല്ലുകളുണ്ടായിരുന്നു. മറ്റു രണ്ടുകല്ലുകളും മണലിൽ പൂഴ്ന്നുപോയിരുന്നു. ഈ അതിർത്തിക്കല്ലിന് കീഴിലുള്ള ചെരിവിൽ അങ്ങേവശത്ത് ദൂരെയായി വരത്തർ താമസിക്കുന്ന ഭാഗമുണ്ട്. ഉടങ്കാടായി കിടന്ന സ്ഥലം. കാട് വെട്ടിനികത്തി നിരപ്പാക്കി കുടിലുകൾകെട്ടി താമസിക്കുന്നവർ. വരത്തർ എന്ന് പള്ളിത്തെരുവിലെ ജനങ്ങൾ പറയുന്നത് മരയ്ക്കാന്മാരെയാണ്. പള്ളിയ്ക്കുചുറ്റും അധിവസിക്കുന്നവരെല്ലാം റാവുത്തർമാരാണ്. മരയ്ക്കാന്മാരെല്ലാം വാപ്പാക്കൂട്ടവും ഷാബികളുമാണ്. റാവുത്തർമാരെല്ലാം അത്താക്കൂട്ടവും ഹൗനബികളുമാണ്. പള്ളി ഹൗബിനകൾ സ്വന്തമാക്കിയതാണ്.

പള്ളിത്തെരുവിൽ കല്യാണം നടക്കുകയാണെങ്കിൽ കിഴക്കുഭാഗത്തെ അതിർത്തിക്കപ്പുറമുള്ള വരത്തന്മാരായ മരയ്ക്കാന്മാരെ ആരും ക്ഷണിക്കാറുണ്ടായിരുന്നില്ല. ക്ഷണിച്ചില്ലെങ്കിലും വെന്ത ഇറച്ചിയുടെ വാസന ഷാബികളുടെ മൂക്കിൽ കയറുമ്പോൾ പള്ളിത്തെരുവിലെ കല്യാണവീടിനു മുന്നിൽ ഇവർ ഓടിക്കൂടും.

എത്രതന്നെ ഓടിയാലും ഓടത്തെരുവിലെ ജനങ്ങൾക്കെല്ലാം ആഹാരം കിട്ടിയെന്നു വരില്ല. വിശപ്പ് അടക്കിക്കൊണ്ട് വൈകുന്നേരം വരെ ഇത്തിരി ചോറിനായി ഓടക്കരയിലെ ജനങ്ങൾ കാത്തുകെട്ടിക്കിടക്കും. പള്ളിത്തെരുവിലെ എല്ലാവരും തിന്നേച്ച് പോയതിനുശേഷം കിട്ടുന്ന മിച്ചം എച്ചിൽച്ചോറിനുവേണ്ടി. പള്ളിത്തെരുവിലെ ജനങ്ങൾ എല്ലാവരും ഇറച്ചിയും ചോറും കഴിച്ചതിനുശേഷം ബാക്കിയുണ്ടെങ്കിൽ മാത്രമേ ഓടക്കരത്തെരുവിലെ ജനങ്ങൾക്ക് കിട്ടിയിരുന്നുള്ളൂ. ബാക്കിയുള്ള ചോറ് തൂക്കുപാത്രത്തിലും ഓലപ്പെട്ടികളിലും അവർ കോരിയിട്ടുകൊടുക്കും. അത് കുഞ്ഞുങ്ങളെ ഊട്ടി, അവരുടെ വിശന്നുള്ള കരച്ചിൽ ആദ്യം അടക്കും. ബാക്കി ചിലപ്പോഴേ ഉണ്ടാകാറുള്ളൂ. കൊതി സഹിക്കാനാവാതെ മുതിർന്നവർ ഒരുനുള്ളെടുത്ത് ചിലപ്പോൾ വായിലിട്ടെന്നുവരും.

അന്ന് പറങ്കികളുടെ ക്രൂരമായ ആക്രമണത്തിനിരയായി നാടുംവീടും ഉപേക്ഷിച്ച് ഓടിവന്ന് കൊടുങ്കാടു വെട്ടിനിരത്തി വൃത്തിയാക്കിയെടുത്ത പുറമ്പോക്കു ഭൂമി. അവിടെ കുടിലും വീടും കെട്ടി താമസം തുടങ്ങിയ മരയ്ക്കാന്മാർ. ക്രമേണ പള്ളി നിർവ്വാഹക സമിതി ആ ഭൂമി സ്വന്തമാക്കി. കുടിൽകെട്ടിയ ജനങ്ങളിൽനിന്നും ഭൂമിവാടക പിരിക്കാനും തുടങ്ങി. കുടിലുകെട്ടിയവർ ഓരോരുത്തരും ഇല്ലായ്മകൊണ്ട് ഭൂമിവാടക കൃത്യമായി കൊടുത്തിരുന്നില്ല. അതിനാൽ അവർക്ക് വാടകക്കുടിശ്ശിക ധാരാളം ഉണ്ടായിരുന്നു. ഓടക്കരത്തെരുവുകാർക്കിടയിൽ കല്യാണം, സുന്നത്ത്, മരണം തുടങ്ങിയ അവസരങ്ങൾ വരുമ്പോൾ പള്ളി നിർവ്വാഹക സമിതിയിലേക്ക് അടയ്ക്കേണ്ടതുക അവർ വസൂലാ

ക്കിയിരുന്നു. ആ തുക അടയ്ക്കാൻ നിവൃത്തിയില്ലാത്ത അവസ്ഥയിൽ പള്ളിത്തെരുവിൽത്തന്നെ പലിശയ്ക്കു പണംകടംകൊടുക്കുന്ന ചിലരിൽ നിന്നും പണംപറ്റി കുടിശ്ശിക തീർത്ത് പിന്നീട് ആജീവനാന്തം പലിശക്കാരുടെ കടക്കാരായി മാറുന്നവരാണ് ഒട്ടുമിക്ക ഓടക്കരത്തെരുവുകാരും.

ഇങ്ങനെയിരിക്കുന്ന ഒരവസ്ഥയിലാണ് സെയ്ബക്ക തന്റെ മന്ദബുദ്ധിയായ മകളെയുംകൊണ്ട് വീടുവീടാന്തരം കയറിയിറങ്ങി നടന്ന് ഭിക്ഷയെടുത്തുകൊണ്ടിരുന്നത്. അവളുടെ ഇളയ മകളും, പണിക്കൊന്നും പോകാത്ത അവളുടെ കെട്ടിയവനും തമ്മിൽ ഇടയ്ക്കിടെ ശണ്ഠ ഉണ്ടാകാറുണ്ടായിരുന്നു. ഒരു നട്ടുച്ചസമയം. അരിയില്ല. ചോറുണ്ടാക്കാൻ നിവൃത്തിയില്ല. അവൾ കെട്ടിയവനോട് അരിവാങ്ങാൻ പണം ആവശ്യപ്പെട്ടു. കലിമൂത്ത അവൻ അവളെ ഓങ്ങി ഒരടിയടിച്ചു. അവൾ മലർന്നടിച്ചു നിലത്തുവീണു. പെറ്റമ്മ പൊറുക്കുമോ? അവർക്ക് ഈ കാഴ്ച തീരെ താങ്ങാനായില്ല. ശണ്ഠ കണ്ടുകൊണ്ടിരുന്ന തന്റെ കൺമുന്നിലിട്ട് മകളെ അടിച്ചു വീഴ്ത്തിക്കളഞ്ഞല്ലോ മഹാപാപി! അവർക്ക് സഹിക്കാനായില്ല. അരുകിൽക്കിടന്ന ഒരു കഴുക്കോൽക്കമ്പെടുത്ത് മരുമകനെ ഓങ്ങി നാലു പെടകൊടുത്തു.

"വീട്ടീന്നിറങ്ങെടാ.... എവിടെയെങ്കിലും പോയി ചത്തുതൊലയ്.."

അയൽക്കാരികൾ, മരുമകനെ അമ്മായിയമ്മ കഴുക്കോൽക്കമ്പുകൊണ്ട് അടിച്ചതുകണ്ട് മൂക്കിൽ വിരൽവെച്ചുനിന്നുപോയി. യാതൊരു ദാക്ഷിണ്യവുമില്ലാതെ തെരുവു പെണ്ണുങ്ങളുടെ മുന്നിൽവച്ച് അമ്മായിയമ്മയുടെ കൈകൊണ്ട് കഴുക്കോൽക്കമ്പാൽ അടിവാങ്ങിയ താൻ ഇനി ജീവിച്ചിരുന്നിട്ട് എന്തുകാര്യം? മകളുടെ താലിയറുത്ത് അമ്മായിയമ്മയോടുള്ള പക തീർക്കണം. അന്നു മുഴുവനും വീടിനുവെളിയിൽ പോകാതെയും ആരോടും ഒന്നും സംസാരിക്കാതെയും മൗനിയായി എന്തോ ചിന്തിച്ചുകൊണ്ടയാൾ വീടിനുള്ളിൽ കഴിച്ചുകൂട്ടി. നേരം പുലരുന്നതിനുമുമ്പുതന്നെ അമ്മായിയമ്മയും മകളും ഭിക്ഷാടനത്തിനായി പോയ തക്കംനോക്കി കാട്ടിൽച്ചെന്ന് ഉയർന്നുനിന്ന ഒരു മരക്കൊമ്പിൽ കെട്ടിത്തൂങ്ങി അവൻ പ്രാണൻകളഞ്ഞു.

ഭിക്ഷാടനം കഴിഞ്ഞ് വൈകുന്നേരം വീട്ടിലേക്കു മടങ്ങിവന്ന അമ്മായിയമ്മ കാട്ടിൽ തൂങ്ങിക്കിടക്കുന്ന മരുമകന്റെ ശവംകണ്ട് ഉറക്കെ ചോദിച്ചു:

"അവൻ ചത്തോ?"

ഭാര്യയായ മകൾക്ക് സങ്കടം വന്നതേയില്ല. കേട്ടറിഞ്ഞുവന്ന ആരോ ഒരുത്തി അവളോടു ചോദിച്ചു:

"നിന്റെ ഭർത്താവല്ലേ? നീയെന്താ കരയാതിരിക്കുന്നത്?"

"ഇവൻ എന്റെ ഭർത്താവെന്നോ? വേലയും കൂലിയും ഇല്ലാത്ത ഇവനൊക്കെ ജീവിച്ചിരുന്നാലെന്താ, മരിച്ചാലെന്താ? പൊയ്ക്കോട്ടെ. ഒരു കുഞ്ഞിനെപ്പോലും തരാൻ കഴിയാത്തവൻ. ആ വേശ്യയോടൊത്ത് കിടന്നെണീറ്റു വരുന്നവൻ."

ആരും അങ്ങോട്ടടുത്തില്ല. ശവശരീരം (മയ്യത്ത്) മരക്കൊമ്പിൽ നിന്നും ഇറക്കാൻ സഹായത്തിനായി ആരും മുന്നോട്ടുവന്നില്ല. മുസ്ലീം മുന്നേറ്റസംഘം യുവാക്കളിൽ ചിലർ സധൈര്യം മുന്നിട്ടിറങ്ങി. സെയ്ബക്കയുടെ വീട്ടിലേക്ക് മയ്യത്ത് ഇറക്കിക്കൊണ്ടുവന്നു. കുടിലിനുള്ളിൽ ശവം കിടത്താൻ സ്ഥലമില്ലാത്തതിനാൽ തുറന്ന മുറ്റത്ത് ഒരു ബഞ്ചിട്ട് അതിൽ കിടത്തി. സെയ്ബക്കയുടെ മരുമകൻ തൂങ്ങി മരിച്ചതറിഞ്ഞ് ഗ്രാമത്തിലെ കണക്കപ്പിള്ള പിറ്റേന്ന് രാവിലെ സെയ്ബക്കയുടെ വീട്ടിലെത്തി.

"തൂങ്ങിയാണോ മരിച്ചത്?"

കൂടിനിന്നവരിൽനിന്നും ഒരു ശബ്ദം കേട്ടു.

"അതെ"

കൈയിലുണ്ടായിരുന്ന ഒരു നോട്ടുബുക്ക് മറിച്ചുനോക്കിയിട്ട് കണക്കപ്പിള്ള പറഞ്ഞു.

"മയ്യത്ത് എടുക്കാൻ സന്തുക്ക് വേണ്ടേ? ഖബർസ്ഥാനിൽ സ്ഥലം വേണ്ടേ?"

വേണം എന്ന ഉത്തരം ആരിൽനിന്നും ഉയർന്നില്ല.

"എന്താ മിണ്ടാതെ നില്ക്കുന്നത്? പതിനൊന്നുവർഷത്തെ ഭൂമി വാടക ബാക്കിയുണ്ട്. പണം ഒടുക്കിയാൽ മാത്രമേ സന്തുക്ക് തരികയുള്ളൂ."

ആരും മറുപടി പറയാത്തതിനാൽ കണക്കപ്പിള്ള എളിയിൽതിരുകിയിരുന്ന ഡപ്പിയിൽനിന്നും ഒരുനുള്ളുപൊടിയെടുത്ത് മൂക്കിൽ വലിച്ചുകയറ്റിക്കൊണ്ട് പറഞ്ഞു.

"പണം ഉണ്ടാക്കിവെക്ക് സെയ്ബക്കാ."

തലയിൽനിന്നും തൊപ്പിയെടുത്ത് മൂക്കിൽനിന്നും ഒലിച്ചിറങ്ങിയ മൂക്കള തുടച്ചുകൊണ്ട് കണക്കപ്പിള്ള ഇറങ്ങി നടന്നു.

സന്തുക്ക് മൊയ്ദീൻ, സെയ്ബക്കയുടെ വീട്ടിനരികിലൂടെ പോകുമ്പോഴെല്ലാം ചുണ്ടിലെ ബീഡിയിൽനിന്നും കരിമ്പുക ഉയർന്നുകൊണ്ടിരിക്കും. ചെമന്ന കണ്ണുകളിൽ രക്തം ഉറഞ്ഞിരിക്കും. വായിൽനിന്നുള്ള മദ്യത്തിന്റെ വൃത്തികെട്ട ഗന്ധം അന്തരീക്ഷമാകെ പടർന്നിരിക്കും.

അവൻ ധൃതിയിലാണ്.

"സന്തുക്ക് എടുക്കണ്ടേ? പള്ളിപ്പണം കെട്ടിയോ സെയ്ബക്കാ?"

"നീ പോടാ.., നാശംപിടിക്കാനായിട്ട്.. പള്ളിപ്പണം കെട്ടാൻ ഇവിടെ എന്തു വായ്ക്കരിയാണുള്ളത്? ഞാനാ അധികാരികളെ ചെന്നുകണ്ട് സങ്കടം പറഞ്ഞുനോക്കട്ടെ."

മൊയ്ദീൻ അതിനു മറുപടിയൊന്നും പറഞ്ഞില്ല.

പിറ്റേന്ന് സെയ്ബക്കാ പള്ളിയധികാരികളുടെ ആഫീസിലേക്ക് നടന്നു. പള്ളിയധികാരികളെ കാണാൻ പോകുന്നതിനുമുമ്പ് അവൾ തല മുഴുവനായി മറയുന്നതുപോലെ തുണിയിട്ട്, വളരെ ഒതുക്കത്തോടും വിനയത്തോടും അധികാരികളുടെ മുന്നിൽച്ചെന്ന് ഒതുങ്ങിനിന്നു. കുഷ്യനിട്ട കസേരയിൽ ഇരിക്കുകയായിരുന്ന അധികാരി ചോദിച്ചു:

"എന്താ..?" അവൾക്കുനേരെയുള്ള ആ നോട്ടത്തിലും പല ചോദ്യങ്ങളുണ്ടായിരുന്നു.

"മുതലാളീ..എന്റെ മരുമകൻ മയ്യത്തായി. മയ്യത്ത് മുറ്റത്ത് കിടത്തിയിരിക്കുകയാണ്. പള്ളിയിൽ അടയ്ക്കേണ്ട ഭൂമിവാടക ബാക്കി കെട്ടിയാൽ മാത്രമേ സന്തുക്ക് വിട്ടുതരികയുള്ളൂ എന്നാണ് കണക്കപ്പിള്ള പറയുന്നത്."

"പള്ളിയിൽ കെട്ടിവെക്കേണ്ട തുക ആരും തരാറില്ല. മയ്യത്ത് ഉണ്ടായാൽ മാത്രമേ വസൂലാക്കാൻ പറ്റുന്നുള്ളൂ. നീ ഭൂമിവാടക അടച്ച് രസീത് വാങ്ങ്. എന്നാൽ മാത്രമേ സന്തുക്ക് കിട്ടുകയുള്ളൂ. ഖബറിസ്ഥാനിൽ സ്ഥലവും. പണം തരാമെന്ന് ആരെങ്കിലും ഏറ്റാലും മതിയാകും."

"എനിക്കായി ജാമ്യം നില്ക്കാൻ ആരുമില്ല മുതലാളീ.. ഏഴായിരവും എട്ടായിരവും ഉടനെ അടയ്ക്കാൻ എന്റെ കൈയിൽ പണമില്ല മുതലാളീ.. അന്നന്ന് ഇരന്നുണ്ടാക്കി തിന്നുന്ന ഞങ്ങൾ ഈ വലിയതുകയ്ക്ക് എവിടെപ്പോകാനാണ്? ഈ ഭിക്ഷക്കാരിക്ക് ആര് ഉത്തരവാദിത്വമേറ്റ് ജാമ്യം നില്ക്കാനാണ്?"

ഓടക്കരത്തെരുവിലെ ജനങ്ങൾ പള്ളിത്തെരുവിലെ ജനങ്ങളെ മൊതലാളീ.. എന്നാണ് വിളിക്കാറുള്ളത്. കാലാകാലമായി മൊതലാളീന്നു സംബോധന ചെയ്താണു ശീലവും.

"നിങ്ങൾ ചെല്ല്. സ്ത്രീകൾ പള്ളിക്കോമ്പൗണ്ടിൽ നില്ക്കാൻ പാടില്ല. വേഗം സ്ഥലം കാലിയാക്ക്. അതുമിതും പറയാതെ വേഗംപോയി ഭൂമിവാടക അടച്ച് രസീത് കൈപ്പറ്റാൻ നോക്ക്."

വിഷാദചിത്തയായി വീട്ടിലെത്തിയ സെയ്ബക്കയ്ക്ക് കൈയും കാലും തളരുന്നതായിത്തോന്നി. മുറ്റത്തുകിടന്ന മയ്യത്തും വീടും കീഴ്മേൽമറിയുന്നതുപോലെ അവൾക്കുതോന്നി. ശനിയാഴ്ചയാണു മയ്യത്തായത്. ഇന്ന് തിങ്കളാഴ്ച അന്തിമയങ്ങുന്നു. കാടിനുള്ളിൽനിന്നും നായ്ക്കൾ തുടരെ കുരയ്ക്കുന്നുണ്ടായിരുന്നു. കത്തിച്ചുവെച്ച ചന്ദനത്തിരിയെല്ലാം ചാമ്പലായിക്കഴിഞ്ഞു. ഓടക്കരത്തെരുവിലുള്ള പെട്ടിക്കടയിൽ ചന്ദനത്തിരി വിറ്റുതീർന്നു. പുകയ്ക്കാൻ കുന്തിരിക്കവും ഇല്ല. ശവശരീരത്തിൽനിന്നും ദുർഗ്ഗന്ധം വന്നു തുടങ്ങി.

സെയ്ബക്ക പള്ളിത്തെരുവിലെ പലിശക്കാരൻ മുതലാളിയുടെ വീടു നോക്കി നടന്നു.

മഹാപാപി ചെക്കന്റെ ശരീരം മുറ്റത്തു പ്രാണനറ്റു കിടക്കുന്നു. ചത്ത ശവം! കുഴിച്ചിടണമല്ലോ.. അള്ളാ.. പലിശക്കാരനല്ലാതെ ഇനി ആരാണു സഹായിക്കാനുള്ളത്? പള്ളിത്തെരുവിലെ പലിശമുതലാളി പള്ളിവാതുക്കൽനിന്ന് അസർ (വൈകുന്നേരത്തെ നിസ്കാരം) കഴിഞ്ഞ് വിരൽ മടക്കി തസ്ബിഹ് (ജപം) ചെയ്തുകൊണ്ട് അന്നേരം വീട്ടിൽവന്നുകയറുകയായിരുന്നു. സ്വന്തം ചെലവിൽ രണ്ടുമൂന്നുപ്രാവശ്യം ഹജ്ജിനു മെക്കയിൽ പോയ് വന്നയാളാണ്. കാരുണ്യവാൻ! ഈശ്വരഭക്തൻ!

ഓടക്കരത്തെരുവിലുള്ള പെമ്പിളയെക്കണ്ടതും അയാൾ ചോദിച്ചു:

"ഓടക്കരത്തെരുവിലുള്ളവളല്ലേ? അവിടെ ആരോ തൂങ്ങിച്ചത്തെന്നു കേട്ടല്ലോ?"

"അതെ മൊതലാളീ.. എന്റെ മകളുടെ കെട്ടിയവനാണ്."

"ഓ.. അങ്ങനെയോ?"

"മുതലാളീ..അയ്യായിരംരൂപ പലിശയ്ക്കുതന്നു സഹായിക്കണം. കൃത്യമായി പലിശതന്ന് പെട്ടെന്നുതന്നെ മുതലും മടക്കിത്തരാം. പള്ളിയിൽ ഭൂമിവാടക കെട്ടിയാൽ മാത്രമേ ശവം അടക്കംചെയ്യാൻ സമ്മതം കിട്ടൂ."

"ആട്ടെ, നീ പള്ളിയിൽ ഭൂമിവാടക അടയ്ക്കാറില്ലേ?"

"ഇല്ല. വെറുതെ കിടക്കുന്ന പുറമ്പോക്കു സ്ഥലമാണല്ലോന്നു കരുതി അഞ്ചാറ് ഓലവെച്ച് കുത്തിമറച്ചതാണ് വീട്. കണക്കപ്പിള്ളവന്ന് പറഞ്ഞപ്പോൾ മാത്രമാണ് പള്ളിക്ക് ഭൂമിവാടക കൊടുക്കണമെന്നുള്ളകാര്യം അറിയുന്നത്. മയ്യത്ത് മുറ്റത്തുകിടന്നു നാറ്റം വച്ചുതുടങ്ങി. അടക്കം ചെയ്യണം. അതിനാണ് മൊതലാളിയോട് പലിശയ്ക്ക് പണംചോദിക്കാൻ വന്നത്."

"സ്വർണ്ണാഭരണം വല്ലതുമുണ്ടോ?"

അദ്ദേഹത്തിന്റെ ചോദ്യംകേട്ട് അവൾ നടുങ്ങിപ്പോയി.

"എന്റെ കഴുത്തിൽ ഒരു കറുത്ത ചരടു മാത്രമേയുള്ളൂ മൊതലാളീ.."

"പണയപ്പണ്ടമില്ലെങ്കിൽ പണമില്ല" മുതലാളി കൈമലർത്തി.

പ്രതീക്ഷകൾ ഒന്നും ബാക്കിയില്ലാത്തവളായി സെയ്‌ബക്ക നടന്നു വീട്ടിലെത്തി. നിലത്തു കുത്തിയിരുന്നു.

"മയ്യത്ത് മൂന്നു നാളായി കിടക്കുവല്ലേ?" തെരുവിലുള്ളവരും കൈമലർത്തി.

നേരം ഇരുട്ടി. വീട്ടിലാകെയുണ്ടായിരുന്ന ഒരു മണ്ണെണ്ണവിളക്ക് കത്തിച്ച് വീട്ടുവാതിലിൽ വെച്ചതിനാൽ മയ്യത്ത് കിടത്തിയിരുന്ന സ്ഥലത്തേക്കും വീട്ടിനുള്ളിലേക്കും അരണ്ട വെളിച്ചം ഉണ്ടായിരുന്നു. ഇളംകാറ്റു വീശുമ്പോൾ വിളക്ക് അണയാതിരിക്കാനായി കൈകൊണ്ട് തിരിനാളത്തെ അവൾ ഇടയ്ക്കിടെ പൊത്തിപ്പിടിച്ചു. ദൂരെ കുരയ്ക്കുന്ന നായ്ക്കളുടെ കണ്ണുകൾ ഇരുട്ടിൽ തിളങ്ങി.

എങ്ങനെ ശവം അടക്കംചെയ്യും? പള്ളി നിർവ്വാഹകസമിതിയുടെ കണ്ണിൽച്ചോരയില്ലാത്ത പെരുമാറ്റത്തിൽ മനംനൊന്ത സെയ്‌ബക്കായുടെ കണ്ണുകളിൽനിന്ന് കണ്ണീരിറ്റുവീണു. കണ്ണീരിന്റെ ഈർപ്പത്തിൽ ആ രാവ് കടന്നുപോയി.

രാത്രിയിൽ ഏതോ യാമത്തിൽ സന്തുക്ക് മൊയ്ദീൻ വന്നു വിളിച്ചു.

"സെയ്‌ബക്കാ.."

മറുപടിയൊന്നും പറയാതെ കൈകൊണ്ട് തലയും താങ്ങി ദുഃഖഭാരത്തോടെ കുത്തിയിരിക്കുകയായിരുന്നു സെയ്‌ബക്ക. ജമാഅത്തിന്റെ നീചമായ തീരുമാനം ഓർത്ത് മനംനൊന്ത് ചുമരിൽ ചാരി ഇരിക്കുക

യായിരുന്ന അവളുടെ മകൾ, അടക്കം ചെയ്യപ്പെടാത്ത ശവശരീരം കിടന്നു നാറുന്നല്ലോ എന്നോർത്ത് സങ്കടത്തോടെ പുലമ്പാൻ തുടങ്ങി.

ഇതിനിടെ ഓടക്കരയിലുള്ള ചില യുവജനങ്ങൾ വന്നുംപോയുമിരുന്നു.

കണ്ണിനുകാണാൻ കഴിയാത്ത ഏതെങ്കിലും കടലിലോ പുഴയിലോ ചാടി അവന് ചാകാമായിരുന്നില്ലേ? കരയിൽ അടിയുമ്പോൾ പൊലീസുകാർ കണ്ടെടുത്ത് ശവം എവിടെയെവിടെയെങ്കിലും കുഴിച്ചു മൂടുമായിരുന്നു.

“ഇതുവരെയും മയ്യത്ത് എടുത്തില്ലേ?” എന്ന ചില യുവാക്കൾ വന്ന് അന്വേഷിച്ചപ്പോൾ “പതിനൊന്നു വർഷത്തെ ഭൂമിവാടക കൊടുത്താൽ മാത്രമേ സന്തുക്ക് തരികയുള്ളത്രേ! ഖബറിസ്ഥാനിൽ സ്ഥലവും കിട്ടുകയുള്ളൂ..” എന്നവൾ പറഞ്ഞു.

“എന്നിട്ട് എന്തായി?”

“എന്താവാൻ? കൈയിൽ കാൽക്കാശില്ല. ആരും തരാനുമില്ല.. ആരെങ്കിലും ഭൂമിവാടകപ്പണം തരാമെന്നു ജാമ്യംനിന്നാൽ സന്തുക്ക് തരാമെന്ന്.”

യുവജനങ്ങൾക്കൊപ്പം വന്ന മൊയ്ദീൻ പറഞ്ഞു.

“മുഅദ്ദിനാരോട് പറഞ്ഞു, പള്ളിയധികാരികളോടു സന്തുക്ക് വിട്ടുതരാൻ പറയാൻ. പറ്റില്ല തറവാടക അടച്ച് രസീത് കാട്ടിയാൽ മാത്രമേ സന്തുക്കിന്റെ വാതിൽ തുറക്കുകയുള്ളെന്ന് അദ്ദേഹം പറയുന്നു. അല്ലെങ്കിൽ ആരെങ്കിലും ജാമ്യം നില്ക്കണമത്രേ!”

“ങാ.. എന്തായാലും നേരം വെളുക്കട്ടെ” എന്നും പറഞ്ഞ് അവൻ നടന്നു..

ഭൂമിവാടക ഒടുക്കാതിരുന്നതിനാൽ അന്നുപകലും മയ്യത്ത് അവിടെത്തന്നെ കിടന്നു. ദുർഗ്ഗന്ധം വീശിത്തുടങ്ങിയിരുന്നു. ചുറ്റുപാടും ഉള്ളവർ ദുർഗ്ഗന്ധം സഹിക്കാനാവാതെയും റേഷൻഅരി തൊണ്ടയിൽനിന്നും ഇറങ്ങാതെയും മറ്റു തെരുവുകളിലുള്ള ബന്ധുക്കളുടെ വീട്ടിലേക്ക് മാറിത്താമസിച്ചു.

നേരം ഇരുട്ടിത്തുടങ്ങിയപ്പോൾ കണക്കപ്പിള്ള വീണ്ടും ഭൂമിവാടക ചോദിച്ചുവന്നു.

“എന്താ സെയ്ബക്കാ.. എന്തു പറയുന്നു?”

അവൾ കൈമലർത്തി കാണിച്ചു.

“എന്റെ അടുപ്പിൽ തീ കത്തിയിട്ട് മൂന്നു ദിവസമായി. ഞാനും എന്റെ മകളും ഈ മയ്യത്തും മാത്രമുണ്ട്. നാറിക്കിടക്കുന്ന ഈ മയ്യത്തിന്റെ പേരിൽ ഭൂമിവാടക ഒടുക്കീട്ടു വേണമോ കണക്കപ്പിള്ളേ മിനാരം കെട്ടേണ്ടത്? അധികാരികളോട് ചെന്നു പറയിൻ.”

നാറ്റം സഹിക്കാനാവാതെ മൂക്കുംപൊത്തി കണക്കപ്പിള്ള സ്ഥലം വിട്ടു.

നായ്ക്കൾ സെയ്ബക്കായുടെ വീടിനെ ചുറ്റിപ്പറ്റി കറങ്ങിനടന്നു.

പെറുക്കിവെച്ചിരുന്ന കല്ലുകൾ എടുത്തെറിഞ്ഞ് സെയ്ബക്കാ നായ്ക്കളെ വിരട്ടിയോടിച്ചുകൊണ്ടിരുന്നു.

"ഛീ.. പോ.. നായേ.. അസത്തുക്കളേ.."

കാട്ടിൽ ഇരുട്ടിൽ കുറുനരിയുടെ കണ്ണുകൾ തിളങ്ങി. അവയൊരോന്നായി ഓരിയിട്ടു. കൂരിരുട്ടിനുള്ളിലായി സെയ്ബക്കയുടെ വീട്. അയൽപക്കത്തുള്ള വീടുകളെല്ലാം ഒഴിഞ്ഞുകിടന്നു. എന്തെന്നുചോദിക്കാൻ പോലും ആരുമില്ലാത്ത അവസ്ഥ. സെയ്ബക്കയുടെ തലയ്ക്കുള്ളിൽ ഭ്രാന്തു പിടിച്ചതുപോലെയായി. ഭ്രാന്തുതന്നെയാണ്.

"ഫദറൂ..എന്തു ചെയ്യാനാടീ.." ആകെ തകർന്ന സെയ്ബക്ക മകളോടു ചോദിച്ചു.

"എന്തുചെയ്യാൻ? അടക്കാൻ സ്ഥലം തരില്ലെന്നാണെങ്കിൽ നമുക്കു രണ്ടുപേർക്കും ചേർന്ന് ചുമന്നെടുത്തുകൊണ്ടുപോയി ഉടങ്കാട്ടിലേക്ക് വലിച്ചെറിയാം. നായോ നരിയോ പരുന്തോ എന്തെങ്കിലും തിന്നട്ടെ."

"സെയ്ബക്കാ.." വീടിനെ വിഴുങ്ങിയിരുന്ന ഭ്രാന്തമായ ഇരുട്ടിനുള്ളിൽനിന്നും ചെറിയ ഒരൊച്ചകേട്ടു.

"സെയ്ബക്കാ.." അടക്കിയ സ്വരം. ശബ്ദംകൊണ്ട് അവൾക്ക് ആളെ മനസ്സിലായി.

"ഭൂമിവാടക കെട്ടിയില്ലല്ലോ?"

"ഇല്ല."

"കെട്ടണ്ട. ഞാൻ കൊണ്ടുപോയി അടക്കം ചെയ്യാം."

അടുക്കാനാവാത്ത വിധം ദുർഗ്ഗന്ധം. ഊതിവീർത്ത ശരീരം. തൂവാല കൊണ്ട് മൂക്കുകെട്ടിയിട്ട് മുസ്ലീം മുന്നോക്കസംഘത്തിലെ ഒരാൾ, കൊണ്ടുവന്ന അത്തർകുപ്പി ശവത്തിന്റെ മുകളിൽ കമിഴ്ത്തിക്കൊണ്ട് "പിടിക്കെടാ" എന്നുപറഞ്ഞ് കൂടെയുള്ളവരെക്കൂട്ടി. ശവവുമെടുത്ത് ഇരുൾമൂടിയ കാടിനരുകിലേക്കവർ നടന്നു. പോകുമ്പോൾ അവൻ പറയുന്നുണ്ടായിരുന്നു:

പുറമ്പോക്കുഭൂമിക്കു വാടക ഈടാക്കുന്നോ? ജമാഅത്തിന് നേരെയുള്ളതായിരുന്നു ആ ചോദ്യം.

ഇനി കാടിനും തറവാടക ചോദിച്ചേക്കുമോ?

പതിനേഴ്

ഓടക്കരത്തെരുവിലുള്ള കുട്ടിവൈദ്യരെ പുല്ലങ്കുഴിവൈദ്യർ എന്നാണ് പറയാറ്. പുല്ലങ്കുഴിയിൽ പോയിവന്നു ചികിത്സനടത്തുന്നതു കൊണ്ടാണ് ഈ പേരുവന്നത്. വൈദ്യം അദ്ദേഹത്തിന്റെ കുലത്തൊഴിലാണെങ്കിലും ഓടക്കരയിലുള്ള ജനങ്ങളോ പള്ളിത്തെരുവിലുള്ള ജനങ്ങളോ അദ്ദേഹത്തെ തെല്ലും മാനിച്ചിരുന്നില്ല. ആരും അദ്ദേഹത്തെക്കണ്ട് മരുന്നുവാങ്ങി കഴിക്കാറുമില്ലായിരുന്നു. അദ്ദേഹം പോകുമ്പോൾ ചില

ഹറാംപിറന്ന കുട്ടികൾ അദ്ദേഹത്തെ 'ഉടങ്കൊല്ലി വൈദ്യർ' എന്ന് പിറകെനടന്ന് കളിയാക്കി വിളിക്കാറുണ്ട്. ഇതുകേട്ടാലും അദ്ദേഹം ദേഷ്യപ്പെടാറില്ല. തിരിഞ്ഞുനിന്ന് കുട്ടികളെ നോക്കിച്ചിരിച്ചുകൊണ്ട് നടന്നകലും.

തുണിസഞ്ചിയും തോളിൽ തൂക്കി നഗ്നപാദനായിട്ടാണ് വൈദ്യർ നടന്നിരുന്നത്. തുണിസഞ്ചിക്കുള്ളിൽ കഷായക്കുപ്പികൾ ഉണ്ടായിരിക്കും. ഗുളിക നിറച്ച ചെപ്പ് മടിയിൽ കെട്ടിവെച്ചിരിക്കും. അദ്ദേഹത്തിന്റെ പുഞ്ചിരിക്കുള്ളിൽ അദ്ദേഹത്തിന്റെ മുൻതലമുറയിലെ ഹക്കീം മരയ്ക്കാർവരെ ഒളിഞ്ഞിക്കുന്നുണ്ടാകും. നിങ്ങൾ കളിയാക്കിച്ചിരിക്കുന്നത് എന്നെയല്ല ഹക്കീം ഫക്കീർ മരയ്ക്കാരെയാണെന്ന് അദ്ദേഹത്തിന്റെ ചിരിയും കണ്ണുകളും ഓർമ്മിപ്പിക്കും.

നേരെ നടന്നുപോയാൽ പുല്ലങ്കഴിയിലേക്കാണ് ചെന്നുചേരുക. ആറുകടന്ന് പാറ കയറി മുട്ടുവരെ വെള്ളം ഒഴുകുന്ന വഴിച്ചാലിൽ കാൽ നനച്ച്, പനങ്കൂട്ടത്തിനിടയിലൂടെ ചരൽപ്പാതചവുട്ടി പുല്ലങ്കുഴിയിലെത്തുമ്പോൾ വെയിൽ തിളയ്ക്കാൻ തുടങ്ങിയിരിക്കും.

മാങ്കരവീടിന്റെ തിണ്ണയിൽക്കയറിയിരുന്ന് തലയിൽനിന്നു തൊപ്പിയൂരിയെടുത്ത് തിണ്ണയിൽ വെച്ചശേഷം വൈദ്യൻ തൂവാലകൊണ്ട് തലയിൽ പൊടിഞ്ഞിരിക്കുന്ന വിയർപ്പുതുള്ളികൾ മെല്ലെ തുടയ്ക്കും. ആ തിണ്ണയാണ് അദ്ദേഹത്തിന്റെ ഇരിപ്പിടം. അവിടെ ഇരുന്നിരുന്ന് അദ്ദേഹത്തിന്റെ ആസനം അമർന്നമർന്ന് തിണ്ണയുടെ ആ ഭാഗത്തിന് മിനുസക്കൂടുതലാണ്.

ദീർഘദൂരം നടന്നുവന്നതിന്റെ ആയാസവും പ്രയാസവും 'അൽഹംദുലില്ലാഹ്' എന്നു ചൊല്ലി ക്ഷീണമകറ്റിക്കൊണ്ട് മാങ്കരമ്മ വീട്ടിലേക്കു നോക്കി ഉറക്കെ ചോദിക്കും.

"അസുഖക്കാർ ആരെങ്കിലും വന്നിരുന്നോ അമ്മാ."

"ആ വാതംപിടിച്ച മനുഷ്യൻ വന്നിരുന്നു. അല്പനേരം കാത്തിരുന്നിട്ട് ഇപ്പോൾ പോയതേയുള്ളൂ."

"അയാളോട് ഇന്നലെ വരാൻ പറഞ്ഞിരുന്നതാണല്ലോ?" അയാൾക്കുള്ള തൈലം ഉണ്ടാക്കിക്കൊണ്ടുവന്നിട്ടുണ്ട്. അയാൾ വന്നാൽ കൊടുത്തേക്കണം. പണം തന്നാൽ വാങ്ങിവെച്ചേക്കണം. ഞാൻ തങ്കനാടാരെക്കണ്ട് മരുന്നു കൊടുത്തേച്ചു വരാം.

തൊപ്പിയെടുത്ത് തലയിൽവെച്ച് തിണ്ണയിൽനിന്നും ഊർന്നിറങ്ങി മരുന്നുകുപ്പികൾ നിറഞ്ഞ സഞ്ചിയുമെടുത്ത് വൈദ്യർ തങ്കനാടാരുടെ വീട്ടിലേക്കു നടന്നു. തങ്കനാടാർക്ക് ശരീരം നിറയെ വ്രണമാണ്. ചെരങ്ങ്. ചൊറിഞ്ഞുചൊറിഞ്ഞു ദേഹമാസകലം പടർത്തിയ ചെരങ്ങ്.

പുല്ലങ്കുഴിവൈദ്യരുടെ ആശുപത്രിയെന്നത് മാങ്കരക്കാരിയുടെ വീട്ടുതിണ്ണയാണെന്ന് ആ പ്രദേശത്തെ ജനങ്ങൾക്കും കുട്ടിവൈദ്യരുടെ വീടിനു ചുറ്റുപാടുമുള്ളവർക്കും നല്ലതുപോലെ അറിയാം. അവിടെ ആ തിണ്ണയിൽ ചാരിയിരുന്നാൽ മാത്രമേ ആ വഴി കടന്നുപോകുന്നവർ അദ്ദേഹം അവിടെ ഇരിക്കുന്നത് കാണുകയുള്ളൂ. വൈദ്യചികിത്സ ആരംഭിച്ച കാലം

തൊട്ട് ആ തിണ്ണതന്നെയാണ് അദ്ദേഹത്തിന്റെ ഇരിപ്പിടം.

ഓടക്കരയിലെ ജനങ്ങൾക്കും പള്ളിത്തെരുവിലെ ജനങ്ങൾക്കും തന്റെ ചികിത്സയിൽ വിശ്വാസമില്ലാത്തതിനാൽ തെരുവുതോറും നടന്നു നടന്ന് അദ്ദേഹം രോഗികളെ അങ്ങോട്ടുചെന്ന് ചികിത്സിച്ചു. നടന്നുതളർന്നിട്ടും വിശ്വസിച്ച് ആരും അടുക്കൽ എത്താഞ്ഞിട്ടും ഒരിക്കൽ അദ്ദേഹം രോഗികളെ അന്വേഷിച്ച് നടന്നുനടന്ന് ചെന്നുചേർന്നത് പുല്ലങ്കുഴിയിലാണ്. അക്കാലത്ത് വൈദ്യർക്ക് ഇരിക്കാനായി സ്ഥലം കൊടുത്തത് മാങ്കരക്കാരിയാണ്. കൈയിൽ വെള്ളിക്കാപ്പും കാതിൽ വെള്ളി പാമ്പടവും (കമ്മൽ) ധരിച്ച് നടക്കുന്ന കുട്ടിവൃദ്ധ(മൈനർക്കിളവി)യായ മാങ്കരക്കാരി.

"വൈദ്യരേ.. താങ്കൾക്ക് ഇവിടെയിരുന്ന് കൈപിടിച്ചുനോക്കി മരുന്നു കൊടുത്തുകൂടേ?"

അവൾ ഇരിക്കാൻ സ്ഥലംകൊടുത്തതിൽ വൈദ്യർക്ക് വലിയ സന്തോഷം. ആ ഭാഗത്തുള്ള സാധുക്കളായ ജനങ്ങൾക്ക് കൈപിടിച്ചു നോക്കി വൈദ്യർ ഗുളിക കുറിച്ചുകൊടുത്തു. അങ്ങാടിമരുന്നുവാങ്ങി കഷായംവെച്ചു കുടിക്കാൻവേണ്ട രീതികളും പറഞ്ഞുകൊടുത്തു. കുപ്പിയിൽ നിന്നും ഗുളികയെടുത്ത് എണ്ണിക്കൊടുത്തശേഷം കഷായച്ചട്ടിയിൽ ഉരച്ചുകുടിക്കാൻ വേണ്ട നിർദ്ദേശവും കൊടുത്തുവന്നു.

മാങ്കരക്കാരിയുടെ വീട്ടുതിണ്ണയിൽ ഇരിക്കാൻ സ്ഥലംകിട്ടിയെങ്കിലും അദ്ദേഹം അധികനേരം അവിടെ ഇരിക്കാറില്ല. ആ പ്രദേശത്ത് ചുറ്റി നടന്ന് രോഗികളെക്കണ്ട് മരുന്നു കൊടുക്കുന്നതാണ് ശീലം. സമയം ഉച്ചയായി. വയറ്റിൽ എരിപൊരി സഞ്ചാരം തുടങ്ങിയപ്പോൾ മുത്തയ്യന്റെ ഓലച്ചായ്പ്പു കടയിൽനിന്ന് ഒരു പേയൻപഴം വാങ്ങിത്തിന്നിട്ട് കടയുടെ മുന്നിൽവെച്ചിരുന്ന മൺകലത്തിൽനിന്ന് അലൂമിനിയ ജഗ്ഗുകൊണ്ട് വെള്ളംകോരിക്കുടിക്കുമ്പോൾ നീണ്ടൊരു ഏമ്പക്കം ഉണ്ടാവും. മുത്തയ്യയുടെ കടയുടെ മുന്നിൽ തൂണോടു ചേർത്ത് കെട്ടിവച്ചിരിക്കുന്ന മൂന്നുകാലുള്ള പഴയ മെലിഞ്ഞബെഞ്ചിൽ ഇരിക്കും. അല്പസമയത്തിനുള്ളിൽ കണ്ണടഞ്ഞു തുടങ്ങും. പെട്ടെന്നുണർന്ന് മരുന്നുസഞ്ചിയുമെടുത്ത് തോളിൽത്തൂക്കി മാങ്കരക്കാരിയുടെ വീട്ടുതിണ്ണ നോക്കിനടക്കും. അവിടെച്ചെന്ന് വീട്ടുതിണ്ണയിൽക്കയറി അല്പനേരം കണ്ണടച്ചു കിടക്കും.

ആരെങ്കിലും വന്ന് "വൈദ്യരേ.." എന്നു വിളിച്ചാൽ പെട്ടെന്ന് ഉണരും. പിന്നെ ഉറങ്ങാറില്ല. വീണ്ടും മരുന്നുസഞ്ചി തോളിലിട്ട് വീടുകൾക്കിടയിലൂടെ നടക്കുമ്പോൾ വഴിയിൽക്കാണുന്ന വീട്ടിൽ ഏതെങ്കിലും രോഗികൾ "വൈദ്യരേ.." എന്നു വിളിച്ചാൽമതി. ആ വീട്ടിൽക്കയറി രോഗിയെക്കണ്ട് മരുന്ന് കൈവശമുണ്ടെങ്കിൽ മടിയിലെ ചെപ്പിൽനിന്ന് മരുന്ന് നുള്ളിയെടുത്തു കൊടുക്കും. അല്ലെങ്കിൽ നാളെ കൊണ്ടുതരാമെന്നു പറഞ്ഞ് പണവുംവാങ്ങിയിറങ്ങും. പറഞ്ഞ പ്രകാരംതന്നെ മരുന്നുണ്ടാക്കി സഞ്ചിയിൽവച്ച് പിറ്റേദിവസംതന്നെ അവിടേക്കു നടക്കും. മരുന്ന് കൃത്യമായി കൊണ്ടുകൊടുത്ത് കഴിക്കേണ്ട വിധവും പറഞ്ഞുകൊടുക്കും. ചില

പ്പോൾ ലേഹ്യമായിരിക്കും അല്ലെങ്കിൽ കഷായം.

വെയിലിന്റെ ചൂടടങ്ങിയതും മാങ്കരക്കാരിയോട് "ഞാൻ പോയിട്ടു വരാം" എന്നുംപറഞ്ഞ് സ്വന്തം വീട്ടിലേക്ക് 'ഇഷാ'(രാത്രി നിസ്കാരം) നേരത്തെത്തും. ഭാര്യ വിളമ്പിവെക്കുന്ന കപ്പ പുഴുങ്ങിയതും കഞ്ഞിയും കഴിച്ചശേഷം 'അൽഹം ദുലില്ലാഹ്' പറഞ്ഞ് കാൽനീട്ടിയിരുന്ന് ഉറങ്ങാതെ ഗ്രന്ഥം വായിച്ചുകൊണ്ടിരിക്കുന്നത് ചിലപ്പോൾ പാതിരാക്കോഴി കൂവുന്നതുവരെയായിരിക്കും. കവിളിൽ വേപ്പാടൻ പൊയ്‌ലയുമായി വെറ്റിലയും പാക്കും ഒതുക്കിവെക്കുന്നത് ഉറങ്ങാതിരിക്കാനാണ്.

വെള്ളിയാഴ്ച ജുമാ നിസ്കാരം ഉള്ളതിനാൽ അന്ന് നാട്ടിലെ വീടുകളിൽ ചികിത്സയ്ക്കു പോകാറില്ല. ജമാഅത്തിലേക്കുപോകുമ്പോൾ ഹക്കീംഫക്കീർമരയ്ക്കാരുടെ കോട്ടെടുത്തു ധരിക്കും. കറുത്ത കോട്ട്. സ്വർണ്ണനിറത്തിലുള്ള ബട്ടൺസുവെച്ച കോട്ട്!

വെള്ളിയാഴ്ച അവധിദിവസമാണെങ്കിൽപോലും വിശ്രമിക്കാറില്ല. വാപ്പ ആലിസൻപിള്ള വൈദ്യരുടെ പുസ്തകമെടുത്ത് വായിച്ചുകൊണ്ടിരിക്കും. വാപ്പായുടെ പഴയ പുസ്തകം. അദ്ദേഹത്തിന്റെ മൂത്താപ്പയുടെ കാലത്തുതന്നെ സൂക്ഷിച്ചിരുന്ന മർമ്മചികിത്സാ ഗ്രന്ഥങ്ങളും തമിഴ് ഔഷധവിജ്ഞാന ഗ്രന്ഥങ്ങളുമാണവ. ഇപ്പോൾ കിട്ടാത്ത വിലയേറിയ ഗ്രന്ഥനിധികൾ! മറിക്കുന്തോറും മുന്നിൽതെളിയുന്ന അറിവിന്റെ സ്വർണ്ണനിധികൾ! അമൂല്യമായ സ്വർണ്ണംവിളയുന്ന ഖനികളായിമാറും!

സുബഹ് (അതിരാവിലെ) നിസ്കാരം കഴിഞ്ഞാൽ അല്പനേരം ഗ്രന്ഥം മറിച്ചുനോക്കിയതിനുശേഷം മാത്രം പുല്ലങ്കുഴിയിലേക്കു പോകുന്നതാണു ശീലം. ചിലപ്പോൾ കുട്ടിവൈദ്യർ ചെല്ലുമ്പോൾ വഴിയിൽ ഹസൻ മരയ്ക്കാർ എതിരെ വരുന്നുണ്ടാവും. കണ്ടാലുടനെ സലാംപറയും. വീടുകൾതോറും തക്കലയപ്പന്റെ പാട്ടുകൾ പാടിനടക്കുന്ന ഹസൻ മരയ്ക്കാരെന്ന ഒരാൾക്കു മാത്രമെ കുട്ടിവൈദ്യരെയും അദ്ദേഹത്തിന്റെ വൈദ്യത്തെക്കുറിച്ചും, വൈദ്യത്തിലുള്ള ഔഷധഗ്രന്ഥപരിജ്ഞാനത്തെക്കുറിച്ചും കുടുംബ പാരമ്പര്യത്തെക്കുറിച്ചും അല്പമെങ്കിലും പരിജ്ഞാനമുള്ളൂ. അതും ഹസൻ മരയ്ക്കാരുടെ അച്ഛനിൽനിന്ന് ചൊല്ലിക്കേട്ടിട്ടുള്ള ചെറിയൊരളവുമാത്രം. കുട്ടിവൈദ്യരോട് അത്രയധികം ബഹുമാനം അദ്ദേഹത്തിനുണ്ട്.

ഒരിക്കൽ മരുന്നുസഞ്ചിയും തൂക്കി കുട്ടിവൈദ്യർ നടന്നുപോകുന്നതു കണ്ട് ചായകുടിച്ചുകൊണ്ടിരുന്ന ചീനൻനെയ്യാണ്ടി തമാശപറഞ്ഞത് ഹസൻമരയ്ക്കാർ കേട്ടു.

"അടയ്ക്കെടാ മൈരേ.. നിന്റെ വായ. ചിളിക്കുന്നോ നീ? ആരെ നോക്കിയാടാ നീയീപ്പറയുന്നത്? അദ്ദേഹം ആരെന്നറിയാമോടാ നിനക്ക്?" എന്നു പറഞ്ഞശേഷം ചായക്കടയ്ക്കു മുന്നിൽ, ഉടുത്തിരുന്ന മുണ്ട് തുട കാണുന്നവിധത്തിൽ വലിച്ചുപൊക്കി കുത്തിയിരുന്ന് ആ പഴങ്കഥയുടെ പുസ്തകം ഹസൻമരയ്ക്കാർ തുറന്നു.

"അദ്ദേഹത്തെ നമ്മുടെ ആൾക്കാർ മാത്രമാണ് ബഹുമാനിക്കാൻ

മടിക്കുന്നത്. പള്ളിത്തെരുവിലെ മുതലാളിമാരും ബഹുമാനിക്കുന്നില്ല. നമ്മടെ ആൾക്കാർ ബഹുമാനിക്കാത്തതുകൊണ്ടും പരിശോധിക്കാനായി കൈകാണിച്ചു കൊടുക്കാത്തതിനാലും അദ്ദേഹം ബഹുമാന്യനല്ലാതാവുന്നില്ല. ഇന്നലെവന്ന മുറിവൈദ്യനല്ല അദ്ദേഹം. പാരമ്പര്യമായി വൈദ്യം തൊഴിലാക്കിയ പുരാതനമായ ഒരു കുടുംബത്തിലെ അവസാന കണ്ണിയാണദ്ദേഹം! എടാ മോനേ.. നല്ലതു നായ്ക്കറിയുമോ?

നാടിനായി ജീവത്യാഗം ചെയ്ത വീരപരമ്പരയാണെടാ അദ്ദേഹത്തിന്റേത്. ധർമ്മപത്താൻ തുറമുഖത്തുവെച്ച് പറങ്കികളും നമ്മുടെ ആൾക്കാരും തമ്മിൽ യുദ്ധംനടന്ന സമയം. നമ്മുടെ കൂട്ടത്തിലെ ആൾക്കാർ വളരെയധികം പേർ വീരമൃത്യു വരിച്ചു. നിരവധിപ്പേർക്ക് കൈയും കാലും നഷ്ടപ്പെട്ടു, അതിലുമധികം പേർക്ക് ഗുരുതരമായി പരിക്കേറ്റു. ഇദ്ദേഹത്തിന്റെ ഉപ്പാപ്പ (അപ്പൂപ്പൻ) ഹക്കീം ഫക്കീർ മരയ്ക്കാർ ഒരാളാണെടാ.. ഓടിനടന്ന് അപകടം പറ്റിയവർക്കെല്ലാം മരുന്നുവെച്ചുകെട്ടി ജീവൻ രക്ഷിച്ചത്. ആ യുദ്ധത്തിൽ നമ്മുടെ ആൾക്കാർ നിരവധിപ്പേർ വീരമരണത്തെ പ്രാപിച്ചുവെങ്കിലും അവസാന വിജയം കൈവരിച്ചതു നമ്മുടെയാൾക്കാർ തന്നെയായിരുന്നു. പറങ്കികളെ വിരട്ടിയോടിച്ചുകളഞ്ഞു.. നമ്മുടെ വീരന്മാര്! കപ്പലിൽ രക്ഷപ്പെടാൻ ശ്രമിച്ചവരെ വെട്ടിക്കഷണങ്ങളാക്കി കടലിലെറിഞ്ഞു. ആ ശവശരീരങ്ങൾ കരയിലൊതുങ്ങിയത് വെട്ടിമൂടിയ സെമിത്തേരി നമ്മുടെ കടൽക്കരയിൽ ഇപ്പോഴുമുണ്ട്.

നമ്മുടെ തുറമുഖത്തുനിന്ന് നമ്മുടെ ചരക്ക് കപ്പലിൽ കയറ്റണമെങ്കിൽ പറങ്കികളുടെ അനുവാദപത്രം വാങ്ങണമത്രെ! എന്തൊരു ക്രൂരത! അനുവാദപത്രമില്ലെങ്കിൽ കടലിൽ ചരക്കുകൊണ്ടുപോകാൻ സമ്മതിക്കില്ലത്രെ!

പിച്ചക്കണ്ണ് മരയ്ക്കാരെന്ന് ഒരു വലിയ കപ്പൽ മുതലാളി ഉണ്ടായിരുന്നു. സ്വന്തമായി രണ്ടുമൂന്നു കപ്പലുകളുള്ള ധനികൻ. അദ്ദേഹത്തിന്റെ കപ്പലിൽ ഏദനിലേക്ക് കയറ്റിക്കൊണ്ടുപോയ കൊപ്ര, ചുക്ക്, ഏലക്കായ, മറ്റ് വനവിഭവങ്ങൾ ഇവയൊക്കെ അടങ്ങിയ ആയിരക്കണക്കിന് ചാക്കുകെട്ടുകൾ അനുവാദപത്രം ഇല്ലെന്ന കാരണം പറഞ്ഞ് ആ പറങ്കികൾ തടഞ്ഞുകളഞ്ഞു. പിന്നീട് ആ കപ്പലിന്റെ പിന്നാലെചെന്ന് കപ്പലിലെ സകല ചരക്കുകളെയും പറങ്കികൾ കൊള്ളയടിക്കുകയും ചെയ്തു. വിവരം കരയിലുള്ള നമ്മുടെ മരയ്ക്കാന്മാർക്ക് മനസ്സിലായി. ആയുധങ്ങളുമായി മറ്റൊരു കപ്പലിൽ അവർ പാഞ്ഞുചെന്നു. മരയ്ക്കാന്മാരുടെ അവിചാരിതമായ വരവുകണ്ട പറങ്കികൾ അന്തിച്ചുനിന്നു. ഉൾക്കടലിൽവെച്ച് ഘോരയുദ്ധം നടന്നു. പറങ്കികൾ തോറ്റു. കൊള്ളയടിച്ച ചരക്കെല്ലാം പിച്ചക്കണ്ണുമരയ്ക്കായരുടെ കപ്പലിലേറ്റി കൊടിഉയർത്തിക്കെട്ടി തിരമാലകൾ കീറിമുറിച്ച് ഏദൻ ലക്ഷ്യമാക്കി നീങ്ങി.

പറങ്കികൾക്ക് നമ്മുടെ കടൽക്കരയിൽ ചില താവളങ്ങളുണ്ടായിരുന്നു. കരയ്ക്കടുത്ത് അവർ ഒരു കോവിൽപണിതിട്ടുണ്ട്. മരയ്ക്കാന്മാരുടെ ആസ്ഥാനമായ ഇവിടെ പറങ്കികളുടെ കോവിൽ വന്നതിനാൽ പറ

ങ്കികൾ മരയ്ക്കാന്മാരുമായി ഇടയ്ക്കിടെ കലഹം ഉണ്ടാക്കിക്കൊണ്ടിരുന്നു. സമാധാനം ഇല്ലാത്ത ജീവിതം. നിവൃത്തിയില്ലാതെ ഒരുദിവസം പാതിരാത്രിനേരം പറങ്കികളുടെ താവളങ്ങൾക്കും വീടുകൾക്കും കോവിലുകൾക്കും ഹക്കീംഫക്കീർ മരയ്ക്കാരുടെ നേതൃത്വത്തിൽ മരയ്ക്കാന്മാർ ചേർന്ന് തീകൊളുത്തി. തീജ്ജ്വാലകൾ ആകാശത്തേക്കുയർന്നു. പറങ്കികൾ ജീവനുംകൊണ്ട് കിഴക്കോട്ട് പാഞ്ഞു. ചിലർ തീയിൽ വീണു വെന്തുകരിഞ്ഞു. അവരെയും ആ സെമിത്തേരിയിലാണ് കുഴിച്ചിട്ടത്. യുദ്ധത്തിൽ മരിച്ച മരയ്ക്കാന്മാരെല്ലാം പള്ളിത്തെരുവിലെ ഖബർസ്ഥാനിൽ വലിയ കുഴിയെടുത്ത് എല്ലാ മയ്യത്തുകളെയും ഒന്നിച്ചിട്ട് അടക്കം ചെയ്തു. ആ അടക്കംചെയ്ത സ്ഥലം ഇപ്പോൾ കാണാനാവില്ല. കാലം അവയെയെല്ലാം തേച്ചുമായ്ച്ചുകളഞ്ഞു.

തീവെയ്ക്കാനും മയ്യത്തുകളെ അടക്കം ചെയ്യാനും മുന്നിൽ നിന്നത് ആരെന്നറിയാമോ? കുട്ടിവൈദ്യരുടെ ഉപ്പാപ്പ ഹക്കീം ഫക്കീർ മരയ്ക്കാരാണ്.

പറങ്കികൾ ഹക്കിം ഫക്കീർ മരയ്ക്കാരെ അന്വേഷിച്ച് നടന്നു. വൈദ്യർ പറങ്കികളുടെ ദൃഷ്ടിയിൽപെടാതെ ഒളിച്ചു നടന്നെങ്കിലും അസുഖം ബാധിച്ചവർ ഏതുദിക്കിലുണ്ടെങ്കിലും അവിടെച്ചെന്ന് അദ്ദേഹമവരെ ചികിത്സചെയ്തു. വെട്ടേറ്റ് ചാകാൻ കിടന്ന മരയ്ക്കാന്മാരെ ചികിത്സിച്ചു സുഖമാക്കി വീണ്ടും യുദ്ധത്തിനു തയ്യാറാക്കിവിടുന്ന ഹക്കീം ഫക്കീർ മരയ്ക്കാരെ പിടിച്ച് കൈകാൽവെട്ടി തീയിലെറിഞ്ഞു കൊല്ലണമെന്ന് പറങ്കികൾ ശപഥംചെയ്തു. പറങ്കികളുടെ ശപഥം നിറവേറ്റാനായി കൂട്ടുനിന്നത് നമ്മുടെ ആൾക്കാർ തന്നെയായിരുന്നു. പണത്തിന്റെ ആർത്തിമൂത്ത്!

ഹക്കീംഫക്കീർ മരയ്ക്കാരെ അദ്ദേഹത്തിന്റെ വെപ്പാട്ടിയുടെ വീട്ടിലേക്കു പോകുന്ന സമയത്ത് വഴിയിൽവെച്ച് പറങ്കികളാൽ പിടിക്കപ്പെട്ട കാര്യം ഹക്കീംഫക്കീർ മരയ്ക്കാരുടെ മകൻ കുഞ്ഞുമൂസ്സാമരയ്ക്കാർ അറിഞ്ഞതും വാപ്പായുടെ സ്വത്തായ വൈദ്യഗ്രന്ഥങ്ങളെല്ലാം എടുത്തുകൊണ്ട് കടൽക്കരയിൽനിന്ന് ഓടി. ഈ ഓടക്കരയിൽ ഏതുകൊല്ലമാണ് വന്നു കുടിയേറിയതെന്ന് അറിയില്ല. എന്തായാലും ആ വീരപരമ്പരയിൽ ഇപ്പോൾ ജീവനോടെയുള്ളത് കുട്ടിവൈദ്യർ മാത്രമാണ്."

പള്ളിത്തെരുവിലുള്ള കാസിം മുതലാളിക്ക് ശ്വാസം മുട്ട്. കണ്ണുതുറക്കുന്നതേയില്ല. ബന്ധുക്കളും സ്വന്തക്കാരും ചുറ്റുമിരുന്ന് നാക്കിൽ തേൻതൊട്ടുവെച്ചു കൊടുക്കുകയായിരുന്നു. ചിലർ തലയ്ക്കലിരുന്ന് ഖുറാൻ വായിച്ചു. അവസാന സമയം (ചക്രാത്തുകാലം) ഖലിമ ചൊല്ലാനായി നാക്ക് വഴങ്ങില്ലല്ലോ. അതിനാൽ മൂത്തമകൻ വാപ്പായ്ക്ക് ഖലിമാ ചൊല്ലിക്കൊടുത്തുകൊണ്ടിരുന്നു. ഇളയമകൻ വാപ്പായ്ക്ക് അവസാന കാലത്ത് നാവും തൊണ്ടയും വരളാതിരിക്കാനായി, വാപ്പാ ഹജ്ജിനു പോയിട്ടു വന്നപ്പോൾ കൊണ്ടുവന്ന സംസം വെള്ളം നാക്കിൽ തൊട്ടുവെച്ചു കൊടുത്തുകൊണ്ടിരുന്നു. പെൺമക്കളിൽ ചിലർ ഫുർദാ

(കവിത)ചൊല്ലി. ചിലർ 'യാഹുത്തുംഫ (ഭക്തിക്കവിത) ചൊല്ലി. ബന്ധുക്കൾക്കും വേണ്ടപ്പെട്ടവർക്കും കരഞ്ഞുകരഞ്ഞ് കണ്ണുകളിലെ കണ്ണീർ വറ്റി. അകലെയുള്ള ബന്ധുക്കളെ വിവരമറിയിപ്പാൻ ഏർപ്പാടാക്കി. കാണേണ്ടവർ വന്ന് കണ്ടുകൊള്ളട്ടെ!

വീട്ടുമുറ്റത്ത് മരണക്കിടക്കയിൽ കിടക്കുന്ന മുതലാളിയെക്കാണാൻ വരുന്നവർക്ക് വെയിൽ കൊള്ളാതെ ഇരിക്കാൻ മുറ്റത്തുനിരത്തിയിട്ട കസേരകളിൽ ചിലർ ദുഃഖത്തോടെ കുനിഞ്ഞിരുന്നു. ചിലർ വന്നും പോയുമിരുന്നു. സന്നധി തെരുവിൽ ഇരുട്ടുവന്നു നിറഞ്ഞപ്പോൾ മൂന്നു ദിവസം പെട്രോമാക്സ് ലൈറ്റ് കത്തിച്ച് തൂക്കിയിട്ടു. പെട്രോമാക്സിന്റെ വെളിച്ചത്തിൽ ഇരുട്ട് അകലേക്ക് ഓടിമറഞ്ഞു.

അന്നു പകലോ രാത്രിയോ മരണം നടന്നേക്കുമെന്ന് അവർ പ്രതീക്ഷിച്ചു.

നാടായ നാട്ടിൽ നിന്നെല്ലാം വന്ന കെങ്കേമന്മാരായ വൈദ്യന്മാരെല്ലാം നാഡിപിടിച്ചു നോക്കി പകലോ രാത്രിയോ മരണം നടന്നേക്കുമെന്ന് പറഞ്ഞു കൈയൊഴിഞ്ഞു. ടൗണിൽനിന്നും വന്ന ഡോക്ടർമാർ നെഞ്ചിൽ സ്റ്റെതസ്കോപ്പ് വെച്ചുനോക്കിയിട്ട് പ്രതീക്ഷിക്കാനില്ലെന്നു തലയാട്ടി. അർദ്ധരാത്രിയിൽ മരണദൂതൻ അടുത്തുവരുന്ന അടയാളങ്ങൾ മനസ്സിലാക്കിയ, അസുഖം നോക്കാൻവന്ന അയൽവീട്ടുകാർക്ക് ഒരാലോചന.

"നമ്മുടെ അടുത്തല്ലേ കുട്ടിവൈദ്യർ താമസിക്കുന്നത്. അദ്ദേഹത്തോടു പറഞ്ഞാൽ നാഡി പിടിച്ചുനോക്കി കാര്യം പറയില്ലേ? രൂഹ് (പ്രാണൻ) പോകുന്നത് ഇപ്പോഴാണോ രാത്രിയാണോ നാളെയാണോ എന്ന് അറിയാമല്ലോ."

"വലിയവലിയ വൈദ്യന്മാരും ഡോക്ടർമാരും വന്നുനോക്കി കൈവിട്ട കേസ്. ഈ കുട്ടിവൈദ്യർ വന്നുനോക്കി രൂഹ് (പ്രാണൻ) തിരികെക്കൊണ്ടുവരാൻ പോകുന്നു. ങാ.. എന്തായാലും നോക്ക്.. ഓടക്കരത്തെരുവിലുള്ള ആ ഉടങ്കൊല്ലിയുടെ കാര്യം വിട്ടുകളയുന്നതാണു നല്ലത്."

"നാഡി നോക്കാനല്ലേ.. വരട്ടെന്നേ.." ഒരാൾ പറഞ്ഞതുകേട്ട് മറ്റൊരാൾ കുട്ടിവൈദ്യരുടെ വീടുനോക്കി ഇരുളിലൂടെ തപ്പിത്തപ്പി നടന്നുകഴിഞ്ഞു.

മുനിഞ്ഞുകത്തുന്ന ചിരാതിന്റെ വെളിച്ചത്തിൽ ഗ്രന്ഥം വായിച്ചുകൊണ്ടിരുന്ന വൈദ്യർ, മുറ്റത്ത് ഒരു ആളനക്കം കണ്ട് മൂക്കിൽവെച്ചിരുന്ന കണ്ണടയുടെ മുകളിലൂടെ നോക്കി.

പരിചയമുള്ള മുഖം.

"ആരാ.. എന്താണ് ഈ അസമയത്ത്?"

"ഒന്നുമില്ല" അല്പം മടിയോടുകൂടി വന്നയാൾ പറഞ്ഞു.

ഇത്രയും കാലത്തിനിടയ്ക്ക് ഒരു പനിക്കു വേണ്ടിയോ തലവേദനയ്ക്കോ ഒരുനേരത്തെ മരുന്നിനായിപ്പോലും അദ്ദേഹത്തെ സമീപിച്ചി

ട്ടില്ല. അങ്ങനെയുള്ളപ്പോൾ ഈ പാതിരാനേരത്ത് അദ്ദേഹത്തെ നാഡി പരിശോധിക്കാനായി കൂടെവരാമോ എന്നു ചോദിച്ചാൽ അദ്ദേഹം എന്തു വിചാരിക്കും?

"പറയൂ.. കാസിം രാവുത്തർ മുതലാളിക്ക് നാഡിപിടിച്ചുനോക്കാൻ ഞാൻ വരണമല്ലേ?"

"വേണം."

നാഡിനോക്കാനായി കൂട്ടിക്കൊണ്ടുചെല്ലാൻ ഒരാൾ വരുമെന്ന് വൈദ്യർക്ക് മുൻകൂട്ടി അറിയാമായിരുന്നു. നാഡി പിടിച്ചുനോക്കി കൃത്യമായി പറയുന്നതിൽ അദ്ദേഹത്തെക്കവിഞ്ഞ് മറ്റൊരു വൈദ്യൻ ആ പ്രദേശത്തുണ്ടായിരുന്നില്ല.

ഒരു കൊതുമ്പു കത്തിച്ചെടുത്തു. കൊതുമ്പിന്റെ വെളിച്ചത്തിൽ, കൂട്ടിക്കൊണ്ടുചെല്ലാൻ വന്നയാൾ മുന്നിലും കുട്ടിവൈദ്യർ പിന്നിലുമായി നടന്നു. വീട്ടിനുള്ളിലേക്ക് കയറിച്ചെന്ന കുട്ടിവൈദ്യരെ ആരും കണ്ടതായി നടിച്ചില്ല. വൈദ്യൻ വന്നെത്തിയതിന്റെ ഒരു വെപ്രാളവും ആരിലും കണ്ടില്ല. തന്നെ ആരെങ്കിലും ബഹുമാനിക്കണം എന്ന് ആദ്ദേഹത്തിനുണ്ടായിരുന്നുമില്ല. ഒരു മനുഷ്യന്റെ ശരീരത്തിൽ ജീവൻ അവശേഷിക്കുന്നുണ്ടോ ഇല്ലയോ എന്നു നോക്കിപ്പറയുക എന്നത് വൈദ്യധർമ്മം. വൈദ്യം അറിഞ്ഞ തന്റെ കടമ. അന്നേരം അദ്ദേഹത്തിന്റ ഓർമ്മയിൽ തന്റെ ഉപ്പാപ്പയായ ഹക്കിം ഫക്കീർ മരയ്ക്കാർ മെതിയടിയിട്ട് നടന്നുവരുന്നതുകണ്ടു. ആ കാഴ്ച മങ്ങുന്നതിനുമുമ്പ് കുട്ടിവൈദ്യർ കാസിം മുതലാളിയുടെ കൈപിടിച്ചു നാഡി നോക്കി.

ഹാജി കാസിം മുതലാളിയുടെ കൈ യാതൊരു മടിയുംകൂടാതെ, ഓടക്കരത്തെരുവിലുള്ള വൈദ്യനായാലും ശരി..അങ്ങനെ കയറിപ്പിടിക്കാമോ? എന്ന് റാവുത്തർമാരിൽ ചിലർക്ക് ഇഷ്ടപ്പെടാഞ്ഞത് പുറത്തു കാണിച്ചില്ല.

നാഡി പിടിച്ചുനോക്കിയശേഷം എണീറ്റ കുട്ടിവൈദ്യർ പറഞ്ഞു.

നാഡിമിടിപ്പിന് ഒരു കുഴപ്പവും ഇല്ല. പ്രാണന് ആപത്തില്ല. രാത്രി തന്നെ ഒരു ലേഹ്യം ഉണ്ടാക്കി ഉദയത്തിനുമുമ്പ് കൊണ്ടുത്തരാം. അദ്ദേഹം എണീക്കും. ഇതൊരു രോഗലക്ഷണമാണ്. ഭയപ്പെടേണ്ട. സമാധാനിപ്പിച്ച് ഇരുട്ടിൽ ഇറങ്ങി നടക്കുമ്പോൾ സന്തുക്ക് മൊയ്ദീൻ സന്തുക്കുംകൊണ്ടുവരുന്നത് കണ്ട് ഇരുട്ടിൽ ആരുമറിയാതെ അദ്ദേഹം ചിരിച്ചു.

"ആരുടെ വീട്ടിലേക്കാടാ?"

"കാസിം റാവുത്തർ മുതലാളിക്ക്."

"അദ്ദേഹത്തെ അന്വേഷിച്ച് ഇസ്രായിൽ (മരണദൂതൻ) വന്നില്ലല്ലോടാ", എന്നും പറഞ്ഞ് ഇരുട്ടിലൂടെ വൈദ്യർ ആഞ്ഞുനടന്നു.

മൊയ്ദീനു സംശയം. ഇദ്ദേഹമെന്താ ഇങ്ങനെ പറയുന്നത്? മരണം വരാത്ത വീട്ടിൽ സന്തുക്ക് എന്തിനാണ്? അവന്റെ ഡയറിയിൽ കാസിം റാവുത്തർ മുതലാളിയുടെ പേരും വീടും കുറിച്ചിട്ടുണ്ടായിരുന്നു. അദ്ദേഹം

മയ്യത്തായതായി നാട്ടിൽ പ്രചരിച്ചതുകേട്ട് സന്തുക്ക് എടുത്തുകൊണ്ടു വന്നതാണ്. സന്തുക്ക് കയറ്റിയ കൈവണ്ടി വഴിയിലെ ഇരുട്ടിലേക്ക് നീക്കി നിർത്തിയിട്ട്, മരണത്തിന്റെ നിജസ്ഥിതിയറിയാൻ അവൻ കാസിംഹാജിയാരുടെ വീട്ടിൽച്ചെന്ന് എത്തിനോക്കി.

അവനെക്കണ്ടതും ഒരാൾപറഞ്ഞു

“ഇനിയും മയ്യത്ത് ആയിട്ടില്ല. മയ്യത്തായാൽ പറഞ്ഞയയ്ക്കാം.”

അവനു വലിയ നിരാശയായി. പിഴവ് പറ്റിപ്പോയി. നാളെ രാവിലെ പലിശക്കാരൻ പാണ്ഡ്യൻ വരുമല്ലോ? മയ്യത്തിന്റെ അളവെടുത്ത് കുഴി വെട്ടാൻവന്ന ഖബർവെട്ടി മമ്മദ്, മൊയ്ദിൻ പറഞ്ഞതുകേട്ട് സ്ഥലംവിട്ടു.

ഇന്നത്തേക്ക് വണ്ടി പാണ്ഡ്യന്റെ കണ്ണിൽപെടാതെ കാട്ടിൽ ഒളിച്ചു വെക്കണം. മറ്റു മാർഗ്ഗമൊന്നുമില്ല.

വീട്ടിനുവെളിയിലെ വരാന്തയിൽ മൂടിപ്പുതച്ച് ഉറങ്ങുകയായിരുന്ന ചെക്കനെ എണീപ്പിച്ച്, “രാത്രിയിൽത്തന്നെപോയി ഒരു ഓന്തിനെ പിടിച്ചു കൊണ്ടു വാടാ” എന്നുപറഞ്ഞു വൈദ്യർ ഓടിച്ചു.

“ഈ പാതിരാത്രിയിൽ ഓന്തിനെയോ?”

പറയുന്നതു കുട്ടിവൈദ്യർ. അതുകൊണ്ട് രാത്രിയെന്നില്ല, പകലെന്നില്ല. ഓന്തിനെ പിടിച്ചുകൊണ്ടുവന്നേപറ്റൂ.

കാസിം റാവുത്തർ മുതലാളിയാരെ അതിരാവിലെ എഴുന്നേല്പിക്കണം.

“ആറ്റിൻകരയിൽ നില്ക്കുന്ന പൊങ്ങുമരത്തിൽ ഓന്ത് ഉറങ്ങുന്ന സമയം. അത് ഉണരുന്നതിനുമുമ്പ് ഓടിപ്പോടാ.”

വൈദ്യരുടെ കല്പനകേട്ട് ഇരുട്ടിൽ അവനിറങ്ങി ഓടി.

ഒരു വലിയ ഓന്തിനെ കയറിൽക്കെട്ടി കൊണ്ടുവന്നു. ഓന്തിനെ ജീവനോടെ മര ഉരലിൽ ഇട്ടിടിച്ച് അതിന്റെ ചൂടുരക്തമെടുത്ത് പറഞ്ഞതുപോലെ മറ്റു മരുന്നുകൂട്ടുകളും ചേർത്ത്, ഉദയത്തിനുമുമ്പ് ലേഹ്യം ഉണ്ടാക്കിയെടുത്തു. രാവിലെ സൂര്യപ്രകാശം വീഴുന്നതിനു മുമ്പ് ലേഹ്യവുമായി കാസിം മുതലാളിയുടെ വീട്ടിലേക്കു വൈദ്യർ നടന്നു. കണ്ണടയ്ക്കാതെ തലയ്ക്കലിരുന്ന് ഓതിക്കൊണ്ടിരുന്നവരൊന്നും ഉണർന്നിരുന്നില്ല.

പറഞ്ഞതുപ്രകാരം ലേഹ്യവുമായിച്ചെന്ന വൈദ്യരെ കണ്ടതും കൂടിനിന്നവർ മാറിനിന്നു. വൈദ്യർ രോഗിയുടെ കണ്ണുതുറന്നു നോക്കി. അടഞ്ഞിരുന്ന വായ ബലമായി തുറന്ന് പല്ലുകൾക്കിടയിലെ ചെറിയ വിടവിലൂടെ ഒരു ചെറിയ ഉരുള ലേഹ്യം വായിലേക്കിട്ടുകൊടുത്തു. അല്പസമയത്തിനുള്ളിൽ അടഞ്ഞിരുന്ന കണ്ണുകൾ അതാ.. മെല്ലെ തുറക്കുന്നു. പല്ലിലെ പൂട്ട് അയഞ്ഞു. കൈകാലുകളിൽ ചലനം തെളിയുന്നു.

“ഇനി ഉച്ചയ്ക്കും ഒരു നേരം കൊടുക്കണം” എന്നുപറഞ്ഞ് ബാക്കിയുണ്ടായിരുന്ന ലേഹ്യം വീട്ടുകാരെ ഏല്പിച്ചു;

“ഉച്ചയ്ക്ക് അദ്ദേഹം എണീറ്റിരിക്കും. ചൂടുകഞ്ഞിവെള്ളം കൊടുക്കണം. രാത്രിയിൽ ചോറുകൊടുക്കാം. ക്ഷീണം മാറി സംസാരിക്കും.”

വൈദ്യർ ഇറങ്ങുമ്പോൾ വീട്ടുകാരിൽ ഒരാൾ പറഞ്ഞു:

"നില്ക്കൂ.. ചായകുടിച്ചിട്ടു പോകാം."

രാത്രിയിൽ കാസിം റാവുത്തർ മുതലാളി എണീറ്റിരുന്നു സംസാരിച്ചതുകണ്ട് ബന്ധുക്കൾക്കിടയിൽ വല്ലാത്ത ആശ്ചര്യം. ആർക്കും വേണ്ടാത്ത കുട്ടിവൈദ്യരുടെ മരുന്നിന്റെ മാന്ത്രികത അവരെയെല്ലാം അത്ഭുതപ്പെടുത്തി.

പുല്ലങ്കുഴിവീട്ടിൽ പോയിട്ട് രാത്രിയിൽ തിരികെ വന്ന വൈദ്യർ വീട്ടുമുറ്റത്ത് ഹാജി കാസിം റാവുത്തർ മുതലാളിയുടെ മൂത്തമകൻ നില്ക്കുന്നത് കണ്ടു.

"എന്താ മോനേ.. വാപ്പയ്ക്ക് ഇപ്പോൾ എങ്ങനെയുണ്ട്?"

"വാപ്പാ എണീറ്റിരുന്നു. ഊണുകഴിഞ്ഞിരുന്ന് വർത്തമാനം പറയുന്നു."

"അല്ലാഹുവിന് ഷുക്കൂർ(പ്രാർത്ഥന)ചെയ്യുവിൻ."

"ഇതാ.." അയാൾ കൈനീട്ടി

"എന്താ മോനേ?"

"കൈനീട്ടം."

"വേണ്ട. പാവപ്പെട്ടവർ പാർക്കുന്ന നാടാക്കുടിയിൽ നിന്നും കിട്ടുന്ന കൈമടക്കുതന്നെ എനിക്കു ധാരാളംമതി. നിങ്ങളുടെ കൈനീട്ടം പ്രതീക്ഷിച്ചല്ല ഞാൻ വന്നത്. ഞാൻ വന്നു നാഡിപിടിച്ചു നോക്കിയില്ലായിരുന്നെങ്കിൽ നിങ്ങളൊക്കെക്കൂടി ജീവൻ ബാക്കിയുണ്ടായിരുന്ന മനുഷ്യനെ ജീവനോടെ അടക്കം ചെയ്യുമായിരുന്നു. ഒരു ജീവൻ രക്ഷിച്ചു. അതുമതി. അത്രതന്നെ. പൊയ്ക്കോ. എനിക്കു കൈമടക്ക് വേണ്ട."

അയാൾപോയ ശേഷം പലതും ചിന്തിച്ചുകൊണ്ട് വീണ്ടും അദ്ദേഹം പുസ്തകവായനയ്ക്കു മുതിർന്നു. പുസ്തകം മറിച്ചുകൊണ്ടിരുന്നതല്ലാതെ ഇടിഞ്ഞിൽ വിളക്കിന്റെ പ്രകാശത്തിൽ ഒരക്ഷരവും അദ്ദേഹത്തിനു വായിക്കാൻ കഴിഞ്ഞില്ല. ചിന്തകൾ അദ്ദേഹത്തിന്റെ കാഴ്ച മറച്ചിരുന്നു. മനസ്സിൽ വേരോടിയിരുന്ന ചിന്തകൾ തിളിർത്തപ്പോൾ മുറ്റത്തു പരന്നുകിടന്ന ഇരുളിനെ നോക്കി അദ്ദേഹം സ്വയം ചോദിച്ചു:

"എന്റെ കണ്ണടഞ്ഞാൽ.. പിന്നെ ഈ ഗ്രന്ഥങ്ങൾ ഉപയോഗിക്കാൻ ആരുമില്ലല്ലോ."

മനസ്സുകവിഞ്ഞ വേദനയിൽ അയാളുടെ കണ്ണുകളിൽ നീർ നിറഞ്ഞു. ശ്രേഷ്ഠമായ ഒരു വൈദ്യപരമ്പരയുടെ അന്ത്യം എന്നോടുകൂടി ഉണ്ടാകുമോ? അതുവരെ അദ്ദേഹം ചിന്തിക്കാത്ത ഒരു ചോദ്യമായിരുന്നു അത്.

പതിനെട്ട്

പള്ളിത്തെരുവിൽനിന്നും മലിനജലമെല്ലാം ഒഴുകിവന്നു കെട്ടിക്കി

ടക്കുന്നത് ഓടക്കരത്തെരുവിന്റെ മുന്നിലുള്ള പുഴുക്കൾ നിറഞ്ഞ് ദുർഗ്ഗന്ധം വമിക്കുന്ന വലിയചാലിലേക്കാണ്. പള്ളിത്തെരുവിലുള്ള ചില വീടുകളിൽ എടുപ്പു കക്കൂസുകൾ ഉണ്ട്. മറ്റു ചില വീടുകളിൽ ബോംബെ കക്കൂസുകൾ ഉണ്ട്. ചിലവീടുകളിൽ കക്കൂസുകളിൽനിന്നും മലം ഒഴുകിപ്പോകുന്ന പൈപ്പ് അഴുക്കുചാലിലേക്കാണ് തുറന്നുവെച്ചിക്കുന്നത്. കക്കൂസ് സൗകര്യം ഇല്ലാത്ത വീടുകളിലുള്ള സ്ത്രീകൾ കാടിനുള്ളിലേക്കാണ് പോകുന്നത്.

രാവിലെ കക്കൂസ് മാലിന്യം എടുക്കാൻവരുന്ന ചിട്ടു പള്ളിത്തെരുവിലുള്ള സ്ത്രീകളോട് ശണ്ഠയുണ്ടാക്കി അവരോടുള്ള അടങ്ങാത്ത അരിശം തീർക്കുന്നതിന് കക്കൂസ് മാലിന്യമെടുത്ത തൊട്ടി ഓടയിൽ കമഴ്ത്തിയിട്ടിട്ട് പോകും. അന്ന് എല്ലാംകൂടിക്കലർന്ന വെള്ളമാണ് ഓടക്കരത്തെരുവുചാലിൽ ഒഴുകിക്കൊണ്ടിരിക്കുന്നത്. ഓടക്കരത്തെരുവിലുള്ള ആൺകുട്ടികളെയും പെൺകുട്ടികളെയും ഓടയുടെ വശത്ത് കെട്ടിയ ഉയരമുള്ള മതിലിലിരുന്ന് മലവിസർജ്ജനം നടത്താൻവേണ്ടി അമ്മമാർ കൊണ്ടിരുത്തും. നേരം ഇരുട്ടിയാലുടൻ വയറുതിരുമിത്തിരുമി ഇരുട്ടാകാൻ കാത്തിരിക്കുന്ന സ്ത്രീകളും മതിലിനുമുകളിൽ വരിവരിയായിരുന്ന് വർത്തമാനം പറഞ്ഞ് മലവിസർജ്ജനം നടത്തും. തെരുവുവിളക്കിന്റെ വെളിച്ചം അഴുക്കുചാലിന്റെ കരയിൽ വീഴാതിരിക്കാൻ ബൾബുകൾ കല്ലുകൊണ്ട് എറിഞ്ഞുടയ്ക്കും. പകൽ നേരത്ത് പഴയതുണികൾ അല്ലെങ്കിൽ പ്ലാസ്റ്റിക് ഷീറ്റുകൾകൊണ്ടു ചുറ്റിമറച്ച മറവുകളിൽ മൂത്രമൊഴിക്കും. രാത്രിയിൽ കുടിച്ചു ബോധമില്ലാത്ത നാണംകെട്ട പുരുഷന്മാർ അഴുക്കുചാലിലേക്ക് മൂത്രമൊഴിക്കും.

പള്ളിത്തെരുവിലെ പള്ളിയിൽ നിന്നും അതിരാവിലെയുള്ള ബാങ്കുവിളി കേട്ടാലുടൻ സ്ത്രീകൾ തുരുതുരാവന്ന് മതിലിന്മേൽ കുത്തിയിരുന്ന് മലമൂത്രവിസർജ്ജനം നടത്തും. അതാണു ശീലം. ഓടക്കരത്തെരുവിലൂടെ മൂക്കുള്ള മനുഷ്യനു വഴിനടക്കാനാവാത്ത ദുർഗ്ഗന്ധമാണ്. ആ ഓട ചപ്പും ചവറും നിറഞ്ഞ് ദുർഗ്ഗന്ധപൂരിതമായി ഓടക്കരക്കാരുടെ ജീവിതത്തിന്റെ പ്രതീകമായി നിലകൊണ്ടു.

ഈ ദുർഗ്ഗന്ധം ശ്വസിച്ചുകൊണ്ടാണ് കാലങ്ങളായി നിരനിരയായിക്കെട്ടിയ കൊച്ചുകൊച്ചുവീടുകളിൽ ഓടക്കരത്തെരുവുകാർ താമസിക്കുന്നത്. പഴകിയതിനാൽ ദുർഗ്ഗന്ധം അവർക്കു തോന്നാറില്ല.

ഈ തെരുവിന്റെ ഓരത്താണ് കുട്ടിവൈദ്യരുടെ ഓടിട്ട ചെറിയവീടും സ്ഥിതിചെയ്യുന്നത്. നോമ്പുപെരുന്നാളിന് തലേരാത്രി തെരുവിലെ സ്ത്രീകൾ തെരുവു തൂത്തുവാരി വൃത്തിയാക്കും. ഇതുപോലെതന്നെ ഹജ്ജു പെരുന്നാളിനു തലേരാത്രിയിലും തെരുവു തൂത്തുവാരി വൃത്തിയാക്കും. ഹജ്ജുപെരുന്നാൾ രാവിലെ ബലികൊടുക്കുന്ന ആടുകളുടെ ഇറച്ചി വാങ്ങാൻ സ്ത്രീകൾ പള്ളിത്തെരുവിലെ വീടുകളിൽ കൂട്ടംകൂടും.

പള്ളിത്തെരുവിലെ പള്ളിയിൽ ചന്ദ്രൻ അസ്തമിച്ച തിങ്കളാഴ്ച രാത്രി ഫുർദാ(ഭക്തിക്കവിതകൾ) ചൊല്ലാറുണ്ട്. തെരുവിലുള്ള ചില വീടുകളി

ലിരുന്ന് ബോട്ടിലുകളിൽ വെള്ളംകൊണ്ടുവന്ന് 'ഫുർദാ' ചൊല്ലുന്നിടത്ത് വെക്കും. ഫുർദാ ചൊല്ലുന്ന വായകൊണ്ട് ആ വെള്ളത്തിൽ ഊതിക്കൊടുക്കും. ആ വെള്ളം കുടിച്ചാൽമാറാത്ത അസുഖം ഞൊടിയിടയിൽ മാറിക്കിട്ടും എന്നത് ജനങ്ങളുടെയിടയിലെ ദൃഢമായ വിശ്വാസമാണ്. 'ഫൂഷിരി ഇമാം' എന്ന അറബിക്കവി എഴുതിയ കവിതകളാണ് 'ഫുർദാ ഷരീഫ്.' കവിയുടെ ശാരീരികസുഖം കുറഞ്ഞിരുന്ന സമയത്ത് നബിതിരുമേനിയെ പ്രകീർത്തിച്ചു പാടിയ കവിത ഫുർദാ ഖഷിദാവാണ്. കവിത ചൊല്ലിക്കഴിഞ്ഞതും നബിതിരുമേനി കവിയുടെ സ്വപ്നത്തിൽ പ്രത്യക്ഷപ്പെട്ട് അനുഗ്രഹിച്ചതും കവിയുടെ അസുഖം പൂർണ്ണമായി മാറിയതായി വഅളി(അരുളപ്പാടുകളിൽ)യിൽ മൗലവി പറഞ്ഞു. ഈ വിശ്വാസത്തിന്റെ പേരിലാണ് ഫുർദാ പാരായണം നടക്കുന്ന സ്ഥലങ്ങളിൽ വെള്ളം കൊണ്ടുവെച്ച് ഫുർദാ ഓതിയവർ ഊതിക്കൊടുക്കുന്ന വെള്ളത്തെ ജനങ്ങൾ പുണ്യതീർത്ഥമായി ആചരിച്ചു വരുന്നത്.

മുസ്ലീം മുന്നേറ്റസംഘം ഫുർദാ ഓതുന്നവരോട് എതിർപ്പു പ്രകടിപ്പിച്ചിരുന്നു. പള്ളിത്തെരുവു നിർവ്വാഹക സമിതി അവരെ ശാസിച്ചിരുന്നു; വാപ്പായ്ക്കു പിറക്കാത്ത ഹറാം പിറന്ന കുട്ടികൾ!

മാസത്തിലെ അവസാന വെള്ളിയാഴ്ച രാത്രികളിൽ ഇമാം ഹസ്സാലി എഴുതിയ സുബുഹാന മൗലിനെ പള്ളിത്തെരുവിലെ ജനങ്ങൾ ഒന്നുചേർന്ന് ഭക്തിപാരവശ്യത്തോടെ ഓതാറുണ്ടായിരുന്നു. ഓത്തിനു നേതൃത്വം നല്കാനായി അന്യദേശത്തുനിന്നും വല്യമൗലവിയായ ഒരാളെത്തും. അദ്ദേഹത്തിനു റൊട്ടി സാൽനയും ഓത്തുപണവും കൊടുത്ത് യാത്രയയയ്ക്കാറാണു പതിവ്. മൗലവി സുബുഹാന മൗലൂത്ത്(നബികീർത്തനം) ഗ്രന്ഥത്തിൽനോക്കാതെ രാഗത്തിൽ നീട്ടി ഓതുന്നത് കേൾക്കാൻ സുഖമാണ്. അറേബ്യയിലെ സുപ്രസിദ്ധനായ സുബുഹായ മൗലിദീന്റെ ഭക്തിയിലും രചനയിലും മതിമറന്ന് ഇതു നമ്മുടെ നാട്ടിൽ പരിചയപ്പെടുത്തിയ മഹാനായ ഷഹദദ്ദുള്ളാഹ് ഖാദറിന്റെ പിൻമുറക്കാരനാണ് ഇവിടെയും നേതൃത്വം നല്കി നടത്തുന്ന മൗലവി സുലൈമാൻ ഖാദരി.

'ബീം' അക്ഷരത്തിൽ അവസാനിക്കുന്ന ഫുർദാ ഷരീഫ് ഓതിക്കൊണ്ടിരുന്നപ്പോൾ പള്ളിയുടെ വെളിയിൽ ചിലർ ശബ്ദം ഉണ്ടാക്കുന്നതു ഓതിക്കൊണ്ടിരുന്നവരുടെ ശ്രദ്ധയിൽപെട്ടു. ഓത്ത് ഇടയ്ക്കുവെച്ച് നിർത്തിയിട്ട് അവർ ചെവിയോർത്തു. കൈകളിൽ കൊടിയുമായി ശബ്ദമുയർത്തിയവർ പള്ളിയുടെ കോമ്പൗണ്ടിനുള്ളിൽ കടന്നുകയറി.

"ഓതാതെ ഓതാതെ ഫുർദാ ഓതാതെ
അല്ലാവിന്നു പകരം വെക്കുന്ന ഫുർദാ ഓതാതെ
ഓതാതെ ഓതാതെ മൗലൂദ് ഓതാതെ
അള്ളാവിനു മുകളിലായ് നബിയെ പുകഴ്ത്താതേ
ഷിർക്ക് ചെയ്യും അസത്യവാദികളേ നിങ്ങളോടാണ്"

പള്ളിവാതിലിനകത്ത് ഇരിക്കുന്നവരെ നോക്കി ഉറച്ച ശബ്ദത്തിൽ

അവർ ഉച്ചത്തിൽ പറഞ്ഞു:

"നമ്മളെ അസത്യവാദികളെന്നു പറയുന്നു. അതിനർത്ഥം നമ്മൾ കാഫിറുകളാണെന്ന്. തൊട്ടിച്ചെക്കന്മാർ. അവരാണ് താന്തോന്നികളായ ആ മുസ്ലീം മുന്നേറ്റസംഘം ചെക്കന്മാരും അവരോടൊപ്പം കൂടിയ ഓടക്കരത്തെരുവിലുള്ള ചില അഹങ്കാരികളും, അവരാണ് അസത്യവാദികൾ!"

"വിടരുതെടാ. അടിക്കെടാ.."

ഫുർദാ ഓതിയവർ ഇറങ്ങിവന്ന് അവരെ ആക്രമിക്കാൻ തുടങ്ങി. രണ്ടുഭാഗക്കാർക്കുമിടയിൽ കൈയാംകളി നടന്നു. ചിലരുടെ ചുണ്ട് മുറിഞ്ഞു. മറ്റുചിലരുടെ മൂക്കിൽനിന്നും രക്തംവന്നു. ജമാഅത്ത് അധികാരികളുടെ തലയിൽ മുറിവേറ്റു. തലയിലെ തൊപ്പി ഊരിത്തെറിച്ചു. ഒരുപെണ്ണ് തന്റെ അടക്കിവെച്ച അരിശം ആ തൊപ്പിയിൽ തീർത്തു.

ആർത്തലച്ചുവന്നവർ മുറിവുകളുമായി മടങ്ങി. ബഹളംവെച്ചെത്തിയവരിൽ ചിലർ പള്ളി ഭാരവാഹികളുടെ ബന്ധുക്കളായിരുന്നു. ചിലർ ഓടക്കരത്തെരുവിലുള്ള തെമ്മാടികളും. ജമാഅത്തിലുള്ളവർ പൊലീസ് സ്റ്റേഷനിൽ കൊടുത്ത പരാതിയിൽ ഓടക്കരത്തെരുവിലുള്ള തെമ്മാടികളെയാണ് കുഴപ്പക്കാരെന്ന് പരാതിപ്പെട്ടതായി അഭ്യൂഹം!

രാത്രികാലത്ത് ഓടക്കരത്തെരുവു വെളിച്ചത്തിൽ, തെരുവിൽ നെയ്യാണ്ടിമേളം നടത്തിക്കൊണ്ടിരുന്ന ചില ചെറുപ്പക്കാരെ പൊലീസുകാർ വിലങ്ങുവെച്ച് കൊണ്ടുപോയി. അറസ്റ്റിലായവരിൽ സന്തുക്ക് മൊയ്ദീന്റെ മകൻ വഹാബ്. പഴയപത്രക്കടലാസ്സുകൾ വാങ്ങി വില്ക്കുന്ന അബുൽ ഹാസിമിന്റെ മകൻ സൈനുല്ലാ തുടങ്ങിയവരാണ്. അറസ്റ്റുചെയ്ത ഇവരെ തീവ്രവാദികളുമായി ബന്ധമുള്ളവരായും പള്ളിവാതിൽ തകർക്കാൻ വന്നവരായും കുറ്റംചാർത്തി പൊലീസ് ലോക്കപ്പിലിട്ട് തല്ലി കുറ്റമേല്ക്കാൻ പ്രേരിപ്പിച്ചശേഷം കോടതിയിൽ ഹാജരാക്കി. പതിനഞ്ചുദിവസം റിമാന്റു ചെയ്ത് കോടതി ഉത്തരവിട്ടു.

എന്നാൽ ചോദ്യം ചെയ്യാനായി വിട്ടുതരണമെന്ന് പൊലീസ് ആവശ്യപ്പെട്ടതു പ്രകാരം പ്രതികളെ പൊലീസ് കാവലിന് വിട്ടുകൊടുത്തു.

സെയ്ബക്കയുടെ മരുമകന്റെ അഴുകിനാറിയ ജഡത്തെ എടുത്ത് ഉടങ്കാട്ടിൽ അടക്കം ചെയ്യുന്നതിനു മുന്നിൽ നിന്നത് സന്തുക്ക് മൊയ്ദീന്റെ മകൻ വഹാബ് ആയിരുന്നു. അവനെ സഹായിച്ചവർ സലാം, പട്ടാണി, ന്യൂവമ്മദ്, സൈനുല്ലാ എന്നിവർ. ഇവരാരും സുന്നത് ജമാഅത്തിനു എതിരായ ആശയങ്ങളുള്ളവർ അല്ല. സുന്നത്തും അറിയില്ല, വഹാബിസവും അറിയാത്തവർ. ഭൂമിവാടക അടയ്ക്കാത്ത കാരണം പറഞ്ഞ് ഖബർസ്ഥാനിൽ സ്ഥലം കൊടുക്കാത്തതിന് ജമാഅത്തിനോടുള്ള ധാർമ്മികരോഷം അറിയിക്കാനായി കിട്ടിയ സന്ദർഭത്തിൽ മുസ്ലീം മുന്നോക്കസംഘത്തോടൊപ്പം ചേർന്ന് ശബ്ദമുയർത്തിയവരായിരുന്നു ഇവരത്രയുംപേർ. ഓടക്കരത്തെരുവിലുള്ള സാധുക്കളായ തൊഴിലാളികളുടെ തൊഴിൽരഹിതരായ കുട്ടികൾ. സാമ്പത്തിക ബുദ്ധിമുട്ടുകൊണ്ട് മൂന്നാംക്ലാസിലും

നാലാംക്ലാസിലും പഠിപ്പുനിർത്തിയവർ. തൊഴിലില്ലാതെ അലയുന്നവർ.

ഭൂമിവാടക അടയ്ക്കാതിരുന്ന സെയ്ബക്കായുടെ മരുമകന്റെ അഴുകിയജഡം കാടിനുള്ളിൽ അടക്കം ചെയ്തതിൽ ജമാഅത്ത് നിർവ്വാഹം ഈ പഞ്ചപാവങ്ങളെ കബാലിക്കു കാണിച്ചുകൊടുത്ത് പകതീർത്തതെന്ന് നാട്ടിലാകെ സംസാരമായി.

പള്ളിത്തെരുവിലെ അധികാരികൾ ഒന്നിച്ചെടുത്ത തീരുമാനമാണ് അഹങ്കാരികളായ മുസ്ലീം മുന്നേറ്റസംഘത്തെ ഒതുക്കണമെന്നുള്ളത്. തറവാടക ഈടാക്കുന്ന വകയിൽ ഓടക്കരക്കാർക്കെതിരെ തയ്യാറാക്കിയിരുന്ന കൂർത്ത ആയുധത്തിന്റെ മുനയൊടിച്ച ഹറാംപിറന്നവർ. കാട്ടിൽക്കിടന്ന അനാഥശവത്തിന്റെ അസ്ഥികൂടത്തെക്കുറിച്ച് പൊലീസിലറിയിക്കാത്ത കുറ്റവും ഇവരിൽ ചുമത്തപ്പെട്ടിരുന്നു.

തിടുക്കത്തിൽ നിർവ്വാഹകയോഗംകൂടി ഓടക്കരത്തെരുവിലുള്ള കുടിലുകളിൽനിന്നും അതതുമാസംതന്നെ ഭൂമിവാടക വസൂലാക്കുന്നതിനും വാടക അടയ്ക്കാത്തവരുടെ കുടിലുകൾ പൊളിച്ചുകളയാനും തീരുമാനമെടുത്തു. ഭൂമിവാടക ചോദിച്ച് ജമാഅത്ത് കണക്കപ്പിള്ള ഇനി പോകേണ്ടതില്ല. പകരം 'വെട്ടി'സേമന്തിനെ അയച്ച് വസൂലാക്കേണ്ടതുണ്ട്. വസൂലിൽ മുപ്പതു ശതമാനം വസൂൽ ചെയ്തുകൊണ്ടുവരുന്ന 'വെട്ടി'സേമന്തിന് (സെയ്തഹമ്മദ്). പേരുചൊല്ലി ഇപ്രകാരമെല്ലാം പറഞ്ഞതും അംഗങ്ങൾ അത്രപേരും സന്തോഷംകൊണ്ട് "അല്ലാഹു അക്ബർ.."എന്നു നാമം മുഴക്കി.

തീരുമാനത്തിൽ ഒരു ചെറിയ തിരുത്തും ഉണ്ടായിരുന്നു. ഒരുമാസം എന്നത് മൂന്നുമാസം തുടർച്ചയായി തറവാടക തരാത്ത കുടിലുകളെ പൊളിച്ചുകളയാൻ വെട്ടി സേമന്തിന് നിർവ്വാഹകസമിതി അധികാരവും നല്കി.

തലയിൽ വട്ട തലപ്പാവുകെട്ടി അരയിൽ പോക്കറ്റു വിസ്താരമായ പച്ച ബെൽറ്റുധരിച്ച് ഉടുപ്പിടാതെ നെടുംതൂണുപോലുള്ള ആ കരുത്തനായ തടിയൻ തുരുമ്പുപിടിച്ച സൈക്കിൾ ചവുട്ടി പള്ളിത്തെരുവു വഴിയും ഓടക്കരത്തെരുവു വഴിയും പായുമ്പോൾ ഭൂമി കുലുങ്ങും. ഭാര്യയോ മക്കളോ ഇല്ലാത്ത ഒറ്റത്തടിയനായ വെട്ടി സെയ്ദഹമ്മദിനെ അറിയാത്തവർ പള്ളിത്തെരുവിലുൾപ്പെട്ട അഞ്ചു തെരുവിലും ഓടക്കരത്തെരുവിലുൾപ്പെട്ട മൂന്നു തെരുവിലും ഇല്ല. അയാൾക്കും ആ നാട്ടിലെ ആബാലവൃദ്ധജനങ്ങളെയും അറിയാം.

ഇനി സന്തുക്ക് മൊയ്ദീന്റെ വണ്ടിയിൽ മയ്യത്ത് കയറ്റി ഖബറിസ്ഥാനിൽ കൊണ്ടുവരേണ്ടതില്ലെന്ന പള്ളിത്തെരുവിലുള്ള ചില മുതലാളിമാർ അവർക്കിടയിൽത്തന്നെ ഒരു തീരുമാനമെടുത്തു. അധികാരികളോടും അവരുടെ തീരുമാനം അവർ അറിയിച്ചു.

ഒരാഴ്ചക്കാലമായി തെരുവിൽ മലക്കുക(മരണദൂതന്മാർ)ളുടെ വിളയാട്ടം ഇല്ലാതിരുന്നിട്ടും മൊയ്ദീന് ടാസ്മാർക് കടയിൽനിന്നും മദ്യം കടംകിട്ടി. കാട്ടിൽ ഒതുങ്ങിയ സ്ഥലത്ത് വണ്ടി നിർത്തിയിട്ടിട്ട് പാണ്ഡ്യന്റെ

കണ്ണില്പെടാതെ മൊയ്ദീൻ നടന്നു. മുതലാളിമാരുടെ തീരുമാനം കുറെയൊക്കെ മൊയ്ദീന്റെ ചെവിയിലും എത്തി. മൊയ്ദീൻ നടുങ്ങിയില്ല.

അവനൊക്കെ വരും. വരാതെ എവിടെപ്പോകും? ഏതു മൈരാണ്ടിയെങ്കിലും മയ്യത്തെടുക്കാൻ വരുമോ? നോക്കാം.

അവുലിയാ തെരുവിൽ മേടവീട്ടിലുള്ള ജിന്ന് എടുത്തുകൊണ്ടുപോയ, മാനസികമായി തകരാറുപറ്റിയ ഹാജിറാ കൂരിരുട്ടു വിഴുങ്ങിയ വീടിന്റെ വിശാലമായ മട്ടുപ്പാവിൽ കയറിനിന്ന് നീലാകാശത്തിൽ പൂർണ്ണചന്ദ്രന്റെ വരവുനോക്കി നിന്നു. ചന്ദ്രബിംബത്തിനു സമാനമായ മുഖകാന്തിയോടുകൂടിയ ആ യുവാവ് സ്വപ്നത്തിൽ അവൾക്കു വാക്കുകൊടുത്തിരുന്നു. വരുമെന്നും നിശ്ചയമായും അവളെ ചന്ദ്രലോകത്തേക്കു കൂട്ടിക്കൊണ്ടുപോകുമെന്നും. പൂർണ്ണചന്ദ്രനെ മറച്ചുകൊണ്ടിരുന്ന കാർമേഘം അകന്നുമാറിയപ്പോൾ തെളിഞ്ഞ നീലാകാശത്ത് തന്റെ മനോഹരമായ മുഖംകാണിച്ച് ചന്ദ്രബിംബം അവളെ നോക്കി പുഞ്ചിരിച്ചു. അവളുടെ ചന്ദ്രബിംബക്കാമുകൻ പറഞ്ഞതുപ്രകാരം അവളെ ചന്ദ്രലോകത്തേക്കു കൂട്ടിക്കൊണ്ടുപോയി നിക്കാഹ് ചെയ്യാൻ അവൻ എത്തിയതാണ് എന്നുകരുതി അവൾ തുള്ളിച്ചാടി. ചാട്ടത്തിൽ കാലിടറി വീടിന്റെ ടെറസിൽനിന്നും അവൾ താഴേക്കു പതിച്ചു. തലയ്ക്കു ക്ഷതമേറ്റു. ബോധം മറഞ്ഞു. കമിഴ്ന്നുകിടന്ന അവളുടെ തലയ്ക്കു ചുറ്റും രക്തം തളംകെട്ടി.

കുടുംബത്തിലുള്ളവരും അയല്പക്കത്തുള്ളവരും ഓടിപ്പാഞ്ഞെത്തി ചുറ്റുംകൂടിനിന്ന് അലമുറയിട്ടു. സ്ത്രീകളുടെ കൂട്ടക്കരച്ചിൽ തെരുവാകെ മുഴങ്ങി. ആശുപത്രിയിലേക്കു എടുത്തുകൊണ്ടുപോകേണ്ട ആവശ്യം ഉണ്ടായില്ല.

ആ വീഴ്ചയിൽ അവളുടെ രൂഹ്(ജീവൻ) ശരീരത്തെവെടിഞ്ഞുപോയിരുന്നു.

നിലാവുപോലിരുന്ന പെണ്ണിന്റെ വിധി ഇതായിപ്പോയല്ലോ എന്നു മൂക്കിൽ വിരൽവെച്ച് സ്ത്രീകൾ അവളുടെ ദുർവ്വിധിയെ പഴിച്ചു.

പള്ളിത്തെരുവിൽ ചുറ്റിത്തിരിയുന്ന ഏതോ ഒരു ശൈത്താന്റെ വിളയാട്ടം. അതെ ആ ശൈത്താൻതന്നെയാണ് ഹാജിറയെ മുകളിൽനിന്നും തള്ളിയിട്ടത്. ആ ശൈത്താനെ ഒഴിപ്പിക്കണം. എന്നാൽ മാത്രമേ തെരുവിൽ ദുർമ്മരണം ഒഴിഞ്ഞുപോകൂ. ഇളംരക്തം കൊതിക്കുന്ന ശൈത്താൻ.

സെയ്ബക്കയുടെ മരുമകനും ചെറുപ്പക്കാരനായിരുന്നല്ലോ? ഇളംപ്രായത്തിലാണ് തൂങ്ങിച്ചത്തത്! ഒരുപക്ഷേ, അവൻതന്നെയാണു ശൈത്താനായി വന്നതെങ്കിലോ?

“സന്തുക്ക് എടുത്തുകൊണ്ടുവരാൻ മൊയ്ദീനെ വിളിക്കൂ.”

മരണവീട്ടിൽനിന്ന് ആരോ പറഞ്ഞതുകേട്ടപ്പോൾ വീട്ടിനുള്ളിൽ നിന്നും മേടവീട്ടിലുള്ള ഫക്കീർ റാവുത്തർ മുതലാളി ദേഷ്യത്തിൽ അതു തടഞ്ഞു.

“വേണ്ട. ആ കുടിയൻ ബോധംകെട്ടവനെ വിളിക്കേണ്ട.”

"പിന്നെ ആരെ വിളിക്കാൻ? ആര് സന്തുക്ക് എടുക്കും?"

"വെട്ടി സെയ്ദഹമ്മദിനോട് ഹനീബായെ കൂട്ടിക്കൊണ്ടുവരാൻ പറയ്. അവനു കൈവണ്ടിയുണ്ട്."

വെട്ടി സെയ്ദഹമ്മദ് ചെന്ന് വിളിച്ചപ്പോൾ ഹനീബാ ഒറ്റയടിക്ക് വരില്ലെന്നു തീർത്തുപറഞ്ഞു.

"അള്ളാ, ജിന്ന് തള്ളിയിട്ട് മരിച്ച മയ്യത്ത് എന്റെ വണ്ടിയിൽ എടുക്കാൻ ഞാനില്ല.. ഞാൻ വരില്ല" അയാൾ പറഞ്ഞു.

"ബീരഹമ്മദിനെ വിളിക്ക്."

വിളിച്ചു.

"സന്തുക്ക് എടുത്താൽപിന്നെ എന്റെ വണ്ടിയിൽ ആരും വേറെ ലോഡ് തരില്ല. എന്റെ അന്നം മുട്ടിപ്പോകും. ഞാൻ വരുന്നില്ല. ആ മൊയ്ദീനെ വിളിക്ക്.

എന്നും പറഞ്ഞ് അയാളും വരാൻ കൂട്ടാക്കിയില്ല. ചില കൈവണ്ടിക്കാർ തങ്ങളുടെ വണ്ടികളെ മറ്റുസ്ഥലങ്ങളിൽ കൊണ്ടുപോയി ഒതുക്കിയിട്ടു.

സന്തുക്ക് കൊണ്ടുപോകുന്നവണ്ടി ആരുംതന്നെ മറ്റു ലോഡുകൾ എടുപ്പിക്കാൻ വിളിക്കാറില്ല.

രാശിയില്ലാത്ത വണ്ടി. അപശകുനം! ലക്ഷണംകെട്ട വണ്ടി. സന്തുക്ക് മൊയ്ദീന് അറിയാം ആരും സന്തുക്ക് എടുക്കാൻവണ്ടിയുംകൊണ്ട് ചെല്ലില്ലെന്ന്. അവസാനം എന്നെത്തന്നെ വന്നു വിളിക്കും. വരട്ടെ നോക്കാം. ഇരട്ടിക്കൂലി ചോദിക്കണം.

പത്തൊൻപത്

തൂങ്ങിച്ചത്ത സെയ്ബക്കയുടെ മരുമകനെ ഇസ്ലാം രീതി അനുസരിച്ച് കുളിപ്പിക്കാതെ, ഖബർ പൊതിയാതെ, മയ്യത്തു തൊഴീൽനടത്താതെ ഷഹാദത്ത് ഖലീമ ചൊല്ലാതെ, അടക്കംചെയ്തതിനാൽ ഇപ്പോൾ ശൈത്താനായി അയാൾ തെരുവിൽ അലയാൻ ആരംഭിച്ചിട്ടുണ്ടെന്ന് ജനങ്ങൾക്കിടയിൽ സംസാരവും ഭയവും ഉണ്ടായി. ഓടക്കരത്തെരുവിൽ സെയ്ബക്കയുടെ വീട്ടുമുറ്റത്ത് അയാൾ നില്ക്കുന്നത് കണ്ടവരുണ്ട്. വെള്ളിയാഴ്ച നട്ടുച്ചയ്ക്ക് വെള്ളമുണ്ടും ഉടുപ്പുമിട്ട് അവൻ തെരുവിലൂടെ പള്ളിയെനോക്കി നടന്നുപോകുന്നതും ചിലരുടെ കണ്ണുകളിൽ തെളിഞ്ഞു. കാട്ടിനുള്ളിൽ മലമൂത്രവിസർജ്ജനത്തിനായിപ്പോകുന്നവരോട് അയാൾ ബീഡി ആവശ്യപ്പെട്ടതായി ചിലർ തെരുവിൽവന്നു പറഞ്ഞു. കാട്ടിൽ അവന്റെ നിഴലാട്ടം കണ്ട് മലമൂത്രം വിസർജ്ജിക്കാതെ ചിലർ ഓടിരക്ഷപ്പെട്ടു.

നട്ടപ്പാതിരയ്ക്ക് സെയ്ബക്കയുടെ കുടിലിന്റെ വാതിൽ മുട്ടി, ഫദറൂ.. ഫദറൂ.. എന്നുവിളിച്ച്, എനിക്കു ചായകുടിക്കാൻ കാശുതാടീ.. എന്നാവ

ശ്യപ്പെട്ട് അയാൾ ശല്യംചെയ്യാൻ ആരംഭിച്ചതോടെ സെയ്ബക്കയ്ക്കും മകൾ ഫദറിനും സമാധാനമായി ഉറങ്ങാൻ കഴിയാതായി. പുലരുംവരെ യാമങ്ങളെണ്ണിയെണ്ണി ഉറക്കമില്ലാതെ അവർ രാത്രികൾ കഴിച്ചുകൂട്ടി.

അവന്റെ ശല്യം ഇല്ലാതിരിക്കാൻ ഷഹീദ് വല്യതമ്പി മരയ്ക്കാരപ്പായുടെ ദർഗ്ഗയിൽ നേർച്ച കൊടുക്കാമെന്ന് ചിലവീട്ടുകാർ നേർന്നു. മറ്റു ചിലവീട്ടുകാർ ഷഹീദ് ചിന്നത്തമ്പി മരയ്ക്കാരപ്പയുടെ ദർഗ്ഗയിലേക്കും നേർച്ച കൊടുത്തോളാമെന്നേറ്റു. സെയ്ബക്കായുടെ മരുമകന്റെ പ്രേതം ബാധിക്കാതിരിക്കാൻ സ്ത്രീകൾ അരയിലും കുഞ്ഞുങ്ങൾക്ക് കഴുത്തിലും ആണുങ്ങൾക്ക് കൈമുട്ടിലും പള്ളി മോതിനാരോടു പറഞ്ഞ് 'ദുആ' എഴുതിവാങ്ങി കെട്ടി.

കന്യകകളായ പെൺകുട്ടികൾക്ക് അവന്റെ ഉപദ്രവം ഉണ്ടാകാതിരിക്കാൻ ഉമ്മമാർ കന്നിബീവിയുമ്മയുടെ ഖബറിടത്തിൽ നേരിൽച്ചെന്നു തൊട്ടുമുത്തി കാണിക്കയിട്ട്, ഖബറിൽനിന്ന് പൂവും എണ്ണയും വാങ്ങിക്കൊടുത്തേക്കാമെന്നു നേർന്നു.

മാളികവീട്ടിലെ ഫക്കീർ റാവുത്തർ മുതലാളിക്ക് വലിയ വാശിയും, വൈരാഗ്യവുമുണ്ടായി. തന്റെ മകളെ പിശാചായിവന്ന് താഴെത്തള്ളിയിട്ടു കൊന്ന സെയ്ബക്കായുടെ മരുമകന്റെ നടമാട്ടം ഇവിടെയുള്ള എല്ലാത്തെരുവിൽനിന്നും ഒഴിപ്പിച്ചു കളയണം. അതിനായി, പേരുകേട്ട കല്ലറെയ്ക്കൽ ബാവയെ ആന്ത്രോത്ത് ദ്വീപിൽനിന്നും കൂട്ടിക്കൊണ്ടുവരാൻതന്നെ മുതലാളി തീരുമാനിച്ചു. അന്ത്രോത്ത് ദ്വീപിലുള്ള ബാവ കണ്ണൂരിലുള്ള കല്ലറെയ്ക്കൽ തറവാട്ടിലെ അംഗമാണ്.

ബാവയെ കൂട്ടിക്കൊണ്ടുവരാനായി വെട്ടി സെയ്യഹമ്മദിനെ പറഞ്ഞുവിട്ടു. സെയ്യഹമ്മദ് തീവണ്ടിയിൽ പോയി. അവിടെ ചെന്നപ്പോൾ ബാവ അവിടെയില്ല. ഏഴാംകടലിനക്കരെ അബുദാബിയിൽ പോയിരിക്കുന്നു. ഒരറബിയുടെ മകളെ ബാധിച്ചിരുന്ന പിശാചിനെ ഒഴിപ്പിക്കാനായി പോയതാണെന്ന് കല്ലറെക്കൽ തറവാട്ടിലുള്ളവർ പറഞ്ഞറിഞ്ഞു. ഒരാഴ്ചകഴിഞ്ഞേ അബുദാബിയിൽനിന്നും മടങ്ങിവരികയുള്ളൂ എന്നും.

എന്ത് അത്ഭുതമെന്നറിയില്ല, കൂട്ടിക്കൊണ്ടുവരാൻപോയ വെട്ടി സെയ്യഹമ്മദ് തിരികെ ഫക്കീർ റാവുത്തർ മുതലാളിയുടെ മാളികവീട്ടിലേക്കു വിവരംപറയാൻ എത്തിയതും അയാളുടെ ശരീരത്തിലാകെ ഒരുതരം രോമാഞ്ചമുണ്ടായി. കൺമുമ്പിൽ ഒരു പുകമണ്ഡലം. സംസാരിക്കാനായി നാവു വഴങ്ങാതെ അയാൾ കുഴങ്ങിനിന്നു. ബോധം തിരിച്ചെടുത്ത് കണ്ണുതിരുമ്മിനോക്കി. അതാ..ബാവാ പച്ചപ്പട്ടുവിരിച്ച പുല്പ്പായിൽ (കോരംപായ) ഫക്കീർ റാവുത്തർ മുതലാളിയുടെ മുന്നിൽ ഇരിക്കുന്നു. അർദ്ധനിമീലിതങ്ങളായ അദ്ദേഹത്തിന്റെ കണ്ണുകൾ, ചുണ്ടുകളിൽ മുഴങ്ങുന്ന മന്ത്രോച്ചാരണം.

അബുദാബിയിൽ ഗ്രാന്റ് മസ്ജിദിൽ ഇരുന്ന് ദ്ക്രിൽ ആഴ്ന്നിരിക്കുമ്പോൾ ബാബാ വശപ്പെടുത്തിവെച്ചിരുന്ന അബ്ദുള്ളാ എന്ന ജിൻ, ബാവയുടെ കാതിൽ മെല്ലെ പറഞ്ഞു:

"മാളികവീട്ടിലെ ഫക്കീർ റാവുത്തർ മുതലാളിയുടെ മകളെ മാളികയിൽനിന്നും തള്ളിത്താഴെയിട്ടു കൊലപ്പെടുത്തിയിരിക്കുന്നു. പെണ്ണിന്റെ നിണപാനത്തിനായി ദാഹംമൂത്ത് പിശാചായി തെരുവിൽ അലയുന്ന സെയ്ബക്കയുടെ മരുമകനാണതു ചെയ്തത്. അവന്റെ ഉപദ്രവം സഹിക്കവയ്യാതെ ബാവയെ വിളിച്ചുകൊണ്ടുചെല്ലാൻ ഫക്കീർറാവുത്തർ മുതലാളി നമ്മുടെ വെട്ടി സെയ്ദഹമ്മദിനെ പറഞ്ഞയച്ചിരിക്കുന്നു."

"അതെയോ?"

അതുകേട്ടതോടെ ബാവയ്ക്ക് കോപം നിയന്ത്രിക്കാനായില്ല. ഉടൻതന്നെ കല്ലറയ്ക്കൽ ബാവാ മുസല്ലാ നിസ്കാരപ്പായ വിരിച്ച് അതിന്മേലിരുന്ന് കണ്ണടച്ച് തസ്ബീഹ് മണികൾ മെല്ലെ ഉരുട്ടി.

"കയറിയിരിക്ക്."

അബ്ദുള്ളാ എന്ന ജിന്നിനോടു കല്പിച്ചു.

അബ്ദുള്ളയെന്ന ജിന്നുംകൂടി കയറി ഇരുന്നതും മുസല്ലാ വിരിച്ച നിസ്കാരപ്പായ മെല്ലെ മുകളിലേക്കുയർന്നു. മേഘക്കൂട്ടങ്ങൾക്ക് മുകളിൽ ചെല്ലുന്നതു മാത്രമേ കാണാൻ കഴിഞ്ഞുള്ളൂ. മരുഭൂമികൾ താണ്ടി കടലുംകടന്ന് ആകാശത്തിൽ അനേകായിരം അടി ഉയരത്തിൽ പറന്നുകൊണ്ടിരുന്ന വ്യോമയാനങ്ങളെ പിന്നിലാക്കി മുസല്ല വിരിച്ച നിസ്കാരപ്പായ മുമ്പേ പറന്നു. മഞ്ഞുവിരിച്ച മലകളിൽ മുട്ടാതെ വിമാനങ്ങളിൽ തട്ടാതെ കണ്ണടച്ചു തുറക്കുന്നതിനു മുമ്പ് നിസ്കാരപ്പായ മാളികവീട്ടിലെ ഫക്കീർ റാവുത്തർ മുതലാളിയുടെ വീട്ടിനരുകിലുള്ള കടൽക്കരയിൽ ഇറങ്ങി. കടൽക്കരയ്ക്കും റാവുത്തർ മുതലാളിയുടെ വീടിനും ഇടയിലുള്ള രണ്ടുമൈൽ ദൂരം ഒരു ഞൊടികൊണ്ട് അദ്ദേഹം നടന്നെത്തി. ബാവ വന്നിറങ്ങിയതുകണ്ട ജനങ്ങൾ അത്ഭുതപ്പെട്ടു നോക്കിനിന്നു.

ആകാശത്തുനിന്നും പറക്കുന്ന പരവതാനിയിൽ ആകാശത്തിനുമപ്പുറമുള്ള ഏതോ ലോകത്തുനിന്നും ഒരു മനുഷ്യൻ മുസല്ലയുടെ നിസ്കാരപ്പായിലിരുന്ന് ഭൂമിയിലിറങ്ങി റാവുത്തർ മുതലാളിയുടെ വീട്ടിലേക്കു പോയത് കണ്ണടച്ചു തുറക്കുന്നതിനിടയിൽ അവർ കണ്ടു. അന്തരീക്ഷത്തിൽ ഒരു തോല്പെട്ടി നീങ്ങുന്നതായി അവർ അറിഞ്ഞു. അന്തരീക്ഷത്തിലൂടെ നടക്കയാൽ ബാവയുടെ മരമെതിയടി മണലിൽ പാടു വീഴ്ത്തിയില്ല. അബ്ദുള്ളയെന്ന ജിന്ന് തോല്പെട്ടിയും വഹിച്ച് ബാവയുടെ പിന്നാലെ അതേ വേഗതയിൽ നടന്നെങ്കിലും ജിന്ന് ആരുടെയും ദൃഷ്ടയിൽപ്പെട്ടില്ല. അന്തരീക്ഷത്തിൽ പെട്ടിമാത്രം ചലിക്കുന്നതാണ് അവർ കണ്ടത്. അള്ളാ, അഗ്നികൊണ്ടുണ്ടാക്കിയ രൂപമാകയാൽ മനുഷ്യദൃഷ്ടിക്ക് ജീന്നുകളുടെ വർഗ്ഗം പ്രത്യക്ഷമാവില്ല. എന്നാൽ ബാവയുടെ കണ്ണിനു മാത്രം അബ്ദുള്ളയെ കാണാനാവും. അതുതന്നെയാണ് ബാവയുടെ പ്രത്യേകതയും.

തന്റെ ഇരിപ്പിടത്തിനരികിൽ ജിന്ന് കൊണ്ടുവെച്ച തോല്പെട്ടി തുറക്കാൻ അബ്ദുള്ളയ്ക്ക് ബാവയുടെ ഉത്തരവുകിട്ടി. അബ്ദുള്ളയെന്ന ജിന്ന് ആരുടെ കണ്ണിനും ദൃശ്യമല്ലാത്തതിനാൽ ബാവയുടെ ഉത്തരവു

കേട്ടതും തോല്പെട്ടി തനിയേ തുറന്നു. റാവുത്തർ മുതലാളിയുടെ വീട്ടിൽ ബാവയെ കാണാൻ കൂടിയിരുന്ന ജനങ്ങൾക്ക് എന്തെന്നില്ലാത്ത ആശ്ചര്യമുണ്ടായി. തനിയേ തോല്പെട്ടി തുറക്കുന്നു! അതിനുള്ളിൽ നിന്നും ചില സാധനങ്ങൾ തനിയെ ബാവയുടെ കൈകളിലേക്കെത്തി.. എല്ലാം കണ്ടപ്പോൾ ഏതോ ഒരു മായാലോകത്തിൽ നില്ക്കുന്നതു പോലെ ജനങ്ങൾക്കു തോന്നി.

തോല്പെട്ടിയിൽനിന്നും ഒരു ചെമ്പുകൂജ ബാവയുടെ കൈകളിലെത്തി. കൂടിനിന്നവർ അതിൽ സൂക്ഷിച്ചുനോക്കിയെങ്കിലും കണ്ണുകൾ ചിമ്മിപ്പോയതിനാൽ അതു കണ്ണിനുദൃശ്യമായില്ല.

കൂജയിൽനിന്നും നീലയും പച്ചയും നിറമുള്ള പുകച്ചുരുളുകൾ മുകളിലേക്കുയർന്നു. കണ്ണടച്ചിരിക്കുകയായിരുന്ന ബാവ കണ്ണടച്ചുകൊണ്ടു തന്നെ കൂജയുടെ അടപ്പു തുറന്നു. കൈനീട്ടി എന്തോ അന്തരീക്ഷത്തിൽ നിന്നും പിടിച്ചെടുത്തതുപോലെതോന്നി. പിടിച്ചെടുത്ത ആത്മാവിന്റെ അലർച്ചകേട്ട് കൂടിനിന്നവരുടെ ചെവിക്കല്ല് തകരുന്നതുപോലെ അവർ ചെവിപൊത്തി. പിന്നെ ബാവ കൈനീട്ടി എത്തിപ്പിടിച്ചത് കൂജയ്ക്കുള്ളിലാക്കി.

“ഉള്ളിൽക്കിടക്ക് ശൈത്താനേ” അദ്ദേഹം പല്ലുഞെരിച്ചുകൊണ്ടു പറഞ്ഞു.

രാജനായകം സുലൈമാൻ നബിത്തിരുമേനി, നാട്ടിൽ അതിഭയങ്കരശല്യം ഉണ്ടാക്കിക്കൊണ്ടിരുന്ന ദുഷിച്ച ജിന്നിനെ പിടിച്ചു കൂജയ്ക്കുള്ളിൽ അടച്ച് അതിൽ അദ്ദേഹത്തിന്റെ കൈവിരലിൽക്കിടന്ന മുദ്രമോതിരം എടുത്ത് മുദ്രകുത്തി കരകാണാക്കടലിലേക്ക് വീശിയെറിഞ്ഞതുപോലെ ബാവ, അറബിക്കടലിലേക്ക് വീശി എറിയാനായി കൂജ തോല്പെട്ടിക്കുള്ളിൽ വെച്ചടച്ചശേഷം അദ്ദേഹം മെല്ലെ എഴുന്നേറ്റു.

“ഇനി ആ ശൈത്താന്റെ ഉപദ്രവം ഈ തെരുവിന്റെ ഏഴയലത്തുണ്ടാകില്ല. അറബിക്കടലിന്റെ ആഴങ്ങളിൽനിന്നും അവന് അടപ്പുതുറന്നു പുറത്തുകടക്കാനാവില്ല” എന്ന് ഉറപ്പുകൊടുത്ത് റാവുത്തർമുതലാളിയുടെ മനസ്സിന് അദ്ദേഹം ആശ്വാസംപകർന്നു.

കണ്ണടച്ചു തുറക്കുന്നതിനുമുമ്പ് എണീറ്റുനിന്ന ബാവയെയും തോല്പെട്ടിയെയും കാണാനേയില്ല. അറബിക്കടലിൽനിന്നും സുഗന്ധമുള്ള ഒരു കാറ്റു വീശിയടിച്ചു. ഒന്നും മനസ്സിലാകാതെ ജനങ്ങൾ അത്ഭുതപ്പെട്ടുനിന്നു. ആ നേരത്ത് കടലിൽനിന്നും വീശിയടിച്ച സുഗന്ധമുള്ള ഒരു കാറ്റിൽ ബാവ അലിഞ്ഞലിഞ്ഞില്ലാതായി! ബാവ പോയ്മറഞ്ഞതും ജനങ്ങൾ സമാധാനമായി നിശ്വസിച്ചു.

സെയ്ബക്കയുടെ മരുമകന്റെ ഉപദ്രവം ഇനി തെരുവിൽ ഉണ്ടാവുകയേയില്ല!

ഇരുപത്

വല്യതമ്പി മരയ്ക്കാരപ്പയുടെ ദർഗ്ഗാവിലെ ചന്ദനക്കുട മഹോത്സവം അവസാനിച്ചു. ചന്ദനക്കുട മഹോത്സവം അവസാനിച്ചതും അള്ളാപ്പിച്ച ആന അവിടുന്നു പുറപ്പെട്ടു. നാടുതോറും നടന്ന് കാണിക്കക്കാശും പിരിച്ച് വഴിയിൽക്കണ്ട തെങ്ങിൽനിന്ന് ഓലവെട്ടിത്തിന്നാനും കൊടുത്തൊക്കെയാണ് ആനയെ ഓടക്കരത്തെരുവിലേക്ക് കൊണ്ടുവന്നത്. വല്യതമ്പിമരയ്ക്കാരപ്പയുടെ ദർഗ്ഗാവിൽനിന്നും വന്നിരിക്കുന്ന അള്ളാപ്പിച്ചയെ കണ്ടതും ജനങ്ങൾക്കെല്ലാം പ്രത്യേകിച്ച് ചന്ദനക്കുട മഹാത്സവത്തിനു പോകാൻ സാധിക്കാത്തവർക്കൊക്കെ വലിയ സന്തോഷമായി. ആനയെക്കണ്ടതും ജനങ്ങൾ മടക്കിയുടുത്തിരുന്ന മുണ്ട് അഴിച്ചിട്ടും സ്ത്രീകൾ തലയിൽ തുണിയെടുത്തു മറച്ചു മുട്ടാക്കിട്ടും (തലമറയ്ക്കുന്ന ആചാരം) ആനയെ ആദരിച്ചു.

അള്ളാപ്പിച്ചയുടെ പുറത്ത് ഒരാൾ ഇരിക്കുന്നുണ്ടായിരുന്നു. പച്ചജുബ്വാഷർട്ടും ചെമന്ന തലപ്പാവും കെട്ടിയ പാപ്പാൻ ഹസൻ ബാഷാ. അയാൾ ആനയെ വീടുതോറും നടത്തിച്ചുകൊണ്ടുവന്നു. തുമ്പിക്കൈയെടുത്ത് അനുഗ്രഹം നല്കിക്കൊണ്ടിരുന്ന ആനയ്ക്ക് തെരുവിലെ ജനങ്ങൾ അവരാൽക്കഴിയുന്ന കാണിക്ക അർപ്പിച്ചു. ചിലർ താലത്തിൽ തേങ്ങയും ചന്ദനത്തിരിയും കത്തിച്ച് ആനയെ ഉഴിയാനായി പാപ്പാന്റെ കൈയിൽ ഏല്പിച്ചു. ചിലർ കുഞ്ഞുങ്ങളെ ആനയുടെ പുറത്തുകയറ്റിയിറക്കി നേർച്ചനടത്തി. കുഞ്ഞുങ്ങൾക്ക് ദോഷംകിട്ടാതിരിക്കാനായി, പാപ്പാൻ ഹസൻ ബാഷ കുഞ്ഞുങ്ങളെ സ്വന്തം കൈയിലെടുത്ത് ആനയുടെ അടിവയറ്റിന്റെ കീഴിലൂടെ അപ്പുറത്തേക്കു കടത്തി മാതാപിതാക്കളെ ഏല്പിച്ച് കാണിക്ക വാങ്ങി.

"വെള്ളിക്കൈയുള്ള വല്യതമ്പി മരയ്ക്കാരപ്പാ ദർഗ്ഗാവിൽനിന്നും വന്ന അള്ളാപ്പിച്ചയാനയാണ്. കാണിക്ക സമർപ്പിക്കൂ.."

എന്നു വഴിനീളെ വിളിച്ചുപറഞ്ഞ് കാണിക്കപ്പാത്രം മുട്ടിക്കുലുക്കി പാപ്പാന്റെ സഹായികൾ ഒപ്പം നടന്നു.

ആനയ്ക്ക് പിന്നാലെ ഓടക്കരത്തെരുവിലെ കുട്ടികളുടെ ഘോഷയാത്രയുമുണ്ടായിരുന്നു. കുട്ടികളെ നിയന്ത്രിച്ചുകൊണ്ട് കൈയിൽ ചെറിയൊരു വടിയുമായി സന്തുക്ക് മൊയ്ദീനും ആനയുടെ പിന്നാലെ കൂടി. പൊട്ടാൽപുത്തൂരിലെ ആനവന്നാലും കൂട്ടാലുമ്മൂടുകോവിലിലെ ആന വന്നാലും പിറകെ പോകുന്ന കുട്ടികളെ നിയന്ത്രിക്കാനായി കൈയിൽ ഒരു വടിയുമായി സന്തുക്ക് മൊയ്ദീനും എത്തുമായിരുന്നു. എന്റെ ബെദ്ദബ്ബായുടെ ദർഗ്ഗാവിലെ ആനയാണ്! ഞങ്ങളുടെ അള്ളാപ്പിച്ചയാന! ഏഴു രാത്രികൾ! ഏഴു പകലുകൾ! ബെദ്ദപ്പബ്ബായുടെ ദർഗ്ഗാവിൽ വലംവെച്ച് ചന്ദനക്കുടമഹോത്സവം നടത്തി വന്നിരിക്കുന്ന അള്ളാപ്പിച്ചയാന.

തിരുവിതാംകൂർ മഹാരാജാ, ബെദ്ദബ്ബാ പള്ളിയിലേക്ക് സമ്മാനമായി കൊടുത്ത കുട്ടിയാന. വളർന്നുവളർന്ന് പലവർഷങ്ങളായി നടക്കുന്ന ചന്ദനക്കുടങ്ങൾക്ക് സാക്ഷിയായ ആന. എത്രയോ ചന്ദനക്കുടങ്ങളെയും കോവിലിലെ എഴുന്നള്ളത്തുകളെയും കണ്ട അള്ളാപ്പിച്ചയാന.

ഓടക്കരത്തെരുവുകൾ മൂന്നിനെയും വലംവെച്ചശേഷം ആന പള്ളിത്തെരുവിലേക്കു കയറി. പള്ളിത്തെരുവിൽ ആനയ്ക്ക് മുമ്പെങ്ങുമില്ലാത്ത വരവേല്പ്. റാവുത്തർ പള്ളി നിർവ്വാഹക സമിതിയുടെ വകയായി അധികാരികൾ മാലയിട്ട് ആനയെ സ്വാഗതംചെയ്തു. പതിവുപോലെ പള്ളി വളപ്പിൽ നിന്നിരുന്ന തെങ്ങിൽ ആനയെ തളയ്ക്കുമ്പോൾ ആന പെട്ടെന്ന് ചിന്നംവിളിച്ചു. ആ ചിന്നംവിളിയിൽ ചില അപാകതകൾ കണ്ടതിനാൽ പാപ്പാൻ ആനയെവിട്ട് അകന്നില്ല.

ഹസൻ ബാഷായ്ക്ക് ആനയുടെ ചിന്നംവിളിയിൽ സംശയം തോന്നി. ആനയുടെ പുറത്തിരുന്നവനു താഴെയിറങ്ങാനായി പതിവില്ലാത്തവിധം വളരെ പതുക്കെയാണ് ആന കാൽ ഉയർത്തിയത്. ഇതുകണ്ട പാപ്പാന്റെ മുഖം ദുഃഖത്തിലാണ്ടു. ശിഷ്യനെ വിളിച്ച് ആനയുടെ കാലിലെ ചങ്ങലക്കെട്ട് അഴിക്കാൻ പറഞ്ഞു.

ആനയുടെ കാലിലെ ചങ്ങലക്കെട്ട് അഴിച്ചതുകണ്ട പള്ളിത്തെരുവിലെ ജനങ്ങൾ അലമുറയിട്ടു. ആനയെ മറ്റെവിടെയെങ്കിലും കൊണ്ടുപോവുകയാണോ? അവർ സംശയിച്ചു.

"എന്താ ബാഷാഭായി ആനയെ കൊണ്ടുപോവുകയാണോ?"

"അതെയതെ മുതലാളീ.."

"രണ്ടുദിവസം ഇവിടെ നില്ക്കട്ടെ, പള്ളിത്തെരുവുകാർ അപ്പാദർഗ്ഗാവിലേക്ക് നേർച്ച കൊടുക്കണ്ടേ?"

ആനയുടെ പേര് ബാഷാ ചൊല്ലാറില്ല. ദോഷമാണ്(കുരുത്തക്കേട്). ബാവ എന്നാണു ഭക്തിപൂർവ്വം പറയാറ്.

"ബാവായുടെ ശരീരം നല്ല സുഖമില്ലാത്തതുപോലെ തോന്നുന്നു. വേഗംതന്നെ വല്യമരയ്ക്കാർ ദർഗ്ഗാവിൽ കൊണ്ടുപോയി ചികിത്സ കൊടുക്കട്ടെ."

പള്ളിത്തെരുവിലെ ജനങ്ങൾ ഒന്നിച്ച് തടയാൻ നോക്കി.

"വേണ്ട, ബാവയെ രണ്ടുദിവസംകൂടി കാണാൻ ഞങ്ങളുടെ പള്ളിത്തെരുവിൽ നിർത്തൂ. ഞങ്ങൾ തരുന്ന കാണിക്ക വാങ്ങിയിട്ടു പോയാൽപ്പോരേ? ഞങ്ങളുടെ കുഞ്ഞുങ്ങളും സ്ത്രീജനങ്ങൾക്കും ആനയെ കാണണ്ടേ?"

ജനങ്ങളുടെ വിലക്കുകൾ ഭേദിച്ച് ഹസൻ ബാഷാ അള്ളാപ്പിച്ചയെ നടത്തിച്ചു. ഓടക്കരത്തെരുവ് മൂന്നും കടന്ന് വന്നവഴിക്കുതന്നെ ആനയെ നടത്തിച്ചുകൊണ്ടുപോയി. അള്ളാപ്പിച്ചയുടെ നടപ്പ് തീരെ ക്ഷീണിച്ച മാതിരിയായിരുന്നു. തലയെടുപ്പും പഴയ ഗാംഭീര്യവുമൊന്നും ആന നടക്കുമ്പോൾ കാണാനേയില്ലെന്ന് ഹസൻ ബാഷയ്ക്ക് തോന്നി. ഓരോ അടിയും എടുത്തെടുത്തുവെച്ച് തളർന്ന തരത്തിൽ മെല്ലെ അനങ്ങിയനങ്ങി ആന നടന്നുനീങ്ങി. ഇതുകണ്ട ഹസൻ ബാഷായുടെ മുഖം മങ്ങിവാടിയുണങ്ങി. തന്റെ ജീവിതം നടന്നുപോകുന്നതുതന്നെ ബാവയുടെ കാരുണ്യംകൊണ്ടാണ്. വല്യമരയ്ക്കാർ കൊടുത്ത കരുണാകടാക്ഷം!

തിരുവിതാംകൂർ കൊട്ടാരത്തിൽ ഇളയതമ്പുരാനു പെട്ടെന്നൊരു

ശ്വാസംമുട്ടൽ. നാട്ടിലുള്ള വൈദ്യന്മാരെല്ലാം കൊട്ടാരത്തിൽച്ചെന്നു ചികിത്സിച്ചു. അരമനവളപ്പിൽ ലേഹ്യമുണ്ടാക്കുന്ന വാസന ചുറ്റുവട്ടാരത്തിൽ പടർന്നു. എന്നാലും അസുഖത്തിനൊരു കുറവും ഉണ്ടായില്ല. വിചാരിച്ചിരിക്കാതെ ശ്വാസംമുട്ടൽ അധികമായി ബോധംകെട്ട് നിലത്തുവീഴും. അടുത്ത കിരീടാവകാശിയാകേണ്ടയാൾ. ഇളയതമ്പുരാന് ഇങ്ങനെ ഒരു അസുഖം ഉണ്ടായതിൽ കൊട്ടാരത്തിലുള്ള എല്ലാവരും ഒരുപോലെ ദുഃഖിച്ചു.

വന്ന വൈദ്യന്മാരെല്ലാം പരിശോധിച്ചുനോക്കി. പക്ഷേ, അസുഖത്തിനു കാരണമെന്തെന്നു മനസ്സിലാവാതെ തലകുനിച്ചവർ മാറിനിന്നു. മഹാരാജാവ് രാപകലെന്യേ ദുഃഖിച്ചു കഴിഞ്ഞുകൂടി. പട്ടാഭിഷിക്തനാകേണ്ട ഇളയരാജാവ്. തനിക്കുശേഷം സിംഹാസനത്തിൽ ഇരുന്ന് നാടു ഭരിക്കേണ്ടവൻ.

വേദനയാൽ വിങ്ങുന്ന മനസ്സുമായി മഹാരാജാവ് പള്ളിയറയിലേക്കു ചെന്നു. ഇളയരാജാവിനെക്കുറിച്ചുള്ള ചിന്തകളാൽ കിടക്കയിൽ തിരിഞ്ഞും മറിഞ്ഞും കിടന്നു. ഉറക്കം വന്നില്ല. ഉറങ്ങാൻ ശ്രമിക്കുന്നതിനിടയിൽ ചെറുതായി കണ്ണൊന്നടഞ്ഞു. ആ സമയത്ത് അദ്ദേഹം സ്വപ്നത്തിൽ തലയില്ലാത്ത ഒരു മനുഷ്യനെ കണ്ടു. ഭയന്നുപോയ രാജാവ് ഞെട്ടി ഉണർന്നു. ഉണർന്നപ്പോഴും ആ മനുഷ്യൻ കൺമുന്നിലുണ്ട്.

"നിന്റെ അടുത്ത കിരീടാവകാശിയായ മരുമകൻ (സഹോദരിയുടെ മകൻ) പറങ്കികളെ സഹായിക്കണം എന്ന ചിന്തയുമായി നടക്കുന്നവൻ.." എന്നു പറഞ്ഞവസാനിച്ചില്ല. ചെമന്ന ഉറുമാൽ കെട്ടിയ തല അദ്ദേഹത്തിന്റെ കഴുത്തിൽ ചെന്ന് ഒട്ടിച്ചേർന്നിരുന്നു. കൈയിൽ കണ്ണഞ്ചുന്ന തിളങ്ങുന്ന വാൾ. ഇതുകണ്ട് മഹാരാജാവ് അത്ഭുതപ്പെട്ടുനിന്നു!

"എന്റെ നാട്ടിലേക്കുവന്ന അന്യരായപറങ്കികൾക്ക് ഒരിക്കലും തുണ നില്ക്കില്ല എന്നു മരുമകനോടു സത്യം ചെയ്യാൻ പറയണം തിരുമേനീ..!"

അമ്മാവന്റെ ഉത്തരവുപ്രകാരം ഇളയതമ്പുരാൻ പരിവാരസമേതം കള്ളിക്കാട്ടിലേക്കു ചെന്ന് വല്യമരയ്ക്കാരപ്പയുടെ ദർഗ്ഗാവിൽ കടന്ന് സാഷ്ടാംഗം വീണ് സത്യംചെയ്തു.

"ജീവനുള്ളിടത്തോളം കാലം തിരുവിതാംകൂറിൽ പറങ്കികൾക്കു കാൽകുത്തുവാൻ ഒരടി സ്ഥലംപോലും നല്കില്ല. ഇതു സത്യം..സത്യം.. സത്യം..!"

"ശരി പൊയ്ക്കോ..!"

ഖബറിനുള്ളിൽനിന്നും വന്ന ശബ്ദം കേട്ടതും മടങ്ങി കൊട്ടാരത്തിൽ എത്തിയതേ ഇളയതമ്പുരാന്റെ ശ്വാസംമുട്ടൽ പമ്പകടന്നു.

വല്യതമ്പിമരയ്ക്കാരപ്പാ ദർഗ്ഗാവിലേക്ക് ഒരുകൊമ്പനാനക്കുട്ടിയെ നേർച്ചയായി തമ്പുരാൻ അയച്ചുകൊടുത്തു. ദർഗ്ഗാ സ്ഥിതിചെയ്യുന്നിടം വിസ്താരപ്പെടുത്തുവാൻ വേണ്ട സ്ഥലവും കരമൊഴിവാക്കി പതിച്ചുകൊടുത്തു. ദർഗ്ഗാവിനെച്ചുറ്റി കൊടുങ്കാടുപിടിച്ചു കിടന്ന സ്ഥലം വെട്ടിത്തെ

ളിച്ച് വിസ്താരമാക്കി.

ആനക്കുട്ടിക്കു ദർഗ്ഗാവിന്റെ മുറ്റത്തുവെച്ച് ബാങ്കുചൊല്ലി 'അള്ളാപ്പിച്ച' എന്ന മുസ്ലീംപേരിട്ടു. വല്യതമ്പിമരയ്ക്കാരപ്പ ഖന്തൂരിക്ക്(മുസ്ലീങ്ങളുടെ പള്ളിയിലെ ആഘോഷം) ഒരാഴ്ചമുമ്പുതന്നെ അരമനയിൽ നിന്നും നൂറുചാക്ക് നെല്ലും നൂറ്റൊന്നു തേങ്ങയും അഞ്ചുചാക്ക് കോട്ടയം ശർക്കരയും ആനക്കുട്ടിക്ക് ആഹാരത്തിനായി കൊണ്ടുവന്നിറക്കും. ആനയെ ശുശ്രൂഷിക്കാനായി പാപ്പാനു നൂറുചക്രം ശമ്പളവും കൊട്ടാരത്തിൽ നിന്നും വരും. ഇന്നുവരെ ഒരു മുടക്കവും കൂടാതെ അതെല്ലാം എത്തുന്നുണ്ട്. വലിയതമ്പിമരയ്ക്കാരപ്പാ ദർഗ്ഗാവിലേക്കു രാജകുടുംബത്തിൽ നിന്നു കൊടുക്കുന്ന ആദരവാണിത്.

തിരുവിതാംകൂർ ഭരണപരിധിയില്പെട്ട ധർമ്മപത്താൻ തുറമുഖത്തുനിന്നും ചുക്ക്, മുളക്, ഏലം മുതലായ സുഗന്ധവ്യഞ്ജനങ്ങൾ അന്യനാടുകളിലേക്കു കയറ്റിക്കൊണ്ടുപോകുന്നതിനു വിധിപ്രകാരമുള്ള ചുങ്കം പറങ്കികൾക്കു കൊടുക്കാതെ യുദ്ധം ചെയ്തുകൊണ്ടിരിക്കുകയായിരുന്നു ഉൾഗ്രാമങ്ങളിലെ മരയ്ക്കാന്മാർ.

പറങ്കിപ്പടയുടെ തലവന്മാർ ഇളയതമ്പുരാനെ കണ്ട് കരഞ്ഞപേക്ഷിച്ചു. പറങ്കികൾക്ക് അനുകൂലമായി, ഉൾഗ്രാമത്തിലെ മരയ്ക്കാന്മാരിലെ തലമൂത്ത വ്യവസായികളെ വരുത്തി പറങ്കികളോട് വഴക്കുവേണ്ടെന്നും അവരാൽ നമുക്ക് ഉപദ്രവമൊന്നും ഉണ്ടാകില്ലെന്നും മഹാരാജാവ് പറഞ്ഞ നിമിഷംതന്നെ തമ്പുരാന് പെട്ടെന്ന് ശ്വാസതടസ്സമുണ്ടായി. ശ്വാസം കിട്ടാത്ത പരാക്രമത്താൽ രാജാവ് നിലത്തുവീണുരുണ്ടു. മരയ്ക്കാന്മാരുടെ പ്രതിനിധികൾ തമ്പുരാനെ താങ്ങിയെടുത്ത് കൊട്ടാരത്തിൽ ശയനഗൃഹത്തിൽ കൊണ്ടുകിടത്തി. അന്നു മുതൽ ഇടയ്ക്കിടെ രോഗം ബാധിച്ച് തമ്പുരാൻ വലഞ്ഞു.

രോഗചികിത്സയ്ക്കായി കൊട്ടാരത്തിൽ വന്ന മുതിർന്ന വൈദ്യന്മാരിൽ ഒരാൾ രോഗിയെ പരിശോധിച്ചശേഷം അല്പനേരം മിണ്ടാതിരുന്നു. ഇദ്ദേഹത്തിന്റെ മൗനംകണ്ട് വലിയതമ്പുരാൻ, "എന്താണ് വൈദ്യരേ?" എന്നു ചോദിച്ചു.

"സിരകളിൽ തളർച്ച ബാധിച്ചിട്ടില്ല. പറയത്തക്ക അസുഖമൊന്നും കാണുന്നില്ല. ഒരു ശാപത്താൽ ഉണ്ടായ രോഗമാണിത്. ശാപമോക്ഷം വേണമെങ്കിൽ കള്ളിക്കാട്ടു ദർഗ്ഗയിൽ ചെന്ന് മാപ്പ് ചോദിച്ച് വരണം" എന്നു വൈദ്യർ പറഞ്ഞ ദിവസം രാത്രിയിലാണ് മഹാരാജാവ് സ്വപ്നം കണ്ടത്.

കിഴക്കെ കടലോരത്തിൽ പറങ്കികളുടെ അട്ടഹാസത്താൽ സ്വദേശത്തെ മരയ്ക്കാന്മാർക്ക് കടലിൽ കച്ചവടം ചെയ്യാൻ സാധിക്കാത്ത അവസ്ഥയുണ്ടായപ്പോൾ, അന്യശക്തികളായ പറങ്കികളോടു യുദ്ധം ചെയ്ത് മാതൃഭൂമിയിൽനിന്നും അവരെ തുരത്തിയോടിക്കാൻ കളത്തിലിറങ്ങിയ മരയ്ക്കാന്മാരെ പറങ്കികൾ കൊന്നൊടുക്കി. അവരെ എതിർത്തു യുദ്ധം ചെയ്തുകൊണ്ടിരുന്ന മരയ്ക്കാന്മാരുടെ നേതാവായ വലിയതമ്പി മര

യ്ക്കാരുടെ വീരചരിത്രത്തെപ്പറ്റി കേട്ടിരുന്ന മഹാരാജാവിനു രോമാഞ്ച മുണ്ടായി. ആ വീരമഹാനാണ് തന്റെ സ്വപ്നത്തിൽ പ്രത്യക്ഷപ്പെട്ടത്. അദ്ദേഹത്തിന്റെ കൈയിലിരുന്ന തിളങ്ങുന്ന വീരവാൾ കണ്ട് മഹാരാ ജാവിന്റെ കണ്ണഞ്ചിപ്പോയി.

ഹസൻബാഷാ ആനയെ നടത്തി മരയ്ക്കാർ തെരുവുകടന്ന് ഗ്രാമ ത്തിനു വെളിയിലേക്കു പോകുന്നതുവരെ വഴിയിൽ യാത്രയയക്കാനായി മരയ്ക്കാർ തെരുവിലെ ജനങ്ങൾ കൂട്ടംകൂടി. അവരെ നിയന്ത്രിക്കാനായി കൈയിൽ വടിയുമായി സന്തുക്ക് മൊയ്ദീൻ കൂട്ടത്തിനൊപ്പം നടന്നു. ചില മുതിർന്നവർ തെരുവിൽനിന്നു പോകുന്ന അള്ളാപ്പിച്ചയ്ക്ക് സലാം പറഞ്ഞു.

“അസ്സലാമു അലൈക്കും.”

പതിവുള്ള സലാം ചൊല്ലൽ. ആന ആടിയാടി നടക്കുന്നത് കണ്ടു ഹസൻബാഷായുടെ കണ്ണിൽ നീർ ഉരുണ്ടു. തന്റെ ജീവിതത്തിന്റെ ആധാരംതന്നെ ബാവയാണ്! ‘ബാവാ’ എന്ന് പേരുപറഞ്ഞ് ആനയെ തന്റെ വാപ്പാ വിളിക്കുന്നതു കേട്ടാണ് താനും ‘ബാവാ’ എന്നു വിളിച്ചു പഠിച്ചത്.

ബാവയുടെ അനക്കത്തിന്റെ ഭാഷ ഹസൻബാഷയ്ക്ക് നല്ലപോലെ അറിയാം. ഹസൻബാഷാ ഉണ്ടാക്കുന്ന ശബ്ദത്തിന്റെ അർത്ഥം ബാവ യ്ക്കും അറിയാം. ബാവയുടെ നടത്തം കണ്ട് സകലപ്രതീക്ഷകളും നശി ച്ചതുപോലെ ദുഃഖത്തിലാണ്ട് അയാൾ അള്ളാപ്പിച്ചയെ പിൻതുടർന്നു. അയാൾ അള്ളാപ്പിച്ചയെ തടവിക്കൊണ്ടേയിരുന്നു. അതിന്റെ ശരീരത്തിൽ വന്നിരിക്കുന്ന ഈച്ചയെ ആന വാലാട്ടി വിരട്ടുന്നതിനുമുമ്പുതന്നെ ബാഷാ തന്റെ തോളിലിട്ടിരിക്കുന്ന തോർത്തുകൊണ്ട് തട്ടി ഓടിച്ചുകൊണ്ടിരുന്നു.

അള്ളാപ്പിച്ച ആനയുടെ ചെവിയുടെ ഭാഗത്ത് നിറഞ്ഞ കണ്ണീര് തുട ച്ചുകൊണ്ട് ഇടറുന്ന ശബ്ദത്തോടെ ബാഷാ ചോദിച്ചു:

“ബാവാ താങ്കൾക്ക് എന്തുപറ്റി? എന്നെ സങ്കടപ്പെടുത്തുകയാണോ ബാവാ?”

അള്ളാപ്പിച്ച തുമ്പിക്കൈ ഉയർത്തുകയോ അനങ്ങുകയോ ചെയ് തില്ല. അതിന്റെ ഉള്ളടക്കം മനസ്സിലാക്കിയ ഹസൻ ബാഷായുടെ കണ്ണിൽ നിന്നും കണ്ണീർധാരധാരയായി ഒഴുകിയത് തോർത്തുകൊണ്ടു തുടച്ചിട്ട് അയാൾ അള്ളാപ്പിച്ചയെ മെല്ലെ നടത്തിച്ചു. ഒരുപക്ഷേ, അള്ളാപ്പിച്ച ആനയെ എടുത്ത് തോളിലേറ്റിക്കൊണ്ടു നടക്കാനുള്ള ശക്തി തനിക്ക് അള്ളാ തന്നില്ലല്ലോ എന്നോർത്ത് അയാൾ ദുഃഖിച്ചു. അള്ളാപ്പിച്ച വേഗ ത്തിൽ നടക്കാനായി കമ്പുകൊണ്ട് അതിന്റെ പിന്നിൽ കുത്തി ത്വരിത പ്പെടുത്തിയില്ല. അതിന്റെ ഇഷ്ടത്തിനുതന്നെ നടക്കട്ടെ എന്ന തൃപ്തി യോടെ ബാഷാ അതിനൊപ്പം പതുക്കെ നടന്നു. അയാളുടെ നടത്ത ത്തിനും വല്ലാത്ത തളർച്ചയുണ്ടായിരുന്നു.

വഴിയിൽ അങ്ങിങ്ങ് താമസിച്ച് വിശ്രമിച്ച് മൂന്നാമത്തെ ദിവസം രാവിലെ വല്യതമ്പി മരയ്ക്കാരപ്പായുടെ ദർഗ്ഗാവിരിക്കുന്ന കള്ളിക്കാട്ടിൽ

അവരെത്തി. അവിടെ എത്തിയതും ദർഗ്ഗാവിനുള്ളിൽ കയറി അള്ളാപ്പിച്ച വല്യമരയ്ക്കാരപ്പായുടെ ഖബറിനു നേരെനിന്നു തുമ്പക്കൈ ഉയർത്തി മെല്ലെ ചിന്നംവിളിച്ചു. അവസാനത്തെ യാത്രാമൊഴിയായിരിക്കുമോ? വളരെപ്പതുക്കെ ഓരോ അടിയും എടുത്തുവെച്ച് അള്ളാപ്പിച്ച തിരികെ തനിയെ കൊട്ടിലിലേക്കു നടന്നു. പിന്നെ ഒന്നുകൂടി ഖബറിനുനേരെ തിരിഞ്ഞ് തുമ്പിക്കൈ ഉയർത്തി ഉണ്ടാക്കിയ ശബ്ദം ചിന്നംവിളിയായി ആർക്കും തോന്നിയില്ല. വളരെ കരുണാർദ്രമായ ഞരക്കമായേ തോന്നുമായിരുന്നുള്ളൂ.

ആ ശബ്ദത്തിലൂടെ അതിന്റെ അവസാനശ്വാസം പുറത്തേക്കുവന്നു.

ഹസൻബാഷയുടെ ബാവ നിലത്ത് ചരിഞ്ഞു. ഹസൻബാഷ അതിന്റെ അരുകിൽ ഇരുന്ന് തടവിത്തടവി തേങ്ങിക്കരഞ്ഞുകൊണ്ടേയിരുന്നു.

“എന്നെ ഒറ്റയ്ക്കാക്കി പൊയ്ക്കളഞ്ഞല്ലോ ബാവാ..”

വലിയതമ്പിമരയ്ക്കാരപ്പായുടെ ദർഗ്ഗാവിലുള്ള അള്ളാപ്പിച്ച ചെരിഞ്ഞവിവരം നാടായ നാടെല്ലാം പ്രചരിച്ചു. ഓടക്കരത്തെരുവിലുള്ള ജനങ്ങൾ പതംപറഞ്ഞു കരഞ്ഞു. ആബാലവദ്ധം ജനങ്ങളും കള്ളിക്കാട്ടിലേക്ക് പുഴവെള്ളം കണക്കെ ഒഴുകി. ഏഴുഗ്രാമങ്ങളിൽനിന്നും ജനങ്ങൾ തടിച്ചുകൂടി. ഉയിരറ്റ് ജഡമായിക്കിടക്കുന്ന അള്ളാപ്പിച്ചയ്ക്കായി യാസിൻ ഓതി ദുഅഃ ചെയ്തു.

“യാ അള്ളാഹ്, ഞങ്ങളുടെ അള്ളാപ്പിച്ച ബാവയ്ക്കു സ്വർഗ്ഗത്തെ കൊടുക്കണേ!”

അള്ളാപ്പിച്ച മയ്യത്തായി മൂന്നുദിവസം കഴിഞ്ഞിട്ടും അടക്കം ചെയ്യാനുള്ള സ്ഥലത്തിനു തീരുമാനമായില്ല. ചിലർ പള്ളിക്കോമ്പൗണ്ടിനുള്ളിൽ മതി എന്നും മറ്റുചിലർ പുറമ്പോക്കിൽ അടക്കം ചെയ്യണമെന്നും വാദപ്രതിവാദങ്ങൾ നടന്നു. ആ സമയത്ത് “ശവം അടക്കം ചെയ്യണ്ടേ?”എന്നു കൂട്ടത്തിലൊരാൾ ചോദിച്ചു.

“മുസ്ലീം മയ്യത്തിനെ ഏതവനാടാ ശവമെന്നു പറഞ്ഞത്?”

കോപാവേശത്തോടെ പല ശബ്ദങ്ങളും അങ്ങിങ്ങ് ഉയർന്നു. ചന്ദനത്തിരി കത്തിച്ച് കാറ്റിൽ മരണഗന്ധം പടർത്തി അള്ളാപ്പിച്ചയെച്ചുറ്റി നിന്ന് യാസിൻ ഓതിയവരുടെ ഇടയിൽ ചിലർ ചോദിച്ചു. കൂട്ടത്തിൽ ആകെ ബഹളം.

ഓതിപ്പഠിച്ച മൗലവിമാരുടെ അഭിപ്രായപ്രകാരം അള്ളാപ്പിച്ച മൃഗമായാലും മുസ്ലീമാണ്. ഒരു മുസ്ലീം മയ്യത്തെ എപ്രകാരം അടക്കം ചെയ്യുമോ അതുപോലെതന്നെ നല്ലടക്കം ചെയ്യണം. അതാണ് അള്ളാവിന് ഇഷ്ടം. വർഷങ്ങളോളം അപ്പാ ദർഗ്ഗായിൽ അപ്പാവിനു സേവനം ചെയ്തു. പല നാട്ടുപ്രമാണിമാരും, ഓതിപ്പഠിച്ച മൗലവിമാരും പറഞ്ഞ അഭിപ്രായമനുസരിച്ച് പള്ളിവക ഖബർസ്ഥാനിൽ നല്ലടക്കം ചെയ്യാൻ തീരുമാനിച്ചു.

ഖബർ കുഴിവെട്ടാനായി മൺവെട്ടിക്കാരെ ഏർപ്പാടാക്കി വലിയൊരു

കുഴി ഉണ്ടാക്കി. ഒരു മനുഷ്യജഡത്തെ കുളിപ്പിക്കുന്നതുപോലെ കുളിപ്പിക്കാൻ കഴിയാഞ്ഞതിനാൽ ഒരു മൗലവി തന്റെ ഇസ്ലാമിക ജ്ഞാനം അറിയിച്ചു.

“ഷഹാദത്ത് ഖലീമാ ഓതി മയ്യത്തിന്റെ പുറത്ത് വെള്ളം തളിച്ചാൽ മതി.”

അദ്ദേഹം പറഞ്ഞതും ഹസൻ ബാഷാ എഴുന്നേറ്റു.

“എന്റെ ബാവായ്ക്കു ഞാൻതന്നെ അവസാനമായി വെള്ളംതളിച്ച് കുളിപ്പിക്കണം.”

“മയ്യത്ത് പൊതിയേണ്ട. മുകളിൽ പതിനെട്ടുമുഴം പുതിയതുണി പുതപ്പിച്ചാൽമതി.”

ഇതു കേട്ടതും മുത്തയ്യാചെട്ടിയാരെന്ന ജൗളിക്കട മുതലാളി പതിനെട്ടുമുഴം വെള്ള ചീട്ടിത്തുണി മുറിച്ചുകൊണ്ടുവന്ന് ഇരുകൈകളിലും ചേർത്തുപിടിച്ച് ഭക്തിയോടുകൂടി സമർപ്പിച്ചു.

“അള്ളാപ്പിച്ച ബാവയ്ക്ക് എന്റെ കാണിക്ക.”

ദർഗ്ഗയുടെ വാതുക്കൽ സുഗന്ധതൈലവും ഇസ്ലാമിക പ്രവചനങ്ങളുള്ള കാസറ്റും കച്ചവടം നടത്തുന്ന അക്ബർ അലി സാഹിബ്ബ് ഒരു ബോട്ടിൽ അത്തർ ഉടച്ച് മയ്യത്തിന്റെ മുകളിൽ വിരിച്ചിരിക്കുന്ന തുണിയിൽ ഒഴിച്ചു. ഇത് എന്റെ വക കാണിക്ക. ചിലർ കത്തിച്ച ചന്ദനത്തിരികൾ കൊണ്ടു കുമിച്ചു. ദർഗ്ഗാ തൂത്തുവാരുന്ന ലോറൻസ് തന്റെ കാണിക്കയായി പുകയ്ക്കാൻ കുന്തിരിക്കം കൊണ്ടുവന്നു.

മയ്യത്ത് അടക്കം ചെയ്യാനായുള്ള വസ്തുക്കൾ ഓരോരുത്തരും കൊണ്ടുവന്നു. സാധനങ്ങൾ കുന്നുകൂടി.

അടക്കം ചെയ്യാനായുണ്ടായ വെപ്രാളം.

പത്തിരുപതു തടിച്ച ആൾക്കാർ തലയിൽ തൊപ്പിവെച്ച് സഹാദത്ത് ഖലീമാ ഓതി മയ്യത്തിനെ താങ്ങിയെടുത്ത് ഖബറിൽ വെച്ച് മണ്ണിടാൻ ഒരുങ്ങി. പക്ഷേ, കിടന്ന സ്ഥലത്തുനിന്ന് ഒരിഞ്ചുകൂടി ആനയെ ഉയർത്താൻ അവർക്കായില്ല.

അവർ വീണ്ടുവീണ്ടും ശ്രമിച്ചു.

ഓരോരുത്തരും മാറിമാറി പൊക്കിയെടുക്കാൻ ശ്രമിച്ചു. സാധിക്കാതെ പിൻവാങ്ങി. “പറ്റില്ലയ്യോ.. എന്തൊരു ഭാരം.!”

“തടിയിൽക്കെട്ടി വലിച്ചുകൊണ്ടുപോയാലോ?”ചിലർ അഭിപ്രായം പറഞ്ഞു.

“വേണ്ട. മൂന്നു ദിവസമായ മയ്യത്താണ്. അഴുകിയിരിക്കും. മാംസം പിഞ്ഞിപ്പോകും. മയ്യത്തിനെ നോവിക്കരുതെന്നാണ് നമ്മുടെ നിയമം.”

ആന ചരിഞ്ഞ വിവരമറിഞ്ഞ് പെട്ടെന്ന് പട്ടാളത്തിൽനിന്നും കാണാൻ വന്ന ഒരാൾക്ക് ഒരു ബുദ്ധി തോന്നി.

“എനിക്ക് ഒരു ബുദ്ധി തോന്നുന്നു. നമുക്ക് ആനയെ പൊക്കിയെടുക്കാൻപറ്റുമെന്നു തോന്നുന്നില്ല. പട്ടണത്തിൽ ജെ സി ബി യന്ത്രം ഉണ്ട്. കൊണ്ടുവരാൻ ഏർപ്പാടാക്കിയാലോ? അത് ഒരു നിമിഷംകൊണ്ട് മയ്യത്ത്

എടുത്ത് കുഴിയിൽ വെച്ചുമൂടും.''

പട്ടാളക്കാരൻ പറഞ്ഞത് കേട്ടുനിന്നവർക്കും അപ്പറഞ്ഞത് ശരിയെന്നു തോന്നി.

''ആരെടാ , മൈരാണ്ടീ.. കുഴിയെന്നു പറഞ്ഞത്? ഖബറെന്നു പറയെടാ..''

''അപ്പാ..!അപ്പാ..! ഖബർ..! ഖബർ..!'' പട്ടാളക്കാരൻ മാപ്പുപറഞ്ഞു.

പതിനായിരക്കണക്കിനു നാനാജാതി ജനങ്ങൾ കൂടിനില്ക്കുമ്പോൾ വലിയൊരു സാധനം കട..പടാ.. എന്നു ഭൂമിയെ കുലുക്കിക്കൊണ്ട് വലിയ ഒച്ചയുമായി അവിടെ വന്നുനിന്നു. ആകാശം പൊട്ടിച്ചിതറുന്ന ശബ്ദം!

അതു നീട്ടിയ കൈ ആനയുടെ ജഡത്തെ കോരിയെടുത്ത് കണ്ണു ചിമ്മുന്ന നേരംകൊണ്ട് കുഴിയിൽവെച്ച് മണ്ണിട്ടു മൂടി.

ശോകമേഘം ചൂഴ്ന്ന മുഖത്തോടുകൂടി കൂടിനിന്നിരുന്ന ജനങ്ങൾ കൈകളിൽ ഒരോപിടി മണ്ണെടുത്ത് ഖലിമാ ചൊല്ലി ഖബറിൽ ഇട്ടു. ഹസൻ ബാഷാ ഖബറിനരികിലിരുന്ന് എന്റെ ബാവാ.. എന്നെ വിട്ടേച്ചു പോയല്ലോ.. എന്റെ ബാവാ.. എന്നു പറഞ്ഞ് കണ്ണീരൊലിപ്പിച്ചു പൊട്ടിക്കരഞ്ഞുകൊണ്ടേയിരുന്നു. അള്ളാപ്പിച്ച ആനയുടെ ജഡംമൂടിയ മണ്ണിനു മുകളിൽ ചന്ദനത്തിരി കത്തിച്ചുവെച്ച് കൂടിനിന്ന എല്ലാവരും യാസിൻ ഓതി.

വലിയതമ്പിമരയ്ക്കാരപ്പാ ദർഗ്ഗാവിൽനിന്ന് അല്പം അകലെ നാട്ടിനിർത്തിയിരുന്ന ബോർഡിൽ എഴുതിയ വാചകത്തെ ദർഗ്ഗാവിലേക്കു വന്ന ജനങ്ങൾ വായിച്ചു:

''മഹാനായ അള്ളാപ്പിച്ച ഔലിയാ ദർഗ്ഗാ!''

ഇരുപത്തി ഒന്ന്

മരയ്ക്കാർ തെരുവിനെച്ചുറ്റി വലംവെച്ചു നടന്ന ആനയുടെ പിന്നിൽ പണിയൊന്നുമില്ലാതെ നടന്നിരുന്ന സന്തുക് മൊയ്ദീനെ അവിചാരിതമായി കണ്ടുമുട്ടിയ കണക്കപ്പിള്ള മസ്താൻ, ''അനിയാ മൊയ്ദീനേ.. അനിയാ മൊയ്ദീനേ..'' എന്ന് ഉറക്കെ വിളിച്ചത് ആനയുടെ പിറകെ കൂട്ടംകൂടി ഘോഷയാത്രപോലെ പൊയ്ക്കൊണ്ടിരുന്ന കുട്ടികളുടെ കൂക്കുവിളിക്കിടയിൽ മൊയ്ദീൻ കേട്ടില്ല. തിരിഞ്ഞു നോക്കാതെ വിസിൽ അടിച്ചുകൊണ്ട് നടന്നിരുന്ന അവന്റെ പിന്നാലെ ഓടിച്ചെന്ന് തോളിൽത്തട്ടിയതും, തിരിഞ്ഞുനിന്ന അവൻ കണക്കപ്പിള്ള മസ്താനെക്കണ്ട് മടിച്ചു കെട്ടിയിരുന്ന മുണ്ട് മടിയഴിച്ചിട്ട് ചുണ്ടിലിരുന്ന ബീഡി ദൂരെയെറിഞ്ഞിട്ട് ചെറിയൊരു ശങ്കയോടുകൂടി ചോദിച്ചു:

''എന്താ..എന്താ.. അണ്ണാ?''

''നിന്നെത്തേടി നടക്കുകയായിരുന്നു ഞാൻ. എത്ര മൊയ്ദീന്മാരാണെടാ.. നിന്റെ തെരുവിൽ? മൊയ്ദീനെന്നു പറഞ്ഞാൽ അറിയില്ലേ?''

''വെറും മൊയ്ദീനെന്നു പറഞ്ഞാൽ അറിയില്ല. സന്തുക് മൊയ്ദീൻ

എന്നോ മയ്യത്ത് മൊയ്ദീനെന്നോ പറഞ്ഞാലേ ഇവിടെയുള്ള ലക്ഷണം കെട്ട ജനങ്ങൾക്ക് അറിയൂ.''

മയ്യത്ത് മൊയ്ദീനെന്ന അവന്റെ പേരുകേട്ടപ്പോൾ ഉയർന്നുവന്ന ചിരിയടക്കി കണക്കപ്പിള്ള മസ്താൻ പറഞ്ഞു.

''വിചിത്രമായ പേര്!''

''ആട്ടെ, എന്താ കാര്യംപറയൂ?''

''സേട്ടുവിന്റെ കടയിൽ ഒരു മെത്ത വാങ്ങിവെച്ചിട്ടുണ്ട്. നിന്റെ വണ്ടിയിൽ അതെടുത്ത് എന്റെ മകളെ വിവാഹം കഴിച്ചയച്ചിരിക്കുന്ന വീട്ടിൽ കൊണ്ടുകൊടുക്കണം.''

''ഞാൻ ചെന്ന് ആവശ്യപ്പെട്ടാൽ സേട്ടു മെത്തതരുമോ?''

''മെത്ത വാങ്ങിയ ബില്ല് ഇതാ. ഇത് കാണിച്ചാൽ മെത്ത തരും.''

''ശരി.. ഞാൻ അതെടുത്തുകൊണ്ടുചെന്നു കൊടുക്കാം..''

ബില്ലുവാങ്ങി ഉടുപ്പിന്റെ ഉൾഭാഗത്തുള്ള പോക്കറ്റിൽനിന്നും പുറത്തെടുത്ത കീറിപ്പറിഞ്ഞ പേഴ്സിലേക്കവൻ വെച്ചു.

''ഞാൻ എടുത്തുകൊണ്ടുകൊടുക്കാം. നിങ്ങൾ പൊക്കോളൂ.''

''ബില്ല് കളയാതെ സൂക്ഷിക്കണേ'' കണക്കപ്പിള്ള ഓർമ്മിപ്പിച്ചു.

''ഇല്ല. കളയില്ലെന്നേ.. സൂക്ഷിച്ചോളാം.''

ക്ഷീണിച്ച് നടന്നിരുന്ന ആനയ്ക്ക് ഉത്സാഹം വർദ്ധിപ്പിക്കാനായി വിസിലൂതിക്കൊണ്ട് മൊയ്ദീൻ ആനയുടെ പിന്നാലെ നടന്നു. പാതയുടെ നടുവിലൂടെ പള്ളിവാതുക്കൽ നിന്നുംവരുന്ന അള്ളാപ്പിച്ചയാനയെക്കണ്ടു വഴിയരുകിൽ സ്ത്രീകൾ തലയിൽ മുട്ടാക്കിട്ടു(തലയിൽ തുണിയിട്ടു) കൊണ്ട് ആനയ്ക്ക് കാഴ്ചയും നേർച്ചയുമായി അണിനിരന്നു. ആനയുടെ പിന്നാലെ കൂടി കൂക്കിവിളിച്ചു കുട്ടികളെ നിയന്ത്രിക്കാൻ വടികാണിച്ച് ''ഓടെടാ തെണ്ടിപ്പിള്ളേരേ..'' എന്നു വിരട്ടുന്ന മൊയ്ദീന്റെ വായിലിരുന്ന ബീഡിയിൽനിന്ന് പുക പുറത്തേക്കുചാടി. അള്ളാപ്പിച്ചയാന തെരുവിൽ വന്നത് ആഘോഷമാക്കിയ മരയ്ക്കാന്മാരുടെ തെരുവിലെ അന്തരീക്ഷത്തിൽ ബ്രാണ്ടിയുടെ ദുർഗ്ഗന്ധം തളംകെട്ടിനിന്നു.

അള്ളാപ്പിച്ചയാന മരയ്ക്കാന്മാരുടെ തെരുവിന്റെ അതിർത്തി കടന്നതും കുട്ടികൾ പിൻവാങ്ങി ചിതറിയോടി. കണക്കപ്പിള്ള കൊടുത്തിരുന്ന മെത്തയുടെ ബില്ലിന്റെ കാര്യം മൊയ്ദീന് പെട്ടെന്ന് ഓർമ്മവന്നു. നാട്ടിൽ മയ്യത്തൊന്നും ഉണ്ടാകാത്തതിനാൽ ഒതുക്കിനിർത്തിയിരുന്ന കൈവണ്ടിയും വലിച്ചുകൊണ്ട് അവൻ സേട്ടുവിന്റെ കടനോക്കി നടന്നു.

ഇളകാതെ രണ്ടുറബ്ബർ തലയിണ നടുക്കുവെച്ച് പുതിയ വർണ്ണക്കടലാസ്സുകൊണ്ടു പൊതിഞ്ഞ മെത്ത കടക്കാരൻ കൊടുത്തത് ഭദ്രമായി വണ്ടിയിൽ വെച്ചുകെട്ടി വണ്ടിയും വലിച്ചുകൊണ്ട് മൊയ്ദീൻ നടന്നു. വഴിയിൽക്കണ്ട ടാസ്മാർക് കടയോടു ചേർന്നുള്ള ബാറിൽ കയറി ഒരു കട്ടിങ് കയറ്റിയപ്പോൾ അല്പം ബോധം അധികരിച്ചു. പഴയ കല്യാണപ്പാട്ടുകളിലൊന്ന് മൊയ്ദുവിന്റെ മനസ്സിലേക്കോടിയെത്തി. അത് അവന്റെ ചുണ്ടുകളിൽ തത്തിക്കളിച്ചു. ഇടറുന്ന കാല്വയ്പ്പുകളോടെ അവൻ ചുവ

ടുവെച്ചു.

കല്യാണത്തിനുമുമ്പ് അവന് പള്ളിത്തെരുവിലെ ഉസ്താദിന്റെ മകൾ ജമീലയോട് പ്രണയം തോന്നി പാടിയപാട്ട്:

“കണ്ണും കണ്ണും പേശിയതെല്ലാം നീയാണെന്നോ..?”

അവളെ പെണ്ണുചോദിച്ച് ഉമ്മ പോയപ്പോൾ:

“മരയ്ക്കാന്മാരുടെ തെരുവിലുള്ളവന് ഞങ്ങളുടെ മകളെ കൊടുക്കില്ല. വന്നവഴിക്ക് സ്ഥലംവിടാൻ നോക്ക്” എന്നുപറഞ്ഞ് അവളുടെ ബന്ധുക്കൾ വിസമ്മതിച്ചു. കല്യാണം കഴിഞ്ഞ് ഇന്നവൾ രണ്ടുമൂന്നു കുട്ടികളുടെ അമ്മയുമായി. എന്നിട്ടും അവൻ അവൾക്കായി അന്നു പാടി നടന്ന പാട്ട് ഈണത്തിൽപാടി.

മരയ്ക്കാർ തെരുവിലെ ജനങ്ങൾ നിങ്ങൾക്കൊക്കെ പരിഹാസകഥാപാത്രമോ? അതോ അറപ്പുളവാക്കുന്ന വസ്തുവോ?

ഒരുകാലത്ത് മാതൃഭൂമിക്കായും പെണ്ണിന്റെ മാനത്തിനായും ജീവത്യാഗംചെയ്തു പോരാടിയ മരയ്ക്കാന്മാർ നിങ്ങൾക്കിന്ന് തീണ്ടാൻ പാടില്ലാത്തവൻ ആയിമാറിയിരിക്കുന്നുവോ?

ജമീലയുടെ വിചാരം വരുമ്പോഴെല്ലാം അവന്റെ മനസ്സിനുള്ളിൽനിന്നും പൊങ്ങുന്ന ചോദ്യങ്ങളാണിത്.

സന്തുക് മൊയ്ദീൻ സേട്ടിന്റെ കടയിൽനിന്നും ബില്ലുകാണിച്ച് മെത്ത വാങ്ങി തന്റെ കൈവണ്ടിയിൽക്കയറ്റി വണ്ടിയും വലിച്ചുകൊണ്ട് ചിന്നമരയ്ക്കാർ തെരുവിലേക്കു നടന്നു. ചിന്നമരയ്ക്കാർ ലബ്ബ തെരുവിന്റെ ഒരു ഭാഗത്താണ് ‘ചിന്നമരയ്ക്കാർ ഇടവഴി’യുള്ളത്. പണ്ടായിരുന്ന ചിന്നമരയ്ക്കാർ ഇടവഴി. ഇന്ന് ആ പേര് മാറിയിരിക്കുന്നു. ഇപ്പോഴത്തെ പേര് ഫക്കീറുമ്മാ ഇടവഴിയെന്നാണ്. എന്തായാലും മൊയ്ദീൻ നടന്ന് ആ ഇടവഴിയിലേക്ക് തിരിഞ്ഞു. ഫക്കീറുമ്മാ ഇടവഴിയിലൂടെ അവൻ വണ്ടിയുമായി മെല്ലെനടന്നു. അവിടെത്തന്നെയാണ് കണക്കപ്പിള്ള മസ്താന്റെ ബന്ധുവായ ഫക്കീറുമ്മായുടെ വീട്. മസ്താന്റെ മകളെ ആ വീട്ടിലാണ് കെട്ടിച്ചയച്ചിരിക്കുന്നത്.

ഫക്കീറുമ്മാ വഴക്കുണ്ടാക്കി തെരുവാകെ അലങ്കോലമായിക്കൊണ്ടിരിക്കുന്ന സമയം. ഉടുത്തിരുന്ന ചേലയെടുത്ത് അരയിൽക്കുത്തി തെരുവിന്റെ നട്ടെല്ല് തകരുന്നതുപോലെ ആരെയോ നോക്കി വായുവിൽ കൈചൂണ്ടി താക്കീതു ചെയ്യുമ്പോഴാണ് മൊയ്ദീൻ വണ്ടിയിൽ മെത്തയും കൊണ്ടുവരുന്നത് അവൾ കണ്ടത്. അവനെ കണ്ടതും അവളുടെ ശകാരത്തിന്റെ ഒച്ചനിലച്ചു.

ഇനി അവിടെ നടന്നതിനെപ്പറ്റി മൊയ്ദീൻതന്നെ പറയും. അവന്റെ വാക്കുകളിലൂടെ..!

“ഞാൻ വണ്ടിയുമായി തെരുവിൽ കാലെടുത്തുവെച്ചതും സഡൻ ബ്രേക്ക് ഇട്ടതുപോലെ ഫക്കീറുമ്മാ ശണ്ഠം നിർത്തിയിട്ട് എന്നെ ഉറ്റു നോക്കി.”

“മയ്യത്ത് മൊയ്ദീനാണോടാ?”

ഞാൻ മറുപടി പറഞ്ഞില്ല. വണ്ടിയും പിടിച്ച് അങ്ങനെതന്നെ നിന്നു.

“നിന്റെ വായിൽ പുണ്ണാണോടാ.. എന്താടാ മിണ്ടാതെ നില്ക്കുന്നേ?”

“മെത്ത.”

“മെത്ത ആർക്കാടാ?”

“നിങ്ങളുടെ വീട്ടിലേക്ക്.”

“ആ കുറ്റിച്ചൂലിങ്ങെടുക്ക്; നിന്റെ മുഖം ഞാനിന്നു വലിച്ചു കീറുമെടാ. ആരാടാ നിന്റെ വണ്ടിയിൽ മെത്തകയറ്റി വിട്ടത്? പെണ്ണും ചെക്കനും ഉറങ്ങുന്ന മെത്തയെ ഈ അപശകുനം പിടിച്ച വണ്ടിയിലാണോ കൊടുത്തുവിട്ടിരിക്കുന്നത്, ആ കണക്കപ്പുല്ലു മൈരാണ്ടി.”

“നിങ്ങളുടെ വീട്ടിൽ ഇറക്കിത്തരാനാണ് കണക്കപ്പിള്ളക്കാക്കാ പറഞ്ഞത്.”

“ഓഹോ..അങ്ങനെയാണോ പറഞ്ഞത്? അവന്റെ വീട്ടിൽക്കൊണ്ട് ഇറക്കിക്കൊടുക്കെടാ.. അവനും അവന്റെ പൊണ്ടാട്ടീം കിടന്നുണ്ടാക്കട്ടെ.”

ഞാൻ സ്തംഭിച്ചുനിന്നുപോയി. പെമ്പിള ഇങ്ങനെ പച്ചയ്ക്കു പറയുമോ?

“എന്താടാ നോക്കി നിക്കുന്നേ? വണ്ടിയുംകൊണ്ട് തിരിച്ചുപോയില്ലെങ്കിൽ ഇപ്പോത്തന്നെ മെത്തയും കത്തിച്ച് നിന്റെ വണ്ടിയും വെട്ടിയൊടിച്ച് അടുപ്പിൽ വെക്കും. പോടാ ലക്ഷണംകെട്ട നായേ..”

ഇത്രയും പറഞ്ഞതുകേട്ട് ഞാൻ മിണ്ടാതിരിക്കുമോ? ഞാനും ചിലത് നല്ലതുപോലെ ചോദിച്ചു:

“അധികം വിളയാതെ ഫക്കീറുമ്മാ.. നീ ചെക്കനെ പെറ്റുണ്ടാക്കിയ കഥ എനിക്കറിയില്ലെന്നു കരുതിയോ? ഏഴുകടലും കടന്നുവന്ന മൊഹ്സീൻ തങ്ങളുപ്പാ ദർഗ്ഗാവിലേക്കു പോയല്ലേ ചെക്കനെ ഉണ്ടാക്കിയത്? വെള്ള കാസിംലബ്ബ എങ്ങനെയുള്ള യമണ്ടനെന്ന് എനിക്കറിയാം. തെരുവു നാറിപ്പോകും. നീ വായടയ്ക്ക്. എന്നു പറഞ്ഞതും അവൾ അടങ്ങി. അവിടെ നില്ക്കുന്നതുകൊണ്ട് വലിയ പ്രയോജനമൊന്നുമില്ലെന്നു കണ്ട് വണ്ടിയും വലിച്ചുകൊണ്ട് ഞാൻ ചിന്നമരയ്ക്കാർ തെരുവിൽനിന്നും പുറപ്പെട്ട് റോഡിലേക്കു കയറി. മെത്ത എന്തുചെയ്യണമെന്ന് ആലോചിച്ചു. ശരി, മസ്താൻബായിയുടെ വീട്ടിലേക്കുതന്നെ കൊണ്ടുപോയി ഇറക്കാമെന്നു കരുതി അവിടേക്കു പോയി. അവിടെ ചെന്നപ്പോൾ കഥ മറ്റൊന്നായിരുന്നു. വീടിന്റെ വാതിൽ അടഞ്ഞുകിടക്കുകയായിരുന്നു. ഉമ്മാ.. ഉമ്മാ.. എന്നു തൊണ്ടപൊട്ടി വിളിച്ചു. മസ്താൻബായിയുടെ ഭാര്യ കതകു തുറന്നതും എന്നെയും എന്റെ വണ്ടിയെയും മെത്തയെയും കണ്ടതും നടുങ്ങി പടോന്നു കതകടച്ചു..”

വീടിനുള്ളിൽ അതിഭയങ്കര ബഹളം കേട്ടു.

“വാപ്പയെന്നു പറയുന്ന മനുഷ്യനാണോ ലക്ഷണംകെട്ട മൂദേവിയുടെ ഈ വണ്ടിയിൽ മെത്ത കയറ്റിവിട്ടിരിക്കുന്നത്? അവൻ കൊണ്ടുവന്ന മെത്തയിലാണോ പെണ്ണും ചെക്കനും കിടന്നുറങ്ങേണ്ടത്? തെരുവിലെ മനുഷ്യൻ തൊടാത്ത ലക്ഷണംകെട്ട വണ്ടിയുംകൊണ്ട് പോടാ..

ആരെങ്കിലും കണ്ടാൽ എന്തുപറയും? ഈ ഗുണംപിടിക്കാത്ത വണ്ടിയിൽ എടുത്തുവെച്ച മെത്ത നമുക്കുവേണ്ട."

ഉടനെ വീടിനുള്ളിൽനിന്നും ഒപ്പാര്(അലമുറയിടൽ) കേട്ടതിനെത്തുടർന്ന് മസ്താൻബായിയുടെ മകൾ കതകുതുറന്ന് വെളിയിലേക്ക് എത്തിനോക്കി. എന്നെക്കണ്ടതും എനിക്കുനേരെ കാർക്കിച്ചുതുപ്പിയശേഷം, "നിക്കാതെ കൊണ്ടുപോയി ചവറ്റുകൊട്ടേൽ തള്ളെടാ.."

"എന്റെ വാപ്പാ.. എനിക്കുവേണ്ടിച്ചെയ്ത നന്മ ഇതാണോ?.."എന്നും പറഞ്ഞ് കരഞ്ഞുവിളിച്ചുകൊണ്ട് അവൾ പടോന്നു കതകടച്ചു. ഒരു വശത്ത് സിംഹം, മറുവശത്തു പുലി. എന്തുചെയ്യണമെന്നറിയാതെ ഞാൻ വിഷമിച്ചുനില്ക്കുന്ന സമയത്താണ് സൈക്കിളിൽ മസ്താൻബായി വന്നിറങ്ങിയത്. അദ്ദേഹം എന്നെനോക്കി ചോദിച്ചു:

"എന്താ മോനേ.. മെത്ത ഇറക്കീല്ലേ?"

"ഞാനായിട്ട് ഇറക്കിയില്ല. ഫക്കീറുമ്മാ തെരുവിലേക്കു പോയാൽ നിങ്ങളുടെ ബന്ധുവായ അവൾ മുഖം മാന്തിപ്പൊളിക്കുമെന്നു പറഞ്ഞ് ചീറിക്കൊണ്ട് എന്റെ വണ്ടി വെട്ടിക്കീറി അടുപ്പിൽ വെക്കുമെന്നു പറയുന്നു. ഇവിടെവന്നാൽ നിങ്ങളുടെ മകൾ എന്റെ മുഖത്ത് കാർക്കിച്ചു തുപ്പിക്കൊണ്ട് നരകത്തിൽകൊണ്ടിടാൻ പറയുന്നു. ഞാൻ എന്തുചെയ്യാൻ? എന്റെ വണ്ടി എന്തുകുറ്റം ചെയ്തു?"

മൊയ്ദീന്റെ ചോദ്യത്തിന് മുന്നിൽ ഉത്തരംമുട്ടിനിന്നുപോയി കണക്കപ്പിള്ള മസ്താൻബായി.

സന്തുക് കയറ്റിക്കൊണ്ടു പോകുന്നവണ്ടി എന്നത് ആദ്യമേ ഞാൻ ശ്രദ്ധിക്കാതെപോയി. അത് അശ്രദ്ധയാണെങ്കിലും സന്തുക്കും മയ്യത്തും കയറ്റിക്കൊണ്ടുപോകുന്നത് ഏതുതരത്തിൽ അപരാധമാകും? അവൻ ചെയ്യുന്നത് നല്ല പ്രവൃത്തിയല്ലേ? അവനെ ജനങ്ങൾ സന്തുക് എടുക്കുന്നതുകൊണ്ട് ദുശ്ശകുനമായിക്കാണുന്നു. അവൻ എതിരെ വന്നാൽപോലും പൂച്ചയോ നായോ കുറുകെ ചാടിയതുപോലെ ജനങ്ങൾ കരുതുന്നു. സന്തുക്ക് എടുക്കുന്നതുകൊണ്ട് അവന്റെ വണ്ടിക്ക് നാട്ടിൽ മയ്യത്തു വീണാൽ മാത്രമേ പണി കിട്ടുന്നുള്ളൂ. അപ്പോൾ മാത്രമേ അവന്റെ വീട്ടിലെ അടുപ്പിൽ കഞ്ഞിവെക്കുന്ന പുക ഉയരുന്നുള്ളൂ. കഞ്ഞിയുടെ മണം പരിസരത്ത് വ്യാപിക്കുന്നുള്ളൂ..

തീണ്ടാൻ കൊള്ളാത്ത മോശമായ ഒരു ജന്തുവായി ഇന്നു സമൂഹം അവനെ കാണുന്നു. ഈ മൃതശരീരവുംപേറി ജീവിതം നയിക്കുന്ന ഒരു വൃത്തികെട്ട ജന്മമായി അവൻ ഗണിക്കപ്പെടുന്നു. അവന്റെ ഭാര്യയുടെയും കുഞ്ഞുങ്ങളുടെയും വിശപ്പകറ്റണമെങ്കിൽ നാട്ടിൽ മരണം നടക്കണം. മരണത്തെ പ്രതീക്ഷിച്ചു ജീവിതം നയിക്കുന്നതുകൊണ്ടുതന്നെ ഇവൻ സമുദായത്തിൽനിന്നും പാർശ്വവല്ക്കരിക്കപ്പെട്ടവനായി.

"വണ്ടിതിരിച്ച് മെത്ത സേട്ടിന്റെ കടയിലേക്കു കൊണ്ടുവാ.. ഞാൻ സൈക്കിളിൽ മുമ്പിൽ പോകാം."

മസ്താൻബായി സൈക്കിൾ തിരിച്ചുവെച്ച് ആഞ്ഞുചവുട്ടി.

ഇരുപത്തി രണ്ട്

പണ്ട് വടക്കെപ്പള്ളിത്തെരുവിനും കിഴക്കെപ്പള്ളിത്തെരുവിനും ഖബർസ്ഥാൻ പൊതുവായിരുന്നു. മരയ്ക്കാൻ തെരുവിലെ മയ്യത്തുകളെയും അവിടെയായിരുന്നു അടക്കം ചെയ്തിരുന്നത്. ഊരിലെ ഒതുങ്ങിയ സ്ഥലത്തായിരുന്നു ഖബർസ്ഥാൻ. ജനങ്ങളുടെ എണ്ണവും വീടും കുടികളും പെരുകിയതോടുകൂടി ഖബർസ്ഥാനോടുചേർന്നും വീടുകൾ വന്നുതുടങ്ങി.

ഖബർസ്ഥാൻ വിശാലമായ ഒരു വെളിമ്പ്രദേശത്താണ്. പൂവരശു മരങ്ങളും പൊങ്ങുമരങ്ങളും മുൾച്ചെടികളും കാട്ടുവള്ളികളും ഞെരുങ്ങിവളർന്ന് പടർന്ന് ഖബറിസ്ഥാനിനുള്ളിൽ നിഴൽ വിരിച്ചുകൊണ്ടിരുന്നു. അവിടെ ആരെങ്കിലും ഒളിച്ചിരുന്നാലോ, എന്തെങ്കിലും നടന്നാലോ വെളിയിൽ കാണാത്തപ്രകാരം ഇരുൾമൂടിക്കിടക്കുന്ന പകൽ സമയങ്ങൾ. ആ പകലിരുട്ടിനെയും രാത്രിയാക്കി പുറംലോകം അറിയാത്ത പല കാര്യങ്ങളും അവിടെ നടക്കുന്നത് പതിവാണ്. ധർമ്മചിന്തയുള്ള ഏതോ ഒരു റാവുത്തർ മുതലാളി മുമ്പ് അനാഥമയ്യത്തുകളെ കുളിപ്പിച്ച് അടക്കം ചെയ്യുന്നതിനായി കെട്ടിയുയർത്തിയ ഒരു മണ്ഡപമുണ്ട്. ഖബർസ്ഥാനിന്റെ ഉള്ളിലേക്ക് കയറിച്ചെല്ലുന്ന സ്ഥലത്തായി, ഇനിയും ഇടിഞ്ഞു തകരാതെയും വെയിലിന്റെ നഖക്ഷതമേൽക്കാതെയും ആനി, ആടി (മിഥുനം-കർക്കിടകം) പേമാരിയിൽ തകർന്നടിയാതെയും ഇന്നും പാഴടഞ്ഞ് ആ മണ്ഡപം കിടക്കുന്നു. ഈ പാഴടഞ്ഞ മണ്ഡപത്തിൽ കാലം അതിന്റെ കൈകൾകൊണ്ട് വരച്ചുചേർത്ത കറവീണുനിറഞ്ഞതാണ് ഭിത്തികൾ. ഭിത്തിയിലുണ്ടായിരുന്ന ഒരേയൊരു മരജാലകത്തെ ആരോ പണ്ടുതന്നെ പിഴുതെടുത്തുണ്ടായ വലിയൊരു ദ്വാരമുണ്ട്. ആ ദ്വാരം വഴി അകത്തേക്കു പ്രവേശിക്കുന്ന പ്രഭാതകിരണങ്ങൾ. ചൂതുകളിക്കാൻ പറ്റിയ സ്ഥലമായതിനാൽ തൊഴിലില്ലാത്തവരുടെ ചൂതാട്ടക്കളരിയായി മാറിയ സ്ഥലമാണത്. മണ്ഡപത്തിനെച്ചുറ്റി ഒഴിഞ്ഞ മദ്യക്കുപ്പികളും പ്ലാസ്റ്റിക് കപ്പുകളും ഒഴിഞ്ഞ വെള്ളക്കുപ്പികളും ചിതറിക്കിടക്കുന്നുണ്ട്.

മണ്ഡപത്തിന്റെ മുൻവശത്ത് കേടില്ലാത്ത, എപ്പോഴും വെള്ളം വരുന്ന ഒരു കുഴൽക്കിണറുണ്ട്. അനാഥ മയ്യത്തുകളെ കുളിപ്പിക്കാനായി പണ്ടേ ഉണ്ടാക്കപ്പെട്ടത്. കുഴൽക്കിണർ ഇപ്പോഴും ഉപയോഗയോഗ്യമാണ്. അതിലെ കൈപ്പിടിയും മുകൾഭാഗത്തെ കട്ടിയുള്ള ഇരുമ്പുഭാഗങ്ങളും പലപ്രാവശ്യം പലരാലും മോഷ്ടിക്കപ്പെട്ട് ആക്രിക്കടകളിലേക്ക് വില്പനയ്ക്ക് പോയതാണ്. ദല്ലാൾ മീരാസാ അപ്പപ്പോൾ ജമാ അത്തിനോട് അലമുറയിട്ട് പൈപ്പ് നന്നാക്കി വെക്കാറുണ്ട്, അയാളുടെ സ്വന്തം ആവശ്യത്തിനായി.

മയ്യത്തുകളെ അടക്കിയശേഷം കൈകാലുകൾ വൃത്തിയാക്കാൻ ഉപകരിക്കുമെന്നും ഖബർക്കുഴി തോണ്ടിയ മൺവെട്ടികളെ കഴുകാ

മെന്നും കരുതി ഉണ്ടാക്കിയതാണ് ആ പൈപ്പ്. പുതുതായി നമ്മുടെ ഇസ്ലാംമതത്തിൽ ചേരുന്ന പുരുഷന്മാർക്ക് സുന്നത്തു ചെയ്ത് ഏഴാംദിവസം കുളിക്കാൻ പ്രയോജനപ്പെടുമെന്നും കരുതി ജമാഅത്തിൽ അലമുറയിട്ട് കാര്യം സാധിച്ചത് ദല്ലാൾ മീരാസാവിന്റെ മിടുക്കുകൊണ്ടുതന്നെയാണ്. അയാളുടെ ബുദ്ധികൂർമ്മത!

പെണ്ണുകെട്ടുന്നതിനായി ഇസ്ലാംമതത്തിൽ ചേരുന്ന മറുജാതിക്കാരെ 'സുന്നത്തു'ചെയ്തശേഷം ഏഴുദിവസം കിടത്തുന്നത് ഈ മണ്ഡപത്തിലാണ്. 'ഖദിനാ'ചെയ്തശേഷം കിടക്കാൻ ഏകാന്തമായ സ്ഥലം ഉള്ളതിനാൽ ഇവിടെ വന്ന് ധാരാളംപേർ സുന്നത്തു നടത്തി ഇസ്ലാമിൽ ചേർന്ന് തെരുവിലെ സാധുക്കളായ കന്നിപ്പെൺകിടാങ്ങളെ വിവാഹംചെയ്യുകയും ക്രമേണ അവരെ ഉപേക്ഷിക്കുകയും ചെയ്യുന്നത് സാധാരണ സംഭവങ്ങളാണ്.

ദല്ലാൾ മീരാസാ, ബീമായുടെ കൈയിൽനിന്നും വാങ്ങിയ പണം പോക്കറ്റിൽനിന്നും എടുത്ത് കറുപ്പനെ കാണിച്ചിട്ട്:

"റെഡി വെള്ളിയാഴ്ച 'ഖുദ്ബാ'(തൊഴീൽ) കഴിഞ്ഞയുടനെ വൈകുന്നേരം അഞ്ചു മണിക്ക് നിനക്ക് സുന്നത്ത്."

"എവിടെവെച്ച്?"

"ഖബറിസ്ഥാനിലെ മണ്ഡപത്തിൽ വെച്ചാണെടാ.. നീ കുളിച്ചിട്ടു വരണം."

"അത്രേയുള്ളോ?"

"അതെ."

"സ്ത്രീധനപ്പണം?" അല്പം മടിയോടുകൂടി കൈതിരുമ്മി അവൻ ചോദിച്ചു.

"എന്റെ കൈയിൽത്തന്നെ ഉണ്ടെടാ, പേടിക്കാതെ. സുന്നത്തു കഴിഞ്ഞ് കുളിച്ചിട്ട് വന്നതും നിന്റെ കൈയിൽത്തരാം. ഞാൻ പോയി ആണ്ടി ഓശാനെ(ബാർബറെ) ഏർപ്പാടാക്കി വെക്കട്ടെ?"

ദല്ലാൾ മീരാസാവിന്റെ നടപ്പ് തിടുക്കപ്പെട്ടായിരുന്നു. വെക്കം അയാൾ പണ്ടാരത്തിന്റെ ചായക്കടയിലേക്കു ചെന്നു. കടയുടെ മുന്നിലുള്ള തിണ്ണയിൽ കുത്തിയിരുന്ന് തേയിലവെള്ളം ഊതിക്കുടിച്ചുകൊണ്ടിരുന്ന ആണ്ടിയുടെ കണ്ണിൽ അയാൾ പെട്ടു.

"നിന്നെത്തന്നെയാടാ ഞാനീ ദുനിയാവിലെല്ലാം തേടി ചുറ്റിയലഞ്ഞു നടക്കുന്നത്. ഒരു തേയിലവെള്ളത്തിനു പറയെടാ.."

ഇരുവരും കട്ടൻചായ കുടിക്കുമ്പോൾ ആണ്ടി ചോദിച്ചു:

"ഏതെങ്കിലും ജോലിക്ക് വഴിയുണ്ടോ നായനേ..?"

"ഉണ്ടെടാ, കത്തിയിൽ തുരുമ്പ് ഇല്ലല്ലോ."

"ഇപ്പോത്തന്നെ തീട്ടിവയ്ക്കാം (മൂർച്ചകൂട്ടി വയ്ക്കാം)."

അരികിലിരുന്ന തകരപ്പെട്ടി തുറന്ന് അതിൽനിന്നും അയാൾ തേഞ്ഞുതീർന്ന ഒരു ക്ഷൗരക്കത്തി എടുത്തുകാണിച്ചു.

"ഭേഷായ കത്തി."

"കണ്ടോ നായനേ.. ജർമ്മൻ കത്തി."

"വെള്ളിയാഴ്ച ഖുദ്ബാ തൊഴീലിനുശേഷം അഞ്ചുമണിക്ക് നമ്മുടെ പതിവു മണ്ഡപത്തിൽ വെച്ച് വിറകുവെട്ടുകാരൻ കറുപ്പനു സുന്നത്ത് ചെയ്യണം."

"ചെയ്യാം നായനേ.." സന്തോഷത്തോടെ അയാൾ പറഞ്ഞു.

"തേയിലയ്ക്കു ഒരു കടികൂടി പറയെട്ടോ നായിനേ.."

"വേണ്ട, കാലുപിടിക്കാൻ രണ്ടു കൈയാളുകളെക്കൂടി ചട്ടം കെട്ടണം."

"വലിയ ആശാനാണോ?.."

"അല്പം വലിയ കേസുതന്നെ. നിനക്കറിയില്ലേ വിറകുവെട്ടി കറുപ്പനെ."

"അറിയാം.. അറിയാം..അപ്പോൾ രണ്ട് തടിയന്മാരെത്തന്നെ കൂട്ടിക്കൊണ്ടു വരണം."

"ശരി കൂട്ടിക്കൊണ്ടു വാ. തടിയന്മാരായിരിക്കണം."

തലനിറച്ചു വെളിച്ചെണ്ണതേച്ച് ബാർബർഷോപ്പിൽക്കയറി മുഖം ക്ഷൗരംചെയ്ത് കുളിച്ചു മുടിചീകി, നനച്ചുണക്കിയെടുത്ത ഉടുപ്പുമിട്ട് മണ്ഡപത്തിലേക്ക് ചെന്നപ്പോൾ ആണ്ടിയും രണ്ടുമൂന്നു തടിയന്മാരും അവിടെ നില്ക്കുന്നതു കറുപ്പൻകണ്ടു. അവരെക്കണ്ട് കറുപ്പൻ അല്പം അറച്ചുനിന്നു.

"എന്താടാ മടിച്ചു നില്ക്കുന്നത്? പേടിച്ചാണോ?"

മീരാസാ എവിടുന്നോ സംഘടിപ്പിച്ച ഒരു സ്റ്റൂളുമെടുത്ത് വലിഞ്ഞു വലിഞ്ഞ് അവിടേക്ക് ഓടിയെത്തി. സ്റ്റൂളിട്ട ഉടൻ ഉത്തരവു വന്നു.

"വേദനിപ്പിക്കാതെ നടത്തണം. സൂര്യൻ അസ്തമിക്കുന്നതിനുമുമ്പ് കണ്ണുവെട്ടത്തിൽ ജോലി നടക്കണം. കേട്ടല്ലോ ആണ്ടീ.."

സ്റ്റൂളിൽ കറുപ്പനെ ഇരുത്തി. അവൻ ഇട്ടിരുന്ന ഷർട്ട് ഊരി ഒരു മൂലയിലേക്ക് അവർ എറിഞ്ഞു. നാലുപാടും ചുറ്റിനോക്കിയശേഷം അവന്റെ മുണ്ടും അവർ ഊരിയെടുത്തു.

ഇപ്പോൾ കറുപ്പൻ പൂർണ്ണ നഗ്നരൂപത്തിലാണ്.

കറുപ്പൻ നഗ്നനായി സ്റ്റൂളിൽ ഇരുന്നു. എന്തു സംഭവിക്കാൻ പോകുന്നു എന്ന ഭയപ്പാടോടുകൂടി അവൻ മിഴിച്ചുമിഴിച്ചു ചുറ്റുംനോക്കി.

തലയുടെ ഭാഗത്ത് മീരാസാ നിന്ന് കറുപ്പന്റെ ദൃഷ്ടിയെത്താത്തവിധത്തിൽ കണ്ണുമറച്ചുകൊണ്ട് തല ബലമായി ഒരു വശത്തേക്കു ചെരിച്ചു പിടിച്ചു. ഇരുതടിയന്മാരുംകൂടി കറുപ്പന്റെ കാലുകൾ ഇരുഭാഗത്തേക്കും അകറ്റി ബലമായിപ്പിടിച്ചു. കുതറി എണീറ്റു ചാടാതിരിക്കാൻ.

തറയിൽ ഇരുന്ന് ക്ഷൗരക്കത്തി എടുത്തു നിവർത്തി, കപ്പപ്പായിൽ അവസാനമായി കത്തി ഒന്നുകൂടി മൂർച്ച വരുത്തിയതിനുശേഷം ആണ്ടി തയ്യാറായി. ആണ്ടി തയ്യാറായതും മീരാസായും ഇരുതടിയന്മാരും ആണ്ടിയും ചേർന്ന് തക്ബീർ ചൊല്ലി. തക്ബീറിന്റെ അവസാന വരിയായ "അക്ബർ വലിയുല്ലാഹിൽ ഹമ്മദു" എന്നു നിർത്തിയതും ആണ്ടി

യുടെ കത്തി കറുപ്പന്റെ പുരുഷത്വത്തിന്റെ മുഖത്തോൽ നുറുക്കിക്കളഞ്ഞതും "അയ്യോ.. അമ്മോ.." എന്ന അലറൽ പാഴടഞ്ഞ മണ്ഡപത്തിന്റെ ഉത്തരത്തിൽ മുട്ടി പ്രതിദ്ധ്വനിച്ചതും ഒന്നിച്ചായിരുന്നു. ഉയർന്നുകേട്ട അലർച്ചയുടെ അർത്ഥം അടുത്ത വീടുകളിലുള്ളവർക്ക് നേരത്തെതന്നെ അറിയാമായിരുന്നു. എത്തിനോക്കിയവർക്ക് ദല്ലാൾ മീരാസായുടെ തലയും തൊപ്പിയും ആണ്ടിയുടെ തലയും കണ്ടപ്പോൾ ഉറപ്പായി.

"ബീമാക്കാ."

മീരാസാ മുരടനക്കി ശബ്ദം ഉണ്ടാക്കി. ചെറിയവീടിന്റെ വാതിൽ തുറന്ന് ബീമാ വെളിയിൽവന്നു. അവളുടെ മുഖത്ത് ആകെ നിരാശയായിരുന്നു.

"കാര്യം നടന്നുകഴിഞ്ഞു. സുന്നത്തുചെയ്ത് ആളെ കിടത്തിയിട്ടാണ് ഞാൻ വന്നിരിക്കുന്നത്."

"പെണ്ണ് സമ്മതിക്കുന്നില്ലല്ലോ."

"അതിനു ഞാൻ എന്തുചെയ്യാൻ ബീമാക്കാ? ആണ്ടിക്കും അവൻ കൂട്ടിക്കൊണ്ടുവന്ന തടിയന്മാർക്കും എന്റെ കൈപ്പണത്തിൽനിന്നും ശമ്പളം കൊടുത്തുവിട്ടു."

മീരാസാ സംസാരിക്കുന്നതു കേട്ട് പറയാൻ ഉത്തരമില്ലാതെ ബീമാ മിഴിച്ചുനിന്നു.

"കല്യാണക്കാര്യം പറഞ്ഞപ്പോൾ മുതൽ അവൾ കയറു കമ്പനിയിൽ പണിക്കുപോകാതെ കരഞ്ഞുകൊണ്ട് കിടക്കുന്നു. വെള്ളം പോലും കുടിക്കുന്നില്ല."

"അതിനു ഞാൻ എന്തുചെയ്യാൻ? സ്ത്രീധനപ്പണം അവന്റെ കൈയിൽ കൊടുത്തതിനുശേഷമാണ് സുന്നത്തു ചെയ്യാൻ സമ്മതിച്ചത്."

"സമ്മതിക്കാത്ത പെണ്ണിനെ ഞാൻ എന്തുചെയ്യാൻ വാപ്പാ..?, എത്രയോ പറഞ്ഞുനോക്കി. അവൾ കേൾക്കുന്നില്ലല്ലോ. അയൽപക്കക്കാരികളായ സ്ത്രീകളും വന്നു പറഞ്ഞുനോക്കി. ഉടുമ്പു പിടിച്ചതു പോലെ നില്ക്കുകയാണവൾ."

"ആനയുടെ വായിൽപോയ കരിമ്പ്! അവന്റെ കൈയിൽനിന്ന് പണം ഇനി തിരിച്ച് വാങ്ങാൻ പറ്റുമോ ബീമാക്കാ? സുന്നത്ത് ചെയ്തശേഷം നിക്കാഹ് കഴിപ്പിച്ചില്ലെങ്കിൽ അവനെന്നെ വെട്ടിക്കൊന്നുകളയും. കൊലകാരച്ചെക്കനാണവൻ."

ബീമാ അനക്കമറ്റുനിന്നു. കണ്ണിൽനിന്നും കണ്ണീർ ധാരധാരയായി ഒഴുകി.

"പെണ്ണിനെ കരകേറ്റി വിടാമെന്നു കരുതി പലഭാഗത്തുനിന്നും പെറുക്കിയുണ്ടാക്കിയ പണം. പണവും പോയി നിക്കാഹും നടക്കില്ലെന്നു തോന്നുന്നു."

"എല്ലാം നടക്കും ബീമാക്കാ. മടലെടുത്ത് അവൾക്കിട്ട് നാലുകൊട്. പെൺകഴുതകളോട് സമ്മതം ചോദിക്കണമത്രേ! കഴുത്ത് നീട്ടാൻ പറഞ്ഞാൽ കഴുത്ത് നീട്ടണം. അവൻ അവളുടെ കഴുത്തിൽ കറുകമണി

കെട്ടും.''

എന്നുപറഞ്ഞ് ധൃതികൂട്ടിക്കൊണ്ട് മീരാസാ പോകുമ്പോൾ "ഇന്നേക്ക് പതിനഞ്ചാം ദിവസം നല്ല നാളും നേരവും നോക്കി നിക്കാഹ്'' എന്നയാൾ പറയുന്നുണ്ടായിരുന്നു. പെട്ടെന്ന് അയാൾ തിരിഞ്ഞുവന്നു.

"സുന്നത്ത് ചെയ്തവന് വിശക്കില്ലേ? ബിരിയാണിയെങ്കിലും വാങ്ങി ക്കൊടുക്കണ്ടേ? മണ്ണെണ്ണവാങ്ങി മണ്ഡപത്തിൽ വിളക്കു കൊളുത്തണ്ടേ? അതുമിതും ജന്തുക്കളുള്ള സ്ഥലം. രാക്കൂട്ടിന് ഞാൻതന്നെ പോയി കിട ക്കണം. വേറെ ആളെവെച്ചാൽ ശമ്പളം കൊടുക്കണം. ഇപ്പോഴത്തെ ചെലവിന് എന്തെങ്കിലും തരാമോ?''

മീരാസാ പറയുന്നതുകേട്ട് ബീമയ്ക്ക് തലചുറ്റുന്നതുപോലെ തോന്നി. കതകു കാരണം അങ്ങോട്ടും പോകാനുംവയ്യ, കട്ടിള കാരണം ഇങ്ങോട്ടും വരാനും വയ്യ എന്നായി. ഞാനിനി എന്തുചെയ്യും? കൊടുത്തപണവും കിട്ടില്ലല്ലോ. അവന് ഈ നാട്ടിൽ വേറെ പെണ്ണിനെ കിട്ടും. കൈയിൽ കാശില്ലാതെ നൂറിന് ഇനി എവിടെപ്പോയി ചെക്കനെ കണ്ടുപിടിക്കും? കൈയിലിരുന്ന പണവും പോയി. പെണ്ണോ പിടിവാശിയുമായിരിക്കുന്നു-

"ഒരു കാഫീറിനും ഞാൻ വഴങ്ങില്ല'' നൂറ് ഉറപ്പിച്ചു പറഞ്ഞു.

"കാഫീറല്ല കുട്ടീ.. ഖലിമ ചൊല്ലി ഇസ്ലാമിലേക്കു വന്നവനാണ്'' ഉമ്മ ചൊല്ലി.

ഇരുപത്തി മൂന്ന്

ഉദിച്ചുയർന്ന സൂര്യൻ, ചാഞ്ഞുചരിഞ്ഞ് സന്ധ്യാവദനത്തെ നോക്കുന്ന സമയം. സെയ്ബക്കാ പകലിന്റെ കനത്തചൂടു താങ്ങാനാവാതെ അവ ളുടെ കുടിലിനു വെളിയിൽ മരുമകന്റെ മയ്യത്ത് കിടത്തിയിരുന്ന കട്ടി ലിൽ കാലുംനീട്ടി ഇരിക്കുകയായിരുന്നു. ചിന്തകൾ പലതും അവളെ പിന്നിലേക്കു നടത്തിച്ചു. ഇടയ്ക്ക് വൈകുന്നേരസമയങ്ങളിൽ വയസ്സായ കലൈന്തർ ഉപ്പാ പറഞ്ഞുകൊടുത്തിരുന്ന പൂർവ്വികരുടെ കഥകളും അവളുടെ ഓർമ്മയിലേക്കോടിയെത്തി.

"കേട്ടോ മോളേ.. നമ്മുടെ പൂർവ്വികരുടെ കഥ'' കലൈന്തർ ഉപ്പാ പറഞ്ഞു

പറങ്കികളും മരയ്ക്കാന്മാരും തമ്മിൽനടന്ന പോരിൽ മരയ്ക്കാന്മാർക്ക് വിജയം കിട്ടിയെങ്കിലും വളരെയധികം ദ്രവ്യനഷ്ടമുണ്ടായി. അവരുടെ കടൽക്കച്ചവടത്തെ ഈ യുദ്ധം വളരെയധികം ബാധിച്ചു എന്നുപറയു ന്നതിലുപരി കടൽക്കച്ചവടം നശിച്ചു എന്നുതന്നെ പറയുന്നതാവും ശരി. യുദ്ധത്തിൽ പറങ്കിത്തലവനായ സ്വാം ഫ്ളോറൽ മുസ്ലീങ്ങളാൽ കൊല്ല പ്പെട്ടതിന്റെ പകതീർക്കാനായി അൽഫോൺസോ ടൊമെല്ലോ നാവിക സേനയുമായിവന്ന് കടലോരത്തു താമസിച്ചിരുന്ന മരയ്ക്കാന്മാരെ മൃഗീയമായി കൂട്ടത്തോടെ കൊലചെയ്യുകയും കടലോരത്തുള്ള മരയ്ക്കാ

ന്മാരെ തീകൊളുത്തി അടയാളംപോലും ബാക്കിവെക്കാതെ നശിപ്പിക്കാനും തുടങ്ങി. ഭയന്നു നടുങ്ങിയ മരയ്ക്കാന്മാർ നാലുപാടും ചിതറിയോടി. പലനാടുകളിലായി അഭയംപ്രാപിച്ച അവർ ക്രമേണ അവിടത്തന്നെ കുടിയേറി താമസംതുടങ്ങി. ഉൾഗ്രാമപ്രദേശങ്ങളിലെ ജനങ്ങളുടെ സഹായം പറങ്കികൾക്കു ലഭിച്ചിരുന്നു. ഇതു കേട്ടറിഞ്ഞ് പുറംനാടുകളിൽനിന്ന് വീരശൂരന്മാരായ മരയ്ക്കാന്മാർ സഹായത്തിനു വരുകയും പറങ്കികൾക്കെതിരെ യുദ്ധംനടത്തി വിജയംനേടുകയും ചെയ്തു. എന്നാലും ആ യുദ്ധത്തിൽ വീടും തൊഴിലും ദ്രവ്യങ്ങളും ജീവനും നഷ്ടപ്പെട്ടവർ ധാരാളമുണ്ടായി.

മരയ്ക്കാന്മാർക്കിടയിലെ പ്രമുഖനായ വ്യവസായിയായിരുന്നു ഷേമുമരയ്ക്കാർ. പല അറബ് നാടുകളുമായും അദ്ദേഹത്തിനു വാണിജ്യബന്ധം ഉണ്ടായിരുന്നു. സ്വന്തമായിത്തന്നെ കപ്പൽ ഉണ്ടായിരുന്നതിനാൽ വാണിജ്യം കൊടികെട്ടിപ്പറന്നു. ഒരു കപ്പൽ ഏദൻ തുറമുഖത്തു ചരക്ക് ഇറക്കിക്കൊണ്ടിരിക്കുകയാണെങ്കിൽ, അവിടെ ചരക്ക് ഇറക്കിക്കഴിഞ്ഞ കപ്പലിൽ അറേബ്യൻ സാധനങ്ങൾ കയറ്റി തിരികെ പുറപ്പെടാൻ ഒരുങ്ങുകയായിരിക്കും മറ്റൊരു കപ്പൽ. അറബിക്കടലിൽനിന്ന് ചരക്കുകളുമായി മറ്റൊരു നാട്ടിലേക്കു പൊയ്ക്കൊണ്ടിരിക്കുമ്പോൾ ഇവിടെ തുറമുഖത്ത് മൂന്നാമതൊരു കപ്പലിൽ ചരക്ക് കയറ്റിക്കൊണ്ടിരിക്കും. ഈ കപ്പൽ ബഹ്റനിലേക്കു പുറപ്പെടാൻ തയ്യാറാകുമ്പോൾ ഏദനിൽനിന്നും ചരക്കുകയറ്റിയ കപ്പൽ ഇവിടെ തുറമുഖത്തു വന്നണയും. ചുരുക്കത്തിൽ അറബിക്കടലിൽ ഷേമുമരയ്ക്കാരുടെ ചരക്കുകപ്പലുകൾ ഇടതടവില്ലാതെ യാത്രനടത്തിക്കൊണ്ടിരുന്നു.

മൂന്നിലധികം കപ്പലുകൾക്ക് ഉടമയായ ഷേമുമരയ്ക്കാരുടെ കയറ്റുമതി, ഇറക്കുമതി വാണിഭം നിർബ്ബാധം നടക്കുന്നതു കണ്ടുകണ്ട് പറങ്കികൾ വല്ലാത്ത അസൂയാലുക്കളായി. കടൽ വ്യവസായത്തിൽനിന്നു അദ്ദേഹത്തെ തുടച്ചുമാറ്റാൻ പലതന്ത്രങ്ങളും അവർ മെനഞ്ഞു. അദ്ദേഹത്തിന്റെ കപ്പലിനുനേരെ പല ആക്രമണങ്ങളും നടത്തി. അവരെയെല്ലാം ഷേമുമരയ്ക്കാരുടെ സഹായികൾ തടഞ്ഞുനിർത്തി. അദ്ദേഹം ഒരു മരയ്ക്കാർ സൈന്യത്തെത്തന്നെ തന്റെ വ്യവസായസംരക്ഷണത്തിനായി തയ്യാറാക്കിനിർത്തിയിട്ടുണ്ടായിരുന്നു. കടലോരങ്ങളിൽ നിർമ്മിച്ചിരുന്ന ഷേമുമരയ്ക്കാരുടെ പണ്ടകശാലകൾ ചുക്ക്, കുരുമുളക്, ഇഞ്ചി തുടങ്ങിയ സുഗന്ധദ്രവ്യങ്ങളാൽ നിറഞ്ഞു. അദ്ദേഹത്തിന്റെ മരയ്ക്കാർ സൈന്യം ആ പണ്ടകശാലകളെ പരിരക്ഷിച്ചുപോന്നു. അദ്ദേഹത്തിനറിയാമായിരുന്നു, പറങ്കികൾക്ക് തന്റെ മേലുള്ള അസൂയയും തന്റെ വ്യാപാരത്തെ വീഴ്ത്താനായി പറങ്കികൾ കാട്ടിക്കൂട്ടുന്ന നെറികേടുകളെപ്പറ്റിയുമൊക്കെ.

ഷേമുമരയ്ക്കാരുടെ സുഗന്ധവ്യഞ്ജന സാധനങ്ങൾ കയറ്റിയ കപ്പൽ ഒമാനിലേക്ക് പോകുമ്പോൾ കപ്പൽ തകർത്ത് അതിലുള്ള ചരക്കുകൾ കൊള്ളയടിക്കാനും കപ്പൽ മുക്കിക്കളയാനും പദ്ധതിയിട്ട് പറ

ങ്കിക്കപ്പലുകൾ, കടലിൽ മരയ്ക്കാന്മാരുടെ കപ്പലുകളെ നോക്കി പാഞ്ഞു വന്നതറിഞ്ഞ മരയ്ക്കാർ പടത്തലവൻ അലി അൽറൂമി യുദ്ധത്തിനു തയ്യാറായി. തങ്ങളുടെ കപ്പലിനെ നശിപ്പിച്ച് കപ്പൽ മുക്കിക്കളയുമെന്ന് വിചാരിച്ച അലി അൽറൂമി പറങ്കികൾക്കു വിലങ്ങുതടിയായി. മരയ്ക്കാന്മാരുടെ കപ്പൽ നാവികരെയും അദ്ദേഹം ഉഷാറാക്കി. മരയ്ക്കാർ പടയിലെ വീരന്മാരെയും പോരിനു തയ്യാറാകുവാനായി അദ്ദേഹം ഉത്തരവു നല്കി. നടുക്കടലിൽ ഇരുവിഭാഗക്കാരും തമ്മിൽ കടുത്തയുദ്ധം നടന്നു. വീരനായ അൽറൂമിയുടെ നേതൃത്വത്തിൽ ചെന്നവരെല്ലാംകൂടി പറങ്കികളുടെ ഇരുപത്തിരണ്ടു കപ്പലുകളും പിടിച്ചെടുത്തു. അതിലുണ്ടായിരുന്ന പറങ്കികളെ കൊലപ്പെടുത്തി ജഡങ്ങൾ കടലിലേക്കു വലിച്ചെറിഞ്ഞു.

ഈ കടൽയുദ്ധം നടക്കുമ്പോൾ ഷേമുമരയ്ക്കാർ നാട്ടിലില്ലായിരുന്നു. പുണ്യമായ ഹജ്ജ് തീർത്ഥാടനത്തിനായി മെക്കയിലേക്കു പോയിരിക്കുകയായിരുന്നു.

ഷേമു മരയ്ക്കായർ നാട്ടിലില്ലാത്തപ്പോൾ വ്യാപാരം കൃത്യമായി നോക്കിനടത്തിയിരുന്നത് അദ്ദേഹത്തിന്റെ ഭാര്യ മറിയം ബീവി ഉമ്മയായിരുന്നു. ഭർത്താവിനു ചേർന്ന ഭാര്യ. ധീരവനിത. ഷേമുമരയ്ക്കാരുടെ അതേ ബുദ്ധിസാമർത്ഥ്യം. ഭർത്താവില്ലാത്ത സമയത്ത് കപ്പലിലെ കപ്പിത്താന്മാരെയും മരയ്ക്കാർ പടനായകന്മാരെയും അവർ തന്റെ നിയന്ത്രണത്തിൽ നിർത്തിയിരുന്നു.

നബി തിരുമേനിയുടെ കാലത്ത് ഇസ്ലാം തെക്കൻ കടലോര പ്രദേശങ്ങളിൽ നടക്കുമ്പോൾ ഉണ്ടാക്കിയ ഒരു പഴയ പള്ളിക്കുസമീപത്താണ് ഷേമുമരയ്ക്കാരുടെ മാളിക. നാട്ടിലുള്ള ചിലർ ബഹുമാനത്തോടെ ആ മാളികയെ അരമന എന്നു പറയാറുണ്ട്. ആ കൂടുപോലുള്ള കെട്ടിടത്തിൽനിന്ന് നോക്കിയാൽ കടലിൽ പുകതുപ്പിക്കൊണ്ട് ആകാശത്തെ തൊട്ടുഴിഞ്ഞുകൊണ്ടു കടന്നുപോകുന്ന ചെറിയ കപ്പൽപോലും ദൃഷ്ടിയിൽ പതിക്കും.

മറിയം ബീവി ഉമ്മ കൂടിനുള്ളിൽ കയറിനിന്നുകൊണ്ട് ബൈനോക്കുലറിൽക്കൂടി കടലിലെ കപ്പലുകളുടെ നീക്കങ്ങൾ ശ്രദ്ധിച്ചുകൊണ്ടിരിക്കുകയായിരുന്നു. ഈ കൂടിനെ കണ്ണാടിക്കൂട് എന്ന് ജനങ്ങൾ പറയാറുണ്ട്.

“അലീ.....”

മറിയംബീവി ഉമ്മാ, തങ്ങളുടെ മരയ്ക്കാർപ്പടത്തലവനെ വിളിക്കുന്നത് ഒരു പെരുംപടയുടെ ദളപതി വിളിക്കുന്നരീതിയിലായിരുന്നു.

ഹജ്ജിനുപോയ ഷേമുമരയ്ക്കാർ നാട്ടിലേക്കു തിരിച്ചെത്തിയില്ലെന്ന വിവരം പറങ്കികൾ ഒറ്റുകാർ മുഖാന്തരം മനസ്സിലാക്കി. തോല്വികൊണ്ട് ആകെത്തകർന്നിരുന്ന പറങ്കികൾക്ക് ലിസ്ബനിൽനിന്നും ലഭിച്ച ഈ വിവരം തികച്ചും ഉത്സാഹം പകരുന്നതായിരുന്നു. മുപ്പതു കപ്പലുകളിൽ പറങ്കിപ്പട വീരന്മാരെ അയച്ചിട്ടുണ്ടെന്നും കഴിവുറ്റ പയറ്റിത്തെളിഞ്ഞ പടയാളികൾ പുറപ്പെട്ടു വരുന്നുണ്ടെന്നും ഹജ്ജു കഴിഞ്ഞ് തിരികെ വരുന്നവഴി കടലിൽ വെച്ചുതന്നെ ഷേമുമരയ്ക്കാർ വരുന്ന കപ്പലിനു

തീയിട്ട് അദ്ദേഹത്തെ കൊല്ലാനും ലിസ്ബണിൽനിന്നുവന്ന അറിയിപ്പിൽ ഉണ്ടായിരുന്നു.

കരയിലെത്തിയ മുപ്പതു കപ്പലുകളിൽവന്ന പീരങ്കിപ്പട വീരന്മാർ നാട്ടിൽ ഇറങ്ങിയശേഷമാണ് ഷേമുമരയ്ക്കാർ നാട്ടിലില്ലെന്നകാര്യം അവർക്കു മനസ്സിലായത്. കോപം തണുക്കാത്ത പീരങ്കിപ്പട ഷേമുമരയ്ക്കാരുടെ മാളികയും അദ്ദേഹത്തിന്റെ പണ്ടകശ്ശാല(ഗോഡൗൺ)കളെയും പീരങ്കിയുണ്ടകളാൽ ഇടിച്ചുനിരത്തി. തുറമുഖത്ത് സുഗന്ധവ്യഞ്ജനങ്ങളും കടൽശംഖുകളും കയറ്റിക്കൊണ്ടിരുന്ന അദ്ദേഹത്തിന്റെ കപ്പലിലുള്ള ചരക്കുകൾ കൊള്ളയടിച്ച് കപ്പൽ തീയിട്ടു നശിപ്പിച്ചു. കടലിലൂടെവന്നുകൊണ്ടിരുന്ന ഷേമുമരയ്ക്കാരുടെ കപ്പലിനെ അവർ വളഞ്ഞ് അതിലുണ്ടായിരുന്ന ചരക്കുകൾ മുഴുവനും കൊള്ളയടിച്ചശേഷം കപ്പൽ കടലിൽ മുക്കിക്കളഞ്ഞു. കപ്പലിലുണ്ടായിരുന്ന തൊഴിലാളികൾ എല്ലാവരും മുങ്ങിമരിച്ചു. ജഡങ്ങൾ കടലോരത്തടിഞ്ഞു.

ഹജ്ജുകഴിഞ്ഞുള്ള മടക്കയാത്രയിൽ ഷേമുമരയ്ക്കാർ കയറിയ കപ്പൽ, പറങ്കികൾ അടയാളം മനസ്സിലാക്കി വഴിയിൽവച്ചു തടഞ്ഞു നിർത്തി. കപ്പലിൽ അതിക്രമിച്ചുകടന്ന പറങ്കികൾ അദ്ദേഹത്തെ വെട്ടിക്കൊലപ്പെടുത്തുകയും ജഡം കടലിലേക്ക് വലിച്ചെറിയുകയും ചെയ്തു. അദ്ദേഹം വന്ന കപ്പലും നടുക്കടലിൽവച്ച് അഗ്നിക്കിരയാക്കപ്പെട്ടു.

ഷേമുമരയ്ക്കാർ എത്തുന്നതിനുമുമ്പ് കരയിലേക്ക് കടന്ന് അദ്ദേഹത്തിന്റെ പണ്ടകശ്ശാലതകർത്ത് വീരപ്പെൺമണിയായ മറിയംബീവി ഉമ്മയെ ജീവനോടെ പിടിച്ചുകെട്ടി ലിസ്ബണിൽ പോർച്ചുഗീസു രാജാവിനുമുന്നിൽ തടവുകാരിയായി നിർത്തണം. ഇതായിരുന്നു പറങ്കികളുടെ പദ്ധതി.

മറിയംബീവി ഉമ്മയാണ് കടൽവ്യാപാരം ചെയ്യുന്നതിനും കടലിൽ യാത്രചെയ്യുന്നതിനും തടസ്സമായി നിന്നിരുന്നവൾ. അവളുടെ മരയ്ക്കാർപ്പട പറങ്കികളുടെ നിയമങ്ങളെ ധിക്കരിച്ചു. അന്യനാട്ടുകാരായ പറങ്കികളിൽനിന്നും നമ്മുടെ നാട്ടിലെ വാണിജ്യവസ്തുക്കളെ മറ്റുരാജ്യങ്ങളിലേക്ക് അയയ്ക്കുന്നതിന് അനുമതിപ്പത്രം വാങ്ങണമെന്ന പറങ്കികളുടെ നിർബ്ബന്ധപൂർവ്വമുള്ള നിയമത്തെ എതിർത്ത് മറികടന്നവളാണ് മറിയംബീവി ഉമ്മാ. അനുമതിപ്പത്രം വാങ്ങാതെതന്നെ കടൽക്കച്ചവടം ചെയ്യാൻ തുനിഞ്ഞ വീരനായിക.! നമ്മുടെ നാട്ടിലെ വസ്തുക്കൾ കയറ്റിക്കൊണ്ടുപോകാൻ അന്യനാട്ടുകാരന്റെ അനുമതിപ്പത്രം വാങ്ങണമെന്നത് നമ്മുടെ പോഴത്തരമാണെന്നായിരുന്നു മറിയംബീവി ഉമ്മയുടെ നിലപാട്.

പീരങ്കിയുണ്ട തുളച്ചുകയറി നിലംപരിശാക്കപ്പെട്ട മാളികയുടെ ഇടിപ്പാടുകളിൽ നിന്നുകൊണ്ട്:

"വെള്ള നായ്ക്കളേ.." എന്നുപറഞ്ഞ് സൂര്യപ്രഭയുള്ള വാളുയർത്തിക്കാട്ടി വെല്ലുവിളിച്ചുകൊണ്ട് മറിയംബീവി ഉമ്മ മുമ്പിൽ കുതിച്ചുചെന്നു. അവളുടെ നേരെ പാഞ്ഞുചെന്ന ഒരു പറങ്കിപ്പടയാളിയെ അവൾ ഓങ്ങിവെട്ടി തലയറുത്തു തെറിപ്പിച്ചു. എങ്ങും കരച്ചിൽ ഉറക്കെക്കേട്ടു. മറ്റുചില പടയാളികൾ അവളെ ജീവനോടുകൂടി പിടിക്കാനായി

മുന്നോട്ടുവരുന്നതറിഞ്ഞ്, ഊരിയ വാളുമായി അവൾ അവരുടെ മുന്നിലേക്ക് അലറിക്കുതിച്ചു. പാരമ്പര്യമെന്നപോലെ വായുവിൽ ചൂഴ്ന്ന് കൈയിൽക്കിട്ടിയവരെ വെട്ടിനിരത്തിക്കൊണ്ടിരുന്നപ്പോൾ വാളുകൊണ്ടുള്ള ഒരുവെട്ട് അവളുടെ മാറിടത്തിലും പതിച്ചു. വെട്ടുകൊണ്ട് ഒരു മുല ഛേദിക്കപ്പെട്ട് തറയിൽ വീണുതുടിച്ചു.

"യാ അള്ളാഹ്" എന്നുറക്കെപ്പറഞ്ഞ് തറയിൽ മഹാമരംപോലെ അവൾ കടപുഴകി വീണു.

കടൽക്കര മണലിൽ മരയ്ക്കാന്മാരുടെ തുടിച്ചടങ്ങിയ ശവശരീരങ്ങൾ നിണംപുരണ്ട് ചിതറിക്കിടന്നു. വീടുകളെല്ലാം കത്തിച്ചാമ്പലാക്കപ്പെട്ടിരുന്നു. മറിയംബീവി ഉമ്മായുടെ കുട്ടികൾ പറങ്കികളുടെ കൈയിൽ അകപ്പെടാതെ രായ്ക്കുരാമാനം ഓടിരക്ഷപ്പെട്ടു. ആരൊക്കെ എവിടെയൊക്കെപ്പോയി അഭയം തേടിയോ..?

വെട്ടുകൊണ്ടുകിടന്ന മറിയംബീവി ഉമ്മായുടെ ശവശരീരമെങ്കിലും പറങ്കികളുടെ രാജാവിന്റെ മുന്നിൽ ഹാജരാക്കണമെന്ന ലക്ഷ്യത്തോടെ ചില പറങ്കിപ്പടയാളികൾ ശവശരീരത്തെ പൊതിഞ്ഞുകെട്ടി തൂക്കിയെടുക്കാൻ ശ്രമിച്ചു. അപ്പോൾ തലയില്ലാത്ത ഒരു കൈവന്ന് അവരെ തടഞ്ഞു.

"തൊടരുത്. ഇവൾ പരിശുദ്ധ. നിങ്ങളുടെ കൈകൾ കറപുരണ്ടത്."

പറങ്കികൾ കണ്ണഞ്ചി പിൻവാങ്ങിനിന്നു.

മഴമേഘങ്ങൾ കൂട്ടമായെത്തി തെളിഞ്ഞ ആകാശത്തെ ആകമാനം മൂടി. ആ ഇരുട്ടിൽ മറിയംബീവി ഉമ്മായുടെ മയ്യത്ത് അദൃശ്യമായ ഒരു കൈ വന്ന് എടുത്തുകൊണ്ട് മുകളിലേക്കുപോയി. പെയ്തൊഴിഞ്ഞ ആകാശത്തിനുനേരെ വെൺമേഘക്കീറ് ഒരെണ്ണം പറന്നുപോയതും കൺമുന്നിൽക്കിടന്ന ശവശരീരം കാണാതായതും കണ്ട് അമ്പരന്നുനിന്നുപോയി പറങ്കിപ്പടയാളികൾ. കാഴ്ചയ്ക്കു തെളിയാത്ത ആ കൈ ഷഹീദ് വലിയതമ്പി മരയ്ക്കാരുടെതാണോ? അതോ കന്നിബീവിയുമ്മയുടേതോ? ഇക്കാലംവരെ അതാർക്കും മനസ്സിലായിട്ടില്ല.

സെയ്ബക്കായുടെ കണ്ണുമ്മാ (അമ്മയുടെ അമ്മ) യുടെ ബെദ്ദമ്മാ കടൽക്കരയിൽനിന്നും ജീവനുംകൊണ്ടോടി വന്നുചേർന്ന ആ കഥ, ചൊല്ലിയശേഷം കണ്ണുമ്മാചോദിച്ചത് കലൈഞ്ജർ ഉപ്പാതന്നെ സെയ്ബക്കായ്ക്കു ചൊല്ലിക്കൊടുത്തു. കടൽക്കരയിൽനിന്നും നീച പറങ്കികളോട് അടരാടാതെ ഓടിരക്ഷപ്പെട്ട മറിയംബീവി ഉമ്മായുടെ കുഞ്ഞുങ്ങളിൽ ഒരു പെൺകുട്ടി വഴിതെറ്റി ഈറനയത്തിൽ അഭയംപ്രാപിച്ചു. ആ യുവതിയെ പള്ളിയിൽ താമസിച്ചിരുന്ന ഒരു പണ്ഡിതന്, അവൾ അഭയംപ്രാപിച്ച വീട്ടിലുള്ള ഉമ്മച്ചൻ നിക്കാഹ് കഴിപ്പിച്ചുകൊടുത്തു. അവൾ ഒരു ആൺകുഞ്ഞിനെ പ്രസവിച്ചു. ആറുമാസത്തിനുള്ളിൽ അവൾ വിധവയായി. അവൾ പ്രസവിച്ച കുട്ടിയുടെ വംശപരമ്പരയിലുള്ള ഒരു കണ്ണിയാണ് ഞാൻ-സെയ്ബക്ക.

നാലുകാൽ വെച്ചുകെട്ടിയ കുടിലിൽ വെറും വയറുമായി കാൽനീട്ടിയിരുന്ന് കലൈഞ്ജർ ഉപ്പാ ചൊല്ലിക്കേട്ട പൂർവ്വികരുടെ മാളികവീടും മറിയംബീവി ഉമ്മയുടെ ചരിത്രവും ചിന്തിച്ച്, സെയ്ബക്കയിൽനിന്നു

യർന്ന ദീർഘനിശ്വാസം കുടിലിലെ ദ്വാരങ്ങളെ മറച്ചുകൊണ്ടിരുന്ന പ്ലാസ്റ്റിക്കിൽ ചെന്നുതട്ടി പ്രതിദ്ധ്വനിച്ചു. വെയിലിന്റെ ചൂടുകൊണ്ട് തളരുമ്പോൾ പെരുമഴയുടെ വരവ് ഇനിയെന്നെന്നോർത്ത് ഒറ്റയ്ക്ക് കുടിലിൽ കാൽനീട്ടി ഇരുന്നുകൊണ്ട് കലൈഞ്ജറുപ്പാ ചൊല്ലിക്കേട്ട പൂർവ്വികരുടെ കഥ വീണ്ടുംവീണ്ടും ഓർത്തുകൊണ്ടിരുന്നു സെയ്ബക്ക.

നമുക്കോ ഇന്ന് ഈ അവസ്ഥ?

(ഇനയം-കന്യാകുമാരി ജില്ലയിലെ ഒരു കടലോരഗ്രാമം-കുളച്ചലിന് സമീപം.)

ഇരുപത്തി നാല്

ഇപ്പോൾ മരയ്ക്കാർ തെരുവിൽ മാത്രമല്ല പള്ളിത്തെരുവിലും സെയ്ബക്കയുടെ മരുമകന്റെ സഞ്ചാരമുള്ളതായി തെരുവിലെ പെണ്ണുങ്ങൾ വെള്ളമെടുക്കാൻ പോകുന്ന പൈപ്പിന്റെ ചോട്ടിൽനിന്നു സംസാരിച്ചു. രാവിരുട്ടിയാൽ മിക്കവാറും എല്ലാരും ഭയന്ന് വീടുകളിൽത്തന്നെ ഒതുങ്ങിയിരുന്നു.

അവൻ.. സെയ്ബക്കയുടെ മരുമകൻ, പല രൂപങ്ങളിലും വന്ന് രക്തം കുടിക്കും. ആട്, എരുമ, കാള, പന്നി, കഴുത തുടങ്ങി പല മൃഗങ്ങളുടെയും രൂപങ്ങളിൽ വന്നേക്കാം. തെരുവിൽ ദുർമ്മരണമടഞ്ഞ് നാറിക്കിടന്ന അവന്റെ ജഡം ഷഹാദത്ത് ഖലീമാ(മയ്യത്ത് കൊണ്ടുപോകുമ്പോൾ ഓതുന്ന മന്ത്രം) ചൊല്ലാതെയും, മുൾക്കാട്ടിൽ രായ്ക്കുരാമാനം ആരോ തൂക്കിയെടുത്തുകൊണ്ടുപോയി കുഴിയെടുത്ത് മൂടിയെന്നും മൂടപ്പെട്ടവന് സ്വർഗ്ഗം ഇല്ലായെന്നും ഏതുരൂപത്തിലും അവനു നടക്കാനാവുമെന്നും അന്തുറോത്ത്ബാവ ജനങ്ങളുടെ മനസ്സിൽ ഭയത്തിന്റെ വിത്തുപാകിയിട്ടാണ് നാടുവിട്ടുപോയത്.

അതിരാവിലെ നനുത്ത കുളിർമഞ്ഞ് പടർന്ന അവസ്ഥയിൽ മുഅദ്ദീനാരുടെ ബാങ്കുവിളിയുടെ ശബ്ദം കേട്ടതും കുടിലിലെ അയ്മക്കണ്ണ് എണീറ്റ് കുറ്റാലം തോർത്തുകൊണ്ട് ശരീരം പുതച്ച് പള്ളിയിലേക്ക് നടന്നു. അദ്ദേഹത്തിന്റെ മുന്നിൽ അകിടുകനത്ത ഒരു വെള്ളപ്പശു. കനത്ത അകിട് അതിന്റെ തുടയിൽത്തട്ടിക്കൊണ്ടിരുന്നതിനാൽ പശു പതുക്കെയാണ് നടന്നിരുന്നത്. അയ്മക്കണ്ണിനു വേഗം കടന്നുപോകാൻ മുന്നിൽ അതു തടസ്സം സൃഷ്ടിച്ചുകൊണ്ടിരുന്നു. പള്ളിയുടെ പടിക്കെട്ടിൽ ചവുട്ടിയതും തിരിഞ്ഞുനോക്കി. അയാളുടെ മുന്നിൽനടന്ന അകിടുകനത്ത വെള്ളപ്പശുനിന്നിരുന്നിടത്ത് ഒരു കറുത്ത നായ വാലുചുരുട്ടി അയാളെനോക്കി മുരണ്ടുകൊണ്ടു നില്ക്കുന്നു. അതിന്റെ ജ്വലിക്കുന്ന കണ്ണുകളിൽ നിന്നും വരുന്ന നോട്ടത്തിലെ തീവ്രപ്രകാശം നേരിടാനാവാതെ തൊണ്ടവരണ്ട് നടുങ്ങി പള്ളിയ്ക്കുള്ളിലേക്ക് അയ്മക്കണ്ണ് കുതിച്ചുകയറി. അയാളുടെ ശരീരമാകെ വിറച്ചുകൊണ്ടിരുന്നു.

നായല്ല അവൻതന്നെയാണ്! സെയ്ബക്കയുടെ മരുമകൻ. നായ

യുടെ രൂപത്തിൽ വന്നുനില്ക്കുന്നു.

സുബുഹ് തൊഴാൻ വന്നവർക്കെല്ലാം ഇതു കേട്ടപ്പോൾ നെഞ്ചിനക ത്തൊരു കലക്കം.

“ഈ നാടിനെയും നാട്ടുകാരെയും വല്യതമ്പിമരയ്ക്കാരപ്പാതന്നെ കാക്കണം.. വാപ്പാ!”

സാധാരണ തൊഴീൽ കഴിഞ്ഞാലുടനെ ചായക്കായി ശീഘ്രം പുറ പ്പെടുന്നവർ, നേരം പുലർന്നിട്ടും പള്ളിത്തെരുവിലെ പാതയിലാകെ സൂര്യ പ്രകാശം വീണിട്ടും ചായകുടിക്കാനായി പോകാൻ ഭയന്ന് മടിച്ചുനിന്നു.

ആ ആഴ്ചയിലെ വെള്ളിയാഴ്ചദിവസം ഖുദ്ബാ തൊഴീലിന് ഉടു ത്തൊരുങ്ങി കാതിൽ അത്തർ പഞ്ഞിവെച്ചുകൊണ്ട് വീടിനുവെളിയിൽ കാലെടുത്തുവെച്ച പള്ളിത്തെരുവിലെ സാലമീദ്, സാഹിബ്ബിന്റെ വീടിനു മുന്നിൽ ഒരു വലിയ കൊമ്പുവളർന്ന എരുമ നിന്നിരുന്നതായും അത് അദ്ദേഹത്തിന്റെ നേരെ കൊമ്പു നീട്ടിയടുത്തതുംകണ്ട് അദ്ദേഹം ഭയന്നുനിന്നു. അദ്ദേഹത്തിനു സംശയമായി. ഇതേത് എരുമയായിരിക്കും? നാട്ടിൽ ആരുടെ വീട്ടിലും പശുത്തൊഴുത്ത് ഇല്ലല്ലോ. ചെല്ലയ്യനു മാത്രം ഒരേയൊരു ആട്ടിൻകുട്ടിയുള്ളതിനെ കെട്ടിയിട്ട് അഗസ്തിച്ചീര കൊടു ത്താണ് വളർത്തുന്നത്. അങ്ങനെയാണെങ്കിൽ ഈ ആനപോലുള്ള എരുമ ആരുടേതെന്നു ചിന്തിച്ചുനില്ക്കുമ്പോൾ, എരുമ നിന്നിരുന്ന സ്ഥലത്ത് വണ്ണാൻ(അലക്കുകാരൻ) അടിച്ചോടിച്ച പുണ്ണുപിടിച്ച ഒരു കഴുത നില്ക്കുന്നതായി കണ്ട് സാലമീദ് സംഭ്രമിച്ച് സ്തംഭിച്ചുനിന്നു പോയി. എരുമയുമല്ല, കഴുതയുമല്ല.. ഇത് അവൻതന്നെ സെയ്ബക്ക യുടെ മരുമകൻ!

വെള്ളിയാഴ്ച ജുമുഅ തൊഴുന്ന നേരത്ത് അല്ലാഹ് എല്ലാ ശെയ് ത്താന്മാരെയും മലക്കുകളെയും ജപിച്ച് ചങ്ങലയിൽ കെട്ടിയിടും. തൊഴീ ലിനുശേഷം കെട്ടഴിച്ചു വിടപ്പെടും. ഇത് അവൻ ചങ്ങല പൊട്ടിച്ച് വന്ന തായിരിക്കുമോ?

നാട്ടുകാർ പറയുന്നതിൽ സത്യം ഇല്ലാതില്ല. അവൻ രാത്രി മാത്ര മല്ല പകലും നടമാടാൻ തുടങ്ങിയിരിക്കുന്നു. ഗ്രാമത്തിന് നാശം വന്നു കഴിഞ്ഞു. സാലമീദു ഖുദ്ബാ തൊഴാനായി പോകാൻ ഭയന്ന്, തൊഴീൽ മുടക്കി വീട്ടിൽത്തന്നെ കഴിഞ്ഞു. പുറത്തിറങ്ങിയാൽ കാണുന്നതെല്ലാം വൃത്തികെട്ട മൃഗങ്ങൾ.

“എന്താ ഖുദ്ബാ തൊഴാൻ പോകുന്നില്ലേ?”

“പോകാനായി തുടങ്ങിയതാണെടീ.. മറ്റവൻ നമ്മുടെ വീടിനു മുന്നിൽ എരുമയുടെ കോലത്തിൽ നില്ക്കുന്നു. അടുത്തനിമിഷം നോക്കിയപ്പോൾ വണ്ണാന്റെ കഴുതയായി നില്ക്കുന്നു. പേടിച്ച് വീട്ടിനുള്ളിലേക്ക് വന്നു.

“ബെദരീങ്ങളേ..!”

പതറിപ്പോയ അദ്ദേഹം ബദറുപോരിൽ ഞെരിഞ്ഞമർന്ന രക്തരക്ഷ സ്സുകളായവരെ വിളിച്ച് കാവലിനായി കേണു.

“ദുഷിച്ച ശെത്താന്മാരെ എന്റെ വീട് കീഴടക്കാൻ വരാതെ കാക്ക ണമേ. അവുലിയാക്കളേ.. വലിയതമ്പി മരയ്ക്കാരപ്പാ.. അങ്ങയുടെ ദർഗ്ഗാ

വിലേക്ക് വലിയ പഴക്കുല നേർച്ചയായി കൊണ്ടുവന്നോളാമേ.. ഞങ്ങളെ ഈ ശൈത്താന്റെ പിടിയിൽനിന്നും രക്ഷിക്കണേ..''

സാലമീദും ചെല്ലയ്യനും അവന്റെ നടമാട്ടത്തെ രണ്ടുപേരും തങ്ങളുടെ ദൃഷ്ടിയാൽ കണ്ടകാര്യം നാട്ടിൽ എല്ലാവരുടെയും ചെവിയിലെത്തിച്ചു. സെയ്ബക്കയുടെ വീട്ടിൽ ഇന്നസമയം എന്നില്ലാതെ അന്തിക്കും പാതിരാത്രിയിലും അവളുടെ കുടിലിന്റെ ദ്രവിച്ചുതുടങ്ങിയ കതകുതട്ടി:

"ഫദറൂ.. എന്റെ ഫദറൂ.. കതകു തുറക്ക് ഞാൻ അകത്തുവരട്ടെ."

ഇടയ്ക്കിടെ അവൻ ഇങ്ങനെ വിളിക്കുന്നത് ഓടക്കരത്തെരുവു പെണ്ണുങ്ങളോട് അവൾക്ക് കരഞ്ഞുകൊണ്ട് പറയാതിരിക്കാനായില്ല. അവർക്കും ഇതുകേട്ട് സപ്തനാഡികളും തളരും.

മുറ്റത്തു മൂത്രമൊഴിക്കാൻ വേണ്ടി ദ്രവിച്ച കതക് ഫദറു മെല്ലെ തുറന്നു. ദൂരെ നഗ്നനായി അവൻ നില്ക്കുന്നതുകണ്ട് അവൾ കാറിത്തുപ്പി. സൂക്ഷിച്ചു നോക്കുന്നതിനുള്ളിൽ നഗ്നനായിത്തന്നെ അവൻ കാട്ടിലേക്ക് മറഞ്ഞു. മുറ്റത്ത് ഇരിക്കാതെ വീടിനുള്ളിലേക്കു തിരികെക്കേറി ദ്രവിച്ച കതകിനെ കയറുകൊണ്ട് കെട്ടുന്നതുകണ്ട് സെയ്ബക്കാ ചോദിച്ചു,

"എന്താടീ..മുറ്റത്ത് ഇറങ്ങുന്നില്ലേ?''

"അദ്ദേഹം നഗ്നനായി നില്ക്കുന്നുണ്ടമ്മേ.. കൈകാട്ടി വിളിക്കുന്നു, കണ്ണു കാണിക്കുന്നു, പേടിച്ചുപോയി.''

"ഓതി നെഞ്ചിൽ ഊതിയശേഷം കിടക്ക്. നേരം വെളുക്കട്ടെ. പള്ളിയിൽച്ചെന്ന് മുഅദ്ദീനോട് പറഞ്ഞ് തലപിടിച്ച് ഓതി വെള്ളംകുടിക്കണം. പലായ് മുജീബത്ത് പോകാനായി.''

സെയ്ബക്കാ പഴയചൂല് തേടിയെടുത്ത് വാതിലിൽവെച്ചു. ശെയ്ത്താൻ വീട്ടിൽക്കയറാതിരിക്കാതിരിക്കാനായി.

"വാ ചൂലെടുത്ത് അടിതരാം..''

ഉറക്കത്തിൽ സ്വയമറിയാതെ അവൾ പറഞ്ഞു.

അന്ന്, അവൾ ചൂലെടുത്ത് അടിയടിയെന്ന് അടിച്ച നാണക്കേട് സഹിക്കാൻ വയ്യാതാണല്ലോ അവൻ തൂങ്ങിച്ചത്തത്.

ഓടക്കരത്തെരുവിൽ പള്ളിപ്പുറമ്പോക്കിൽ കുടിൽകെട്ടി ഭൂമിവാടക കൊടുക്കാതെ താമസിക്കുന്ന സെയ്ബക്കായുടെ മരുമകന്റെ ഉപദ്രവത്തെ മുഹല്ലാ(നാട്)യിലെ വാസികളെക്കൊണ്ട് സഹിച്ചിരിക്കാനായില്ല. സ്ത്രീകൾക്ക് ഭയരഹിതരായി തെരുവിലിറങ്ങി നടക്കാൻ സാധിക്കാത്ത അവസ്ഥയിലായി കാര്യങ്ങൾ. പള്ളിത്തെരുവിൽ ചക്കരക്കഞ്ഞിയുണ്ടാക്കി ഗ്രാമത്തിലെ തെരുവുതോറും വിറ്റു നടന്നിരുന്ന ശേഖ്നന്റെ ഭാര്യ ബാധകൂടി ആടാൻ തുടങ്ങി.

നാട്ടുകാർ രണ്ടുതരത്തിൽ സംസാരിക്കാൻ തുടങ്ങി. ശേഖ്നാ ഗ്രാമംതോറും നടന്നു ചക്കരക്കഞ്ഞി വില്ക്കുന്നതിനാൽ ഏതോ ഗ്രാമത്തിലെ 'പിശാച്' ചക്കരക്കഞ്ഞിയുടെ മണം നുകർന്ന് അവന്റെ പിന്നാലെ വന്ന് ഭാര്യയിൽ ആവേശിച്ചിരിക്കാം എന്ന് ഓടക്കരത്തെരുവിലെ ജനങ്ങൾ പറഞ്ഞു. എന്നാൽ അവൾ പേയിളകി ആടുമ്പോൾ വിളിച്ചുകൂവുന്ന പേരുകളെല്ലാം ഗ്രാമത്തിലുള്ളവരുടെ പേരുകളാണെന്ന് മറ്റൊരു കൂട്ടർ.

പള്ളിത്തെരുവിലെ ജനങ്ങൾ ഈ വാക്കുകൾ വിശ്വസിക്കാൻ കൂട്ടാക്കിയില്ല. സെയ്ബക്കയുടെ മരുമകന്റെ നടമാട്ടംതന്നെയാണ് തെരുവിൽ കാണുന്നതെന്ന് അവർ ആണയിട്ടു പറഞ്ഞു. കന്യകകളായ പെൺകുട്ടികൾ വാതിലുകൾ കൊട്ടിയടച്ചുകൊണ്ട് ഒറ്റയ്ക്കിരുന്നു ബീഡി തെറുക്കുമ്പോൾ വാതിലിൽ തട്ടി ശബ്ദം മാറ്റി വിളിക്കുന്നതും പതിവായി. വാതിൽ തുറന്നു നോക്കിയാൽ ആരെയും കാണുകയുമില്ലായിരുന്നു പകരം ഒരു ആടുമാത്രം മുറ്റത്ത് അയവിറക്കിക്കൊണ്ടുനില്ക്കും. അതു നിശ്ചയമായും ഗ്രാമത്തിലെ 'പിശാചല്ല അവൻതന്നെ! സെയ്ബക്കയുടെ മരുമകൻ!'

ശേഖ്നാവിനു നീരസം വന്നുതുടങ്ങി. സഹിക്കാൻവയ്യ. ഭയന്ന് ഭയന്ന്.. ഭയം ജീവനു ഭീഷണിയായി തുടർന്ന്.. എത്രനാൾ ഇതുംകണ്ട് കഴിയും? ബാധയെ ബന്ധിക്കണം. ഇതിനൊരു അവസാനം കാണണം. എന്നുവിചാരിച്ച് തെരുവിൽനിന്ന് ഏകനായിനിന്ന് തെരുവിലെ ജനങ്ങൾ കേൾക്കത്തക്കവണ്ണം ഉറക്കെപ്പറഞ്ഞു: പള്ളിത്തെരുവിലുള്ള മന്ത്രവാദികളെ സമീപിച്ചപ്പോൾ ഓരോരുത്തരും ഓരോകാരണം പറഞ്ഞ് തലയൂരുകയാണ്. ചിലർ ഒളിക്കുന്നു.

സെയ്ബക്കായുടെ മരുമകൻ വൈരാഗ്യം തീർക്കാനാണ് നടക്കുന്നതെന്നു മനസ്സിലാക്കി മറ്റൊരു വഴിയും കാണാതെ ശേഖ്ന വിഷമിച്ചു. ഭാര്യയെ ഒറ്റയ്ക്കു വീട്ടിൽ വിട്ടേച്ച് ചക്കരക്കഞ്ഞി വില്പനയ്ക്കു പോകാൻ വയ്യാതെയും വീട്ടുചെലവിനുള്ള പണമില്ലാതെയും ചോറിനു നാക്കിൽ തൊട്ടുവെക്കാൻ ഉണക്കമീൻ വാങ്ങാൻപോലും വഴികാണാതെയും അയാൾ വിഷമിച്ചു.

ചില സമയത്ത് ഷേഖ്നാവിന്റെ ഭാര്യ ചേലയഴിച്ചിട്ട് തെരുവിൽ വന്നുനിന്ന് തലമുടിപിരിച്ചിട്ട് ആട്ടംതുടങ്ങും.

"വാടാ, ഞാൻ തനിച്ചിരിക്കുമ്പോൾ മാത്രം എന്റെ വീട്ടിൽ നീ വരുന്നല്ലോ. വാ.. ഇപ്പോൾ വാ.. ചേല ഇല്ലാതെയാണു ഞാൻ നില്ക്കുന്നത്. വാ ഇപ്പോൾ വാ.. ചത്താലും നീ എന്നെ വിടില്ലെന്നോ?"

"ഓഹോ ശേഖ്നാവിന് ഇപ്പോൾ സംശയം വന്നുതുടങ്ങി. അവൻതന്നെയാണ് അവളുടെ ദേഹത്ത് കൂടിയിരിക്കുന്നത്. അവൻ ജീവനോടെ ഇരുന്നപ്പോൾ എന്റെ ഭാര്യയുമായി മറഞ്ഞിരുന്ന് കാടിനടുത്തുനിന്ന് സംസാരിക്കുന്നത് ഏഷണിക്കാരി കണ്ടേച്ചുവന്ന് പറഞ്ഞത് ഞാനന്നു വിശ്വസിച്ചില്ല. കുണ്ടണിപ്പാത്തുവിന് തെരുവുതോറും ചെന്ന് കുണ്ടണി പറഞ്ഞ് വിശപ്പിന് എന്തെങ്കിലും കഞ്ഞിയോ മറ്റോ വാങ്ങിക്കഴിക്കുന്നതാണ് പണി. എന്റെ കൈയിൽനിന്നും ചക്കരക്കഞ്ഞി ഓസിനു വാങ്ങിക്കുടിക്കാനായിരിക്കും എന്നു വിചാരിച്ചതിനാൽ അവൾ പറഞ്ഞതൊന്നും അന്നു കാര്യമായിട്ടെടുത്തില്ല. അന്ന് ഭാര്യയെ ചോദ്യംചെയ്ത് ചെവിക്കുറ്റിയിൽ രണ്ടു കൊടുക്കണമായിരുന്നു. അന്നതു കൊടുക്കാത്തതിനാൽ ഉണ്ടായ വിന.

തെരുവുപെണ്ണുങ്ങൾ ഓടിക്കൂടി അവൾ അഴിച്ചിട്ട ചേലയെടുത്ത് അവളെ ഉടുപ്പിച്ചു.

ജമാഅത്തിലെ ചെറുപ്പക്കാർ ചെന്ന് ആവലാതി പറഞ്ഞപ്പോൾ–

"പേയുമില്ല, പിശാചുമില്ല പണിനോക്ക്. വീട്ടിൽച്ചെന്ന് ഖുറാൻ എടുത്ത് വായിക്കാൻ പറയ്." എന്നുപറഞ്ഞ് പരാതിയുമായിച്ചെന്നവരെ ജമാഅത്തുകാർ മടക്കിയയച്ചു.

പരാതിയുമായിച്ചെന്ന ചെറുപ്പക്കാർക്ക് നിരാശയോടെ മടങ്ങിപ്പോരേണ്ടിവന്നു. മുഹല്ലാ(ഗ്രാമം)വാസികൾക്കിടയിൽ ഭയവും അരക്ഷിതത്വവും ഉണ്ടായിക്കൊണ്ടിരിക്കുന്നതിനെച്ചൊല്ലി ജമാഅത്തിലെ അധികാരികൾക്ക് യാതൊരു വിഷമവുമില്ലായിരുന്നു. ജനങ്ങളുടെ അവസ്ഥയെക്കുറിച്ച് അവർക്ക് യാതൊരു ചിന്തയുമില്ലാതായി. ഗ്രാമവാസികളിൽനിന്നും വരിപ്പണം എങ്ങനെ പിരിച്ചെടുക്കാം എന്നതുമാത്രമായിരുന്നു അവരുടെ ചിന്ത. ഇക്കാര്യം ഗ്രാമത്തിലെ ചെറുപ്പക്കാർക്കിടയിൽ സംസാരവിഷയമായി. ഉത്തരവാദിത്വമില്ലാത്ത അധികാരികൾ പള്ളി ഭരണം അടക്കിവെച്ചിരിക്കുന്നതായി മുസ്ലീം മുന്നേറ്റസംഘത്തിലെ ചെറുപ്പക്കാർ ഭിത്തികളിൽ ചെമന്ന മണ്ണുകൊണ്ട് എഴുതി ജനങ്ങളുടെ ശ്രദ്ധയാകർഷിച്ചു.

നാട്ടിൽ മന്ത്രവാദികൾ ആരെയും കാണാനില്ലാതായി. സെയ്ബക്കായുടെ മരുമകന്റെ പ്രേതം അലഞ്ഞുതിരിയുന്നതു കാരണം ചില മന്ത്രവാദികൾ നാട്ടിൽനിന്നുതന്നെ അപ്രത്യക്ഷരായി. അവരുടെ കള്ള മന്ത്രവാദം ഇവിടെ വിലപ്പോവില്ലെന്ന് മുസ്ലീം മുന്നേറ്റസംഘത്തിന് അറിയാമായിരുന്നു.

നാട്ടിലെ മന്ത്രവാദികൾ അപ്രത്യക്ഷരായപ്പോൾ മുസ്ലീം മുന്നേറ്റസംഘം ചെറുപ്പക്കാർ പ്രേതത്തിന്റെ നടമാട്ടം അവസാനിപ്പിക്കാൻ അന്ത്രോത്ത് ബാവയെ വിളിക്കാൻതന്നെ തീരുമാനിച്ചു. ബാവാ താമസിക്കുന്ന സ്ഥലം അറിയാവുന്നവനായ വെട്ടി സെയ്ദഹമ്മദിനെ അയച്ച് അദ്ദേഹത്തെ കൂട്ടിക്കൊണ്ടുവരാൻ വഴിച്ചെലവിനായി പണം പിരിക്കാൻ തുടങ്ങി.

"ഞാൻ അവിടെ എത്തുമ്പോൾ ബാവാ നാട്ടിൽ ഉണ്ടാകണമല്ലോ? ബാവാ വാപ്പ എവിടെയുണ്ടെന്ന് എങ്ങനെ അറിയാം? രാവിലെ ദുബായിൽ ഉണ്ടാകും. ഉച്ചയ്ക്ക് ഖത്തറിലുണ്ടാവും, ഇപ്പോൾ മഗ്‌രിബു സമയത്ത് നിസ്കാരത്തിനായി യമനിലുണ്ടാവും, രാത്രി ഇഷാ തൊഴീലിനായി കോഴിക്കോട്ടുണ്ടാവും. അദ്ദേഹത്തിന് ഊണും ഉറക്കവും ഇല്ല. അദ്ദേഹത്തെ കണ്ടാലേ പേയ്ക്കൾ കടലും കടന്ന് തലതെറിക്കുന്ന വിധം ഓട്ടംപിടിക്കും. പേയിനെ വിരട്ടിപ്പിടിക്കാൻ ഇദ്ദേഹം ഏഴുകടൽ കടന്നു ഞൊടിയിടയിൽ വേണമെങ്കിൽ പോകും. അത്രയ്ക്കും പുണ്യവാനാണ് ബാവ!"

"അങ്ങനെയുള്ള അദ്ദേഹത്തെ ഞാൻ എവിടെച്ചെന്ന് കാണും?"

ഞങ്ങൾക്ക് അതൊന്നും അറിയില്ല. ബാവയെ കൂട്ടിക്കൊണ്ടു വരേണ്ടത് സെയ്ദഹമ്മദു കാക്കായുടെ ഉത്തരവാദിത്വം

"ബാവാ ഏഴുജിന്നുകളുടെ കാവലുള്ളയാൾ! ജിന്നുകളെ ഓരോ ദിക്കിലേക്കും അയച്ചശേഷം ആരുടെ കണ്ണിലുംപെടാതെ ബാവ മറഞ്ഞിരിക്കും. അദ്ദേഹത്തെ ഞാൻ എവിടെച്ചെന്ന് തേടിപ്പിടിച്ചുകൊണ്ടുവരും?" സെയ്ദഹമ്മദ് കൈമലർത്തി.

"കൊണ്ടുവരണം. സെയ്ബക്കയുടെ മരുമകന്റെ അട്ടഹാസം സഹിക്കാനാവുന്നില്ല. പേയ്..നായ..കഴുത..രൂപങ്ങളിൽ വന്ന് ചിലരെ കടിച്ചു.

രാത്രിസമയത്ത് നഗ്നനായി നടക്കുന്നു. അവനെ കൂജയിലടച്ച് ആഴക്കട ലിൽ എറിയണം. അതിന് അന്ത്രോത്ത് ബാവതന്നെ വരണം. നമ്മുടെ നാടിനുവേണ്ടി നിങ്ങൾ ഈയൊരു ഉപകാരം ചെയ്യണം സെയ്ദഹമ്മദ് കാക്കാ..'' അവർ അപേക്ഷിച്ചു.

''നിങ്ങൾ മുസ്ലീം മുന്നേറ്റസംഘത്തിലെ തന്റേടമുള്ള ചെറുപ്പക്കാർ ആവശ്യപ്പെടുന്നതുകൊണ്ട് ഞാൻ പോയി കൂട്ടിക്കൊണ്ടുവരാം. നിങ്ങൾ പേയിനെയും പിശാചിനെയും വിശ്വസിക്കാത്ത പുരോഗമനവാദികൾ. മന്ത്രതന്ത്രങ്ങളിൽ വിശ്വസിക്കാത്തവർ. ഇപ്പോൾ നിങ്ങൾക്ക് വിശ്വാസം വന്നതുകൊണ്ട് എന്തായാലും ഞാൻ പോകാം.

വെട്ടി സെയ്ദഹമ്മദ് പോകാൻ സമ്മതിച്ചതിനാൽ മുസ്ലീം മുന്നേറ്റ സംഘ പ്രതിനിധികൾക്ക് ആകപ്പാടെ ആശ്വാസമായി.

''യാ അള്ളാഹ്! ബാവാ വരാതിരിക്കില്ല. ഇനി സമാധാനമായിരിക്കാം.!''

വെട്ടി സെയ്ദഹമ്മദ് ആദ്യം പോയത് ബാവാ മൂന്നാമത് കല്യാണം കഴിച്ച ഭാര്യയുടെ വീട്ടിലേക്കാണ്.

അവിടെ ബാവ ഇല്ലായിരുന്നു. അണ്ണാമലയിൽ കല്യാണം കഴിച്ച അഞ്ചാമത്തെ ഭാര്യവീട്ടിൽ കണ്ടേക്കാമെന്ന് അയൽപക്കക്കാർ പറഞ്ഞു. ബസുകേറി അവിടേക്കു ചെന്നു. അവിടെയും ഇല്ല.

ബാവാ അല്ലയോ, ഒരു സ്ഥലത്തും സ്ഥിരമായി നില്ക്കാത്തയാൾ! പോകുന്ന സ്ഥലത്തെല്ലാം നിക്കാഹ് കഴിച്ചിട്ട് അവിടെ ഒന്നുരണ്ടു മാസം താമസിച്ചിട്ട് അവളെ 'മുത്തലാഹ്' ചൊല്ലിയിട്ട് മറ്റൊരിടത്തേക്കു പോകും. ബാവാമാർക്ക് നിയമമനുസരിച്ച് അങ്ങനെ ആകാം. ആരും കുറ്റം പറയില്ല എന്നത് മമ്മാലിക്ക് നന്നായറിയാം. നിത്യവൃത്തിക്കായി മറ്റു വഴികാണാതെ തങ്ങളുടെ വേഷത്തിൽ നാടുതോറും വലംവെച്ച മമ്മാലി തന്ത്രപൂർവ്വം വെട്ടി സെയ്ദഹ്മദിനെ അനുയായിയാക്കി സ്വീകരിച്ചു. പോകുന്ന സ്ഥല ങ്ങളിലെല്ലാം മമ്മാലിക്ക് അനുയായികളുണ്ട്. ഈ ശിഷ്യന്മാരെല്ലാംകൂടി അതതു പ്രദേശങ്ങളിൽ അയാളുടെ മഹത്ത്വം പുകഴ്ത്തിപ്പറഞ്ഞു നടക്കും.

വെട്ടി സെയ്ദഹമ്മദിനെ തങ്ങൾക്ക് വളരെ ഇഷ്ടപ്പെട്ടു. ബാവാ ആദ്യമായി നാടുവിട്ടുപോയതിനുശേഷവും ബാവയുടെ മഹത്ത്വത്തെ ക്കുറിച്ച് വെട്ടി പറഞ്ഞു നടന്നു. ബാവാ പോകുമ്പോൾ മാളികവീട്ടിലെ ഫക്കീർ റാവുത്തർ മുതലാളി ബാവാക്കൾക്ക് ഉപഹാരമായി നല്കിയ തുകയിൽ ഒരു ചെറിയ പങ്ക് കവറിനുള്ളിലിട്ട് ആരും കാണാതെ സെയ്ദ്ഹമ്മദിന്റെ പോക്കറ്റിൽ നന്ദിയോടുകൂടി തിരുകിവെച്ചുകൊണ്ടു പറഞ്ഞു:

''നമ്മുടെ മഹത്ത്വം നീ നാട്ടിലെല്ലാം പ്രചരിപ്പിക്കണം.''

''പ്രചരിപ്പിക്കാം തങ്ങളേ..''

വെട്ടി സമ്മതിച്ചു.

ബാവാ പോയതിനുശേഷം സെയ്ബക്കായുടെ മരുമകൻ നാട്ടിൽ നടമാടാൻ തുടങ്ങിക്കഴിഞ്ഞു. പലരുടെ കണ്ണിലും അയാളുടെ നടമാട്ടം ദൃശ്യമായി.

ജനങ്ങളുടെ സംശയം ബലമായി.

ശരിയായ ബാവാതന്നെയാണോ? അതോ ശരിയായ മന്ത്രവാദി

യാണോ? മനസ്സിലാക്കാനായി ചെറുപ്പക്കാരെല്ലാംകൂടി സൈക്കിളിൽ തെരുവിലൂടെ പാഞ്ഞുവന്ന വെട്ടി സെയ്ദ്ഹമ്മദിനെ പിടിച്ചുനിർത്തി. ഒരാൾ സെയ്ദ്ഹമ്മദിന്റെ മടിക്കുത്തിൽ പിടിച്ച് ചോദിച്ചു:

"പറയെടാ, ബാവാ മന്ത്രവാദിയാണോ? ഇപ്പോഴും സെയ്ബക്കായുടെ മരുമകന്റെ നടമാട്ടം കാണുന്നല്ലോ?"

"എനിക്കെന്തറിയാം? വിളിച്ചോണ്ടു വരാൻ പറഞ്ഞു, കൊണ്ടുവന്നു. അത്രമാത്രം."

അവൻ, സൈക്കിൾ വേഗത്തിൽ ഓടിച്ച് അവരുടെ പിടിയിൽ നിന്നും രക്ഷപ്പെട്ടു.

"എടാ.. അവനോട് സംസാരിച്ചിട്ട് കാര്യമില്ല. സെയ്ബക്കായുടെ കുടില് ഉള്ളതുകൊണ്ടല്ലേ അവന്റെ നടമാട്ടം ഇവിടെയുള്ളത്. വരീനെടാ.. അവളുടെ കുടില് ഇന്നുതന്നെ പൊളിച്ചെറിയണം. അവളെ ഈ തെരുവിൽനിന്നും ഓടിക്കണം."

ഇതു പറഞ്ഞതും ചെറുപ്പക്കാരും വൃദ്ധരും കുട്ടികളുമെല്ലാംകൂടി കുതിച്ചിറങ്ങി. സെയ്ബക്കയുടെ കുടില് പൊളിച്ചെറിയാൻ ജാഥയായി ആരവത്തോടെ അവർ പുറപ്പെട്ടു.

അന്നേരം സെയ്ബക്കാ കുടിലിൽ ഇല്ലായിരുന്നു. ഇരക്കാനായി പുറത്തെങ്ങോ പോയിരിക്കുകയായിരുന്നു. ആവേശത്തോടുകൂടി അലകടൽപോലെ വന്ന ചെറുപ്പക്കാർ കുടിലിന്റെ കാലുകൾ ആഞ്ഞു പിഴുതെടുത്തു. വീടിനുള്ളിൽ മാൽ പൂർത്തിയാക്കിക്കൊണ്ടിരുന്ന ഫദറു കുടിലിന്റെ കാൽ ഇളകിയാടുന്നതുകണ്ട് ഭൂമികുലുക്കമായിരിക്കുമെന്നു വിചാരിച്ചു പേടിച്ച് പുറത്തേക്ക് കുതിച്ചു.

കൺമുന്നിൽ വീറോടെ നില്ക്കുന്ന ചെറുപ്പക്കാർ!

"ഇതെന്ത്?"ഫദറു നടുങ്ങിക്കൊണ്ടു ചോദിച്ചു.

"നിന്നെത്തേടിത്തന്നെയാണ് നിന്റെ കെട്ടിയവൻ പേയായി വരുന്നത്."

ഒരു ശബ്ദം ഉയർന്നു കേട്ടു:

"പിരിച്ചെറിയെടാ.."

ഞൊടിയിടയിൽ കുടിൽ നിലംപരിശായി.

കുമിഞ്ഞുകിടന്ന പഴയ ഓലയിൽ കൂട്ടത്തിലൊരാൾ തീപ്പെട്ടിയുരച്ച് എറിഞ്ഞു. സെയ്ബ്ക്കായുടെ കുടിൽ കത്തിയെരിഞ്ഞു. ഉയർന്നുപൊങ്ങിയ അഗ്നിയുടെ നാവുകളിൽ സെയ്ബക്കായുടെ മരുമകന്റെ ആത്മാവ് കൂടുംനാടും വിട്ട് പുകപടലങ്ങൾക്കിടയിലൂടെ മുകളിലേക്ക് പറന്നു, ദിശയറിയാതെ. പോകാൻ ഇടമില്ലാതെ.. വായുമണ്ഡലത്തിൽ ആ ആത്മാവു വട്ടംകറങ്ങി.

ഒരുപിടി ചാരമായി മാറിയ കുടിലിനെ നോക്കി ഫദറു വിമ്മിപ്പൊട്ടിക്കരഞ്ഞു.

"ഞങ്ങൾ പാവങ്ങൾ! ഇനി എവിടെ തലചായ്ക്കും?"

ഇരുപത്തി അഞ്ച്

കാട്ടിനുള്ളിൽ ഒരു പെണ്ണിന്റെ ശവം കിടക്കുന്നതായി നാട്ടിൽ വർത്തമാനം. ആരു പ്രസവിച്ച കുട്ടിയാണോ? ദുർഗ്ഗന്ധം വമിക്കുന്നതിനാൽ ആരും അടുക്കലേക്കു ചെല്ലാൻ തയ്യാറായില്ല. ചെമന്ന ചേലയുടുത്ത ജഡമായതിനാൽ സ്ത്രീയാണെന്നു തിരിച്ചറിഞ്ഞു. കല്യാണം കഴിഞ്ഞവളാണോ? കല്യാണമാകാത്തവളാണോ? കന്യകയാണോ? വൃദ്ധയാണോ? അരികിൽ ചെല്ലാനാവാത്തതിനാൽ മരയ്ക്കാൻ തെരുവിലേതാണോ പള്ളിത്തെരുവിലേതാണോ അതോ റാവുത്തർ തെരുവിലേതാണോ? കുടിലിൽ കഴിയുന്നതോ, അന്യദേശക്കാരിയോ? എന്നൊക്കെയുള്ള ചോദ്യങ്ങൾ എങ്ങും നിഴലിച്ചു.

ദല്ലാൾ മീരാസാ കറുപ്പനെയും കൂട്ടി ബീമാക്കയുടെ വീട്ടിലേക്കു പോയപ്പോഴെല്ലാം വീടിന്റെ വാതിൽ കയറുകൊണ്ട് കെട്ടപ്പെട്ട് അടഞ്ഞുകിടക്കുകയായിരുന്നു. കറുപ്പൻ കൈയിൽ ചുണ്ണാമ്പു കരണ്ടം വാച്ചും കെട്ടി, പറപറന്ന തലമുടിയിൽ പച്ചത്തേങ്ങായെണ്ണ തേച്ചു മുടിചീകി, കോടിമുണ്ടുടുത്തു പുതുമാപ്പിളയുടെ ഒരുക്കങ്ങളോടെ, ദല്ലാൾ മീരാസാവിന്റെ പിന്നാലെ വാലുപോലെ നടന്നു. പറഞ്ഞപ്രകാരം കല്യാണദിവസം അടുത്തുവന്നു.

"ബായ് വരുമ്പോഴെല്ലാം വീടിന്റെ വാതിൽ അടഞ്ഞാണല്ലോ കിടക്കുന്നത്. വീട്ടിൽ ആളുണ്ടോ ഇല്ലയോ എന്ന് അറിയില്ല. ഇതല്ലെങ്കിൽ മറ്റൊന്നു നോക്കിക്കൂടേ? പറഞ്ഞപ്രകാരം സ്ത്രീധനപ്പണവും ദല്ലാൾപ്പണവും നിങ്ങളുടെ കൈയിൽ തന്നല്ലോ."

"നീ സങ്കടപ്പെടാതെ. ഇവളല്ലെങ്കിൽ ഇവൾക്കും മേലെയായവൾ ഉണ്ട്. നാട്ടിൽ പെണ്ണിനാണോ പഞ്ഞം? മിണ്ടാതെ വാടോ എന്റെ പിറകെ."

കറുപ്പൻ വിറകുവെട്ടാൻ പോകാത്തതിനാൽ അവൻ കൈച്ചെലവിന് പണമില്ലാതെ പല്ലുംകടിച്ചു നടന്നു.

കല്യാണദിവസം അടുത്തുവന്നതിനാൽ കറുപ്പൻ ദല്ലാൾ മീരാസാവിനെ ശല്യപ്പെടുത്തിക്കൊണ്ടിരുന്നു. അവന്റെ ശകാരം സഹിക്കാനാവാതെ നടക്കുമോ ഇല്ലയോ എന്നു തീരുമാനം അറിയാനായി ബീമാക്കയുടെ കുടിലിന്റെ വാതുക്കൽച്ചെന്ന് മീരാസാ തട്ടുമ്പോൾ വൈകുന്നേരം ഇരുട്ടു പരന്നുതുടങ്ങിയിരുന്നു. ദ്രവിച്ചുതുടങ്ങിയ വാതിൽ തുറന്നതേയില്ല. മൂക്കിൽ വിരൽവെച്ച് എവിടെയായിരിക്കും ഈ ഉമ്മയും മകളും പോയിട്ടുണ്ടാവുക? എന്ന് ആലോചിച്ചുകൊണ്ട് നിന്ന അയാളുടെ ആലോചന ഒരെത്തുംപിടിയും കിട്ടാതെ നിന്നുപോയി.

ദല്ലാൾ മീരാസാ പോകുന്ന സ്ഥലത്തെല്ലാം അയാളുടെ പിന്നാലെ അലഞ്ഞലഞ്ഞ് കറുപ്പൻ ഇട്ടിരുന്ന ഷർട്ട് വിയർപ്പിൽ നനഞ്ഞുകുതിർന്നു. പൂശിയിരുന്ന വിലകുറഞ്ഞ അത്തറിന്റെ സുഗന്ധവും ദുർഗ്ഗന്ധമായിത്തുടങ്ങി. വസ്ത്രത്തിൽനിന്ന് വിയർപ്പിന്റെ പുളിച്ചഗന്ധം ഉയർന്നുതുടങ്ങി. ദല്ലാൾ മീരാസാവിനു അവനരികിൽ മൂക്കുംകൊണ്ട് നില്ക്കാനായില്ല.

പൊറുക്കാനാവാത്ത കൂത്താണിത്. ദല്ലാൾക്ക് കോപം സഹിക്കാനായില്ല.

"നന്നായിരിക്കുന്നു. ഇനി നീ എന്റെ പിന്നാലെ വരണ്ട. അവളല്ലെങ്കിൽ മറ്റൊരുത്തിയെ നോക്കി നിന്നെക്കൊണ്ട് ഞാൻ കെട്ടിക്കും. കെട്ടിച്ചശേഷം മാത്രമേ നീ തരേണ്ട പണത്തെ ഈടാക്കാൻ ഞാനിനി വരൂ. നീ പഴയതുപോലെ വിറകുകടയിൽപോയി വേലചെയ്യ്."

ഇതും പറഞ്ഞ് തിരിഞ്ഞുനോക്കാതെ ദല്ലാൾ മാരാസാ ഒറ്റനടത്തം നടന്നു, പള്ളി നോക്കി.

"നിസ്കാരത്തിനു സമയമായി."

മീരാസാ പോയ വഴിനോക്കി ബീമാക്കയുടെ വീടിന്റെ മുന്നിൽനിന്ന കറുപ്പൻ പോക്കറ്റിൽനിന്ന് ഒരു ബീഡിയെടുത്ത് കത്തിച്ച് പുക മുകളിലേക്കു ഊതിവിട്ടു. കറങ്ങിക്കറങ്ങിപ്പോകുന്ന പുകയിൽ അവന്റെ ചിന്തകളും ചുരുൾച്ചുരുളുകളായി ചുരുണ്ടു പുകയിൽക്കലർന്ന് ആകാശം നോക്കി ഉയർന്നു. പിന്നെ നിരാശയോടെ മെല്ലെ തിരിഞ്ഞു. കാലത്തിന്റെ പോക്കിൽ കബളിപ്പിക്കപ്പെട്ടവനായി അയാൾ നടന്നു.

"അവൻ ആ മീരാസാ..തന്നെ കബളിപ്പിച്ചുകളഞ്ഞതാണോ?"

തട്ടിപ്പുകാരൻ തന്നെയാണ്. ഇവിടെ നട്ടാൽ അവിടെ മുളയ്ക്കുന്ന മിടുക്കൻ!

പഴയസൈക്കിൾ വാങ്ങിത്തരാമെന്നു പറഞ്ഞ് കൊടുത്തപണം വിഴുങ്ങി ഏമ്പക്കംവിട്ട മിടുക്കൻ ആസാമി! എന്നിട്ടും വിവാഹമോഹം നിമിത്തം അവനെ വിശ്വസിച്ചുപോയി.

കാട്ടിനുള്ളിൽ ഒരു പെണ്ണിന്റെ ശവം കിടക്കുന്നുണ്ടെന്നു നാട്ടിലുള്ളവർ പറയുന്നതുകേട്ടു. എത്തിനോക്കിയാലോ? അവളായിരിക്കുമോയെന്ന് അവന്റെ മനസ്സിൽ സംശയം ഉരുണ്ടുകൂടി. ഒന്നു നോക്കിയാലോ..?കാടുനോക്കി അവൻ മെല്ലെ ചെന്നു. കാടിനരുകിലെത്തിയില്ല. ദൂരെനിന്നുതന്നെ ഉടങ്കാട്ടിലേക്കുള്ള ദിക്കിൽനിന്നും വീശിയടിച്ച അന്തിക്കാറ്റിൽ അഴുകിയ ശവത്തിന്റെ ദുർഗ്ഗന്ധം അവന്റെ മൂക്കിൽ തുളച്ചുകയറി. ദുർഗ്ഗന്ധം സഹിക്കാനാവാതെ മൂക്കുപൊത്തിക്കൊണ്ട് അവൻ തിരികെ നടന്നു.

അവൾതന്നെയായിരിക്കുമോ? അവന് ആകെ സംശയം. ബീമാക്കയുടെ ദ്രവിച്ച കുടിലിൽ ഇപ്പോൾ ആളനക്കം ഇല്ല എന്ന് തോന്നുന്നു. ഉമ്മയും മകളും എവിടെ പോയിരിക്കും? അയൽപക്കത്തുള്ളവരുടെയൊന്നും മുഖത്ത് സംശയത്തിന്റെ യാതൊരു ലക്ഷണവും കാണുന്നുമില്ല. ദുഃഖമുഖവും അല്ലല്ലോ? ഉമ്മയുടെ പീഡനം താങ്ങാനാവാതെ തന്നെ വിവാഹം കഴിക്കാൻ ഇഷ്ടമല്ലാത്തതിനാൽ ഇനിയൊരുപക്ഷേ അവൾ ജീവനൊടുക്കിയതായിരിക്കുമോ? അധികം ആളുകളുടെ നടമാട്ടമില്ലാത്ത കാട്ടിനുള്ളിൽ ഇരുട്ടുനിറഞ്ഞ ഭാഗം, അതിനാലാവുമോ അവൾ അവിടം തിരഞ്ഞെടുത്തിട്ടുണ്ടാവുക? ചിന്തകൾ വാട്ടിയ മുഖത്തോടുകൂടി വിറകുകട നോക്കി അയാൾ നടന്നു.

"എന്താടാ.. വാടാ.. കറുപ്പാ.." വിറകുകടയിലെ മുതലാളി വിളിച്ചു.

കറുപ്പന്റെ മുഖം ഇരുണ്ടു. കവിളത്ത് ഓങ്ങിയടിക്കുന്നതുപോലെ

അവൻ പറഞ്ഞു:

"ഞാൻ ഇപ്പോൾ കറുപ്പനല്ല, അബ്ദുൾ മജീദ് ബായ്."

"എന്താടാ പറയുന്നത്?"

"അതെ, ഞാൻ ഇപ്പോൾ സായിപ്പ് ആയിമാറി."

ഉടുപ്പിന്റെ പോക്കറ്റിൽനിന്നും ഒരു വെള്ളത്തൊപ്പി എടുത്തു കാട്ടിക്കൊണ്ട് അവൻ പറഞ്ഞു:

"ഇതാ നോക്ക്"

ദല്ലാൾ മീരാസാ വെച്ചുകൊടുത്ത തൊപ്പി!

"ഇനി എന്നെ വാടാ പോടാ എന്നൊന്നും വിളിക്കരുത്. വരണം ബായ്, പോണം ബായ് എന്നൊക്കെയേ പറയാവൂ. മനസ്സിലായോ?"

സുന്നത്തുചെയ്ത ഏഴാമത്തെ ദിവസം പൈപ്പിന്റെ അടിയിൽ കുളിച്ചശേഷം കോടി ഉടുപ്പിച്ചു വന്നവനെ പേരിട്ട്, മോതിൻ പള്ളിയിൽവെച്ച് ഇസ്ലാമിന്റെ മൂലമന്ത്രമായ ഖലിമാ ചൊല്ലിക്കൊടുത്തപോലെ വായിൽ വഴങ്ങാതെ അറബിപ്പദങ്ങളെ എങ്ങനെയൊക്കെയോ "അഴകൊഴാന്നു" ചൊല്ലിയൊപ്പിച്ചവൻ. മുഅദ്ദീൻ ചൊല്ലിക്കൊടുത്ത ഖലിമാ വാചകത്തിൽ ഒന്നുരണ്ടുചൊല്ലുകൾ അവൻ ഓർമ്മയിൽനിന്നും പെറുക്കിയെടുത്ത് വിറകുകടയിലെ മുതലാളിയെ കേൾപ്പിച്ചു. "സൂലുള്ളാ!"

തൊപ്പി തലയിൽ കമിഴ്ത്തി പള്ളിക്കുനേരെ നെഞ്ചുവിരിച്ചു ധൈര്യത്തോടെ നടന്നവന് പെട്ടെന്ന് വഴിയിൽവെച്ചൊരു സംശയമുണ്ടായി.

അബ്ദുൾ മജീദ് റാവുത്തർ ആണോ, അബ്ദുൾ മജീദ് മരയ്ക്കാർ ആണോ? ചോദിച്ചാൽ എങ്ങനെ പേര് പറയേണ്ടതെന്ന് അറിയാൻ വയ്യാതെ ആകെ ഒരു വെപ്രാളം.

സംശയിച്ച് വഴിയിൽനിന്നുപോയ കറുപ്പനെ കണ്ടപ്പോൾത്തന്നെ,

"വരണം അബ്ദുൾ മജീദ് ബായീ.." എന്നു പള്ളിമുറ്റത്തു നില്ക്കുകയായിരുന്ന ദല്ലാൾ മീരാസാ സ്വീകരിച്ചു.

"ഇവൻ വിറകുവെട്ടുകാരൻ കറുപ്പനല്ലേ.."

"അത് ഇന്നലെ. ഇന്നിവൻ അബ്ദുൾ മജീദ് ബായി.. ഞാൻ നൂറുകണക്കിന് ആൾക്കാരെ ഇസ്ലാമിൽ ചേർത്തു സുന്നത്ത് ചെയ്യിച്ച് നാട്ടിൽനിന്നുതന്നെ നിക്കാഹ് ചെയ്തുകൊടുത്ത്, എത്രയോ കുമാരികളെ ഇറക്കിവിട്ടിരിക്കുന്നു" എന്നു വീരവാദം പറയുന്നതു കേട്ടതും അടുത്തുനിന്നിരുന്ന മൊട്ട പട്ടാണി മീരാസാവിന് പ്ലീച്ചെന്ന് ഒരുകൊട കൊടുത്തു.

"അതെയതെ, നീ വന്നവനെയും പോയവനെയും പിടിച്ച് ഇസ്ലാമിൽ ചേർത്ത് നിക്കാഹ് കഴിപ്പിച്ച ലക്ഷണം അറിയാം ഹേ.. പിന്നീട് ആ പെൺകുട്ടികളുടെ അവസ്ഥ എന്തായി? എല്ലാവന്മാരും പെൺസുഖം അനുഭവിച്ചിട്ട് ഒന്നുരണ്ടു കുഞ്ഞുങ്ങളെയും കൊടുത്തിട്ട് ഒഴിഞ്ഞു പോയി. പെണ്ണുങ്ങൾ ജീവിക്കാനാവാതെ.. അവരൊക്കെ നടുത്തെരുവിൽക്കിടക്കുന്നു. ഒരു ചെക്കനെങ്കിലും കുടുംബം നടത്തുന്നവനുണ്ടോ? വലിയ വീരത്വം പറഞ്ഞുനടക്കുന്നു. നൂറുകണക്കായവരെ ഇസ്ലാമിലേക്കു കൊണ്ടുവന്നെന്ന്! മഹാപാപി! പെൺശാപം തന്നെയൊന്നും വെറുതെവിടില്ലെടോ. നിന്റെ കുട്ടികൾ ഇതിനൊക്കെ അനുഭവിച്ചു തൊലയും കണ്ടോ."

പട്ടാണി കാർക്കിച്ച് തുപ്പിയിട്ട് പുറപ്പെടുമ്പോൾ പറഞ്ഞു:

"കാട്ടിനുള്ളിൽ ഏതോ ഒന്ന് കിടന്നു നാറുന്നു. എടുക്കാനാളില്ല. അടക്കാനുമാളില്ല.''

മൊട്ട പട്ടാണി പറഞ്ഞത് ഏതോ മയ്യത്ത് നടന്ന വീട്ടിൽ സന്തുക്ക് എടുക്കാൻ വന്ന മൊയ്ദീന്റെ ചെവിയിൽ വീണു. സന്തുക്ക് പിന്നീട് എടുക്കാമെന്നുവെച്ച് അവൻ കാട്ടിനുള്ളിലേക്കു നടന്നു. ബീമക്കായുടെ വീടുവഴി കാട്ടിലേക്കു മൊയ്ദീൻ പോകുമ്പോൾ ബീമക്കായുടെ കുടിലിന്റെ വാതിൽ അപ്പോഴും അടഞ്ഞു കിടക്കുകയായിരുന്നു.

കന്നിബീവി ഉമ്മാ മക്ബറയിൽ (സമാധി) പൗർണ്ണമി മൗലൂദു ഉണ്ടെന്നു അടുത്തവീട്ടിലെ ബീർപാത്തു ബീമായോടു പറഞ്ഞു. കന്നിബീവി ഉമ്മായുടെ പേരിൽ യാസീൻ(ഖുറാൻ അദ്ധ്യായം) ഓതി നേർച്ച കൊടുത്താൽ വിചാരിച്ചതു സാധിക്കുമെന്നും പുണ്യം കിട്ടുമെന്നും ബീമായ്ക്കും അറിയാം.

കന്നിബീവി ഉമ്മായുടെ കരുണയിൽ പെണ്ണിന്റെ മനസ്സു മാറിയാലോ, ദല്ലാൾ മീരാസാവിന്റെ ശല്യം സഹിക്കാനാവുന്നുമില്ല. അപ്പപ്പോൾ വന്ന്, കറുപ്പനു സുന്നത്ത് ചെയ്ത വകയിൽ ചെലവായ പണം ചോദിച്ചു ശല്യപ്പെടുത്തുന്നു. ചോദിച്ചപോലെ പതിനായിരം രൂപ കൊടുത്തു. പിന്നെയും എന്തിനു കൊടുക്കണം? പെണ്ണിന്റെ മനസ്സുമാറി, ദല്ലാൾ മീരാസാ പറഞ്ഞ ചെക്കനു കല്യാണം കഴിപ്പിച്ചു കൊടുത്താൽ ശല്യം തീരുമല്ലോ.

പെണ്ണ് സമ്മതിക്കണമല്ലോ?

രാത്രി ഉമ്മയും മകളും കുടിലിൽ ഉറക്കം വരാതെ ജീവിതത്തിൽ ഉണ്ടായ വേദനകളെക്കുറിച്ച് അയവിറക്കിക്കൊണ്ടിരുന്നപ്പോൾ ബീമാ മകളോടു പറഞ്ഞു:

"മോളേ, ഇന്നു ബുധനാഴ്ച. നാളെ വ്യാഴം. നാളെ നേരം വെളുക്കുമ്പോൾ നമുക്ക് കന്നിബീവി ഉമ്മായുടെ സമാധിയിൽച്ചെന്ന് നമ്മുടെ ജീവിതത്തിലെ വേദനകൾക്ക് ഒരു പരിഹാരമുണ്ടാക്കിത്തരാൻ പറയാം."

അല്പനേരത്തെ മൗനത്തിനു ശേഷം പോകാം എന്ന് അവളും സമ്മതിച്ചു. രണ്ടുപേരും പുലർച്ചയ്ക്കുള്ള ബസിൽക്കയറി കന്നിബീവി ഉമ്മയുടെ സമാധിയിൽ ചെന്നു. അവിടെ വണ്ടിയിറങ്ങുമ്പോൾ ശരീരത്തിലെ തൊലി നക്കിയെടുക്കുന്നതുപോലുള്ള നട്ടുച്ച തീവെയിൽ. കാടിനടുത്തായതിനാൽ അധികം ആൾക്കാർ ഉണ്ടായിരുന്നില്ല.

അവിടെ ഒരേയൊരു പെണ്ണുമാത്രം തനിച്ചിരിക്കുന്നുണ്ടായിരുന്നു. ദർഗ്ഗാവിന്റെ പുറത്തുള്ള ഓടിട്ട ചായ്പ്പിൽ, ഒരു ഒതുങ്ങിയസ്ഥലത്ത് തലയിൽ തുണിയിട്ടുകൊണ്ട് ബീമയും മകളും ഓതി ദുവ്ആ ചെയ്തുകൊണ്ടിരുന്നപ്പോൾ അല്പമകലെ ചെമന്നചേല ഉടുത്തിരുന്ന ആ പെണ്ണ് കണ്ണീർതൂകി അമ്മയോടു യാചിച്ചുകൊണ്ടിരുന്നത് ഇവരുടെ ശ്രദ്ധയിൽപെട്ടു. തല നിവർത്താതെ കുനിഞ്ഞ് ഇരിക്കുകയായിരുന്ന ആ സ്ത്രീയെത്തന്നെ നൂർ ശ്രദ്ധിച്ചുനോക്കി ഇരുന്നു.

അവൾ എന്തിനാവാം കണ്ണീർ തൂവുന്നത്? കൂട്ടിന് ആരും കാണില്ലേ?

ഒറ്റയ്ക്ക് ഈ കാട്ടിനുള്ളിലെ ദർഗ്ഗാവിൽ വന്നിരിക്കുന്നല്ലോ? ഭയമില്ലായിരിക്കുമോ? കന്നിബീവി ഉമ്മായുടെ സംരക്ഷണം ഉണ്ടാകുമെന്ന ധൈര്യമായിരിക്കുമോ?

"മോളേ.. വന്നതുവന്നു. ഏഴുദിവസം യുദ്ധസമാധിയിലിരിക്കുന്ന ഈ കന്നിബീവി ഉമ്മായുടെ അടുക്കൽ നമുക്കു താമസിച്ച് ഓതിത്തൊഴുത് ഉറങ്ങിയെണീറ്റ് വീട്ടിലേക്കുപോകാം എന്താ? വീട്ടിൽ കള്ളൻ കയറിയാൽത്തന്നെ എടുത്തോണ്ടുപോകാൻ എന്തിരിക്കുന്നു? രണ്ടുമൂന്നു മൺചട്ടിയും രണ്ടു കീറപ്പായും. കൊണ്ടുപോകുന്നെങ്കിൽ കൊണ്ടുപോട്ടെ."

അമ്മാ പറഞ്ഞതു പ്രകാരം മകൾ ഏഴുദിവസം അവിടെ താമസിച്ച് ഉറങ്ങിയെണീറ്റ് പോകാമെന്നു സമ്മതിച്ചു. ഇവിടെയെങ്കിലും മനസ്സിനു സമാധാനം കിട്ടട്ടെ. തന്റെ ആവശ്യങ്ങളെ കന്നിബീവി ഉമ്മാ ഏല്ക്കുമെന്നും തനിക്ക് ഒരുനല്ല വരനെ കിട്ടുമെന്നും അവൾ വിശ്വസിച്ചു പ്രാർത്ഥിച്ചു.

"ആ കാഫീറിന്റെ കൈയിൽനിന്നും എന്നെ രക്ഷിക്കണേ തായേ..! കന്യകമാരിൽ ദയയുള്ള തായേ.. കൺമണിയായ തായേ..!"

മാനത്ത് സൂര്യൻ ചാഞ്ഞു. അന്തിവാനം ചുവന്നുതുടുത്തു. ദർഗ്ഗായിൽ വിളക്കുവെക്കുന്ന സമയം. ആ ചെമന്ന ചേലക്കാരി പെണ്ണ് ഇരുന്നിരുന്ന സ്ഥലത്ത് വിളക്കിന്റെ പ്രകാശം എത്തിയില്ല. അവൾ കുനിഞ്ഞ തലയുമായി അവിടെത്തന്നെയിരുന്നിരുന്നു. കാഴ്ചയിൽ സ്വയം ഉപേക്ഷിക്കപ്പെട്ടവളെപ്പോലെ അവൾ തോന്നിച്ചു.

വൈകുന്നേരം നിസ്കാരത്തിനുശേഷം മൗലിദ് മജിലീസിലേക്ക് (സഭയിലേക്ക്) ചില ആളുകൾ വന്നുകൂടി. മൗലൂത്ത് ഓതി കഴിഞ്ഞതിനുശേഷം ദുവ്ആയ്ക്കുശേഷം പൂന്തി നേർച്ച. കന്നിബീവി ഉമ്മാ തായുടെപേരിലുള്ള പ്രത്യേക ദുവ്ആയ്ക്കുശേഷം പൂന്തി നേർച്ച.. അതിനുശേഷം കൂടിയിരിക്കുന്ന ആൾക്കാരുടെ വേദനയും ദുഃഖങ്ങളും മാറാനായി പ്രാർത്ഥന. ദുവ്ആയ്ക്കുശേഷം പൂന്തി നേർച്ച.

ധനസ്ഥിതിയുള്ള വീടുകളിലെ ചില സ്ത്രീകൾ ആടിനെ വെട്ടി നെയ്ച്ചോറു നേർച്ചകൊടുക്കാൻ നേർന്നിരുന്നു. പൊതുവായി ആരും നേർച്ചകൊടുക്കുന്നതിനെപ്പറ്റി വെളിപ്പെടുത്താറില്ല. ആവശ്യമുള്ള സാധനങ്ങൾ വാങ്ങി ദർഗ്ഗാ നിർവ്വാഹകരെ ഏല്പിച്ചാൽ മതിയാകും. തങ്ങളുടെ കുറവുകൾക്കു നിവൃത്തിതേടി വരുന്നവരിൽ പലരും കരഞ്ഞുകരഞ്ഞാണ് ആമീൻ ഓതാറുള്ളത്.

ആ പെണ്ണ് മൗലിദ് മജ്ലീസൂവിൽ വന്നില്ലെന്നു മാത്രമല്ല ഇരുന്നിടം വിട്ട് അനങ്ങിയതേയില്ല. അവളുടെ കണ്ണുകൾ കലങ്ങിച്ചെമന്നിരുന്നു. ഉണങ്ങിയ കവിളുകളിൽ കണ്ണീർ വാർന്നതടങ്ങൾ കാണപ്പെട്ടു.

മൗലിദ് ഓതിക്കഴിഞ്ഞതും കൂടിയിരുന്ന എല്ലാവരും ദർഗ്ഗാവിൽ നിന്നും പോയിക്കഴിഞ്ഞ സമയം നോക്കി നൂർ അവളുടെ അരുകിൽ ച്ചെന്നു.

"എന്താ താത്താ(അക്കാ) തനിച്ചാണോ?"

അതെയെന്നു അവൾ തലയാട്ടി.

"കൂടെ ആരും വന്നില്ലേ?"

"ഞാൻ ഒറ്റപ്പെട്ടവൾ."

"കുഞ്ഞുങ്ങളൊക്കെ?"

"ഭർത്താവിനാൽ ചവുട്ടി വെളിയിലാക്കി, കൈയൊഴിയപ്പെട്ടവൾക്ക് ഏതു കുഞ്ഞുങ്ങൾ?"

"വീട്?"

ഉത്തരം ഉണ്ടായില്ല.

"ഇവിടെ എപ്പോഴാണു വന്നത്?"

"ഒരു മാസം ആയി."

"നിങ്ങളുടെ ഭർത്താവ് എവിടെ?"

"ജീവിച്ചിരിപ്പുണ്ടോ? മരിച്ചോ എന്നറിയില്ല കന്നിബീവി ഉമ്മായുടെ ഇരിപ്പിടത്തിൽ വന്ന് കരഞ്ഞിട്ടും പ്രയോജനമില്ല. ഇനി ആശ്രയിക്കാൻ മറ്റാരുമില്ല. ഈശ്വരൻപോലും എന്നെ കൈവിട്ടു, കരഞ്ഞുവിളിച്ചിരക്കാൻ എന്റെ കണ്ണീരുപോലും വറ്റിയിരിക്കുന്നു. പിതാവില്ലാത്ത എന്നെ ഒരു ബ്രോക്കറെ വിശ്വസിച്ച്, അവൻ കൊണ്ടുവന്ന ഒരുത്തനെക്കൊണ്ട് ഉമ്മ കല്യാണം കഴിപ്പിച്ചു, പുരനിറഞ്ഞു നില്ക്കുന്നു എന്ന അപവാദം തീർക്കാൻ. ഒരുകൊല്ലം അയാൾ എന്റെ കൂടെ കഴിഞ്ഞു. കാരണമില്ലാതെ ഒരു അന്യായമായ പെരുംകുറ്റം എന്റെമേൽ ചാർത്തിയിട്ട് തലാഖ്.. തലാഖ്.. തലാഖ്.. എന്നു മൂന്നു പ്രാവശ്യം ചൊല്ലിയിട്ട് "നിന്നെ എനിക്കു വേണ്ടെടീ.." അവന്റെ കൂടെ പോടീ എന്നുപറഞ്ഞിട്ട്, ഇറങ്ങിപ്പോയ ആളാണ്. എനിക്ക് ഒരു ഗതിയുമില്ല. ഉമ്മയും മയ്യത്തായി (മൗത്തായി). ജീവിക്കാൻ മറ്റു വഴികളൊന്നുമില്ലാതെ ഗതികെട്ടവളായി നില്ക്കുന്നു. എനിക്കുമുന്നിൽ ഒരേ കൂരിരുട്ട്. ഉടുത്തിരിക്കുന്ന ഈ ഒരു പഴന്തുണി മാത്രമാണു ഗതി."

കീറിയ ഭാഗത്തെല്ലാം ആയിരംചുവപ്പു തയ്യലിട്ട ശിവപുരം ചേല.

അവൾ പറഞ്ഞതു കേട്ട നൂർ ഇടിവെട്ടേറ്റപോലെ ഇരുന്നു.

എനിക്കും ബ്രോക്കർ തന്നെയാണ് വരനെ അന്വേഷിച്ചുകൊണ്ടുവന്നിരിക്കുന്നത്.

ഇരുപത്തി ആറ്

കന്നിബീവി ഉമ്മയുടെ ദർഗ്ഗയിൽ ഉത്തമവരനെ കിട്ടാനായി ഏഴു നാളത്തെ പ്രാർത്ഥനയ്ക്കുശേഷം തിരികെയെത്തിയ അവൾ കുടിലിലെ വാതിലിന്റെ കെട്ടഴിച്ചു. വാതിലിന്റെ കെട്ടഴിക്കുമ്പോൾ അടുത്ത കുടിലിൽ താമസിക്കുന്ന പാത്തുമുത്തു പറഞ്ഞാണ് ബീമാ കാട്ടിനുള്ളിൽ ചുവന്ന ചേലചുറ്റിയ ഒരു പെണ്ണിന്റെ ജഡംകിടക്കുന്നതിനെപ്പറ്റി അറിഞ്ഞത്. ഇതറിഞ്ഞപ്പോൾ ആകാശത്തുനിന്ന് ഒരു വെള്ളിടി നെഞ്ചിലേക്ക് വീണതുപോലെ ബീമാ നടുങ്ങിനിന്നുപോയി. തൂറാൻമുട്ടിയിട്ട് കാട്ടിൽ

ഓടിപ്പോയ നൂർ ഓടിപ്പോയ വേഗത്തിൽ പതറിക്കൊണ്ട്, വീട്ടിലേക്കു തിരികെവന്ന് സംസാരിക്കാൻ നാവുയരാത്തതിനാൽ ശബ്ദം തൊണ്ടിയിൽ വിലങ്ങി മിഴിച്ചുകൊണ്ട് ഉമ്മായെ നോക്കി.

"എന്താടീ..വല്ലാതിരിക്കുന്നത്?"

"കന്നിബീവി ഉമ്മായുടെ ദർഗ്ഗായിൽ വെച്ചുകണ്ട പെണ്ണാണെന്നു തോന്നുന്നു."

"നീ കണ്ടോടീ?"

"അടുത്തുപോയില്ല. നാറ്റം. കാണാൻവന്നവരെല്ലാം മൂക്കു പൊത്തിക്കൊണ്ട് ഓടിപ്പോയി. നിന്നു നോക്കാൻ പറ്റിയില്ല. ഓടിപ്പോന്നു. നമ്മൾ ദർഗ്ഗായിൽ വെച്ചുകണ്ട അതേ പെണ്ണുതന്നെയാണുമ്മാ. അതേ ഇളം ചെമപ്പു സാരി."

മൗലൂത്തു(നിസ്കാരം) ഓതുമ്പോൾ ഓതുന്ന സ്ഥലത്ത് വരാതെ തല കുനിച്ച് കരഞ്ഞുകൊണ്ടിരുന്നവളുടെ ചിത്രം ബീമായുടെ കൺമുന്നിലെത്തി.

കുടിലിനുള്ളിൽ ഉമ്മായും മകളും തനിച്ചായി. കന്യകയെ വിവാഹം കഴിപ്പിച്ചയയ്ക്കാൻ നിവൃത്തിയില്ലാതെപോയ പ്രയാസം ബീമായുടെ മനസ്സിനെ ചുട്ടെരിച്ചുകൊണ്ടിരുന്നു.

കാട്ടിൽക്കിടക്കുന്ന ജഡത്തിന്റെ അവസ്ഥ തനിക്കു വരാതെ, കറുപ്പന്റെ കൈയിലുള്ള കറുത്തകയർ തന്റെ കഴുത്തിൽ വീഴാതെ രക്ഷിച്ച കന്നിബീവി ഉമ്മായ്ക്ക് മൗനമായി നന്ദിചൊല്ലിക്കൊണ്ടിരുന്നു നൂർ.

രണ്ടുപേരുടെ മനസ്സും എതിർദിശയിലേക്ക് സഞ്ചരിച്ചുകൊണ്ടിരുന്നു. ചില വലിയ മനുഷ്യർ, തെരുവിന് മുകളിലൂടെ വീശിയടിക്കുന്ന കാറ്റിന്റെ ദുർഗ്ഗന്ധം സഹിക്കാനാവാതെ ജമാഅത്തുകാരോട് ചെന്നു പറഞ്ഞു. അടയാളമില്ലാത്ത ഒരുപെണ്ണിന്റെ ശവം കാട്ടിനുള്ളിൽ, എടുത്തുകൊണ്ടുപോയി അടക്കാനാളില്ലാതെ കിടന്നു ദുർഗ്ഗന്ധം പരത്തുന്നു. നമ്മുടെ നാട്ടുകാരിയാണെന്നാണ് തോന്നുന്നത്. ഉണ്ടാക്കിയ ആഹാരം കഴിക്കാനാകുന്നില്ല. എന്തെങ്കിലും ചെയ്യണം.

പ്രമുഖർ ചിലരും ആവലാതിപ്പെട്ടു

"മുസ്ലീം മയ്യത്താണോ? അതോ കാഫീർ മയ്യത്താണോ?" ചോദിച്ചത് കണക്കപ്പിള്ള.

"കുടിലിലെ ബീമാക്കായുടെ മകളുടെ മയ്യത്താണെന്ന് ആരൊക്കെയോ പറയുന്നു."

"ഏതു തെവുവിലെ?"

"അറിയില്ലെന്നു പറഞ്ഞു."

"അങ്ങനെയെങ്കിൽ നമ്മുടെ ഖബർസ്ഥാനിൽ അടക്കാൻ പറ്റില്ല. പൊലീസിൽ പോയി അറിയിക്കൂ."

പൊലീസ് എന്നു കേട്ടതും പോയവർ പേടിച്ച് പിൻവാങ്ങി. പോയിപ്പറയുന്നവരെ പൊലീസ് പിടിച്ച് വിചാരണചെയ്യും. കഷ്ടകാലത്തിനു ലോക്കപ്പിലടച്ചെന്നും വരാം. തുമ്പ് കിട്ടുന്നതുവരെ ലോക്കപ്പിൽ കിടക്കേ

ണ്ടിവരും. പോയവർ പേടിച്ച് നമുക്കെന്തിനാണീ വയ്യാവേലി എന്നുവിചാരിച്ച് അവിടെനിന്നും പൊയ്ക്കളഞ്ഞു.

ഊരുംപേരുമറിയാത്ത മയ്യത്തിനെ അടക്കംചെയ്യാൻ ആരും മുന്നോട്ടുവന്നില്ലെന്നറിഞ്ഞ സന്തുക്ക് മൊയ്ദീനു രോഷം വർദ്ധിച്ചു. ഖബർസ്ഥാനു മുസ്ലീമെന്നും കാഫിറെന്നും വ്യത്യാസം ഉണ്ടോ? രണ്ടു ശരീരവും പുഴുത്തു നാറും.

ജുംമാഅത്ത് കിട്ടില്ല. അവൻ ഒരു വാസനയുള്ള ഫിനോയിൽ ബോട്ടിലും മൺവെട്ടിയും കൊണ്ടുവന്നു. ദുർഗ്ഗന്ധം സഹിക്കാവായില്ല. അടുക്കാനാവാത്ത നാറ്റം. ഇങ്ങനെ ഇട്ടേക്കാൻ വയ്യ. ഒരു മുസ്ലീം മയ്യത്ത്. പ്രത്യേകിച്ചും ഒരു പെണ്ണിന്റെ മയ്യത്ത്. കാക്കയും നായയും വലിച്ചുകീറിയ ബാക്കി.

പെട്ടെന്നു കൈവന്ന ധൈര്യത്തിൽ ഫിനോയിൽ തളിച്ചുകൊണ്ട് മയ്യത്തിനരികിലേക്കെത്തി. തലയിൽ വട്ടക്കെട്ട് കെട്ടിയിരുന്ന കുറ്റാലം തോർത്തുകൊണ്ട് നാറ്റമടിക്കാതിരിക്കാൻ മൂക്ക് മൂടിക്കെട്ടി.

മയ്യത്ത് എടുക്കാനാവാത്തവിധം അഴുകിപ്പോയിരുന്നു. ഒരുകൈ സഹായത്തിനു വിളിച്ചു. പക്ഷേ, ആരും വന്നില്ല. നായും കഴുകനും കാക്കയും കൊത്തിവലിച്ചു ബാക്കിയിട്ടിരുന്ന അസ്ഥികൂടം. സ്ഥാനം തെറ്റിക്കിടക്കുന്ന ചെമന്ന ചേല.

അവൻ ധൈര്യപൂർവ്വം കാടിനുള്ളിലെ ഒതുക്കപ്പെട്ട ഒരുഭാഗത്ത് കുഴിവെട്ടി മൺവെട്ടികൊണ്ട് മയ്യത്തിനെ വലിച്ചിഴച്ച് കുഴിയിലിട്ടുമൂടി ചുറ്റും ഫിനോയിൽ തളിച്ചു. കാലിയായ ഫിനോയിൽ ബോട്ടിൽ ഒരു വശത്തേക്കു വലിച്ചെറിഞ്ഞ് പുറത്തേക്കുവന്നു.

ഏന്തോ ഒരു വലിയ നല്ലകാര്യം പൂർണ്ണമായും ചെയ്തുതീർത്ത മനഃസംതൃപ്തിയോടുകൂടി മൊയ്ദീൻ മമ്മട്ടിയെടുത്ത് തോളിൽവെച്ചുകൊണ്ട് കൈയുംവീശി കാടുവിട്ട് വെളിയിലേക്കുനടന്നു. ഇതു ചെയ്യാനായി എന്നെ നിയോഗിച്ച സർവ്വശക്തനായ ദൈവം എനിക്ക് കൂലിതരും. ഈ ലോകത്തുജീവിക്കുന്ന നിസ്സാരരായ മനുഷ്യരല്ല കൂലിതരണ്ടത്. എന്നു പുലമ്പിക്കൊണ്ട് നടന്ന സന്തുക്ക് മൊയ്ദീനെ ചിലർ വഴിതടഞ്ഞു.

“എന്താടാ പടുവിഡ്ഢിയുടെ മകനേ.. നിനക്ക് ബോധം ഉണ്ടോടാ.. വിഡ്ഢീ..? സെയ്ബക്കായുടെ മരുമകനെ കുളിപ്പിച്ച് ഷഹാദത്ത് ഖലിമാ ചൊല്ലി മയ്യത്ത് അടക്കം ചെയ്യാത്തതു കൊണ്ടല്ലേ അവൻ പ്രേതമായി നാട്ടിൽനടന്ന് ഈ ദുഷ്പ്രവർത്തികൾ കാണിക്കുന്നത്. അതൊന്നും പോരെന്നാണോ? എന്തിനാടാ നീ അനാഥശവത്തെ എടുത്ത് നമ്മുടെ കാട്ടിൽ കുഴിച്ചിട്ടത്? പൊലീസിൽ അറിയിക്കാമായിരുന്നില്ലേ? അവരെടുത്ത് സർക്കാർ ഹോസ്പിറ്റലിൽ കൊണ്ടുപോകുമായിരുന്നല്ലോ? ഏതെങ്കിലും പൊതുശ്മശാനത്തിൽ കൊണ്ടുപോയി കത്തിക്കുകയോ കുഴിച്ചിടുകയോ എന്തെങ്കിലും ചെയ്യുമായിരുന്നല്ലോ.”

അവരൊക്കെ പറഞ്ഞത് അവൻ തീരെ കണക്കിലെടുത്തില്ല.

“കോളറാപിടിച്ചു മരിച്ച മയ്യത്തുകളെ കുളിപ്പിക്കാൻകൂടി വരാതെ

ജനങ്ങൾ ഒതുങ്ങി മാറിനിന്നിരുന്നു. അപ്പോഴൊക്കെ ഒറ്റയ്ക്ക് എത്രമാത്രം മയ്യത്തുകളെ ഞാൻ ഒറ്റയ്ക്ക് കുളിപ്പിച്ച് എന്റെ വണ്ടിയിലെടുത്തിട്ട് വലിച്ചുകൊണ്ടുപോയി അടക്കം ചെയ്തിട്ടുണ്ട്. ആരു തുണയ്ക്കുവന്നു പറയിൻ? ഞാൻ പണത്തിന് മോഹിച്ചാണോ അതൊക്കെച്ചെയ്തത്? അള്ളാഹു കൂലിതരുമെന്ന് വിചാരിച്ചാണു ഞാനതൊക്കെ ചെയ്തത്. ഇതൊരു പെണ്ണിന്റെ മയ്യത്ത്. ഊരുംപേരും അറിയാത്ത മയ്യത്ത്. ഇതു കാട്ടിൽ നാറിക്കൊണ്ട് കിടക്കട്ടെ എന്നാണോ നിങ്ങൾ പറയുന്നത്? ഞാൻ ജീവനോടെ ഇരിക്കുന്ന കാലത്തോളം മുസ്ലീമിന്റെ മയ്യത്താകട്ടെ മറ്റേതൊരു മയ്യത്താകട്ടെ അടക്കം ചെയ്യപ്പെടാതെ ഈ കാട്ടിൽ കിടക്കില്ല. നിങ്ങൾ നിങ്ങടെ പണിനോക്കി പോയിനെടാ.''

എന്നും പറഞ്ഞ് സന്തുക്ക് മൊയ്ദീൻ തെരുതെരെ നടന്ന് ഖബറിസ്ഥാനുള്ളിൽച്ചെന്ന് ടാപ്പുതുറന്ന് കൈയും കാലും കഴുകി മൂക്കു മൂടിക്കെട്ടിവെച്ചിരുന്ന കുറ്റാലം തോർത്തഴിച്ച് മുഖവും കൈകാലുകളും തുടച്ചുകൊണ്ട് വീട്ടിലേക്കു നടന്നു.

വയറിനെ ആന്തിക്കീറിക്കൊണ്ടിരുന്ന കൊടിയവിശപ്പ് അടക്കിവെക്കാൻ എന്തെങ്കിലും ഉണ്ടോടീ എന്ന് ഭാര്യയോടു വിളിച്ചുചോദിച്ചതിന് അവൾ ചീറിപ്പാഞ്ഞുവന്ന് ഉറക്കെ അലറിപ്പറഞ്ഞു.

''വീട്ടിനുള്ളിൽ കയറിപ്പോകരുത്. എങ്ങോ അലഞ്ഞു നടന്ന ഏതോ ഒരുത്തി ചത്തുനാറിക്കിടന്നത് കുഴിച്ചുമൂടിയിട്ട് കുളിക്കാതെ വീട്ടിനുള്ളിൽ കയറിയാൽ കുറ്റിച്ചൂല് കിടപ്പുണ്ട്. എന്നെക്കൊണ്ട് എടുപ്പിക്കരുത്. കഞ്ഞി വേണമത്രെ..! ഈ വീട്ടിൽ പട്ടിണികിടന്നു കുഞ്ഞുങ്ങൾ മരിക്കുന്നു. അതുങ്ങൾക്ക് കാൽക്കാശിനുവേണ്ടി പണിചെയ്യാതെ, കണ്ണിൽക്കണ്ടവർക്കായി ധർമ്മപ്പണിചെയ്തശേഷം വെറും കൈയോടെ കഞ്ഞികുടിക്കാനായി വന്നിരിക്കുന്നു. അടുപ്പുകണ്ടോ? തീപുകഞ്ഞിട്ട് എത്രനാളായെന്ന് നിങ്ങൾക്കറിയാമോ? കിട്ടുന്ന കാശുകൊണ്ടുപോയി കുടിച്ചിട്ട് കുഞ്ഞുങ്ങളെ പട്ടിണിക്കിട്ട് ഔദാര്യമൂർത്തിയായി നടന്നിട്ട് കഞ്ഞികുടിക്കാൻ വന്നിരിക്കുന്നു! കുറ്റിച്ചൂലെടുക്കും ഞാൻ.''

''തെരുവിൽ ആരെങ്കിലും ചാകണ്ടേടീ. ചത്താലല്ലേ കൈയിൽ ചക്രം കിട്ടുകയുള്ളൂ.''

തോളിലെ തോർത്തെടുത്ത് കുടഞ്ഞശേഷം മെല്ലെ റോഡിലേക്ക് അവൻ ഇറങ്ങിനടന്നു. പുകയുന്ന വയറ്റിൽ ഒരു ചായയൊഴിച്ച് പുകച്ചിലടക്കാം.

ഒഴിഞ്ഞുകിടക്കുന്ന റോഡ്. കടകളൊന്നും തുറന്നിട്ടില്ല. ആൾക്കാരുടെ നടമാട്ടം ആരംഭിച്ചിട്ടില്ല. എവിടെയോ ഏതോ ആരാധനാലയം ഇടിച്ചു തകർത്തതിന്റെ എതിർപ്പ് രേഖപ്പെടുത്തുന്നതിനായി മുസ്ലീം മുന്നേറ്റസംഘം യുവാക്കൾ ആഹ്വാനം ചെയ്ത ബന്ദ്. റോഡാകെ പൊലീസ് കീഴടക്കിയിരിക്കുകയാണ്. ആരെയും കൂട്ടംകൂടി നില്ക്കാനോ സംസാരിക്കാനോ പൊലീസ് അനുവദിക്കുന്നില്ല. പൊലീസുകാരുടെ നോട്ടം മൊയ്ദീനുമേൽ ഉണ്ടെന്ന് അവനുതന്നെ തോന്നി. അവൻ പമ്മിപ്പമ്മി

മെല്ലെനടന്നു. അവന്റെ പമ്മൽ പൊലീസിനു സംശയമുണ്ടാക്കി. പൊലീസ് പിടിച്ചു വിചാരണ ചെയ്തപ്പോൾ അവനാകെ ഭയത്താൽ ഉലഞ്ഞുപോയി.

"ഞാൻ കൈവണ്ടി വലിച്ചു ജീവിക്കുന്നവനാണ് ഏമാനേ.."

"എന്താടാ നിന്റെ കണ്ണ് ചുവന്നിരിക്കുന്നത്?"

വാപൊത്തിക്കൊണ്ട് ശബ്ദം താഴ്ത്തി, അല്പം കുടിച്ചിട്ടുണ്ട്, എന്നു വിനയപൂർവ്വം അവൻ പറഞ്ഞു.

"എന്തിനാടാ? ബസിനു കല്ലെറിയാനാണോ?"

"ഇല്ല ഏമാനേ.. നാറിക്കിടന്ന ഒരനാഥ വശത്തെ അടക്കം ചെയ്യുന്നതിന്."

പൊലീസ്, മൊയ്ദീനെ ചോദ്യം ചെയ്യുന്നതുകണ്ട മുസ്ലീം മുന്നോക്കസംഘം പ്രതിനിധികളിൽ ഒരാൾ പൊലീസുകാരുടെ അരികിൽച്ചെന്നു. ആ പൊലീസുകാരൻ അയാൾക്കു പരിചയമുള്ളയാളായിരുന്നു.

"ഇവൻ നിങ്ങൾ വിചാരിക്കുന്നതുപോലുള്ളവൻ അല്ല സാറേ.. പാവം! മരിച്ചുപോയവരുടെ ശവങ്ങൾ ഇവന്റെ കൈവണ്ടിയിൽവച്ചു വലിച്ച് ഖബർസ്ഥാനിലേക്ക് കൊണ്ടുപോകും. അതാണ് ഇവന്റെ ജീവിതം. അടക്കം ചെയ്യാൻ നിവൃത്തിയില്ലാത്ത അനാഥപ്രേതങ്ങളെ ഇവൻ എടുത്ത് കുഴിച്ചിടും. ദുർഗ്ഗന്ധം അറിയാതിരിക്കാൻ അല്പം മദ്യം കഴിക്കും. ഇവനും ഇന്നത്തെ ബന്ദും തമ്മിൽ യാതൊരു ബന്ധവും ഇല്ല. പാവത്തിനെ വെറുതെ വിടൂ സാറേ.."

"നിന്നെ റോഡിൽ കണ്ടുപോകരുത്. വീട്ടിൽ പോയിക്കിടന്നുറങ്ങ്." മുസ്ലീം മുന്നേറ്റസംഘം പ്രതിനിധികളുടെ ശുപാർശയുടെ പേരിൽ മൊയ്ദീൻ രക്ഷപ്പെട്ടു.

"റോഡിൽ നില്ക്കരുതെന്ന് പൊലീസ്, ചെലവിനായി പണം കൊടുത്തില്ലെന്നും വീട്ടിനുള്ളിൽ കയററുതെന്നും ഭാര്യ. എന്തൊരു ലോകമാണിത്!"

ഞാൻ എവിടെപ്പോകും?

അവൻ ഉടങ്കാടു നോക്കി നടന്നു, ഉറങ്ങി വിശപ്പ് തീർക്കാമെന്ന ചിന്തയോടെ.

വളരെക്കാലമായി വാതരോഗത്താൽ കിടപ്പിലായിരുന്ന മാളികവീട്ടിലെ ഫക്കീർ റാവുത്തർ മുതലാളിയുടെ ഒരു ബന്ധത്തിലുള്ള സഹോദരൻ, പീരുക്കണ്ണുറാവുത്തർ മയ്യത്തായി. പള്ളിയിൽ വിളിച്ചു പറഞ്ഞത് മൊയ്ദീന്റെ കാതിലും വീണു. കാതോർത്തു കിടന്ന അവൻ അതു കേൾക്കാത്ത ഭാവത്തിൽ ചുരുണ്ടു കിടന്നുറങ്ങി. പീരുക്കണ്ണു റാവുത്തറിന്റെ പേര് മരിക്കാൻപോകുന്നവരുടെ ലിസ്റ്റിൽ അവൻ കുറിച്ചിട്ടിട്ടുണ്ടായിരുന്നു.

പള്ളിവാതിലിൽനിന്നും സന്തുക്ക് എടുത്തുകൊണ്ടുവരാൻ മൊയ്ദീനെ അന്വേഷിച്ചപ്പോൾ മാളിക വീട്ടിലെ മുതലാളി തടഞ്ഞു. "വേണ്ട, ആ കുടിയൻ ചെറുമൻ ചെക്കൻ സന്തുക്ക് എടുത്തുകൊണ്ടുവരണ്ട. കേട്ടല്ലോ. ലക്ഷണം കെട്ടവൻ. ജാതിയിൽ പിറക്കാത്തവൻ."

"അതെയതെ പക്ഷേ, ഇനി ആരു സന്തുക്ക് കൊണ്ടുവരും?"

“നമ്മുടെ കുട്ടികൾ നാലുപേർ പോകിനെടാ” മുതലാളി ആരെ നോക്കി പറഞ്ഞെന്ന് ആർക്കും മനസ്സിലായില്ല.

സന്തുക്ക് എടുത്തുകൊണ്ടുവരാൻ സ്വന്തക്കാരെയും ബന്ധുക്കളെയും അവർ അന്വേഷിച്ചു. ആരും മുന്നോട്ടുവന്നില്ല. ഉള്ളവർതന്നെ മുന്നിൽപെടാതെ അപ്രത്യക്ഷരായി. സന്തുക്ക് എടുത്തെന്ന ദുഷ്പ്പേര് നേടാൻ അവർ ആഗ്രഹിച്ചിരുന്നില്ല.

കുളിപ്പിച്ച് ഖഫൻ പൊതിഞ്ഞ മയ്യത്തിനെ അധികനേരം വെച്ചേക്കാൻ പാടില്ല. ഉടനെ അടക്കം ചെയ്യണം. കൂട്ടത്തിലാരോ ഇസ്ലാമിക നിയമം ഓർമ്മിപ്പിച്ച് ഫക്കീർ റാവുത്തർ മുതലാളിയെ സമാധാനപ്പെടുത്തിയശേഷം സന്തുക്ക് എടുത്തുകൊണ്ടുവരാനായി മൊയ്ദീനെ വിളിപ്പിക്കാൻ വെട്ടി സെയ്ദഹമ്മദിനെ പറഞ്ഞയച്ചു.

ഒഴിഞ്ഞുകിടന്ന റോഡിലെങ്ങും വെട്ടി മൊയ്ദീനെ കണ്ടില്ല. ടാസ്മാർക് കടയിലും മൊയ്ദീന്റെ വീട്ടിലും തെരുവായ തെരുവിലെ കുടിലുകളിലൊക്കെ അന്വേഷിച്ചിട്ടും കാണാതെ കാട്ടിനുള്ളിൽച്ചെന്ന വെട്ടി സെയ്ദഹമ്മദ് അതുകണ്ടു. ചുരുണ്ടുകൂടി ഉടുത്തിരുന്ന മുണ്ടഴിച്ച് തല വഴിപുതച്ച് കിടക്കുന്ന മൊയ്ദീൻ. അയാൾ മൊയ്ദീനെ തട്ടിവിളിച്ച് എഴുന്നേല്പിച്ചു.

“മൊയ്ദീനേ.. മൊയ്ദീനേ.. പീരുക്കണ്ണു റാവുത്തർ മരിച്ചുപോയി. അറിഞ്ഞില്ലേ? മൊയ്ദീനേ.. സന്തുക്ക് എടുത്തുകൊണ്ടുവേഗം വാടോ.”

“ഫക്കീർ റാവുത്തരോട് വേണേൽ സന്തുക്ക് എടുത്തോണ്ടു ചെന്ന് അടക്കം ചെയ്യാൻ പറയ്. എനിക്കുറങ്ങണം.”

“അപ്പോൾ നീ വരില്ലേ?”

വെട്ടി സെയ്ദഹമ്മദ് അല്പം ശബ്ദം കനപ്പിച്ചു ചോദിച്ചു.

“വരില്ല.” അവൻ മറുപടി പറഞ്ഞു.

“എന്നാൽ നീ പറഞ്ഞതിനാൽ വരാം. പക്ഷേ, ഒരു കണ്ടീഷൻ. കാട്ടിൽക്കിടന്ന അനാഥ മയ്യത്തിനെ എടുത്ത് അടക്കം ചെയ്തതിന് ആരും കൂലിതന്നില്ല. എനിക്ക് അല്ലാഹുവിന്റെ കൂലി കിട്ടും. ഈ പണക്കാരന്റെ മയ്യത്ത് എന്റെ വണ്ടിയിൽ കയറ്റിക്കൊണ്ടുപോയി ഇറക്കാൻ പണക്കാരൻ തരുന്ന കൂലി വേണ്ട. അല്ലാഹുവിന്റെ കൂലിമതി. ചോദിച്ചിട്ടു വാ.. വെട്ടി സെയ്ദഹമ്മദേ..”

ഇരുപത്തി ഏഴ്

സന്തുക്ക് മൊയ്ദീന്റെ മകൻ വഹാബിന് താലികെട്ടു കഴിഞ്ഞിട്ട് ഒരാഴ്ച മാത്രമേ ആയുള്ളൂ. നാരായണസ്വാമി മെറ്റൽസിൽ ദിവസക്കൂലിക്ക് ചുമടെടുക്കാൻ പൊയ്ക്കൊണ്ടിരുന്നവനാണ് വഹാബ്. ഓടക്കരത്തെരുവിലെ ഫാത്തക്കണ്ണിന്റെ മകൾ കാമിലായാണ് അവന് വധുവായത്. പ്ലാസ്റ്റിക് കമ്പനി വിട്ടുവരുന്ന വഴിയിൽ, പടർന്നുപന്തലിച്ചു നില്ക്കുന്ന, മരങ്ങൾ നിരനിരയായി തണൽവിരിച്ച പാതയോരത്തുള്ള

ഒരു മരത്തിൽച്ചാരി നഖം കടിച്ചുകൊണ്ട് കാമിലാ നടന്നുവരുന്നതു നോക്കി വഹാബ് നില്ക്കാറുണ്ട്. അവളോ അവനോടു വെളിപ്പെടുത്താത്ത പ്രണയത്തോടെ ഒരു ചെറുചിരി തന്റെ ചുണ്ടുകളിൽ ഒളിപ്പിച്ച് നമ്രശിരസ്കയായി നടന്നുനീങ്ങും. അവനെക്കടന്നു പോകുമ്പോൾ നടത്തയുടെ വേഗം പതുക്കെയാകും. അവൻ എന്തെങ്കിലും പറയുന്നുണ്ടോ, അതു തന്റെ മനസ്സിൽ ആനന്ദം പകരുമോ എന്നൊക്കെയുള്ള പ്രതീക്ഷയോടെ. എന്നാൽ അവൻ ഒന്നും പറയാറില്ല. അതിനുള്ള മനോധൈര്യം അവനില്ല. അല്പകാലത്തെ പ്രണയകടാക്ഷങ്ങളോടെ ആ ബന്ധം നിണ്ടുപോയി. ഇരുവർക്കുമിടയിൽ മനസ്സുകൊണ്ട് പ്രണയിച്ചതല്ലാതെ അതു പുറത്തുപറയാനുള്ള ധൈര്യം രണ്ടുപേർക്കുമില്ലായിരുന്നു. പരസ്പരം സ്വപ്നംകണ്ട് രോമാഞ്ചത്തോടെ തിരിഞ്ഞും മറിഞ്ഞും കിടന്ന് ദിവസങ്ങൾ ഇരുട്ടിവെളുത്തു.

മയ്യത്ത് ഉണ്ടാകാത്ത ഒരു പകലിൽ വീട്ടിലെ ദാരിദ്ര്യത്തെക്കുറിച്ച് ചിന്തിച്ചുകൊണ്ട് സന്തുക്ക് മൊയ്ദീൻ മുറ്റത്തെ വേപ്പുമരത്തണലിൽ പഴയൊരു കയറ്റുകട്ടിലിൽ മലർന്നുകിടക്കുമ്പോൾ ഒരു അപരിചിത ശബ്ദം കേട്ട് അവൻ ചാടിയെണീറ്റു. കണ്ടത് മേലേ ഓടക്കരക്കാരി ഫാത്തക്കണ്ണ്.

ഇതെന്താ ഇവൾ ഇവിടെ? ആരെങ്കിലും മരണപ്പെട്ടുകാണുമോ? അവളുടെ വീട്ടിൽ ഒരു വൃദ്ധ ഉണ്ടായിരുന്നല്ലോ. അവരെങ്ങാനും..? പക്ഷേ, വന്നവളുടെ മുഖത്ത് മരണദുഃഖത്തിന്റെ ഒരു വിഭ്രാന്തിയും കാണാനുണ്ടായിരുന്നില്ല.

“എന്താ അക്കാ? പെട്ടെന്നൊരു വരവ്?”

“നിങ്ങളെ കാണാൻ തന്നെയാണു വന്നത്.”

“എന്താ പ്രത്യേകിച്ച്?”

“എന്റെ മകൾക്കുവേണ്ടി നിങ്ങളുടെ മകനെ ചോദിക്കാമെന്നു കരുതിയാണു ഞാൻവന്നത്. ബ്രോക്കർമാരെല്ലാം നമുക്കിടയിൽ എന്തിനാണ്? വേണ്ട. വിവാഹദല്ലാൾ വേണ്ട. മീരാസാ ഉണ്ടല്ലോ എഴുപതു ദുർമാർഗ്ഗങ്ങളിൽ ജയിച്ചവൻ. അവനെ കൈകൊണ്ടുതൊട്ടാൽ കൈ നാറിപ്പോകും.”

ഫാത്തക്കണ്ണിന്റെ ശബ്ദം കേട്ട് മില്ലിലേക്കു പോകാനായി ഒരുങ്ങിക്കൊണ്ടിരുന്ന മൊയ്ദീന്റെ ഭാര്യ പുറത്തേക്കു വന്നു.

ഫാത്തക്കണ്ണു വീടിനുമുന്നിൽ നില്ക്കുന്നു.

“ഫാത്തക്കണ്ണു അക്കാ, വന്നകാര്യം എന്തെന്ന് എനിക്കുകൂടി കേൾക്കാൻ തക്കവണ്ണം പറയരുതോ?”

മൊയ്ദീന്റെ ഭാര്യ ചോദിച്ചു.

“എന്റെ മകൾക്കുവേണ്ടി നിങ്ങളുടെ മകനെ ചോദിക്കാമെന്നു കരുതി വന്നതാണ് മൈനീ” (മൈനി-മരുമകന്റെയോ മകളുടെയോ അമ്മ).

“അതിന് അവനു കല്യാണം കഴിക്കാനുള്ള പ്രായം ആയില്ലല്ലോ.”

“എന്തു വയസ്സായില്ലെന്നാണു പറയുന്നത്? 19 വയസ്സ് പോരേ? അവൻ വല്ല പപ്പടക്കാരിയെയോ, തേങ്ങാപ്പിണ്ണാക്കു വില്ക്കാൻ വരുന്ന ചെട്ടിച്ചിയെയോ കെട്ടി വീട്ടിലേക്കു കൊണ്ടുവരുന്നതിനുമുമ്പ് ചെക്കനെ

പെണ്ണുകെട്ടിക്കണം. ലോകമാകെ നശിച്ച അവസ്ഥയാണ്. നമ്മുടെ നാടു കണ്ടോ? ആരൊക്കെയോ വന്ന് തൊപ്പിവെച്ച് പാവപ്പെട്ട സ്ത്രീകളെ താലികെട്ടിയശേഷം അമ്പേന്ന് ഉപേക്ഷിച്ചുപോകുന്നു. ഉപേക്ഷിക്കപ്പെട്ട പെൺകുട്ടികളുടെ കണ്ണീര് പുഴയായി ഒഴുകുന്നു'' മൊയ്ദീൻ അറുത്തു മുറിച്ചു പറഞ്ഞു.

''ഫാത്തക്കണ്ണ് അക്കായുടെ മകൾ നല്ല കുട്ടിയാണ്. കുനിഞ്ഞതല ഉയർത്താത്ത അടക്കവും ഒതുക്കവുമുള്ള പെണ്ണ്. നോക്ക്, എനിക്ക് തെരുവിൽനിന്ന് പല വിവാഹാലോചനകളും വന്നപ്പോൾ എന്റെ ഉമ്മ സമ്മതിച്ചില്ല. 22 വയസ്സായ എന്നെ പ്രായമായില്ലെന്നു പറഞ്ഞ് വന്ന ആലോചനകളെല്ലാം തിരിച്ചയച്ചു. പിന്നീടുള്ള കഥ ഞാൻ പറയണ്ടല്ലോ. ഓ.. പോട്ടെ. അങ്ങനെയാണ് ദാ.. നില്ക്കുന്ന ശ്രീദേവിയെ എന്റെ തലയിൽ വെച്ചുകെട്ടിയത്.''

വന്ന കല്യാണാലോചന വിട്ടുകളയരുതെന്നാണ് മനസ്സിൽ. സന്തുക്ക് വണ്ടി വലിക്കുന്ന വാപ്പായുടെ മകന് ആരു പെണ്ണു കൊടുക്കും? വന്നതിനെ തിരിച്ചയക്കരുത്. അവൻ മനസ്സിൽ കരുതി.

''സമ്മതമാണെന്നു പറയൂ അക്കാ..'' അവൾ കെഞ്ചുന്നതുപോലെ തോന്നി.

''നീ എന്തുപറയുന്നു?'' മൊയ്ദീൻ ഭാര്യയെ നോക്കി ചോദിച്ചു.

''വാപ്പയ്ക്കു സമ്മതമാണെങ്കിൽ എനിക്കും സമ്മതമാണ്.''

''സ്ത്രീധനം?'' മൊയ്ദീന്റെ ഭാര്യ ഓർമ്മിപ്പിച്ചു.

''ഞാൻ സ്ത്രീധനം വാങ്ങിയാണോ ഇവളെ കൊണ്ടുവന്നത്? ഉണ്ടെങ്കിൽ കൊടുക്കുക. ഇല്ലെങ്കിൽ വിട്ടേക്കുക. ഒരുദിവസം നിശ്ചയിച്ച് നിക്കാഹ് നടത്താം.''

നോമ്പും ആറുനോമ്പും കഴിഞ്ഞ് ആറുനോമ്പുപിറക്കാലത്ത് ഒരു നല്ലദിവസം നോക്കി ചെറിയരീതിയിൽ വീട്ടിൽവെച്ച് നിക്കാഹ് നടന്നു.

നിക്കാഹിന് അവന്റെ സുഹൃത്തുക്കളെ ആരെയും വഹാബ് ക്ഷണിച്ചിരുന്നില്ല. പെൺവീട്ടുകാർ വളരെ സാധുക്കൾ ആയിരുന്നതിനാൽ ചുരുക്കത്തിൽ വിവാഹം നടത്തി. കല്യാണം നടന്നതിന്റെ പിന്നത്തെയാഴ്ച വഹാബ് പുറത്തിറങ്ങിയപ്പോൾ സുഹൃത്തുക്കൾ പുതുമാപ്പിളയുടെ ചുറ്റിനുംകൂടി. ചായക്ക് ഓർഡർ കൊടുക്കെടാ എന്ന് സുഹൃത്തുക്കൾ പറഞ്ഞതുപ്രകാരം അഞ്ചു ചായയ്ക്ക് അവൻ ഓർഡർ കൊടുത്തു. ചായമൊത്തിക്കുടിച്ചുകൊണ്ട് ടീസ്റ്റാളിന്റെ മുന്നിലിരുന്ന അവനെ കൂട്ടുകാർ ഓരോന്നു പറഞ്ഞ് കളിയാക്കിക്കൊണ്ടിരുന്നു. അവൾ സഹകരിച്ചോടാ? പെണ്ണ് എങ്ങനെയുണ്ടായിരുന്നു? എന്നു ചിലർ ചോദിച്ചു. മറ്റു ചിലർ അവളേതു സിനിമാ നടിയെപ്പോലെയിരിക്കുമെന്നു ചോദിച്ചു.

വഹാബ് ചിരിച്ചുകൊണ്ടുതന്നെ അവരുടെ തമാശകൾ കേട്ടുകൊണ്ടിരുന്നു.

പുതിയാപ്ലയുടെ കോടിമുണ്ടിനും പട്ടുടുപ്പിനും പുതുമണം മാറിയിരുന്നില്ല. ഉടയാത്ത പട്ടുടുപ്പിൽനിന്നും വീശിയടിച്ച അത്തറിന്റെ മണം

അന്തിക്കാറ്റിൽ അവിടെങ്ങും വ്യാപിച്ചു.

"എന്തൊരത്തറാണെടാ? എന്തൊരു മണം! നിന്റെ പുതുപ്പെണ്ണിന് ഇഷ്ടപ്പെട്ട അത്തർ വാസനയാണോയിത്?"

"എടാ.. നേരം ഇരുട്ടിവരുന്നു. അവൾ കാത്തിരിക്കും. അവൻ പോട്ടെ. വിട്ടേക്ക്. നീ നേരത്തിനും കാലത്തിനും വീട്ടിൽപോയിച്ചേര്."

കൂട്ടുകാർ എല്ലാവരുംകൂടി നടത്തിയ കമന്റടികൾ കേട്ട് പുഞ്ചിരിച്ചുകൊണ്ട് വഹാബ് മെല്ലെ എണീറ്റ് പോകാനായി കോടിമുണ്ട് മടക്കിക്കുത്തി. പെട്ടെന്ന് ടീഷോപ്പിനു മുന്നിൽ ഒരു പൊലീസ് വാൻ വന്നു നിന്നു. വാനിലേക്ക് ആശ്ചര്യപൂർവ്വം നോക്കിനിന്ന വഹാബിനെയും അവനോടൊപ്പം ചായകുടിച്ചുകൊണ്ടിരുന്ന സുഹൃത്തുക്കളെയും പിടിച്ചു വാനിൽക്കയറ്റി പൊലീസുകാർ വേഗത്തിൽ ഓടിച്ചുപോയി.

"സാർ..?" ഒന്നും മനസ്സിലാകാതെ അവൻ ചോദിച്ചു

"കാര്യമൊക്കെ അവിടെ ചെന്നിട്ടു പറയാം" പൊലീസ് ഉദ്യോഗസ്ഥൻ പറഞ്ഞു.

ടീ സ്റ്റാളിനു മുന്നിൽനിന്ന ചെറുപ്പക്കാരെ പൊലീസ് വാനിൽക്കയറ്റിക്കൊണ്ടുപോയത് എന്തിനാണെന്ന് ആർക്കും മനസ്സിലായില്ല. എല്ലാവരും മിഴിച്ചുനിന്നു.

"പാവം കൊച്ചു പയ്യന്മാർ!" ചിലരുടെ അനുതാപം!

പുതുമാപ്ല വഹാബ്, പൂവങ്കോഴി, പട്ടാണി, ന്യൂവമ്മദ്, സെയ്നുല്ലാഹ് ഇവരെക്കയറ്റിക്കൊണ്ടുപോയ വാൻ എവിടേക്കാണ് പോയതെന്ന് അറിയാത്ത മനഃപ്രയാസം കുട്ടികളുടെ പിതാക്കൾക്കുണ്ടായി. അടുത്തുള്ള പൊലീസ് സ്റ്റേഷനിലേക്ക് ചെന്നു തിരക്കിയപ്പോൾ അവിടെ അവരുണ്ടായിരുന്നില്ല. പൊലീസ് സ്റ്റേഷനിൽ ഉണ്ടായിരുന്ന റൈറ്റർ ഇവിടെ ആരുമില്ലെന്നു കൈമലർത്തി.

അങ്ങനെയങ്കിൽ അവരെ എവിടെ കൊണ്ടുപോയിരിക്കും? രാത്രി മുഴുവനും രക്ഷിതാക്കൾക്ക് ഉറങ്ങാനായില്ല. പുതുപ്പെണ്ണ് കാമിലാ കമിഴ്ന്നുകിടന്ന് കരഞ്ഞു. കണ്ണീരുകൊണ്ട് തലയിണ നനഞ്ഞു.

"എന്റെ വഹാബ് മച്ചാൻ!!"

പ്രഭാതത്തിൽ ഗ്രാമത്തിലുള്ള രാഷ്ട്രീയക്കാരനെ കണ്ടുപിടിച്ച് കുട്ടികളെ ജയിലിൽ നിന്നിറക്കാൻ വട്ടച്ചെലവിനു പണം കൊടുത്തു. ഫാത്തക്കണ്ണിന്റെ കല്യാണവീട് പെരുംശോകത്തിൽ മുങ്ങി. സന്തുക്ക് മൊയ്ദിൻ ഭ്രാന്തിളകിയതുപോലെ പൊലീസ് സ്റ്റേഷനുകളിൽ കയറിയിറങ്ങി. ഒരു തുമ്പും കിട്ടിയില്ല.

പിറ്റേന്ന് പത്രങ്ങളിൽവന്ന പ്രധാനവാർത്ത തെരുവിൽ കൂടിയിരുന്നവരിൽ ചിലർ ഉറക്കെ വായിച്ചത് ജനങ്ങളിൽ കൗതുകമുണ്ടാക്കി.

ഐ എസ് തീവ്രവാദവുമായി ബന്ധമുള്ള അഞ്ചുപേർ പൊലീസ് പിടിയിലായി. ഒളിസങ്കേതത്തിൽ നിന്നുമാണ് ഇവരെ പൊലീസ് പിടികൂടിയത്. വിചാരണയ്ക്കായി മറ്റു രഹസ്യ സങ്കേതങ്ങളിലേക്ക് കൊണ്ടുപോയി. പത്രത്തിലെ വാർത്ത കണ്ടതും സന്തുക്ക് മൊയ്ദീൻ പൊട്ടിക്കരഞ്ഞു.

പുതിയാപ്ല, പുതുമണംമാറാത്ത എന്റെ മകൻ ലോക്കപ്പിലെന്നോ? ഒരു തെറ്റുംചെയ്യാത്ത നിഷ്കളങ്കൻ, ശുദ്ധൻ! കല്യാണം കഴിഞ്ഞിട്ട് വെറും ആറുദിവസം മാത്രമേ ആയിട്ടുള്ളൂ! അവനാണോ ഈ ഗതി. ഒരു ഉറുമ്പിനെപ്പോലും വേദനിപ്പിക്കാത്ത അവൻ തീവ്രവാദിയാണെന്നോ? ഇരുട്ടു കണ്ടാൽ പേടിച്ചുവിറയ്ക്കുന്നവനാണോ ഭീകരൻ?

ആരോകൊടുത്ത രഹസ്യ സന്ദേശത്തിന്റെ പേരിൽ ഈ സാധുക്കുട്ടികളെ പൊലീസ് സംശയത്തിന്റെ അടിസ്ഥാനത്തിൽ പിടിച്ചുകൊണ്ടു പോയിരിക്കാം എന്ന സംസാരം മരയ്ക്കാർ തെരുവിലുണ്ടായി. റാവുത്തർ തെരുവിലെ യുവാക്കൾ മരയ്ക്കാർ തെരുവിലുള്ള ചെറുപ്പക്കാരെ പൊലീസ് പിടിച്ചുകൊണ്ടുപോയതറിഞ്ഞ് ഭയപ്പെട്ടു.

പൊലീസുകാർക്ക് ഇപ്പോൾ ആവശ്യം ചെറുപ്പക്കാരെയാണ്. ചെറുപ്പക്കാരെ കണ്ടാൽത്തന്നെ അവർക്കു സംശയമാണ്. അവരെ അടിച്ചുമിടിച്ചും കുറ്റം സമ്മതിപ്പിക്കും.

ചെറുപ്പക്കാർ ടീസ്റ്റാളിനുമുന്നിൽ കൂടിനില്ക്കുന്നത് ഒഴിവാക്കി. തെരുവിൽ ശണ്ഠ ഇല്ലാതായി. ഒന്നുമറിയാത്ത സാധുക്കളെ വ്യാജക്കേസുകളിൽപ്പെടുത്തി ജയിലിൽ അടച്ചുകളയുമെന്ന ഭയാശങ്കകൾ നാട്ടുകാരെ ഒന്നാകെ തളർത്തി.

വഹാബും മറ്റു ചെറുപ്പക്കാരും തീവ്രവാദ സംഘടനയിലേക്ക് അംഗങ്ങളെ ചേർക്കുന്നതായി പ്രചരിച്ച വാർത്തകേട്ട് തെരുവായ തെരുവെല്ലാം നിശ്ശബ്ദമായി. ഏതു സമയത്തും ആരെയും അറസ്റ്റുചെയ്തേക്കാം. ജാമ്യം കിട്ടില്ല. ഈ അറസ്റ്റിനു ശേഷമാണ് തീവ്രവാദ സംരംഭങ്ങളെക്കുറിച്ച് ജനങ്ങൾ അറിയാൻ തുടങ്ങിയത്.

“ഐ എസ് എന്നു പറഞ്ഞാൽ എന്താ മോനേ?”

“ഒരു പുതിയ ഇംഗ്ലീഷ് പേര്. നമുക്കെന്തറിയാം?” ഐ എസ് തീവ്രവാദത്തെക്കുറിച്ചറിഞ്ഞതിനുശേഷം തെരുവ് ആകപ്പാടെ ഉൾവലിഞ്ഞു. മറ്റുതെരുവുകളിലും ഇതുതന്നെയായിരുന്നു അവസ്ഥ.

അറസ്റ്റുചെയ്യപ്പെട്ടവർക്കെതിരെ കുറ്റപത്രം തയ്യാറാക്കാതെ വിചാരണ തടവുകാരായി ജയിലിലിട്ടു. ജാമ്യവും നിഷേധിച്ചു.

കൊടുങ്കാറ്റ് മമ്മദിനു പുല്ലുവിള ആശാന്റെ സങ്കേതത്തിൽ സ്വയബോധമുണ്ടായി. ഭ്രാന്ത് അകന്നു. അടുത്ത ബന്ധുക്കൾക്ക് ആർക്കും തന്നെ അവന്റെ ഭ്രാന്ത് മാറിയ വിവരം അറിയാമായിരുന്നില്ല. ഭ്രാന്തിന്റെ ചികിത്സയ്ക്കായി വീടും നിലവും വില്ക്കേണ്ടിവന്നു. ഭ്രാന്തുണ്ടായിരുന്ന സമയത്ത് അയാൾതന്നെ ചില കടകളിൽ കയറി ഇഷ്ടമുള്ള സാധനങ്ങൾ എടുത്തുകൊണ്ടുപോയപ്പോഴും കടയുടമകൾ ഭയന്ന് യാതൊന്നും എതിർത്തു പറഞ്ഞിരുന്നില്ല. പെട്ടെന്നു ഹാലിളകി ഉപദ്രവിച്ചാലോ എന്നു ഭയന്നാണ് ആരുമൊന്നും എതിരുപറയാതിരുന്നത്. ചില വീടുകളിലെ അടുക്കളയിൽ കയറി, “ചോറുവിളമ്പ്” എന്ന് അധികാരസ്വരത്തിൽ ചോദിക്കുമ്പോൾ കിടുകിടെ വിറച്ച സ്ത്രീകൾ ഉണ്ടാക്കിവെച്ച ചോറും കറിയും അയാളുടെ മുന്നിൽ കൊണ്ടുവെച്ച് മിണ്ടാതെ നില്ക്കുമായിരുന്നു.

വയറുനിറയെ വാരിത്തിന്നിട്ട് എഴുന്നേറ്റുപോകും. കൈ മുണ്ടിൽ തുടയ്ക്കും. വഴിക്കു കാണുന്നവരെ തടഞ്ഞുനിർത്തി "എനിക്കു രൂപാതാടാ" എന്നു ചോദിച്ചാൽ ആളുകൾ ഉടൻതന്നെ രൂപാ കൊടുക്കും. ഭ്രാന്തനായിരിക്കുമ്പോൾ അയാൾക്ക് ഒരു ദാരിദ്ര്യവും ഉണ്ടായിരുന്നില്ല. തനിക്ക് ഭ്രാന്തുമാറി എന്ന് അയാൾക്കു ബോദ്ധ്യം വന്നപ്പോൾ അയാൾ ചിന്തിക്കാൻ തുടങ്ങി.

താമസിച്ചിരുന്ന വീടുപോയി, നിലം പോയി, ഭ്രാന്തന്റെ കൂടെ ജീവിക്കാൻ വയ്യെന്നുപറഞ്ഞ് ഭാര്യയും കുട്ടികളും അയാളെ വിട്ടേച്ചുപോയി.

ഇനിയെന്തുചെയ്യും? കയറിക്കിടക്കാൻ സ്ഥലമില്ല. കാശില്ല. സഹായത്തിനാരുമില്ല, ഇനി തെരുവും തിണ്ണയും മാത്രമേയുള്ളൂ തനിക്കു ശരണം. പള്ളിയിൽ തലചായ്ക്കാമെന്നുവെച്ചാൽ മുഅദ്ദീൻ അകത്തേക്കു കയറ്റില്ല. വീടുകളിൽ നിന്നൊന്നും ഇനി ചോറുകിട്ടില്ല. ജനങ്ങൾക്കിടയിലെ ഭ്രാന്തൻ എന്ന ഭയം ഇല്ലാതായിരിക്കുന്നു. കടകളിൽ കയറി മുമ്പത്തെപ്പോലെ സാധനങ്ങൾ എടുക്കാനാവില്ല. തൊട്ടുപോയാൽ അടികിട്ടും.

ഇനി തനിക്കുമുന്നിൽ സാദ്ധ്യമായ ഒരേയൊരു വഴി ഭ്രാന്തനായി അഭിനയിക്കുക എന്നതുമാത്രമാണ്. ഭ്രാന്തനായി അഭിനയിച്ച് ബാക്കിയുള്ള ജീവിതം തള്ളിനീക്കുക എന്നതാണു തന്റെ വിധി. ജനങ്ങൾക്കിടയിൽ ഭയം ഉണ്ടാകും. സമൂഹം തന്നെക്കണ്ടു ഭയപ്പെടും. ആ ഭയത്തിലാണ് ഇനി ബാക്കിയുള്ള ജീവിതത്തെ കരുപ്പിടിപ്പിക്കേണ്ടത്.

കൊടുങ്കാറ്റ് മമ്മദ് ഇപ്പോഴും ജനങ്ങൾക്കിടയിൽ ഭ്രാന്തനാണ്. ഭ്രാന്തുമാറാത്ത മുഴുഭ്രാന്തൻ! പഴയതുപോലെ വടിയും വീശി അതിവേഗത്തിൽ തെരുവിൽ പാഞ്ഞുനടക്കുമ്പോൾ ജനങ്ങൾ പേടിച്ച് വഴിമാറിക്കൊടുക്കും. ചിലപ്പോഴൊക്കെ അവന്റെ കണ്ണുമിഴിച്ചുള്ള നോട്ടം കണ്ടാൽ സപ്തനാഡികളും തളർന്നുപോകും. കൊടുങ്കാറ്റു മമ്മദ് തെരുവിലുണ്ടെന്ന് കേട്ടാൽ വീടുകളുടെ വാതിലുകളെല്ലാം അടച്ചു തഴുതിടും. ഭ്രാന്തൻ മമ്മദ് വരുന്നെന്നു കേട്ടാൽ ഉറങ്ങാതെ വാശിപിടിക്കുന്ന കുട്ടികളും പേടിച്ചുറക്കം പിടിക്കും.

ആറടിയിലധികം പൊക്കം. കാൽമുട്ടും കവിഞ്ഞ് നീണ്ടു നില്ക്കുന്ന കൈകൾ. ഉരുണ്ടു തടിച്ച ശരീരം ഇപ്പോൾ ചുക്കിച്ചുരുങ്ങിയാണ്. എന്നാലും ശബ്ദത്തിലെ ഭയപ്പെടുത്തുന്ന മുഴക്കം കുറഞ്ഞിട്ടില്ല, പേടിപ്പിക്കുന്ന നോട്ടവും.

നേരത്തെതന്നെയുണ്ടായിരുന്ന ഭ്രാന്ത് ഇരട്ടി ശക്തിയോടെ കൊടുങ്കാറ്റ് മമ്മദിൽ വീണ്ടും ശക്തി പ്രാപിച്ചുവെന്ന് തെരുവിലെ ജനങ്ങൾക്കിടയിൽ സംസാരമായി.

റാവുത്തർ തെരുവിലെ മാളികവീട്. ഫക്കീർ റാവുത്തറിന്റെ വീട് മമ്മദ് നോട്ടമിട്ടു വെച്ചിട്ടുണ്ടായിരുന്നു. പലപ്രാവശ്യം ആ വീടിനുചുറ്റും അവൻ കറങ്ങിനടന്നു. ഉയരമുള്ള മാളിക! വീടിനു മുകളിൽ കയറാനുള്ള മാർഗ്ഗം അന്വേഷിച്ചുള്ള നടത്തമാരംഭിച്ചു. വീടിനു പിറകിലായി തുറന്നുകിടക്കുന്ന ജനൽക്കമ്പിയിൽ ചവിട്ടി മുകളിൽ കയറാമെന്ന്

അവൻ മനസ്സിലാക്കി. ഭ്രാന്തു മാറിയതിനുശേഷം റാവുത്തർ തെരുവിൽ വടിയുംവീശി നടക്കുമ്പോൾ എതിരെവന്ന ഫക്കീർ റാവുത്തർ മുതലാളിയെ കണ്ടതും കള്ളഡാവിൽ വടികാണിച്ചു വിരട്ടി. ഭയന്നുപോയ ഫക്കീർ റാവുത്തർ, മമ്മദ് അല്പം അകന്നപ്പോൾ തനിയെപറഞ്ഞു:

“ഈ ഭ്രാന്തനെ കൈയും കാലും കെട്ടി ഊളമ്പാറയിൽ കൊണ്ടാക്കാൻ ആരുമില്ലേ? അവിടെ കൊണ്ടിട്ടാൽ അവിടെയുള്ള ഭ്രാന്തന്മാരുടെ അടിയും ഇടിയും ചവിട്ടുംകൊണ്ട് ഭ്രാന്തു മാറിയേക്കും. അല്ലെങ്കിൽ അവിടെക്കിടന്നു ചത്തൊഴിയും.”

ഫക്കീർ റാവുത്തർ പറഞ്ഞത് കൊടുങ്കാറ്റ് മമ്മദിന്റെ ചെവിയിൽ വീണു. താനിതുവരെ ആരെയും അടിക്കുകയോ ഉപദ്രവിക്കുകയോ ചെയ്തിട്ടില്ല. വെറുതെ പേടിപ്പിച്ച് ഭ്രാന്തനായി അഭിനയിക്കുന്നു. അങ്ങനെയുള്ള എന്നെ കൈയും കാലുംകെട്ടി ഊളമ്പാറയിൽ കൊണ്ടാക്കാനാണോ പറയുന്നത്? കൊണ്ടാക്ക് കാണട്ടെ. ആ വൈരാഗ്യം തീർക്കാനായിട്ടാണ് അയാളുടെ വീട് അവൻ നോട്ടമിട്ടത്.

നട്ടപ്പാതിരാത്രി. മമ്മദ് പിറകുവശത്ത് തുറന്നുകിടന്ന ജനൽക്കമ്പിയിൽ ചവിട്ടി ഓടുമേഞ്ഞ പുരപ്പുറത്തുകയറി. രണ്ടോട് ഇളക്കിയെടുത്ത് ഉള്ളിലിറങ്ങി. തട്ടുപലക പാകിയിരുന്നതിനാൽ വീടിനുള്ളിലേക്ക് ഇറങ്ങാനുള്ള വഴിയറിയാതെ കുഴങ്ങിനിന്നു. ഇരുട്ടിൽ തപ്പിത്തടഞ്ഞു നോക്കിയപ്പോൾ വീടിനുള്ളിലേക്ക് ഇറങ്ങിപ്പോകാനുള്ള പടികൾ കാണാനായി. അതുവഴിയേ വീടിനുള്ളിലേക്കിറങ്ങിയാൽ ഫക്കീർ റാവുത്തർ ഉറങ്ങുന്ന മുറിയിലെത്താം. ഒരേ കട്ടിലിൽ അദ്ദേഹത്തിന്റെ രണ്ടാമത്തെ ചെറുപ്പക്കാരിയായ ഭാര്യയോടൊപ്പം കൂർക്കംവലിച്ചുറങ്ങുകയാണ് റാവുത്തർ. തിരിതാഴ്ത്തിവെച്ച അരണ്ട റാന്തൽ വെളിച്ചത്തിൽ ഫക്കീർ റാവുത്തർ പണംവെച്ചുപൂട്ടിയിരിക്കുന്ന മര അലമാരയുടെ താക്കോൽ ദ്വാരത്തിൽ താക്കോൽക്കൂട്ടം ഉണ്ടായിരുന്നത് അവൻ കണ്ടു.

അല്പനേരം അലമാരിയും താക്കോൽക്കൂട്ടവും മമ്മദ് മാറിമാറി നോക്കി. തുറന്ന് അകത്തിരിക്കുന്നത് വാരിക്കൊണ്ടു പോകണോ? വേണ്ട! മോഷ്ടിക്കണ്ട. പലതരക്കാരായ ജനങ്ങളോട് ഇരന്നുവാങ്ങി ജീവിക്കാം. ഫക്കീർ റാവുത്തരോടുതന്നെ ചോദിച്ചുവാങ്ങാം. അവൻ തിരികെ മരയേണിയിൽ ചവിട്ടിക്കയറി. പുരപ്പുറത്തുനിന്നും എടുത്തുമാറ്റിയ ഓടിനെ പഴയപടി നിരത്താൻ ശ്രമിക്കുമ്പോൾ കിഴക്കുനിന്നും ചന്ദ്രൻ നിലാവു പൊഴിക്കാൻ തുടങ്ങിയിരുന്നു.

“അയ്യോ, കള്ളൻ.. കള്ളൻ.. എന്ന് ആരോ കൂവിവിളിച്ചു. ആ നിലാവുപൊഴിയുന്ന വെളിച്ചത്തിൽ അവൻ മുകളിൽനിന്നും താഴേക്കു ചാടിയില്ല. മെല്ലെ സാവധാനത്തിൽ ഓട് എടുത്തപോലെ നിരത്തിയിട്ട് ജനൽക്കമ്പിയിൽ ചവിട്ടി താഴേക്കിറങ്ങി. താഴെയെത്തിയതും ഒരു അലർച്ച!

“ഏതവനാടാ കള്ളൻ.. കള്ളൻ.. എന്നു വിളിച്ചത്?” അവൻ ചുറ്റും നോക്കി. ആരും അവിടെയെങ്ങും ഉണ്ടായിരുന്നില്ല. ആകാശത്ത് ഒരു മേഘക്കീറ് പറന്നുനീങ്ങിയതല്ലാതെ ആരെയും അവൻ കണ്ടില്ല.

ഇരുപത്തി എട്ട്

മോട്ടോർസൈക്കിൾ അപകടത്തിൽപെട്ട് ചികിത്സയിലായിരുന്ന ചെറുപ്പക്കാരൻ ചികിത്സഫലിക്കാതെ ഒരാഴ്ച കഴിഞ്ഞപ്പോൾ മരണമടഞ്ഞു. ആംബുലൻസിൽ ജ്ഞാനിയുടെ വീട്ടിലേക്ക് എത്തിച്ചു. പള്ളി മൈക്കിലൂടെ വിളിച്ചുപറഞ്ഞും, മുഅദ്ദീൻ പറഞ്ഞും മരണവിവരം അറിഞ്ഞ് കാട്ടിനുള്ളിൽ ചുരുണ്ടുകൂടിക്കിടന്ന് ഉറങ്ങുകയായിരുന്ന മൊയ്ദീൻ ചാടിയെണീറ്റ് മരണവീട്ടിലേക്ക് വേഗത്തിൽ നടന്നു. ഒരു കോളടിച്ചെന്ന സന്തോഷത്തിൽ.

"അടക്കം എപ്പോഴാണ്?" മൊയ്ദീൻ ചോദിച്ചു

"അപകടമരണം ആയതിനാൽ ഉടനെയുണ്ടാകും" കൂടിനിന്നവരിൽ ഒരാൾ പറഞ്ഞു.

മൊയ്ദീൻ വേഗംചെന്ന് പള്ളി മുഅദ്ദീനെ കണ്ടുപിടിച്ച് സന്തുക്ക് മുറി തുറന്നുവെക്കാൻ പറഞ്ഞശേഷം മൊയ്ദീൻ ചെന്ന് ഒരു ചായയും വാങ്ങിക്കുടിച്ചു.

മയ്യത്തിന്റെ ഉടമസ്ഥർ പറയുകയാണെങ്കിൽ ഉടനെ ചെന്ന് സന്തുക്ക് എടുത്തുകൊണ്ടുവരാമല്ലോ. മുഅദ്ദീനെ അന്വേഷിച്ചു വീണ്ടും നടക്കണ്ട ആവശ്യമില്ല. അദ്ദേഹം ഫാത്തിഹാ (ഖുറാനിലെ ആദ്യ അദ്ധ്യായം) ചൊല്ലിക്കൊണ്ട് ഏതെങ്കിലും വീട്ടിൽ ഉണ്ടാകും.

റാവുത്തർ തെരുവിലെ അങ്ങേയറ്റത്താണ് ജ്ഞാനിയുടെ വീട്. ഒരു ചെറിയപുഴയുടെ കരയിൽ. പുഴയ്ക്കക്കരെ ഫക്കീർ റാവുത്തരുടെ തെങ്ങിൻതോപ്പാണ്. തോപ്പു കടന്നാൽ കലുങ്ക്. വലിയ വഴിച്ചാൽപാലത്തിനടിയിലൂടെ പുളഞ്ഞൊഴുകിവരുന്ന കുളിർവെള്ളം കലുങ്കിലൂടെ കുതിച്ചൊഴുകി താഴേക്കു പതിക്കുന്നുണ്ട്. താഴെ വെള്ളം വീഴുന്ന ഭാഗത്തു തല കാണിച്ച് കുളിച്ചാൽ ഏതുചൂടും തണുക്കും. ആ വഴിച്ചാൽ ഒഴുകിയൊഴുകി ചെറിയപുഴയിൽച്ചെന്നു ചേരും. കലുങ്കിന്റെ അക്കരെ ഒരു ചാത്താൻ (ശാസ്താവ്) കോവിലുണ്ട്. അവിടെ പാഴടഞ്ഞുകിടന്ന കുറെ ശിലകൾ അടുക്കിവെച്ചു പൂജചെയ്ത് രാമയ്യൻ ആ ബുദ്ധമതശേഷിപ്പുകളെ, ഹിന്ദുക്കളുടെ ക്ഷേത്രമാക്കിമാറ്റി ഉത്സവങ്ങൾ നടത്തിവരുന്നു. രാവിലെയും വൈകുന്നേരത്തും മണിയടിയൊച്ചയും മധുരമായ ഭക്തിഗാനങ്ങളും ശംഖൊലിയും അവിടെനിന്നുയരാറുണ്ട്.

സന്തുക്ക് മൊയ്ദീൻ വിശപ്പു സഹിക്കാനാവാതെയും മദ്യപിക്കാതെയും കിടന്നുറങ്ങിയതിനാൽ ഉള്ള പണം മുൻകൂർ വാങ്ങാമെന്നു വിചാരിച്ച് സന്തുക്ക് എടുത്തുകൊണ്ടുവരാൻ ധൃതികൂട്ടി. ആരും പറയാതെതന്നെ അവൻചെന്ന് സന്തുക്ക് എടുത്തുകൊണ്ടുവന്നു മരണവീടിന്റെ മുറ്റത്ത് ഇറക്കിവെച്ചു.

വിദേശത്തുള്ള ബന്ധുക്കളിൽ ചിലർ വരേണ്ടതുണ്ടായിരുന്നതിനാൽ കുളിപ്പിക്കാനായി ഉടനെ മയ്യത്ത് എടുക്കില്ല എന്ന വിവരം മൊയ്ദീന്റെ കാതിൽവീണു. പ്രതീക്ഷകളറ്റ് അവൻ ഇരുന്നുപോയി. പുഴക്കരയിൽ

ഉയർത്തിക്കെട്ടിയ മതിലിന്മേലിരുന്ന് ബീഡിവലിച്ചു പുക ഊതിവിട്ടു. അല്പമകലെ അന്തിമയങ്ങുന്ന ഇളംപാടലവെളിച്ചത്തിൽ പുഴക്കടവിലെ പുന്നമരച്ചോട്ടിലുള്ള കുളക്കടവിൽ സ്ത്രീകൾ കുളിക്കുന്നത് ഒളികണ്ണു കൊണ്ടവൻ നോക്കി. സ്ത്രീകളുടെ തടിച്ചുരുണ്ട തുടകളും വലിച്ചുമുറുക്കിയുടുത്ത മുലക്കച്ചയിൽ ഒതുങ്ങാതെനില്ക്കുന്ന മുലകളും കണ്ടു രസിച്ചുകൊണ്ടിരിക്കുമ്പോൾ ഇരുട്ടുവന്ന് കാഴ്ചമുടക്കി. ഇരുട്ടിനെ പ്രാകിക്കൊണ്ട് വലിച്ചുകൊണ്ടിരുന്ന ബീഡി മതിലിന്മേൽ കുത്തിക്കെടുത്തി. അഴിമുഖം (പുഴയും കടലും ചേരുന്നിടം) നിശ്ചലമായിക്കിടന്നു. പുഴയിൽ കഴുത്തറ്റം വെള്ളമുണ്ടായിരുന്നു. വലിയ പുഴയിൽത്തട്ടി കുളിരും പേറി വരുന്ന കാറ്റ് ദേഹത്തുതട്ടിയ സുഖത്തിൽ മതിലിന്മേൽ ചമ്രംപടിഞ്ഞിരുന്ന അവന്റെ കണ്ണിൽ ഉറക്കം മുത്തമിട്ടു. പുഴയോരത്തെ മതിലിൽ അവൻ മെല്ലെ ചരിഞ്ഞുകിടന്നു. ഒരു കിനാവ് അവനെ തമാശകാണിച്ച് രസിപ്പിച്ചു. ആകാശവീഥിയിൽ കൈകളിൽ മദ്യചഷകവുമേന്തി പറന്നുകളിക്കുന്ന കന്യകമാർ.

പെട്ടെന്നുണർന്നുപോയ അവൻ ചാത്താൻകോവിൽ ഓർമ്മയിൽവന്നു. രാമയ്യൻ കോവിലിൽ വിളക്കു കൊളുത്തിയിട്ട് പൊയ്ക്കഴിഞ്ഞിരിക്കണം. അവിടെയുള്ള അമ്പലശിലകളായിരിക്കണം കന്യകമാരായി ആകാശത്തുകൂടി പറന്ന് തന്റെ കിനാവിൽ കയറിക്കൂടിയത്. കുഞ്ഞിളം കാറ്റിൽ മഞ്ഞിന്റെ നേർത്തപുതപ്പു പുതച്ചുകിടക്കുന്ന പുഴവെള്ളം നോക്കിയിരുന്ന അവന്റെ കണ്ണിൽ പുഴയിൽ ഒറ്റാൽ കുത്തി മീൻപിടിച്ചുകൊണ്ടിരിക്കുന്ന ചിലർ തടഞ്ഞു. തീപ്പന്തം കൊളുത്തി ഉയർത്തിപ്പിടിച്ചുകൊണ്ട് മെല്ലെ നീങ്ങി ഒറ്റാൽ കുത്തിവെക്കുന്ന മീൻപിടിത്തക്കാർ. ഒറ്റാലിൽകുടുങ്ങിയ പുഴമാലാമീൻ രണ്ടെണ്ണം കിട്ടിയാൽ വീട്ടിൽ കൊണ്ടുപോയി പൊരിച്ചുതിന്നാം.

മാലാമീൻ തിന്നാൻ അവന് വല്ലാത്തകൊതിയാണ്! മീൻപിടുത്തക്കാരോട് പോയി ചോദിച്ചാലോ?

അവൻ മെല്ലെ എണീറ്റു. എരിയുന്ന തീപ്പന്തം കൈയിൽപിടിച്ചുകൊണ്ട് ഒറ്റാൽ കുത്തിക്കൊണ്ടുനിന്നവരെ ഇപ്പോൾ കാണാനില്ല. പുഴവെള്ളത്തിൽ ഒറ്റാലുംകുത്തി നടന്നിരുന്നവർ കാഴ്ചയിൽ നിന്നും അപ്രത്യക്ഷരായോ? അവർ എങ്ങോട്ടുപോയി മറഞ്ഞു? വളവുകളില്ലാതെ നീണ്ടുകിടക്കുന്ന പുഴ. മറയാനവർക്കു ഒളിസ്ഥലമില്ലല്ലോ!

നോക്കിനില്ക്കെ ടോർച്ചിന്റെ പ്രകാശം ഇരുളിനെ കീറിമുറിച്ചു. ആ ടോർച്ചിന്റെ പ്രകാശം അവന്റെ കാലടിയിലേക്കു പതിച്ചു.

"നിന്നെ എവിടെയെല്ലാമാണെടാ തിരക്കിയത്? കുളിപ്പിച്ച് ഖഫൻ പൊതിഞ്ഞു. വണ്ടി എടുത്തോണ്ടു വാടാ."

വന്നു വിളിച്ചത് നാട്ടിലെ ബാലായ് ഹസൻ.

സന്തുക്ക് വലിച്ചുകൊണ്ടു നടന്ന അവന് ഒരു ഉത്സാഹമില്ലായ്മ. ഒറ്റാൽ കുത്തി മറഞ്ഞവരുടെ കൈയിലിരുന്ന തീപ്പന്തത്തിൽനിന്നും കത്തിയുയർന്ന തീനാവുകൾ അവന്റെ തലയ്ക്കുള്ളിൽ ഒരു പ്രകാശവലയം തീർത്തു.

എല്ലാവരുംകൂടി മയ്യത്തെടുത്ത് സന്തുക്കിൽ വെച്ചു. അവൻ മെല്ലെ സന്തുക്ക് വലിച്ചു. വണ്ടിക്കു മുന്നിലും പിന്നിലുമായി ജനങ്ങൾ ഷഹാദത്ത് ഖലീമാ ഓതി ഖബർസ്ഥാനെ ലക്ഷ്യമാക്കി നടന്നുകൊണ്ടിരുന്നു. ഖബറടക്കം കഴിയാറായപ്പോൾ മൊയ്ദീനു നില്ക്കാനായില്ല. അവന്റെ കണ്ണിലാകെ ഇരുട്ടുകയറി. തലയ്ക്കു വല്ലാത്ത ഭാരം. ശരീരം ചുട്ടുപൊള്ളി. നില്ക്കാനാവാതെ അവൻ പള്ളിയുടെ മുൻവശത്തുവന്ന് സന്തുക്ക് അറയുടെ മുന്നിൽ തോർത്തുവിരിച്ച് കിടന്നു. ഉറക്കത്തിനിടയിൽ അവന്റെ അരയിൽനിന്നും മുണ്ട് നീങ്ങി അടിയിൽ ധരിച്ചിരുന്ന നിക്കർ പുറത്തു കാണാമായിരുന്നു. കാടുപിടിച്ച തലമുടിയും ക്ഷൗരം ചെയ്യാത്തതിനാൽ കാടുകയറിയ രോമങ്ങളും മുഖത്താകെ കട്ടപിടിച്ചിരുന്നു.

ഉറക്കത്തിൽ അവൻ മരിച്ചവരുടെ പേരുകളും മരിക്കാനുള്ളവരുടെ പേരുകളും അവന്റെ ഡയറിയിലെ ലിസ്റ്റിൽ എഴുതിയപടി പറയുന്നുണ്ടായിരുന്നു.

ഞങ്ങൾ മരയ്ക്കാന്മാർ വീരശൂരന്മാരാണ്. എന്റെ പിതാമഹൻ ആരാണെന്നറിയാമോ? ഷഹീദ് വല്യതമ്പി മരയ്ക്കാരപ്പായാണ്. അദ്ദേഹത്തിന്റെ പരമ്പരയിൽപെട്ടവനാണ് ഞാനെടോ. കള്ളിക്കാട്ട് ചന്ദനക്കുടത്തിനു പിരിവെടുക്കുമ്പോൾ എന്റെ വിഹിതം തരാതെ ചിലമരയ്ക്കാന്മാരെല്ലാം കട്ടുഭുജിക്കുന്നു. ഷാഹിദ് ചിന്നത്തമ്പി മരയ്ക്കാർ, കന്നിബീവിയുമ്മാ എല്ലാരും എന്റെ ബന്ധുക്കളാണ്. പക്ഷേ, ഇന്നു ഞാൻ പട്ടിണികിടക്കുന്നു. മദ്യപിക്കാൻ നിവൃത്തിയില്ല. അവൻ വായ അനക്കിക്കൊണ്ടേയിരുന്നു.

പുൽത്തുമ്പിലൊട്ടിയിരുന്ന മഞ്ഞുതുള്ളികളെ സൂര്യപ്രകാശം തഴുകുന്നനേരം. പള്ളിയുടെ മുൻവശത്ത് സുബഹ്(വൈകുന്നേരത്തെ നിസ്കാരം) നിസ്കാരത്തിനു കൂടിയ ചിലർ അവനെ തട്ടി എണീപ്പിക്കാൻ ശ്രമിച്ചു. എന്നാൽ അവന് എണീക്കാനായില്ല. ചാത്താൻ കോവിലിലെ രാമയ്യൻ, ഒറ്റാൽ കുത്തിയവരുടെ കൈയിലിരുന്ന തീപ്പന്തം, മീൻ എന്നെല്ലാം അവൻ പുലമ്പിക്കൊണ്ടേയിരുന്നു.

എല്ലാവരുംകൂടി അവനെ തട്ടിയെണീപ്പിച്ചു. എന്നാലും ഫലമുണ്ടായില്ല.

"ചാത്താൻ കോവിലിലെ ഒറ്റാലിൽ പിടിച്ച മീൻ പൊരിച്ചോ പാറുക്കാളി.. നീ പൊരിച്ചെടുത്തോ? എനിക്കു തിന്നണം."

എണീപ്പിക്കാൻ ശ്രമിച്ച മുതിർന്നവർക്ക് ഒന്നും മനസ്സിലായില്ല. ചാത്താൻ കോവിലിലുള്ള ഏതെങ്കിലും പിശാചിനെക്കണ്ട് ഇവൻ ഭയന്നതായിരിക്കുമോ? ചിലർ സംശയിച്ചു

"പള്ളിക്കു മുന്നിൽ കിടക്കാൻ പാടില്ല. അവനെ തൂക്കിയെടുത്ത് വീട്ടിൽക്കൊണ്ടാക്കാം."

കൂടിനിന്നവരിൽ ഒരാൾ മറുപടി പറഞ്ഞു.

നാലുപേർ ചേർന്ന് അവനെ പൊക്കിയെടുത്ത് മരയ്ക്കാർ തെരുവിലേക്ക് കൊണ്ടുപോയി. അവന്റെ ഭിത്തിയിടിഞ്ഞ ചെറിയവീട്ടിൽ വേണ്ടത്ര സൗകര്യം ഉണ്ടായിരുന്നില്ല. കുട്ടികൾ അവിടവിടെ വെറും നിലത്ത് നനച്ചിട്ടിരിക്കുന്ന പഴന്തുണിപോലെ നിലത്തോടൊട്ടിച്ചേർന്ന്

കിടന്ന് ഉറങ്ങുകയായിരുന്നു.

മൊയ്ദീനെ കൊണ്ടുചെല്ലുമ്പോൾ വീട്ടിൽ അവന്റെ ഭാര്യ ഉണ്ടായിരുന്നില്ല. പുറത്ത് കാട്ടിൽപോയിരിക്കുകയായിരുന്നു. മൊയ്ദീനെ എടുത്തുകൊണ്ടുവരുന്നത് കണ്ട ഒരു സ്ത്രീ മൊയ്ദീന്റെ വീട്ടുവാതുക്കൽവന്ന് എത്തിനോക്കി.

മയ്യത്തല്ല!

വായ ഒലിച്ചിറങ്ങിക്കൊണ്ടേയിരുന്നു.

"ഒറ്റാൽമീൻ, പൊരിച്ചുതാടീ.., ചാത്താൻ കോവിലിലെ കലുങ്കിലെ വെള്ളം.." മൊയ്ദീൻ പുലമ്പിക്കൊണ്ടേയിരുന്നു

"നശിച്ചുപോയവന്റെ ഒടുക്കത്തെ കുടി. കിട്ടുന്ന പണമെല്ലാം കുടിച്ചുകുടിച്ച് മണ്ണാക്കുന്നവൻ. കൈയിൽ കാശുള്ളപ്പോൾ മാത്രം കുഞ്ഞുങ്ങൾക്കായി അരിവാങ്ങിവരും."

അവൾ പ്രാകിക്കൊണ്ടു നില്ക്കുമ്പോൾ വീട്ടുമുറ്റത്ത് നാലഞ്ച് പുരുഷന്മാർ നില്ക്കുന്നതുകണ്ട് സന്തുക്ക് മൊയ്ദീന്റെ ഭാര്യക്ക് എന്താണ്, ഏതാണ് എന്നൊന്നും മനസ്സിലായില്ല. പലിശക്കാരൻ പാണ്ഡ്യന്റെ ആൾക്കാർ വീട്ടുസാധനങ്ങളെല്ലാം പെറുക്കിയെടുത്തുകൊണ്ടുപോകാനെങ്ങാനും വന്നതാണോ?

മൊയ്ദീന്റെ ഭാര്യ നെഞ്ചിടിപ്പോടെ വീട്ടിലേക്കണയവേ, മൊയ്ദീന്റെ വീടിനുമുന്നിൽനിന്ന പെണ്ണ് വിളിച്ച് പറഞ്ഞു.

"ഏയ്.. ഭയപ്പെടണ്ട. ഒന്നുമില്ല. കുടിതന്നെ. നീ പേടിക്കണ്ട."

മദ്യപാനമായതിനാൽ അവൾക്കു ഭയം ഉണ്ടാവില്ലെന്ന് അവൾക്കറിയാം.

വീട്ടിൽ അടുപ്പു കത്തിയിട്ടു ദിവസങ്ങളായി. നിത്യദാരിദ്ര്യം കാർക്കിച്ചു തുപ്പിയ വീടാണത്.

അവൾ വീടിനുള്ളിലേക്കു വന്നു. ചുറ്റും നില്ക്കുന്നതു തെരുവിലുള്ളവരാണ്. അവളുടെ മുഖത്തുനോക്കി ഒരാൾ പറഞ്ഞു:

"കുടിച്ചിട്ടില്ല."

"നല്ലത്" അടുപ്പു ചൂണ്ടിക്കാട്ടി മറ്റൊരാൾ ചോദിച്ചു:

"വീട്ടിൽ വെപ്പും കുടിയും ഒന്നുമില്ലേ?"

"എന്തെങ്കിലും കൊണ്ടു തന്നാലല്ലേ അടുപ്പിൽ വേവുകയുള്ളൂ. ഞാൻ വേലയ്ക്കു പോകുന്ന മില്ല് ഒരാഴ്ചയായി പൂട്ടിക്കിടക്കുന്നു. നാട്ടിൽ ഇടയ്ക്കിടെ മയ്യത്ത് ഉണ്ടാകാത്തതിനാൽ ഇദ്ദേഹത്തിന് വരുമാനവും ഇല്ല. സന്തുക്ക് എടുക്കുന്ന വണ്ടിയായതിനാൽ മറ്റുള്ളവർ ലോഡുകയറ്റാനായി വിളിക്കാറുമില്ല. ഞങ്ങളുടെ അടുപ്പ് കത്തണമെങ്കിൽ നാട്ടിൽ മയ്യത്തുണ്ടാകണം."

അവളുടെ ദാരിദ്ര്യത്തിന്റെ ഏറ്റവും പരിതാപകരമായ അവസ്ഥ കേട്ടുനില്ക്കാനാവാതെ എല്ലാവരും മെല്ലെ പിൻവാങ്ങിത്തുടങ്ങി.

"ശ്രദ്ധിച്ചോണേ.." അവരിലാരോ അവളോട് സ്നേഹപൂർവ്വം പറഞ്ഞു.

അവരെല്ലാം പോയിക്കഴിഞ്ഞപ്പോൾ അവന്റെ വായ ഒലിച്ചിറങ്ങുന്നതുകണ്ട് അവിടെനിന്ന സ്ത്രീ അവന്റെ ഭാര്യയോടു പറഞ്ഞു:

"ദേഹത്ത് തൊട്ടുനോക്ക്."

അവന്റെ ഭാര്യ നെറ്റിയിലും കഴുത്തിലും വാരിയെല്ലുകളിലും കൈവെച്ചു നോക്കി. ചുട്ടുപൊള്ളുന്നു.

ആ പ്രായമായസ്ത്രീയും തൊട്ടുനോക്കി.

"തീപോലെ ചുട്ടു പൊള്ളുന്നല്ലോ കുഞ്ഞേ.."

"ഇത് സാധാരണ പനിയല്ല. ഭയന്നുവിറച്ച പനിയാണ്. ചാത്താൻ കോവിലിൽ ഉള്ള മലഞ്ചാത്താൻ കൂടിയിരിക്കും."

"എന്തുചെയ്യു? ലബ്ബയെ വിളിച്ച് ഓതിച്ചു നോക്കിയാലോ?"

"നമ്മുടെ ലബ്ബയുടെ കൂട്ടർക്കൊന്നും ഇത് അടങ്ങില്ല. ജാലവിദ്യകളൊന്നും ഇതിനു പരിഹാരമല്ല."

"ആറുകാണിയിൽപോയി കാണിക്കാരനെ വിളിച്ചുകൊണ്ടുവന്നു കാണിക്കണം. കാണിക്കാരന്റെ മന്ത്രവും ഉടുക്കുകൊട്ടുന്ന ശബ്ദവും കേട്ടാൽ ദേഹത്തു കൂടിയിരിക്കുന്ന മലഞ്ചാത്താൻ കോവിലിലേക്കു ഓടിപ്പോയി കുടിയിരുന്നുകൊള്ളും. ഒരു പൂവനെ ബലികൊടുക്കണം. ഒരുപടല രസകദളിപ്പഴം കൊടുക്കണം. കാണിക്കാരനു വണ്ടിക്കൂലിയും ദക്ഷിണയും കൊടുക്കണം. നിന്റെകൈയിൽ കാശു വല്ലതുമിരിപ്പുണ്ടോ?"

"എന്റെ കൈയിൽ പണമില്ലല്ലോ താത്താ.."

"എന്നാൽ നമ്മുടെ ലബ്ബയെ വിളിച്ച് ഓതി വെള്ളംകൊടുക്ക്."

ലബ്ബ വന്ന് ഓതിനോക്കി, വെള്ളംകൊടുത്ത് എണീപ്പിച്ചു.

അവന്റെ വയറ് ഒട്ടിക്കിടക്കുന്നു. ചൂടു കഞ്ഞിവെള്ളം ഉണ്ടെങ്കിൽ കൊടുക്ക് മയക്കം തെളിയും. ഇതും പറഞ്ഞിട്ട് ലബ്ബ ഇറങ്ങി നടന്നു. നടക്കുമ്പോൾ റബ്ബർച്ചെരുപ്പ് ഉപ്പൂറ്റിയിൽ അടിക്കുന്ന താളം തെരുവിൽ ഉയർന്നു കേൾക്കാമായിരുന്നു.

നേരംകെട്ട നേരത്ത് മുഅദ്ദീനാരുടെ ചെരുപ്പു ശബ്ദംകേട്ടപ്പോൾ തെരുവു പെണ്ണുങ്ങൾ പുറത്തേക്കു തലനീട്ടി നോക്കി. മൊയ്ദീന്റെ വീടിരിക്കുന്ന ഭാഗത്തുനിന്നും മുഅദ്ദീനാർ നടന്നു നീങ്ങുന്നതുകണ്ട് എന്തായിരിക്കും കാര്യമെന്ന് മനസ്സിലാകാതെ അവർ ആശങ്കയിലായി. മൊയ്ദീന്റെ ദേഹത്ത് ചാത്താൻകോവിലിലെ മലഞ്ചാത്താൻ കൂടിയ വാർത്ത മരയ്ക്കാർ തെരുവിൽ കാട്ടുതീപോലെ പടർന്നു. കന്യകമാരെ പുറത്തിറക്കരുതേയെന്നു പറഞ്ഞ് കരളുറപ്പുള്ള ചില സ്ത്രീകൾ തെരുവിൽ പമ്മിപ്പമ്മി നടന്ന് തെരുവിന്റെ അങ്ങേത്തലയ്ക്കലുള്ള ഞൊണ്ടിക്കാലന്റെ കടയിൽച്ചെന്ന് കരുവാടുമീനും കത്തിരിക്കയും ഉച്ചയൂണിനായി വാങ്ങിയശേഷം മൊയ്ദീന്റെ വീടിരിക്കുന്ന ഭാഗത്തേക്കു നോക്കുകപോലും ചെയ്യാതെ ശീഘ്രത്തിൽ നടന്ന് വീടിനുള്ളിലേക്കു പോയി.

ആരുംതന്നെ കൈതട്ടിവിളിച്ചാലോ കൂവിവിളിച്ചാലോ പേരുപറഞ്ഞ് വിളിച്ചാലോ തിരിഞ്ഞുനോക്കാറില്ല. സെയ്ബക്കയുടെ മരുമകൻ ഇപ്പോൾ തനിയെ നടക്കുന്ന സ്ത്രീകളെ കൈകൊട്ടി വിളിക്കുന്നതും പേരുചൊല്ലി വിളിക്കുന്നതും സാധാരണമായിരിക്കുന്നു. തിരിഞ്ഞുനോക്കിയാൽ ആരുടെ കണ്ണിനും ദൃശ്യമാകില്ല. തിരിഞ്ഞു നോക്കിയവർക്ക് അതുകാരണം പല അനിഷ്ടാനുഭവങ്ങളും ഉണ്ടായി. ജ്വരം, പനിപിടിച്ച് തനിയെ

പിറുപിറുക്കൽ, മൗനം, കണ്ണുമിഴിച്ചുള്ള നോട്ടം. ചാളശേഖുവിന്റെ ഭാര്യ, സെയ്ബക്കയുടെ മരുമകൻ കണ്ണിറുക്കി അവളെ വിളിച്ചത് ഭർത്താവിനോടു പറഞ്ഞു. ചാളശേഖു അരയിൽത്തിരുകിയിരുന്ന മടക്കുപിച്ചാത്തി നിവർത്തിക്കാണിച്ച് സെയ്ബക്കായുടെ വീടിന്റെ മുന്നിൽച്ചെന്നുനിന്ന് തെറിവിളിച്ച് ആൾക്കാരെക്കൂട്ടി. സെയ്ബക്കാ ഭയന്നുവിറച്ചു. കെട്ടിയുണ്ടാക്കിയ ദ്രവിച്ചുതുടങ്ങിയ കതക് വെക്കംതന്നെ അടച്ച് ഫദറിനെ അരികിലണച്ചുപിടിച്ച് ഒച്ചയുണ്ടാക്കാതെ വീടിനുള്ളിൽത്തന്നെ ഒളിച്ചിരുന്നു.

സെയ്ബക്കായുടെ മരുമകന്റെ ഉപദ്രവം ഒരുവശത്ത് ഉള്ളപ്പോൾ ഇപ്പോൾ പുതുതായി ഒരു അസ്ഥിപഞ്ജരംകൂടി രാത്രികാലങ്ങളിൽ നടമാടുന്നത്, പള്ളിയിൽ ഇഷാ നിസ്കാരം കഴിഞ്ഞുപോകുമ്പോൾ വഴിയിൽ ഇരുട്ടത്ത് കണ്ടതായി മുഅദ്ദീനാർ പള്ളിയിൽ നിസ്കാരത്തിനു വന്നവരോട് പറഞ്ഞു. മുഅദ്ദീനാർ പറഞ്ഞത് കാട്ടുതീപോലെ നാട്ടിൽ പരന്നു. ചിലർ അസ്ഥിപഞ്ജരംകണ്ടു ഭയന്ന് പള്ളിയിൽ നിസ്കാരത്തിനു പോകുന്നത് തല്ക്കാലം നിർത്തിവെച്ചു.

പ്ലാസ്റ്റിക് കുടം ഉണ്ടാക്കുന്ന കമ്പനിയിൽ പണിക്കു പോയിട്ട് ഒറ്റയടിപ്പാതയിലൂടെ തനിയെ പൊയ്ക്കൊണ്ടിരുന്ന അറുതലി അലിമായ്ക്ക് പിന്നിൽനിന്നും വിളിച്ചതുപോലെ ചെവിയിൽ ഒരു ശബ്ദം കേട്ടു.

"താത്താ നിങ്ങളുടെ ഭർത്താവ് എന്താ നിങ്ങളുടെ താലി മുറിച്ചത്? നടന്നകഥ എന്നോടൊന്നു പറയാമോ?"

അറുതലി അലിമാ, പരിചയമുള്ള ശബ്ദമാണല്ലോ എന്നു കരുതി തിരിഞ്ഞുനോക്കി. പിന്നിൽ ഒരു അസ്ഥിപഞ്ജരം!

പേടിച്ച് ചങ്കുകലങ്ങിയ അലിമാ ആയത്തു(ഖുറാനിലുള്ള അദ്ധ്യായം)ഖുർഷി ഓതാൻ ആരംഭിച്ചതും അസ്ഥിപഞ്ജരം എവിടെപ്പോയി മറഞ്ഞോ എന്നറിഞ്ഞില്ല. ഒരു പൊട്ടിച്ചിരി മാത്രം അകലെക്കേട്ടു.

പള്ളിയിലും തെരുവിലുമൊക്കെ ആത്മാക്കൾ അലഞ്ഞുതിരിയുന്ന വിവരം പ്രചരിക്കുകയും മരയ്ക്കാർ തെരുവിലെ ജനങ്ങളുടെ സ്വസ്ഥത നഷ്ടപ്പെടുകയുംചെയ്തു. അങ്ങനെ കഴിയുന്ന കാലത്താണ് സന്തുക്ക് മൊയ്ദീൻ ചാത്താൻ കോവിലിലെ മലഞ്ചാത്തനെയുംകൊണ്ട് വന്നിരിക്കുന്നത്.

മഹാപാപി മനുഷ്യൻ!

നശിച്ചജാതി മനുഷ്യൻ!

സന്തുക്ക് മൊയ്ദിന്റെ ഭാര്യ വീടുതോറും കയറിയിറങ്ങി ചൂടുകഞ്ഞിവെള്ളം ഇരന്നുകൊണ്ടുനടന്നു. മരയ്ക്കാർ തെരുവിലെ ഏറെക്കുറെ എല്ലാവീടുകളിലും ഉച്ചയൂണിനായി അരി അടുപ്പിൽ ഇടാറുണ്ടായിരുന്നില്ല. തലേദിവസം രാത്രിയിൽ ഉണ്ടാക്കിയ ചോറിൽ ബാക്കിയുള്ളതിൽ വെള്ളം ഒഴിച്ചുവെച്ച് രാവിലെ കുഞ്ഞുങ്ങൾക്കു കൊടുത്ത് അവരുടെ വിശപ്പടക്കും. ചൂടുകഞ്ഞിവെള്ളത്തിനായി ഓടക്കരത്തെരുവിലെങ്ങും നടന്നു കെഞ്ചിയിട്ടും സന്തുക്ക് മൊയ്ദീന്റെ ഭാര്യക്ക് ഒരുതുള്ളി കഞ്ഞിവെള്ളംപോലും കിട്ടിയില്ല. ഭർത്താവിന്റെ അവസ്ഥയോർത്ത് എന്തു തെറിവിളികേൾക്കാനും തയ്യാറായി അവൾ. പള്ളിത്തെരുവിലെ

ഒരു വീട്ടിനുമുന്നിലെത്തി ചൂടുകഞ്ഞിവെള്ളത്തിനായി അവൾ. ദയനീയമായ യാചിച്ചു. ഒരു വീട്ടിൽനിന്ന് അല്പം ചൂടു കഞ്ഞിവെള്ളം കിട്ടി. അതുമായി സന്തോഷത്തോടെ അവൾ ഓടി വീട്ടിലെത്തി.

ക്ഷീണിച്ച് പുലമ്പിക്കൊണ്ട് കിടന്ന മൊയ്ദീനെ അവൾ താങ്ങിയെടുത്ത് ഭിത്തിയോടു ചേർത്തിരുത്തി. ചൂടുകഞ്ഞിവെള്ളപ്പാത്രം വായിലേക്ക് ചേർത്തുകൊടുത്തു. ഒറ്റവലിക്ക് അത്രവെള്ളവും വയറ്റിലേക്കു പോയപ്പോൾ അടഞ്ഞിരുന്ന അവന്റെ കണ്ണുകൾ മെല്ലെത്തുറന്നു. ഭാര്യയെ നോക്കി. ശരീരത്തിലെ ചൂട് അല്പവും മാറിയിരുന്നില്ല. പഴയതുപോലെ അവനെ നിലത്തുകിടത്തിയശേഷം ഷർട്ടിന്റെ പോക്കറ്റിൽ അവൾ കൈയിട്ടുനോക്കി.

കാശില്ല.

മരണവീട്ടിലേക്ക് സന്തുക്ക് വലിച്ചുകൊണ്ടുപോയിട്ട് കൂലി എവിടെ? അവൻ അരയിൽ കെട്ടിയിരുന്ന പച്ചബെൽറ്റിലെ പോക്കറ്റിലും നോക്കി. അതിലും കാശില്ല. മരണം നടന്ന വീട്ടിൽനിന്നും കൂലിയൊന്നും കിട്ടിയതായി തോന്നുന്നില്ല.

കുഞ്ഞുങ്ങളെ തട്ടിയുണർത്തി,

“വാപ്പായെ നോക്കിക്കോണേ മക്കളേ” എന്നും പറഞ്ഞേല്പിച്ചശേഷം അവൾ മരണവീടു ലക്ഷ്യമാക്കി നടന്നു.

മരണവീടിന്റെ മുൻഭാഗത്ത് പുരുഷന്മാർ ദുഃഖിച്ച് കൂടിയിരുന്ന്, ബൈക്കിൽ ചെറുപ്പക്കാർ പായുന്ന വേഗത്തെക്കുറിച്ച് സംസാരിച്ചുകൊണ്ടിരുന്നു. അവൾ വീടിന്റെ മുൻഭാഗത്ത് ഒതുങ്ങിനിന്ന് ഉള്ളിലേക്ക് തല നീട്ടിക്കാണിച്ചു. “ഞാൻ വന്നിരിക്കുന്നു” അവൾ ആരെങ്കിലും കേൾക്കാനായി വിളിച്ചുപറഞ്ഞു

“എന്തിനാ അകത്തു വന്നത്?” ചോദിച്ചത് അവളെ കണ്ട വീട്ടുടമസ്ഥനായിരുന്നു. മയ്യത്തായയാളുടെ വാപ്പ.

“മുതലാളീ.., എന്റെ ഭർത്താവ് പനിപിടിച്ചു കിടക്കുന്നു. ഇന്നലെ സന്തുക്ക് എടുത്തതിന്റെ കൂലി വാങ്ങാനാണു ഞാൻ വന്നത്” ഒച്ച താഴ്ത്തി ദയനീയമായി അവൾ പറഞ്ഞു.

“കൂലിയോ? ഇന്നലെത്തന്നെ കൊടുത്തല്ലോ. അവൻ ടാസ്മാർക് കടയിൽ കൊണ്ടുപോയി കുടിച്ചു നശിപ്പിച്ചിരിക്കും.”

“ഇന്നലെ അദ്ദേഹം കുടിച്ചില്ല മുതലാളീ.. സന്തുക്ക് കൊണ്ടുവെച്ചിട്ട് സന്തുക്ക് പുരയുടെമുന്നിൽ പനിപിടിച്ച് കിടന്നുറങ്ങിപ്പോയി. നിസ്കാരത്തിനു വന്നവർ താങ്ങിയെടുത്താണു വീട്ടിലാക്കിയത്.”

“അവൻ കുടിച്ചു. കുടിച്ചില്ലെന്ന് നീ പറയുന്നതെല്ലാം വെറും കളവ്. അറുന്നൂറുരൂപ കൂലിയായി ഞാനല്ലേ ഇന്നലെ കൊടുത്തത്. ഇവിടെ നില്ക്കാതെ സ്ഥലംവിട്.”

മറുപടിയൊന്നും പറയാതെ അവൾ വീട്ടിലേക്കു നടന്നു. പറഞ്ഞത് മുതലാളിയല്ലേ!

ആറുകാണിയിലേക്കുപോയി കാണിക്കാരനെ കൂട്ടിക്കൊണ്ടുവരാനായി പണം വേണം. ബസുകൂലി, അദ്ദേഹത്തിനുകൊടുക്കാൻ ദക്ഷിണ..

അങ്ങനെ എല്ലാത്തിനും പണം വേണം. കൈയിലാണേൽ കാൽക്കാശില്ല. പ്രാണനുണ്ടെങ്കിലല്ലേ കുഞ്ഞുങ്ങൾക്ക് കഞ്ഞിവെക്കാൻ വല്ലതും കൊണ്ടുവരാൻ അദ്ദേഹത്തിനു കഴിയൂ. ചുമടെടുത്ത് എന്തെങ്കിലും കൊണ്ടുതരുന്ന മകൻ വഹാബ് പൊലീസ് ലോക്കപ്പിലുമായി. അവൻ എവിടെ കിടക്കുന്നോ.. ഏതു നാട്ടിൽക്കിടന്നു നരകിക്കുന്നോ.. അറിയില്ലല്ലോ അള്ളാ..

അദ്ദേഹത്തിനു പനിയാണോ.. അതോ ചാത്താൻ കോവിലിലുള്ള മലഞ്ചാത്താൻ കൂടിയതാണോ? എന്ത്, ഏത് എന്നൊന്നും അറിയാനും വയ്യല്ലോ..അള്ളാ.. വീട്ടിലേക്കു നടക്കുമ്പോൾ അവളെ ചിന്തകൾ അലട്ടിക്കൊണ്ടേയിരുന്നു.

താലികെട്ടിയവൻ മുമ്പത്തെപ്പോലെ അതേകിടപ്പിൽ അവിടെത്തന്നെ കിടക്കുന്നു. വായിൽനിന്നും നീര് ഒഴുകിക്കൊണ്ടേയിരുന്നു.

"ചാത്താൻ കോവിൽ കലുങ്ക്.., ഒറ്റാൽ.., മീൻ.., പൊരിച്ചു താടീ.."

ഇരുപത്തി ഒൻപത്

സന്തുക്ക് മൊയ്ദീന്റെ ശരീരത്തിലെ ചൂട് മെല്ലെ കുറഞ്ഞുവന്നു. അതുവഴിപോയ ആശാനെ വിളിച്ച് വെള്ളം ജപിച്ച് തുടർച്ചയായി മൂന്നു ദിവസം മുഖത്ത് തളിച്ചപ്പോൾ ഓർമ്മ തിരികെവന്നു. മൊയ്ദീന്റെ ഭാര്യയ്ക്ക് വലിയ സന്തോഷമായി. വീടുതേടിപ്പോയി ആശാനെ കൂട്ടിക്കൊണ്ടുവന്നതല്ല. ഒരു പച്ചിലമരുന്നുതേടി കാട്ടിനരുകിലേക്ക് പോയ അദ്ദേഹം അവളുടെ കണ്ണിൽപെട്ടതായിരുന്നു.

"ആശാനേ.. എന്റെ ഭർത്താവിന്റെ ദേഹത്ത് എന്തോ കൂടിയിട്ടുണ്ട്. ആശാൻ ഒന്നു കൈപിടിച്ചു നോക്കണം" അവൾ കെഞ്ചി.

അവളുടെ ദയനീയമായ അവസ്ഥകണ്ട് ചിന്നനാശാൻ മൊയ്ദീന്റെ അരുകിൽ ചെന്നുനോക്കി. അവൻ അദ്ദേഹത്തെ കണ്ണുമിഴിച്ചു നോക്കി.

"വല്ലാത്ത നോട്ടം" ആശാൻ ആരോടെന്നില്ലാതെ പറഞ്ഞു.

"ഒരു പാത്രം വെള്ളം കൊണ്ടുവാ.."

അവൾ വീട്ടുമുറ്റത്തിരുന്ന മൺകുടത്തിൽനിന്നും, തേച്ചുകഴുകിവെച്ചിരുന്ന പാത്രത്തിലേക്ക് വെള്ളം പകർന്ന് ആശാന്റെ കൈയിൽ കൊടുത്തു. വെള്ളംനിറച്ച പാത്രത്തിന്റെ വായമൂടാതെ ആകാശത്തിനു നേരെ കാണിച്ച് ആശാൻ വീടിനു മൂന്നുപ്രാവശ്യം വലംവെച്ചുവന്നു. പാത്രത്തിൽനിന്നും അല്പം വെള്ളമെടുത്ത് മന്ത്രം ജപിച്ച് ആകാശം നോക്കി വീശി. മന്ത്രംചൊല്ലിക്കൊണ്ടുതന്നെ ബാക്കിവെള്ളം മൊയ്ദീന്റെ മുഖത്ത് ഓങ്ങിത്തളിച്ചു. മൂന്നുപ്രാവശ്യം.

മൊയ്ദീൻ പെട്ടെന്നു മുഖം വെട്ടിച്ചു.

ഒന്നുംപറയാതെ കാടിനെ ലക്ഷ്യമാക്കി ചിന്നനാശാൻ നടന്നു. അദ്ദേഹം ഉടുത്തിരുന്ന നേർത്ത മുണ്ടിനടിയിൽ ഒരു വിജയപതാക ഉണ്ടായിരുന്നു. കോണകവാലായി തൂങ്ങിക്കിടന്ന ആ വിജയക്കൊടി

മൊയ്ദീന്റെ കുഞ്ഞുങ്ങൾ നോക്കിനിന്നു. പിന്നെ ചിരിച്ചു.

"ചിരിക്കാതെടാ..ആശാനാണത്."

മൊയ്ദീന്റെ ചൂട് സാവധാനം കുറഞ്ഞുവന്നു.

മരുന്നുണ്ടാക്കാനായി കൂവളപ്പൂവും കുപ്പമേനിയും, കാക്കലം, നവരപ്പച്ചില തുടങ്ങിയവയും അന്വേഷിച്ച് ഓടക്കരത്തെരുവുവഴി ആശാൻ നടക്കാറുണ്ട്. പിറ്റേന്ന് ഔഷധച്ചെടികൾ സമാഹരിച്ച് ആശാൻ തിരികെ പോകുമ്പോൾ വീട്ടുനടയിൽനിന്നിരുന്ന അവൾ ആശാനെ ദൂരെക്കണ്ട് ഓടിച്ചെന്നു.

"ആശാനേ.. ഒരുപ്രാവശ്യം മാത്രം മന്ത്രവെള്ളം തളിച്ചാൽ മതിയാകുമോ?" വിനയാന്വിതയായി അവൾ ചോദിച്ചു.

"ഇനിയും രണ്ടുദിവസം കൂടി മന്ത്രജലം തളിക്കേണ്ടതുണ്ട്. നാളെ വരാം കുഞ്ഞേ.." ഇതുംപറഞ്ഞുകൊണ്ട് തിരിഞ്ഞുനോക്കാതെ ആശാൻ ഒറ്റനടത്തം. മൂന്നുദിവസം തുടർച്ചയായി ജലം മന്ത്രിച്ചു തളിച്ചു. മൂന്നാം നാൾ മന്ത്രജലം തളിച്ചപ്പോൾ ഓർമ്മ തിരികെ ലഭിച്ച മൊയ്ദീൻ ആശാൻ പോയ വഴിനോക്കിനിന്നു. ആശാന്റെ പിന്നിൽ ഒരുനിഴൽ ഉണ്ടായിരുന്നു. അത് അദ്ദേഹത്തെ പിൻതുടർന്നു പോകുന്നതുപോലെ മൊയ്ദീന്റെ കണ്ണിൽ ദൃശ്യമായി.

മൂന്നാംദിവസം മന്ത്രം ജപിച്ചജലം മൊയ്ദീന്റെ മുഖത്തു തളിച്ചു പോയ ആശാൻ പിന്നെ അതുവഴി വന്നിട്ടേയില്ല. തെരുവിലൂടെയെങ്ങാനും അദ്ദേഹം പോകുന്നുണ്ടോ എന്ന് മൊയ്ദീന്റെ ഭാര്യ കണ്ണെടുക്കാതെ നോക്കിനിന്നിട്ടുണ്ട്. വിളിച്ചുവരുത്തി വീണ്ടും ഒരു മൂന്നു പ്രാവശ്യംകൂടി മന്ത്രജലം തളിപ്പിക്കണമെന്നു വിചാരിച്ചു. എന്നാൽ ആദ്യത്തെ മൂന്നുപ്രാവശ്യം മന്ത്രജലം തളിച്ചപ്പോൾത്തന്നെ മൊയ്ദീന്റെ ഓർമ്മ തിരികെ ലഭിച്ചുകഴിഞ്ഞിരുന്നു. പേടിപ്പിക്കുന്ന ചെകുത്താന്റെനോട്ടം ഇപ്പോഴില്ല. മുഖം ശാന്തമായിമാറി. എന്നാൽ, ആര് എന്തു ചോദിച്ചാലും മറുപടിയില്ല. നോട്ടം മാത്രം. ആകെയൊരു മൗനവും. വീടുവിട്ടു വെളിയിൽ ഇറങ്ങാറില്ല. കുളിയും നനയുമില്ല. മൂലയിൽ ചമ്രംപടിഞ്ഞ് ഒരേയിരുപ്പ്. ചോറ് മുന്നിൽവെച്ചുകൊടുത്താൽ ഒരുപിടിവാരി വായിലിടുന്നത് അപൂർവ്വം. വയറ് നട്ടെല്ലിനോട് ഒട്ടിപ്പോയി. മൂത്രം ഒഴിക്കാൻ മുട്ടുമ്പോൾ മാത്രം പുറത്തിറങ്ങി മൂത്രം ഒഴിക്കും. ചിലപ്പോൾ അവനറിയാതെ ഇരുന്നിടത്ത് മൂത്രംപോകുന്നത് ഭാര്യയ്ക്ക് വലിയ തലവേദനയായിമാറി. ചെമ്മൺതറയിൽ വെള്ളമൊഴിച്ചു കഴുകി വൃത്തിയാക്കാൻ കഴിയാത്തതിനാൽ വായിൽവരുന്നതെല്ലാം അവൾ വിളിച്ചുപറയും.

"നടക്കാൻ വയ്യാഞ്ഞിട്ടാണോ.. കാലൊടിഞ്ഞിട്ടാണോ.. വെളിയിലിറങ്ങി മൂത്രമൊഴിക്കരുതോ?"

പക്ഷേ, മൊയ്ദീൻ ഇപ്പറയുന്നതൊന്നും കേൾക്കുന്നതായി തോന്നിയില്ല.

അവളെ മൗനമായി നോക്കുകമാത്രം ചെയ്തു.

പെട്ടെന്ന് ആരുടെയോ നെഞ്ചിൽ ഓങ്ങിക്കുത്തുന്നതുപോലെ തറയിലേക്ക് അവൻ ഓങ്ങിക്കുത്തിവീണു. ഉറുമിക്കൊണ്ട് പല്ലുകടിച്ചു.

പെട്ടെന്ന് അവന്റെ കണ്ണിനുള്ളിൽ രക്തച്ചെമപ്പ് വർദ്ധിച്ചു. കട്ടപിടിച്ചരക്തം!

അവന്റെ കണ്ണുകളും ഓങ്ങിക്കുത്തുന്നതും കണ്ട് നടുങ്ങി അവൾ മാറി നിന്നു. അവളുടെ പെരുവിരലിൽനിന്നും ഭയം മുകളിലോട്ട് ഇരച്ചുകയറി.

വാപ്പായുടെ അരികിൽ പോകരുതെന്ന് കുട്ടികളെ അവൾ പേടിപ്പിച്ചു വിലക്കിനിർത്തി.

“അടുക്കൽ പോകല്ലേ മക്കളേ..”

“എന്നെ പടച്ച റബ്ബേ..ആരുമില്ലല്ലോ എനിക്ക്!”

അവളുടെ മനസ്സിലേക്ക് ആശാൻ ഓടിക്കയറിവന്നു. സ്വയംമറന്ന് കണ്ണടച്ച നിലയിൽ “ആശാനേ..” എന്ന് അവളുടെ വായിൽനിന്നും ഒരാർത്തനാദം പുറത്തേക്കുവന്നു.

കണ്ണുതുറന്ന് നോക്കി. മുറ്റത്ത് ആശാൻ നില്ക്കുന്നുണ്ടായിരുന്നു. പല്ലില്ലാത്ത വായിൽ, വെറ്റില ചവച്ചുകൊണ്ട് ചിരിക്കുന്ന മുഖവുമായി ആശാൻ നില്ക്കുന്നു.

“ആരുമില്ലല്ലോ റബ്ബേ.. എന്നു വിളിച്ചല്ലോ.. എന്താ കാര്യം?” ആശാൻ തിരക്കി.

“എന്റെ ഭർത്താവിന്റെ അവസ്ഥ കണ്ടില്ലേ ആശാനേ..? കൈയി ലാണേൽ ചില്ലിക്കാശില്ല. കുഞ്ഞുങ്ങൾക്ക് ആഹാരം കൊടുക്കാൻ പോലും ഒരു ഗതിയുമില്ല. പണിക്കുപോകാൻ നിവൃത്തിയില്ല. മില്ലും പൂട്ടി ക്കിടക്കുന്നു. മരുന്നുവാങ്ങാൻ കൈയിൽ കാൽക്കാശില്ല ആശാനേ..”

“സമാധാനിക്കൂ..” ആശാൻ കാടിനുനേരെ നടന്നു. ഇത്രയും പെട്ടെന്ന് ആശാൻ തിരികെവരുമെന്ന് അവൾ പ്രതീക്ഷിച്ചില്ല. കൈയിലിരുന്ന പച്ചി ലമരുന്ന് അവൾ സൂക്ഷിച്ചുനോക്കി. ആശാൻ പച്ചില ചുരുട്ടി കൈയിൽ മടക്കിപ്പിടിച്ചിരിക്കുകയായിരുന്നു.

“ഒരു ചട്ടിയിങ്ങെടുക്ക് കുഞ്ഞേ..”

പുതിയ ഒരുചട്ടി അവൾ കൊണ്ടുവന്നു.

ആശാൻ പച്ചില ഇരുകൈകളുംകൊണ്ട് ഞരടിപ്പിഴിഞ്ഞ് നീര് ചട്ടി യിലേക്കു പകർന്നു.

ആശാൻ ഉള്ളിൽച്ചെന്നു നോക്കുമ്പോൾ മൊയ്ദീൻ നിലത്ത് ചമ്രം പടിഞ്ഞിരിക്കുകയായിരുന്നു. ആശാനെ കണ്ടതും ആളെ മനസ്സിലാകാ ത്തതുപോലെ അവൻ മിഴിച്ചുനോക്കി.

“നിങ്ങൾ ആരാണ് ഹേ?” എന്നഭാവത്തിൽ.

“വായ് തുറന്ന് കാണിക്കൂ കുഞ്ഞേ..” എന്ന് ആശാൻ പറഞ്ഞതും അനുസരണയുള്ള ഒരു കുഞ്ഞിനെപ്പോലെ അവൻ വായ തുറന്നുകാട്ടി.

“ഇതു കുടിക്ക്..”

അദ്ദേഹം ഔഷധപ്പാത്രം അവന്റെ കൈയിൽ കൊടുത്തു. ഇരുകൈ കൊണ്ടും പാത്രംവാങ്ങി ഒറ്റയിറക്കിനു മരുന്നു കുടിച്ചു. മരുന്നിന്റെ കയ്പ്പുകാരണം മുഖം ചുളിഞ്ഞു. ഏമ്പക്കംവിട്ടതും മരുന്ന് അകത്തു ചെന്നെന്ന് ആശാന് ഉറപ്പായി. അദ്ദേഹം പറഞ്ഞു.

“ഉറങ്ങും. ഉറങ്ങട്ടെ.”

ആശാൻ വെളിയിലിറങ്ങി. ആശാൻ ഇരുന്ന തറയിൽക്കിടന്ന്

അവനുറങ്ങി. ശാന്തമായി..കൂർക്കം വലിക്കുന്ന ശബ്ദംകേട്ടു. മൊയ്ദീന്റെ ഭാര്യ പുറത്തേക്കിറങ്ങിയ ആശാനെ കാണാനായി തെരുവിലേക്കു വന്നു.

പക്ഷേ, അവിടെയെങ്ങും ആശാനെ കണ്ടില്ല. പുറത്തിറങ്ങിയ ആശാൻ ഇത്രപെട്ടെന്ന് എങ്ങോട്ടുപോകാൻ? അവൾ തെരുവിൽ ഓടിനടന്ന് തിരക്കി. ആശാൻപോയ കാല്പാടുപോലും അവിടെയെങ്ങും കണ്ടില്ല.

"റബ്ബേ.." എന്നു വിളിച്ചത് ആശാൻ എങ്ങനെ കേട്ടു? അദ്ദേഹം അപ്രത്യക്ഷമായത് എവിടേക്ക്? ആശാൻ വൈദ്യരാണോ അതോ, ഏതെങ്കിലും ദൈവദൂതനാണോ?

പുരുഷന്മാരും സ്ത്രീകളും ചേർന്നു നാശമാക്കിയ മലം നിറഞ്ഞ ഉടങ്കാട്! ആ കാട്ടിനുള്ളിൽ ഇത്ര അപൂർവ്വമായ പച്ചിലമരുന്നു ചെടികൾ ഉണ്ടെന്നവിവരം മരയ്ക്കാർ തെരുവിലുള്ളവർക്കോ പള്ളിത്തെരുവിലെ ജനങ്ങൾക്കോ അറിയില്ല. എല്ലാവർക്കും അതൊരു വെറും പാഴ്മുൾക്കാടാണ്. സസ്യയിനങ്ങൾ യാതൊന്നും ആരും കണ്ടിട്ടുമില്ല. ആ സ്ഥലത്ത് കൊടിയ വ്യാധിയെ സുഖപ്പെടുത്തുവാൻ പോന്ന ഒറ്റമൂലിച്ചെടികൾ വളർന്നു നില്ക്കുന്നുണ്ടെന്ന് ആശാൻമാത്രം എങ്ങനെ അറിഞ്ഞു. അദ്ദേഹത്തിന്റെ കണ്ണിനു മാത്രം അവ എങ്ങനെ ദൃശ്യമായി? അദ്ദേഹത്തിന്റെ നാടേത്? പേരെന്ത്? പച്ചിലമരുന്നന്വേഷിക്കുന്നതുകണ്ട് വൈദ്യരായിരിക്കും എന്ന വിചാരത്തിൽ അദ്ദേഹത്തെ കൂട്ടിക്കൊണ്ടുവന്നു. ആശാൻ ഒരു മാന്ത്രികൻ തന്നെയാവണം. ഒരുപക്ഷേ സന്തുക്ക് മൊയ്ദീന്റെ പിതാക്കന്മാർ ആരെങ്കിലും ആശാനായി വന്നതായിരിക്കുമോ? വല്യതമ്പി മരയ്ക്കാരപ്പായോ ചിന്നത്തമ്പി മരയ്ക്കാരപ്പായോ മറ്റോ ആയിരിക്കുമോ? ആരായിരിക്കും?

ഉറക്കത്തിൽനിന്നും ഉണർന്ന മൊയ്ദീൻ നീണ്ട കോട്ടുവായിട്ടു. എണീറ്റ് അരയിൽനിന്നും ഊരിപ്പോയ തുണിയെടുത്ത് നേരാംവണ്ണം ഉടുത്തുകൊണ്ട് ഉഷാറായി. കണ്ണിലെ രക്തച്ചെമപ്പ് ഓടിമറഞ്ഞു. കണ്ണ് പൂർവ്വാധികം പ്രകാശമാനമായി. കണ്ണിനുള്ളിൽ ഒരു നെയ്വിളക്ക് കത്തുന്നതുപോലെ ഉണ്ടായിരുന്നു.

അവൻ ഭാര്യയെ വിളിച്ചു

"റാബിയത്തേ.."

വിളികേട്ട് ഓടിയെത്തിയ റാബിയത്തിനോടു ചോദിച്ചു:

"ഹക്കീം എവിടെ? ബീഡി വാങ്ങാനായി പറഞ്ഞുവിട്. ബീഡി തീർന്നു. ഞാൻ കുറച്ചധികനേരം ഉറങ്ങിപ്പോയോ? എന്താ എന്നെ ഉണർത്താത്തത്?"

"നിങ്ങൾ പൂണ്ട ഉറക്കത്തിലായിരുന്നു. ഉണർത്തണ്ടെന്നു കരുതി" അവൾ മറ്റൊന്നും ഓർമ്മിപ്പിച്ചില്ല.

"വിശക്കുന്നു. എന്തെങ്കിലും കഴിക്കാനുണ്ടോ?"

"കുറച്ചു റേഷനരി ബീമായുടെ വീട്ടിൽനിന്നും കടംവാങ്ങിയത് ഉണ്ട്. പെട്ടെന്നുണ്ടാക്കിത്തരാം. അടുപ്പു കത്തിക്കട്ടെ."

അല്പനേരത്തെ മൗനത്തിനുശേഷം അവൻ ചോദിച്ചു

"ഇവിടെ ആരും മരിച്ചില്ലേ? ഡയറി എടുക്ക്, നോക്കട്ടെ."

അവൾ നീട്ടിയ ഡയറി വാങ്ങി പേജുകൾ മറിച്ചുനോക്കി അവൻ പറഞ്ഞു. മൊയ്ദീൻ പള്ളിത്തെരുവിൽ ഒരു വൃദ്ധ ഇന്നോ, നാളെയോ എന്നുംപറഞ്ഞ് കിടക്കുന്നുണ്ടായിരുന്നല്ലോ. മയ്യത്തായില്ലെന്നോ? മറ്റാരും തന്നെ കാറിടിച്ചോമറ്റോ മരിച്ചില്ലെന്നോ?

വീണ്ടും മൗനം

"ജ്ഞാനിയാരുടെ വീട്ടിൽ ഒരു പയ്യൻ മോട്ടോർസൈക്കിളിടിച്ച് മയ്യത്തായതാണല്ലോ.?"

"അല്ലേടീ?"

"സന്തുക്ക് കൂലിതന്നത് എന്തുചെയ്തു?" അവൾ ചോദിച്ചു.

"അന്ന് ബൈക്ക് ആക്സിഡന്റുണ്ടായി മയ്യത്തായവന്റെ വാപ്പാ മുഹമ്മദു മുതലാളി, എന്റെ വാപ്പായുടെ കൈയിൽ നേരത്തേതന്നെ ഞാൻ സന്തുക്ക് എടുത്തതിന്റെ കൂലി കൊടുത്തിട്ടുണ്ടത്രേ! എന്റെ വാപ്പാ മരിക്കുന്നതിനു മുമ്പുതന്നെ അയാളുടെ കൈയിൽനിന്നും അറുന്നൂറുരൂപ കടംവാങ്ങിയിട്ടുണ്ടത്രേ! കടംവാങ്ങിയ പണം വാപ്പാ തിരികെ കൊടുത്തില്ലെന്ന്. വാപ്പാ വീട്ടണ്ട കടം, ഞാൻ സന്തുക്ക് എടുത്തതിന്റെ കൂലിയിൽനിന്നും പിടിച്ചു. കൂലിചോദിച്ചപ്പോൾ നിന്റെ വാപ്പാ വാങ്ങിയ കടം ഇപ്പോഴാണ് ശരിയായത് എന്നുപറഞ്ഞു. രാത്രി രണ്ടുമണിവരെ കൂലി കിട്ടാത്ത മനഃപ്രയാസത്തോടെ സന്തുക്ക് വെച്ചിട്ട് സന്തുക്ക്പുരയുടെ മുന്നിൽ കിടന്ന് ഉറങ്ങിപ്പോയി.

"ഹാ..മഹാപാപി മനുഷ്യൻ. ഞാൻ പോയി ചോദിച്ചപ്പോൾ നിന്റെ ഭർത്താവിന്റെ കൈയിൽ പണം കൊടുത്തതാണ്. അവൻ കുടിച്ച് നശിപ്പിച്ചിരിക്കും എന്നാണല്ലോ പറഞ്ഞത്."

"അങ്ങനെയാണോ പറഞ്ഞത്? ഒരാഴ്ചയായി ആരും മരിക്കാത്തതിനാൽ വരുമാനമൊന്നുമില്ലാതിരുന്നു. വിശന്നുകിടക്കുന്ന കുഞ്ഞുങ്ങൾക്ക് റേഷനരിയും മീനും വാങ്ങി അവരുടെ വിശപ്പടക്കാമെന്നു കരുതി. വായിൽ മണ്ണുവാരിയിട്ടല്ലോ ആ മഹാപാപി!" ഇതുംപറഞ്ഞ് മൊയ്ദീൻ മൗനത്തോടെ വിദൂരതയിലേക്കുനോക്കിയിരുന്നു. "വഹാബ് ഉണ്ടായിരുന്നെങ്കിൽ ചുമടെടുത്തായാലും കൂലിമേടിച്ച് കുഞ്ഞുങ്ങളുടെ വിശപ്പടക്കിയേനെ. പൊലീസുകാരായ ആ മഹാപാപികൾ അവനെ പിടിച്ചുകൊണ്ടു പോയല്ലോ."

മൊയ്ദീൻ ടാസ്മാർക് കടയുടെ ഭാഗത്തേക്ക് പോകുന്നതു നിർത്തി. മരണങ്ങളൊന്നും നടക്കാത്തതിനാൽ വീട്ടിൽത്തന്നെയിരുന്നു. വെളിയിലിറങ്ങിയാൽ അവന്റെ കാലുകൾ ടാസ്മാർക് കടയിലേക്ക് അവനെ വലിച്ചുകൊണ്ടുപോകും.

ഇനി ആ നായമൂത്രം കുടിക്കണ്ട. മൊയ്ദീൻ ശപഥം ചെയ്തു.

"റാബിയത്തേ.."

ഭാര്യയുടെ മുഖത്തു നോക്കാതെതന്നെ അവൻ പറഞ്ഞു

"ഞാൻ ഇനി സന്തുക്ക് എടുക്കാൻ പോകുന്നില്ല. മറ്റാരെങ്കിലും പോയി എടുക്കട്ടെ. ആ പുണ്യം അവർക്കു കിട്ടട്ടെ."

"വെറുതെയിട്ടിരുന്നാൽ വണ്ടിക്കു വാടക കൊടുക്കണ്ടേ?" അവൾ ചോദിച്ചു

"വണ്ടി മുതലാളിയെ ഏല്പിക്കാൻ പോകുന്നു."

"കൊടുത്തിട്ട് വെറുതെയിരുന്നാൽ..?" അവൾക്ക് ആകാംക്ഷയായി

"വെറുതെയിരിക്കില്ല. എന്റെ മൂത്താത്തയുടെ തൊഴിലായ കടൽ വാണിഭത്തിനു പോകും. എന്റെ മൂത്താത്തമാരെല്ലാം കടൽക്കച്ചവടം ചെയ്തവരായിരുന്നു. ഞാനും അതേ തൊഴിലിനു പോകും. ഇപ്പോൾ ചാകരസമയം ബോട്ടിൽ കൂട്ടിനുപോയാൽ നല്ല കൂലികിട്ടും. ബോട്ടിൽ കേറ്റാൻ കൂട്ടിയില്ലെങ്കിൽ തലച്ചുമടെടുക്കും. വണ്ടിവലിച്ചാലല്ലേ മയ്യവണ്ടി എന്ന പേരിൽ ലോഡ് തരാതിരിക്കുകയുള്ളൂ. ഇനി അവരെ വിശ്വസിച്ചുള്ള ജീവിതം വേണ്ട.

മുൻകാലങ്ങളിലെല്ലാം മരിച്ചവരുടെ ബന്ധുക്കൾതന്നെയാണ് പള്ളിയിൽനിന്നും സന്തുക്ക് എടുത്തുകൊണ്ടുപോകാറ്. ഇപ്പോൾ ധനികർക്ക് സന്തുക്ക് എടുക്കുന്നത് വലിയ ഒരു നാണക്കേടായിമാറി. അതിനാൽ മൊയ്ദീനോട് സന്തുക്ക് എടുത്തുകൊണ്ടുവരാൻ ആരോ ഒരാൾ പറഞ്ഞതാണ്. തേക്കുമരത്തടി സന്തുക്ക് കനമുള്ളതായതിനാൽ വണ്ടിയിൽവെച്ചു വലിച്ചു. പേർഷ്യാക്കാരൻ 500 രൂപാ നോട്ടെടുത്തു നീട്ടി. മൊയ്ദീനു വലിയ സന്തോഷം ഇപ്പോൾ പേർഷ്യാക്കാരൊക്കെ വീട്ടിൽ മയ്യത്തുണ്ടായാൽ മൊയ്ദീനെ അന്വേഷിക്കുന്നു. ദിവസങ്ങൾ കടന്നുപോകവെ നാട്ടുകാരെല്ലാം മയ്യത്തുവീണാൽ മൊയ്ദീനെ വിളിക്കാൻ തുടങ്ങി. മറ്റു ലോഡുകളൊന്നും കിട്ടാത്തതിനാൽ സന്തുക്ക് എടുത്തെടുത്ത് സന്തുക്ക് മൊയ്ദീനായി അന്നത്തിനുള്ള വക തേടിക്കൊണ്ടിരുന്നു.

മരിച്ചവർക്കു സേവചെയ്യുന്നവർക്ക് സ്വർഗ്ഗവാതിൽ തുറന്നുകിടക്കുമത്രേ! നാളെ മഹസറ മൈതാനത്ത് അള്ളാ ചോദ്യക്കണക്കുകൾ ആരായുമ്പോൾ മയ്യത്തിനു സേവ ചെയ്യുന്നവരോട് അധികം ചോദ്യങ്ങളുണ്ടാവില്ല. ജന്നത്തുൾ (സ്വർഗ്ഗം) ഫിർദൗസ് എന്ന മേന്മയേറിയ സ്വർഗ്ഗത്തിനുനേരെ കൈചൂണ്ടി പൊയ്ക്കൊള്ളാൻ പറയും. അങ്ങനെപോകുന്ന വഴിയിൽ കാണപ്പെടുന്ന ജഹന്നം എന്ന നരകത്തിൽ ഭൂമിയിൽ പാപം ചെയ്ത പാപികളെല്ലാം അഗ്നിയടുപ്പിൽ കത്തിയമരും. ദാഹത്താൽ തൊണ്ടവരണ്ട് അലറും. എന്നെല്ലാം നബി ജനിച്ച മാസമായ റബിയുൾ അവ്വലിലെ പന്ത്രണ്ടുദിവസം വആലു (പ്രഭാഷണത്തിന്) വന്ന മുഹമ്മദുകുട്ടി മുസലിയാർ പറഞ്ഞത് മനസ്സിൽ പതിഞ്ഞുകിടന്ന കാരണം കൊണ്ടാണ് സന്തുക്ക് എടുക്കാനായി ഇത്രയുംനാൾ തുനിഞ്ഞത്.

സ്വർഗ്ഗം പ്രതീക്ഷിച്ച്!

ഞാൻ നാളെ ചോദ്യക്കണക്കുകൾക്കുശേഷം സ്വർഗ്ഗത്തിലേക്കുള്ള സോപാനങ്ങൾ കയറിച്ചെല്ലുമ്പോൾ 'സിരാത്തുൾ'(പരലോകത്തുള്ള പാലം) മുസ്തകീൻ പാലത്തിനുകീഴിൽ നരകത്തിലെ അടുപ്പിൽക്കിടന്ന് പുഴുപോലെ തുടിച്ചു വേവുന്ന പാപികളുടെ കൂട്ടത്തിൽ മുഹമ്മദും കാണും. പ്രത്യേകിച്ചു സാധുക്കളുടെ മാത്രം മയ്യത്തിനുസേവചെയ്യുന്ന ഒരാളുടെ വിയർപ്പ് അടങ്ങുന്നതിനുമുമ്പ്, ഉണ്ടായ കൂലി കൊടുക്കാതെ

അന്തിപ്പാതിരായ്ക്ക് കരയാൻ ഇടവരുത്തിയ, അവന്റെ മനസ്സിൽ തീകോരിയിട്ടില്ലേ ആ മുഹമ്മദ്. നെരിപ്പോടിൽക്കിടന്ന് അവൻ തുടിതുടിക്കും തീർച്ച!

മൊയ്ദീൻ നേരം വെളുത്തപ്പോൾ തൊമ്മപ്പിള്ളയുടെ അടുക്കൽച്ചെന്നു. തുറയിൽ രണ്ടുമൂന്നു ബോട്ടുകൾ ഉള്ളയാളാണ് തൊമ്മപ്പിള്ള. അതിലേതിലെങ്കിലും ഒന്നിൽ തന്നെയും കൂട്ടിയേക്കും.

മൊയ്ദീനെക്കണ്ടതും തൊമ്മപ്പിള്ളയ്ക്ക് അവന്റെ വരവിന്റെ ഉദ്ദേശ്യം മനസ്സിലായി. തൊമ്മപ്പിള്ളയ്ക്കു മുമ്പുതന്നെ മൊയ്ദീനെ മുഖപരിചയമുണ്ട്. തുറയിലുള്ള ഒരാൾ ഒരാപത്തിൽ അകപ്പെട്ട് മരിച്ചുകിടന്നപ്പോൾ ആരും മയ്യത്തെടുക്കാൻ തയ്യാറാകാതെ നിന്ന അവസരത്തിൽ, മയ്യത്തെടുത്ത് തന്റെ വണ്ടിയിൽ വെച്ച് വലിച്ചു തുറയിൽ കൊണ്ടുവന്ന ഓർമ്മ.

"നീ മേലേക്കരയിലുള്ള കൈവണ്ടി വലിക്കുന്ന മരയ്ക്കാനല്ലേ?"അയാൾ ചോദിച്ചു

"അതെയതെ."

"നിന്റെ വണ്ടിയിലല്ലേ മരിച്ച മയ്യത്തുകളെ കയറ്റിക്കൊണ്ടുപോകുന്നത്?"

"അതെ."

"ഇപ്പോൾ നിനക്ക് കൈവണ്ടിയില്ലേ?"

"ഇല്ല കുംബാരീ.. ഉടമസ്ഥനു തിരികെ കൊടുത്തു. കുലത്തൊഴിൽതന്നെ ചെയ്യാമെന്നു നിശ്ചയിച്ചു."

മര്യാദ കാണിക്കുന്നതുപോലെ അവൻ ഓച്ഛാനിച്ചു നില്ക്കുന്നതു കണ്ട തൊമ്മപ്പിള്ളയ്ക്കു കാര്യം മനസ്സിലായി. ഇവൻ കടലിന്റെ മകനാണ്. മനുഷ്യാഭിമാനി. ആരും എടുക്കാതെകിടന്ന ഒരു അന്യജാതി മയ്യത്തിനെ എടുത്തുകൊണ്ടുവന്ന മനുഷ്യത്വമുള്ള ന്യായമുള്ളവൻ!

"എന്റെ ബോട്ടിൽ കടലിൽ പോകാൻ തയ്യാറാണോ?"

"പോകാം. അതു ചോദിക്കാനാണു വന്നത്."

"കടൽഭയം ഉണ്ടോ?"

"ഇല്ല."

"അകലേക്കു പോകേണ്ടിവരും. സാധിക്കുമോ?"

"പോകാം."

"തിരികെ വരാൻ രണ്ടുമൂന്നു ദിവസമെങ്കിലും പിടിക്കും."

"കേട്ടിട്ടുണ്ട്."

"അങ്ങനെയെങ്കിൽ എന്റെ പന്ത്രണ്ടാം നമ്പർ ബോട്ടിൽ പോയി ചേർന്നുകൊള്ളുക. വൈകിട്ട് ബോട്ട് കടലിലിറക്കും. ഇവിടെങ്ങും മീനിന്റെ ചാകരയില്ല. നീരോടി, കൊല്ലങ്കോട്, പൊഴിയൂര് തുടങ്ങിയ ഭാഗത്താണ് മീനിന്റെ ചാകര. കടലിന്റെ ആ ഭാഗത്ത് വലിയമത്സ്യം കിട്ടും. സമുദ്രാതിർത്തി കടക്കാതെ സൂക്ഷിക്കണം" തൊമ്മപ്പിള്ള മുന്നറിയിപ്പു നല്കി.

കടലിൽപോയി മീൻപിടിച്ചിരുന്ന വാപ്പയുടെ മകന് കടൽത്തൊഴിലാണ് അവസാനം തുണയായത്. മീൻകാരനെന്ന മേശമായ പേര്

വേണ്ടെന്നു കരുതിയ തനിക്ക് മീൻകാരനാകേണ്ടിവന്ന വിധി!

മീൻപിടിക്കുന്ന മരയ്ക്കാനാണിപ്പോൾ താൻ!

മൊയ്ദീൻ സമുദ്രയാത്ര ചെയ്യാൻ തയ്യാറായി. പള്ളിയിലെ കാണിക്കപ്പെട്ടിയിൽ കാണിക്കയിട്ടു. "യാതൊരുവിധ ആപത്തും ഇടങ്കേടും വരാതെ അദ്ധ്വാനം കഴിഞ്ഞ് വീട്ടിൽ വന്നണയണം. എന്റെ പടച്ച റബ്ബേ..!"

കാണിക്കയിടുമ്പോൾ തോളിൽക്കിടന്നിരുന്ന തോർത്തെടുത്ത് കാതിനിടയിൽക്കൂടി തലമറച്ചുവെച്ചു. കൈനീട്ടി ദുആ യാചിച്ച് ആ കൈത്തലം മുകർന്ന് ദേഹം മുഴുവനും തടവി. യാതൊരാപത്തും ഉണ്ടാകാതിരിക്കാൻ.

അലകളോ വലിയ ഉൾവലിവുകളോ ഇല്ലാതെ ശാന്തമായിരുന്നു കടൽ. ബോട്ട് പടിഞ്ഞാറുനോക്കി ഓടിക്കുകയായിരുന്നു. ആഴക്കടലിൽ കേരളാതിർത്തിവരെ എത്തിയ മൊയ്ദീൻ കയറിയ ബോട്ട്, വലിയ നെയ്മീനുകളും കലവാ, കൊമ്പുചൂര, ചൂര തുടങ്ങിയ വലിയ മീനുകളുമായി മൂന്നാം ദിവസം പ്രഭാതത്തിൽ കരയ്ക്കണഞ്ഞു. ബോട്ടിൽ കൊണ്ടിറക്കുന്ന മീനുകളെ കണ്ട് തൊമ്മൻപിള്ളയ്ക്ക് അതുവരെയുണ്ടാകാത്ത ആഹ്ലാദം.

"വലിയതുറക്കാര് നിങ്ങളെ ഉപദ്രവിക്കാൻ വന്നില്ലേ?"

"അല്പനേരം നിന്നു നോക്കിയശേഷം വലയിട്ട ഞങ്ങളോട് ഏറ്റുമുട്ടാൻ വന്നു. വല മുറിച്ചുകളയാനായി വിരട്ടിയോടിച്ചു. ബോട്ട് വേഗത്തിൽ ഓടിച്ചു ഞങ്ങൾ രക്ഷപ്പെട്ടു."

അടുത്തുള്ള വലകൾക്ക് അധികം മീൻകൊയ്ത്ത് ഇല്ലാത്തതിനാൽ പന്ത്രണ്ടാം നമ്പർ ബോട്ട് കരയ്ക്കടുത്തതും വാണിഭക്കാരുടെ തിരക്കു വർദ്ധിച്ചു. നല്ലവില കിട്ടിയ സന്തോഷത്തിൽ തൊമ്മൻപിള്ള ബോട്ടിൽ പോയ തൊഴിലാളികൾക്ക് ഓഹരിയിലധികം പണം കൊടുത്തു.

മൊയ്ദീൻ കൈനിറയെ പണവും കറിക്കുള്ള മീനുമായി വന്നപ്പോൾ, മൂന്നുദിവസം കടലിൽ വലവിരിക്കാൻ പോയിവന്ന കണവന് മീൻകറി വെച്ച് വെള്ളയന്റെ കടയിൽനിന്നു വാങ്ങിയ നല്ല ചെമ്പാ അരിച്ചോറു വെച്ചു വിളമ്പി. കുഞ്ഞുങ്ങൾക്കും വയറുനിറയെ മീനുംകൂട്ടി ചോറുകൊടുത്തു. ചോറുണ്ട് അവർ തൊഴുത്തു.

കുഞ്ഞുങ്ങൾക്കു വരുന്ന വഴിക്കു വാപ്പ മുറുക്കും കടലമിഠായിയും വാങ്ങിക്കൊണ്ടു വന്നു കൊടുത്തു. കുഞ്ഞുങ്ങൾക്ക് തീറ്റപ്പണ്ടങ്ങൾ കണ്ടാലുണ്ടായിരുന്ന ആർത്തിയും മൊയ്ദീൻ അടക്കി.

"അല്ലഹമ്മദില്ലില്ലാഹ" എന്നു കടലിൽപോയിവന്ന ചൊരുക്ക് അകറ്റാനായി നീണ്ടുനിവർന്നു കിടന്ന് ഉറങ്ങിയ മൊയ്ദീൻ ഉറക്കത്തിൽനിന്നും ഉണർന്നത്, മുഹ്യുദ്ദീൻ തെരുവിലുള്ള ഹബീബുകാക്കാ വന്നു വിളിച്ചപ്പോഴാണ്.

കണ്ണുകൾ തിരുമ്മിക്കൊണ്ടവൻ നോക്കി. കൺമുന്നിലവൻ കണ്ടു. മുഹ്യുദ്ദീൻ തെരുവിലുള്ള ഹബീബുകാക്കാ.

"എന്താ?" എന്നു ചോദിച്ച മൊയ്ദീനെ ചോദ്യങ്ങളാൽ മടക്കി ഹബീബുകാക്കാ.

"നിന്നെ അന്വേഷിച്ച് എന്തിനാ സാധാരണ ആൾക്കാർ വരാറ്?"

“എന്തിനാണെന്നു പറയൂ വരാം” അവനു മനസ്സിലായി ഹബീബു കാക്കായുടെ വരവിന്റെ ലക്ഷ്യം.

“നിന്നെയും നിന്റെ വണ്ടിയെയും നാട്ടിലെ ജനങ്ങൾ എന്തിനായിരിക്കാം അന്വേഷിക്കുന്നത്? പാലുകാച്ചു വീട്ടിലേക്കും കല്യാണവീട്ടിലേക്കും സാധനങ്ങൾ കയറ്റിക്കൊണ്ടുപോകാനാണോ അന്വേഷിക്കാറ്? അല്ലല്ലോ.. ഞങ്ങളുടെ തെരുവിൽ ഒരു വൃദ്ധ മയ്യത്തായി. സന്തുക്ക് എടുത്തുകൊണ്ടു വാടാ.. ചെല്ല്. കിടന്നകിടപ്പിൽക്കിടന്ന് മയ്യത്തായി. വേഗം അടക്കം ചെയ്യണം.”

“ഇല്ല, ഞാനിപ്പോൾ സന്തുക്ക് എടുക്കാൻ പോകാറില്ല. മറ്റാരെയെങ്കിലും അന്വേഷിക്കൂ. ഞാനാജോലി വേണ്ടെന്നുവെച്ചു. ഇപ്പോൾ കടലിൽ പോകുന്നു.”

മൊയ്ദീൻ കിടക്കപ്പായിൽച്ചെന്ന് തിരിഞ്ഞുകിടന്നു. മൊയ്ദീൻ, ഹബീബു റാവുത്തരെ അനുസരിക്കാതെ മുഖംതിരിച്ച് കിടന്നത് കവിളത്ത് ആഞ്ഞടിച്ചതുപോലെ തോന്നി അദ്ദേഹത്തിന്. അദ്ദേഹത്തെ അതു ചൊടിപ്പിച്ചു.

“എന്താടാ.. നിനക്ക്, കൊഴുപ്പ്(അഹങ്കാരം) കൂടിപ്പോയോ? വന്നുവിളിക്കുന്ന പള്ളിത്തെരുവിലെ വ്യക്തിയെ ബഹുമാനിക്കാതെ തിരിഞ്ഞു കിടക്കുന്നോ?”

“എനിക്ക് വണ്ടിവലിക്കാൻ ശക്തിയില്ല. ആ തൊഴിൽ വേണ്ടെന്നുവച്ച് വണ്ടി ഉടമസ്ഥനു തിരികെക്കൊടുത്തു. നിങ്ങൾ മറ്റാരെയെങ്കിലും അന്വേഷിക്ക്.”

“സന്തുക്ക് എടുക്കാൻ നാട്ടിൽ മറ്റാരു വരുമെടാ.. പറയ്..?” മറുപടിക്കായി ഹബീബ് റാവുത്തർ കാത്തുനിന്നു.

“ഞാൻ മരിച്ചു പോയാലോ?” അവൻ ചോദിച്ചു

ആ ചോദ്യത്തിനു വന്നയാളുടെ കൈയിൽ ഉത്തരം ഉണ്ടായിരുന്നില്ല. ശിലപോലെനിന്നു. പിന്നെ അവനെ ഒന്നുകൂടി തുറിച്ചുനോക്കി.

“ഈയിടെയായി വരത്തരായ മരയ്ക്കാൻ ചെക്കന്മാർക്ക് അഹങ്കാരം ഇത്തിരി കൂടുന്നുണ്ട്. നിനക്കൊക്കെ കാണിച്ചുതരാം.”

അദ്ദേഹം തിരികെ നടന്നു.

മുപ്പത്

മൊയ്ദീന്റെ മകൻ പുതിയാപ്ല വഹാബ്, പൂവൻ, പട്ടാണി, നൃൂവഹമ്മദ്, സെയ്നുല്ലാ മുതലായവർ വിചാരണത്തടവുകാരായി മറ്റൊരു ജയിലിലേക്കു മാറ്റപ്പെട്ടു. മൊയ്ദീൻ ബോട്ടിൽ പോകാതെ ഓരോ ജയിലുകളിലായി കയറിയിറങ്ങി. മകനെ അടച്ചിരിക്കുന്ന ജയിൽ ഏതെന്നറിയാൻ കഴിഞ്ഞില്ല. വഴികാണിക്കാനും ആരും തുണയുണ്ടായിരുന്നില്ല. നൃൂവഹമ്മദിന്റെ വാപ്പ, ഒരു വക്കീലിനെവെച്ച് കോടതിയിൽ കേസുകൊടുക്കാൻ തീരുമാനിച്ചു.

കോടതി, വക്കീൽ എന്നെല്ലാം കേട്ടപ്പോൾ മൊയ്ദീന്റെ നെഞ്ചിൽ ഭയം പെരുമ്പറകൊട്ടി. വലിയ പണച്ചെലവ്. കോടതി, കച്ചേരി എന്നൊക്കെപ്പറഞ്ഞു കയറിയിറങ്ങാൻ ആർക്കു കഴിയും? സാധുക്കൾക്കു വന്നു ഭവിച്ച പരീക്ഷണം. യാതൊരു സംഘടനയിലും ചേരാത്ത തെരുവിലെ ചെക്കന്മാർ. യാതൊരു തീവ്രവാദത്തിലും ഏർപ്പെടാത്തവർ. കേട്ടുകേൾവി പോലുമില്ലാത്ത ഏതോ ഒരു വിദേശസംഘടനയുടെ കണ്ണികളാണെന്ന പേരിൽ കുട്ടികളെ പിടിച്ചുകൊണ്ടുപോയ ദിവസം മുതൽ ഓടക്കരത്തെരുവ് ഭീതിയുടെ നിഴലിലാണ്. ചെറുപ്പക്കാർ പുറത്തിറങ്ങാൻ മടിച്ചിരുപ്പാണ്. ഭയം നിമിത്തം ചിലർ വിദേശങ്ങളിലേക്ക് തൊഴിലന്വേഷിച്ച് കടന്നു. ഉമ്മമാരും വാപ്പമാരും ചങ്കുകലങ്ങിക്കഴിഞ്ഞു.

എന്റെ മകൻ എന്നുവരുമോ? ഉമ്മമാരുടെ നെഞ്ചുകലങ്ങിയുള്ള കരച്ചിലാണിത്. ഓടക്കരത്തെരുവ് ഇപ്പോൾ ഒരു ജയിലായി മാറിക്കഴിഞ്ഞു. അവിടെയുള്ള ജനങ്ങൾ ജയിലിലടക്കപ്പെട്ടവർ. പൊലീസിന്റെ നടമാട്ടം ഓടക്കരത്തെരുവിൽ സദാ കാണപ്പെട്ടു. ബൂട്സിന്റെ ശബ്ദം കേട്ടാൽ സ്ത്രീകൾ നടുങ്ങി വീടിനുള്ളിനുള്ളിൽക്കയറി പതുങ്ങിയിരിക്കും. ബൂട്സിന്റെ ശബ്ദം അകന്നശേഷം മാത്രമേ മെല്ലെ ദ്രവിച്ചു തുടങ്ങിയ വാതിൽതുറന്ന് അവർ എത്തിനോക്കിയിരുന്നുള്ളൂ. ഇപ്പോൾ അവരും ജയിലിലടയ്ക്കപ്പെട്ടവരെപ്പോലെയാണ്.

ഐ എസ് പ്രവർത്തനം ഉണ്ടോ എന്നന്വേഷിക്കാൻ രഹസ്യപ്പോലീസ് ഓടക്കരത്തെരുവിൽ നിരീക്ഷണം തുടങ്ങി. വീടുതോറും കയറിയിറങ്ങി ഓരോ വീട്ടിലുള്ള അംഗങ്ങളുടെയും പേരും വയസ്സും ചെയ്യുന്ന തൊഴിലും ഒക്കെ ചോദിച്ചറിഞ്ഞ് രേഖപ്പെടുത്തി. മറുനാടുകളിലേക്ക് തൊഴിലിനായി പോയ ചെറുപ്പക്കാരുടെ വിലാസം എഴുതി രജിസ്റ്റർ ചെയ്തു.

മരയ്ക്കാർ തെരുവെന്നു വിളിക്കപ്പെടുന്ന ഓടക്കരത്തെരുവ് പൊലീസിന്റെ കർശന നിരീക്ഷണത്തിലായിരുന്നു. തെരുവ് നിയന്ത്രിക്കാൻ ഒരു ഇൻസ്പെക്ടറും ഒരു സബ് ഇൻസ്പെക്ടറും കുറെ പൊലീസുകാരും അടങ്ങുന്ന സംഘത്തെയും നിയമിച്ചു. തെരുവിനുള്ളിലേക്കു പോകുന്നവരെയും വരുന്നവരെയും കർശന പരിശോധനയ്ക്കു വിധേയരാക്കി. പലരും തെരുവിനുള്ളിലേക്കു വരുന്നത് വേണ്ടെന്നുതന്നെ വെച്ചു.

ഒരു വിദേശ രാജ്യത്തേക്കു പ്രവേശിക്കുന്ന നിയന്ത്രണങ്ങൾ!

മൊയ്ദീൻ മകനെ അന്വേഷിക്കുന്നത് നിർത്തിവെച്ചു. തേടിത്തേടി ഒരുകരയ്ക്കും അടുക്കാത്ത അവസ്ഥ. രാഷ്ട്രീയക്കാർ കൈച്ചെലവിനു പണം കിട്ടാത്തതിനാൽ, അവരോടു ചോദിച്ചാൽ അറിയില്ല എന്ന ഒരേ പല്ലവിമാത്രമേ ഉത്തരമായി കിട്ടിയിരുന്നുള്ളൂ. ആരോടുപോയി ചോദിക്കാനെന്നോർത്തു ദേഷ്യം വന്നുതുടങ്ങവെ മൊയ്ദീൻ മകൻ വരുമ്പോൾ വരട്ടെ എന്നു സമാധാനിച്ചു. ആയുസുണ്ടെങ്കിൽ ജീവനോടെ വരും എന്നു വിചാരിച്ച് സമാധാനപ്പെട്ടു.

അവന്റെ ഉമ്മ, മകൻ ജയിലിൽനിന്നു മോചിതനാകാൻ കണ്ണീരോടുകൂടി ദുആ ഓതുന്നതു മൊയ്ദീൻ കേട്ടുകൊണ്ടിരുന്നു. അവന്റെ പുതുപ്പെണ്ണിനെ, പെണ്ണിന്റെ ഉമ്മയും വാപ്പയും വന്നു കൂട്ടിക്കൊണ്ടുപോയി.

അവൻ തിരികെവരുമ്പോൾ അവന്റെ വീട്ടിൽവന്നു താമസിക്കാം എന്ന തീരുമാനത്തോടെ. വിവാഹത്തിനു ചൂടിയ പൂവിന്റെ വാസന മാറാത്ത ദിനത്തിൽ പോലീസ് അറസ്റ്റുചെയ്തുകൊണ്ടുപോയതു മുതൽ കണ്ണീരാൽ അവളുടെ തലയണ നനഞ്ഞുകുതിർന്നു. വീട്ടിൽനിന്നും അത്തർമണം മാറാത്ത നിലയിൽ കൈയിൽ വിലങ്ങുവെച്ചുകൊണ്ട് പോയ മാരനെയോർത്ത് തൂകിയ കണ്ണീർകണ്ട് മനംനൊന്ത അവളുടെ ഉമ്മ കൂട്ടിക്കൊണ്ടുപോവുകയായിരുന്നു.

നടന്നുകഴിഞ്ഞ വിവാഹത്തെ സ്മരിച്ച് വീട്ടിൽ ദീർഘനിശ്വാസവുമായി ഇരിക്കട്ടെ!

തിരികെവരുമ്പോൾ അവൻ രോഗിയായി മാറുമായിരിക്കുമോ? ചെറുപ്പം വിട്ടുമാറി രോഗിയായിട്ടായിരിക്കുമോ വരുന്നത്? തിരികെക്കിട്ടാത്ത ചെറുപ്പത്തെയോർത്ത് ചുമച്ചു ചുമച്ച് രക്തംതുപ്പി നുറുങ്ങിയ ദാമ്പത്യത്തെയോർത്ത് കരഞ്ഞു ദിവസങ്ങൾകഴിക്കുമോ? വഹാബിനു മാത്രമാണോ ഈ അവസ്ഥ!?

എത്രയോ ചെറുപ്പക്കാർക്ക്? യുവത്വത്തെ നശിപ്പിച്ച് ഇളം രക്തത്തിന്റെ ചൂടു തണുപ്പിക്കുന്നതാണോ ഈ അറസ്റ്റിനു പിന്നിലുള്ള ഉദ്ദേശ്യം?

പാർശ്വവല്ക്കരിക്കപ്പെട്ട ജനതയുടെ ഇന്നത്തെ അവസ്ഥ!

കടലിലിറക്കാതെ മാറ്റിനിർത്തപ്പെട്ടിരുന്ന ബോട്ടായിരുന്നു തൊമ്മപ്പിള്ളയുടെ പന്ത്രണ്ടാം നമ്പർ ബോട്ട്. ആ ബോട്ടിലായിരുന്നു മീൻകൊയ്ത്ത് അധികം ഉണ്ടായത്. തൊമ്മപ്പിള്ളയുടെ 12-ാം നമ്പർ ബോട്ട് കടലിൽനിന്ന് തിരികെവന്ന പിറ്റേന്ന് പ്രഭാതത്തിൽ മീൻ പിടിക്കാൻ വീണ്ടും പോകാൻ തയ്യാറായി. ആ ബോട്ടിൽ മൊയ്ദീനും കയറി. മൊയ്ദീനെ കണ്ടതും മറ്റു മീൻപിടിത്തക്കാരായ തൊഴിലാളികൾക്കും ഉത്സാഹമായി. ബോട്ടു കരയിലെത്താൻ രണ്ടുമൂന്നു ദിവസങ്ങൾ ആയേക്കുമെന്നതിനാൽ ആഹാരത്തിന് ആവശ്യമായ സാധനങ്ങളും കുടിവെള്ളവും ബോട്ടിലെ എഞ്ചിനാവശ്യമായ ഡീസലും ബോട്ടിൽ ശേഖരിച്ചുവെച്ചു. മീൻ കേടായിപ്പോകാതിരിക്കാൻ ഐസ്ക്കട്ടകളും എടുത്തുവെച്ചു.

കടലലകൾ പിളർന്ന വായ കീറിമുറിച്ച് ബോട്ട് മുന്നോട്ടു പാഞ്ഞു. മണിയാരംകുന്നു മാതാ കോവിലിന്റെ നെറുകയിൽ കാണുന്ന കുരിശ് ദൃഷ്ടിയിൽനിന്നും മറഞ്ഞ് ബോട്ട് അകലങ്ങളിലേക്കു പാഞ്ഞു.

കലപിലെ സംസാരിച്ചുകൊണ്ടിരുന്ന മൊയ്ദീൻ പെട്ടെന്ന് മൗനമായി. അവന്റെ ദൃഷ്ടികൾ കടലിന്റെ വിരിമാറിൽ ഊന്നിനിന്നു. അറബിക്കടലിന്റെ മുകൾപ്പരപ്പിലൂടെ വീശിയടിക്കുന്ന ചെറുകാറ്റിൽ ഉയരുന്ന കടലലകൾ നോക്കി അവനിരുന്നു. കൊടുങ്കാറ്റിൽ ഇതേ കുഞ്ഞലകൾ വളർന്ന് ആനയെ വിഴുങ്ങുന്ന രാക്ഷസത്തിരയായി രൂപാന്തരപ്പെടും. കൊടും രാക്ഷസീയത നടമാടുന്നത് ഇന്ന നേരത്തെന്നു കണക്കാക്കുക ബുദ്ധിമുട്ടാണ്. അറബിക്കടൽ ശാന്തമായ കടലെന്ന് പറയാറുണ്ട്. ചില സമയത്ത് കോപാന്ധമായ തിരമാലകൾ ഉണ്ടാകും. ഈ കടലിന്റെ വിരിമാറിലൂടെയാണ് തന്റെ പിതാമഹന്മാരായ മരയ്ക്കാന്മാർ പത്തേമാരികളിൽ നമ്മുടെ നാട്ടിലെ സുഗന്ധദ്രവ്യങ്ങൾ അറേബ്യൻ രാജ്യങ്ങളിലേക്ക്

കൊണ്ടുപോയി വില്പനനടത്തി തങ്കനാണയങ്ങളുമായി നാട്ടിൽവന്ന് ധനികരായത്. അവർ ശേഖരിച്ച ധനംകണ്ട് മനംകുളിർത്ത് പാണ്ഡ്യ നാട്ടിലെ രാജാക്കന്മാരും സേതുരാജ്യത്തെ രാജാക്കന്മാരും മരയ്ക്കാ ന്മാരെ സ്നേഹപൂർവ്വം പരിപാലിച്ചിരുന്നു. പദവികൾ കൊടുത്ത് അവരെ ആദരിച്ചിരുന്നു. കടൽകടന്നു വന്ന പടയൊരുക്കങ്ങളെ എതിർത്തുനിന്ന് നാടിനെ രക്ഷിച്ച വീരമരയ്ക്കാന്മാരെ തഴുകി വളർത്തിയതും ഇതേ ഉപ്പു നീരാണ്.

വാണിജ്യത്തിനും ഹജ്ജിനും ചെല്ലുന്ന യാത്രക്കാർ യാത്രാമദ്ധ്യേ മരണമടഞ്ഞാൽ അവരുടെ മയ്യത്തിനെ എടുത്തു കടലിൽ ഇട്ടുകളയു കയായിരുന്നു പതിവ്. മീനുകൾ കൊത്തി എല്ലുമാത്രം ബാക്കിയാകും. കാലാകാലങ്ങളായി എത്രയെത്രയോ മനുഷ്യശരീരങ്ങളെ ഉള്ളിലേക്കൊ തുക്കി ഏമ്പക്കംവിട്ടു കിടക്കുന്ന ഈ അറബിക്കടൽ. ഇതിന്റെ അടിത്ത ട്ടിൽ, തന്റെ പിതാമഹന്മാരുടെ നട്ടെല്ലിൽനിന്നും കെട്ടഴിഞ്ഞു ചിന്നിയ എത്രയോ വാരിയെല്ലുകൾ നുറുങ്ങിക്കിടക്കുന്നുണ്ടാവും. നുറുങ്ങിയ എല്ലു കളും തലയോടുകളും കുമിഞ്ഞുകുമിഞ്ഞ് ഈ ആഴിയുടെ പതാളങ്ങ ളിൽ മറഞ്ഞുകിടക്കുന്ന അറബിക്കടലിന്റെ മീതെ മീൻ അന്വേഷിച്ച് പോകുന്ന എന്നെപ്പോലുള്ള ദരിദ്രമരയ്ക്കാന്മാരുടെ ജന്മങ്ങളും.

ബോട്ടിന്റെ വേഗതയെ പിന്നിലാക്കുന്ന ചുഴലിക്കാറ്റിൽ മാതാവിന്റെ കോവിലിന്റെ നെറുകയിലുള്ള കുരിശ് ദൃഷ്ടിയിൽനിന്നും മറഞ്ഞു പോകുംവിധം ദൂരത്തേക്കുപോയ യന്ത്രബോട്ട്, ഇപ്പോൾ സഹ്യമലയുടെ മുകൾഭാഗവും കാണാനാവാത്തവിധം അകന്നുപൊയ്ക്കൊണ്ടിരുന്നു. എവിടെ നോക്കിയാലും നീലക്കടൽവെള്ളം മാത്രം. ആകാശം കടലിന്റെ മുകളിൽ കമിഴ്ത്തിവെയ്ക്കപ്പെട്ടിരുന്നു.

കര എവിടെ?

ഏതു ദിശയിലേക്കാണ് നാം പോകുന്നത്?

മൊയ്ദീൻ പതറിപ്പോയ മനസ്സോടുകൂടി ചുറ്റിനും നോക്കി. നോക്കിയ സ്ഥലമെല്ലാം തണ്ണീരാൽ ചൂഴപ്പെട്ട ലോകം.

കാറ്റ് തീരെ ശമിക്കുന്നില്ല.

"വലിയമരയ്ക്കാരേ.. ചതിക്കല്ലേ..വഴികാട്ടിത്തരണേ.."

ദിശയും കരയും തിരിയാതെ മൊയ്ദീന്റെ മനസ്സുകലങ്ങിത്തുടങ്ങി. അങ്ങകലെ കരകാണാത്ത ദൂരത്ത് തങ്ങളെ വിശ്വസിച്ച് പ്രതീക്ഷിച്ചിരി ക്കുന്ന ഭാര്യയും പിഞ്ചുകുഞ്ഞുങ്ങളും. മൊയ്ദീനാകെ ഭയപ്പെട്ടു.

ചുമടെടുത്ത് ജീവിതം നടത്തിയിരുന്ന വഹാബ് ജയിലിൽ. അവൻ എന്നു പുറത്തുവരുമോ ആവോ? യുവത്വം അവനിൽനിന്നും ഉരുകിയൊ ലിച്ചുപോയതിനുശേഷം മാത്രമേ വരികയുള്ളോ? അല്ലെങ്കിൽ ഏറ്റുമുട്ട ലിൽ തുപ്പിയ പ്രാണനറ്റ മയ്യത്തായി മാറുമോ അവൻ?

വളരെയകലെ നോട്ടമെത്താത്തത്രയുമകലെ ഒരു തുരുത്തുപോലെ ഒരു പച്ചപ്പ് കണ്ടു. കുതൂഹലത്തിൽ മൊയ്ദീൻ നോട്ടം അവിടേക്കു പായി ച്ചിരുന്നു. ബോട്ടു നിറയെ മത്സ്യങ്ങൾ. കരയ്ക്കെത്തി മീനുകളെല്ലാം കച്ച വടമായാൽ മാത്രമേ അരിക്കും കറിക്കുള്ളതും വാങ്ങാനായി തൊമ്മ

പ്പിള്ള പണം തരികയുള്ളൂ. പച്ചപ്പുകണ്ട സ്ഥലത്തേക്ക് ബോട്ട് അടുത്തു. മനോഹരമായ ഒരു ദ്വീപ്!

എവിടെനിന്നെന്നറിയില്ല, മൊയ്ദീൻ കയറിയ ബോട്ടിനെ നോക്കി മറ്റൊരു ബോട്ട് അതിശീഘ്രം പാഞ്ഞുവന്നു. 12-ാം നമ്പർ ബോട്ടിനെയും അവരെയും ചുറ്റിവളഞ്ഞ് മുഖംമൂടിയണിഞ്ഞ ഒരു കൂട്ടർ ആക്രമിച്ചു. കഠിനമായ പരിക്കുകളേറ്റ മൊയ്ദീനെയും കൂട്ടരെയും നോക്കി അവർ പറഞ്ഞ ഭാഷ എന്തെന്ന് മനസ്സിലായില്ല. ബോട്ടിലുണ്ടായിരുന്ന മത്സ്യങ്ങളെയെല്ലാം അവർ കൊള്ളയടിച്ചു. മീൻവലകൾ നശിപ്പിച്ചു. പെട്ടെന്നുതന്നെ ആ ബോട്ട് അകലെ മറഞ്ഞു, ഒരു പുകപോലെ.

പിടിച്ചമീനും സാമഗ്രികളും നഷ്ടപ്പെട്ടതോർത്ത് മൊയ്ദീൻ വ്യാകുലചിത്തനായി ബോട്ടിലിരുന്നു. പുറപ്പെട്ടുവന്നിട്ട് ദിവസങ്ങൾ പലതായതിനാൽ കൊണ്ടുവന്ന ആഹാരസാധനങ്ങളും കുടിവെള്ളവും തീർന്നുപോയ ദുഃഖം മറ്റൊരു വശത്ത്. കരയിലെത്താനുള്ള ദിശയറിയാതെ അവർ ചുറ്റും മിഴിച്ചുനോക്കി.

ആ ദ്വീപിനെ ലക്ഷ്യമാക്കി നീങ്ങിയ ബോട്ട് കരയിലൊതുക്കി.

കരയിൽ ഇറങ്ങിനിന്ന മൊയ്ദീന് അങ്ങകലെ ഒരു മിനാറിന്റെ നെറുക ദൃശ്യമായി. കുടിവെള്ളം എടുക്കാമെന്ന സന്തോഷത്തോടെ കുടവുമായി മിനാറിനെ ലക്ഷ്യമാക്കി മൊയ്ദീൻ നടന്നു.

ചെറിയൊരു പള്ളി. അതിനെച്ചുറ്റി കൊച്ചുകൊച്ചു വീടുകൾ, ഓലക്കുടിലുകൾ. പള്ളിക്കുമുന്നിലായി തറയിൽനിന്നും കുനിഞ്ഞ് വെള്ളം കോരിയെടുക്കാവുന്ന തരത്തിൽ ആഴമുള്ള ഒരു വട്ടക്കിണർ. വെള്ളം കോരിയെടുത്ത് ദാഹം തീരുന്നതുവരെ അവൻ കുടിച്ചു.

ഹായ്..എന്തൊരു സ്വാദ്!

നാലുഭാഗത്തും കടൽ. കടലിന്റെ നടുക്ക് ഒരു ദ്വീപ്. ആ ദ്വീപിൽ വിസ്താരമേറിയ ഒരു കിണർ. ആ കിണറിലെ വെള്ളത്തിന് ഉപ്പുരുചിയില്ല. എന്തൊരു സ്വാദ്!

ഇതെന്തൊരത്ഭുതം!!

പള്ളിയുടെ മുമ്പിൽ ഇരുന്നിരുന്ന മുതിർന്നവരോടു ചോദിച്ചപ്പോൾ ദ്വീപിന്റെ ആദിമകഥ അവർ പറഞ്ഞു:

വഴിതെറ്റിവന്ന ഒരാൾ വടികൊണ്ട് കുത്തിക്കുത്തിയുണ്ടാക്കിയ കിണറാണിത്. ഞങ്ങൾ ഈ ദ്വീപിലെ ആദിമമനുഷ്യർ. സർക്കാരിന്റെ റെക്കോർഡിൽ ഇപ്പോഴും ഞങ്ങൾ ആദിവാസികൾ. ഞങ്ങളുടെ പൂർവ്വികരുടെ മതമെന്തെന്ന് ഞങ്ങൾക്കറിയില്ല. ആഹാരം തരുന്ന ഈ കടലാണ് ഞങ്ങളുടെ അമ്മ. ഞങ്ങൾക്കു ചുറ്റിനുമുള്ള ഈ കടലിനെ ഞങ്ങൾ കടലെന്നല്ല പറയുന്നത്, അമ്മ.. അമ്മയെന്നുതന്നെയാണു പറയാറ്. ഞങ്ങൾക്ക് ആഹാരം തരുന്നത് ഈ അമ്മയാണ്. അമ്മ തരുന്ന ചൂരമീനിനെ സംസ്കരിച്ച് പൊടിയാക്കും. മീൻപൊടിവാങ്ങാൻ വരുന്നവർ ഞങ്ങൾക്ക് ആഹാരസാധനങ്ങൾ കൊണ്ടുവന്നു തന്നിട്ട് മീൻപൊടിയുമായി മടങ്ങും. കൊച്ചി, കോഴിക്കോട് തുടങ്ങിയ സ്ഥലങ്ങളിലേക്ക് ഈ മീൻപൊടിചേർത്തുണ്ടാക്കിയ ആഹാരസാധനങ്ങൾ ധാരാളമായി

വ്യാപാരം നടന്നുവരുന്നു.

കരയിലുള്ളവരാൽ കബളിപ്പിക്കപ്പെട്ട് ഞങ്ങൾ കഴിഞ്ഞിരുന്ന കാലത്ത് ഒരു രാക്ഷസത്തിരമാലയിൽപെട്ട് ദിക്കുതെറ്റിയ ഒരു പത്തേമാരി തകർന്നടിഞ്ഞു. എല്ലാവരും കടലിൽ മുങ്ങിമരിച്ചു. അതിലൊരാൾ രക്ഷപ്പെട്ടു. അയാൾ തന്റെ കൈയിലുണ്ടായിരുന്ന വടികുത്തി കരയിലേക്കു നടന്നുവന്നു. അയാളെ ഇവിടെയുണ്ടായിരുന്ന മനുഷ്യരെല്ലാം അത്ഭുതത്തോടെ നോക്കിനിന്നു. കടലിൽനിന്നും നടന്നുകയറിയ അത്ഭുതമനുഷ്യനെ കാണാൻ വന്നുകൂടിയവരിൽ പുരുഷന്മാർക്ക് കോണകം മാത്രമേ വസ്ത്രമായുണ്ടായിരുന്നുള്ളൂ. മാറിടം മറയ്ക്കാത്ത മുട്ടിനും പൊക്കിളിനും ഇടയ്ക്ക് നാമമാത്രമായ ഒരു കഷണം തുണിയാൽ മറയ്ക്കപ്പെട്ടിരുന്ന അരയോടുകൂടിയ സ്ത്രീകളും. കടലിൽനിന്നും വടിയും കുത്തി നടന്നുവന്ന ആ മനുഷ്യൻ ആരെന്നു തനിക്കറിയാമോ?"

മുതിർന്ന ആ മനുഷ്യൻ ചോദിച്ചു.

"അദ്ദേഹമാണ് ഹഷറത്ത് ഉബൈദുള്ള! അദ്ദേഹം വിശക്കുന്നെന്നു പറഞ്ഞു. മനസ്സിലാകാത്ത അറബി ഭാഷയിൽ. പിന്നെ വയറ്റിൽ കൈവെച്ചു കാണിച്ചപ്പോൾ വിശപ്പാണെന്നു ഞങ്ങൾക്കു മനസ്സിലായി. അന്നൊക്കെ ദ്വീപിൽ ഇന്നു കിട്ടുന്നതുപോലെ അരിയോ ഗോതമ്പോ കിട്ടാത്ത കാലം. പച്ചമീനിനെ ചുട്ടുകൊടുത്തത് വേഗം വേഗം സ്വാദോടുകൂടി കഴിച്ചു. വായിൽ കൈവെച്ച് വെള്ളം എന്നു കാണിച്ചു. കൊടുത്ത വെള്ളമെല്ലാം ഉപ്പുചുവയുള്ളത്. കൈയിലുണ്ടായിരുന്ന വടികൊണ്ട് ഇരുന്നിരുന്ന സ്ഥലത്ത് മെല്ലെ കുത്തിക്കുത്തി കുഴിയാക്കി. കടൽവെള്ളം ചൂഴ്ന്നുകിടന്ന സ്ഥലത്ത് ശുദ്ധവെള്ളം ഊറിനിറഞ്ഞു. ദാഹം തീരുവോളം അദ്ദേഹമത് കുടിച്ചു. അന്നദ്ദേഹം ദാഹംതീരെ കുടിച്ച വെള്ളമാണ് ദാ..ഈ കിണറ്റിലെ വെള്ളം!"

"കടലിൽ നിന്നും നടന്നുവന്ന അദ്ദേഹം യാത്രാക്ഷീണമകറ്റാൻ കിണറ്റിനരുകിലുണ്ടായിരുന്ന കുടിലിൽ കിടന്നുറങ്ങി.

ദ്വീപിലേക്കുവന്ന അത്ഭുതമനുഷ്യനെ കാണുന്നതിനായി ദ്വീപിലെ ജനങ്ങൾ തടിച്ചുകൂടി. ജനങ്ങളെ നന്മയുടെ മാർഗ്ഗങ്ങളെക്കുറിച്ച് ബോധവാന്മാരാക്കി. ജനങ്ങൾക്കെല്ലാം ഖലിമാ ഓതിക്കൊടുത്ത് ഇസ്ലാംമതം സ്വീകരിക്കുവാൻ പ്രാപ്തരാക്കി. അന്ന് ഇസ്ലാംമതം സ്വീകരിച്ച ജനങ്ങൾ, അദ്ദേഹത്തിന്റെ മാർഗ്ഗോപദേശം അനുസരിച്ച് പടുത്തുയർത്തിയ പള്ളിയാണിത്. അദ്ദേഹം തന്നെയാണ് ഈ പള്ളിക്ക് തറക്കല്ലിട്ടത്, അന്നദ്ദേഹം ഉറങ്ങിയ കുടിലാണ് ഇപ്പോൾ ഞാനിരിക്കുന്ന ഈട്ടിമരത്തിൽ പണിതീർത്ത ഈ പള്ളി. ദ്വീപിൽ താമസിക്കുന്ന നാമെല്ലാം മുസ്ലീങ്ങൾ തന്നെയാണ്. മറ്റു മതസ്ഥർ ആരുമില്ലാത്ത ദ്വീപ്. ഞങ്ങൾക്ക് ലിപികളില്ലാത്ത ഒരു ഭാഷയുണ്ട്. അത് ഞങ്ങൾക്കിടയിൽത്തന്നെ സംസാരിക്കുന്നതാണ്. ഇപ്പോൾ ഇവിടെ ഒരു ജയിലുണ്ട്. കുറ്റവാളികൾ ആരും അതിൽ ഇല്ല. ജയിലിന്റെ വാതിൽ എപ്പോഴും തുറന്നുകിടക്കും. ഇവിടെയുള്ള വീടുകൾക്കു വേലിയും ഇല്ല. വാതിലും ഇല്ല.

ഞങ്ങളുടെ ദ്വീപിൽ സ്ത്രീകൾക്കാണ് അധികാരം. രാത്രിയിൽ ഏതു

നേരത്തു വേണമെങ്കിലും സ്ത്രീകൾ സ്വതന്ത്രമായി നിർഭയരായി ഒറ്റയ്ക്കു സഞ്ചരിക്കാറുണ്ട്. സ്ത്രീകൾക്ക് പെൺപണം സ്ത്രീധനമായി കൊടുത്തു മാത്രമേ വിവാഹം കഴിക്കാൻ സാധിക്കൂ. ദ്വീപിൽ ഉള്ളവർക്കു മാത്രമേ ദ്വീപിൽ ഭൂമി വാങ്ങാനാവൂ. കരയിലുള്ളവർക്ക് ഇവിടെ ഭൂമിവാങ്ങാനാവില്ല. ഇവിടെ പെൺപണം (മെഹർ) അധികം കൊടുക്കണമെന്നതിനാൽ ചിലർ കരയിൽനിന്നും വന്ന് വിവാഹം കഴിക്കാറുണ്ട്. എന്നാൽ കരയിൽനിന്നും വരുന്ന ഭാര്യക്ക് ദ്വീപിൽ സ്വത്തവകാശം ഉണ്ടാവില്ല.

ഈ ദ്വീപിന്റെ പ്രത്യേകത എന്താണെന്നു നിങ്ങൾക്കറിയാമോ?

ഈ ദ്വീപിൽ കാക്ക, കഴുകൻ, നായ, പാമ്പ്, കഴുത, പന്നി മുതലായ ജന്തുക്കളെയൊന്നും കാണാൻ സാധിക്കില്ല. അവയൊന്നും ഇവിടെ ജീവിക്കില്ല.

ഈ ദ്വീപിൽ വന്ന ഒരു ഔലിയാർ കൊടുത്ത ഒരുശാപത്താലാണ് ഇത്തരം ജന്തുക്കൾക്കിവിടെ ജീവിക്കാനാവാത്തത്. ഔലിയാർ ഒരിക്കൽ ഔൾ(നിസ്കാരത്തിനായി കൈകാലുകൾ കഴുകി ശുദ്ധമാക്കാനായി) ഹവുളി (തണ്ണീർത്തടം) ന്റെ കരയിൽ ഇരിക്കുമ്പോൾ അദ്ദേഹത്തിന്റെ തൊപ്പിയിൽ കാക്ക കാഷ്ഠിച്ചു. ഔലിയാർ കോപത്തോടെ കൊടുത്ത ശാപമാണ്. 'നീയും നിന്നെപ്പോലെയുള്ള ശവന്തീനി വർഗ്ഗങ്ങളും ഈ ദ്വീപിൽ ജീവിക്കാൻ പാടില്ല. ഒഴിഞ്ഞുപൊയ്ക്കോ!' അദ്ദേഹത്തിന്റെ ശാപം ഇന്നും നിലനില്ക്കുന്നു.''

തന്റെ പൂർവ്വികരിൽ ഹസറത്ത് ഉബയദ്ദുല്ല എന്ന് പറഞ്ഞുകേട്ടിരുന്നത് മൊയ്ദീനു പെട്ടെന്ന് ഓർമ്മ വന്നു. ഹസറത്ത് ഉബയദ്ദുള്ളയുടെ വംശാവലിയിൽ വന്നയാളാണ് തന്റെ പൂർവ്വികനായ വല്യതമ്പിമരയ്ക്കാർ! ഹസറത്ത് ഉബസൈദ്ദുല്ല എന്നപേരു കേട്ടപ്പോൾത്തന്നെ മൊയ്ദീനു രോമാഞ്ചമുണ്ടായി. സമുദ്രമദ്ധ്യത്തിലുള്ള ഈ ചെറിയ ദ്വീപിൽ വടിയൂന്നി നടന്നുവന്നത്, ശുദ്ധവെള്ളം എടുത്തുകുടിച്ച് ദാഹമകറ്റിയത് തന്റെ ഉപ്പാപ്പ എന്നു മനസ്സിലാക്കിയ മൊയ്ദീൻ ഈ സമുദ്രയാത്രയിൽ തന്റെ കുടുംബത്തിന്റെ വേരുകണ്ടുകിട്ടിയ മനസംതൃപ്തിയിൽ രോമാഞ്ചമണിഞ്ഞു.

മുപ്പത്തി ഒന്ന്

വല്യതമ്പി മരയ്ക്കാരപ്പായുടെ ഒന്നിടവിട്ട സഹോദരന്മാരാണ് പറങ്കികളുമായി എതിർത്തു പോരാടാനായി മലബാറിലേക്കു പടപുറപ്പാടിനായിപ്പോയ കുഞ്ഞാലി മരയ്ക്കാന്മാർ. കോഴിക്കോടു സാമൂതിരി അദ്ദേഹത്തെ നിഷ്കരുണം പിടിച്ചുകൊടുത്ത്, പറങ്കിത്തലവൻ ഗോവയിൽ വെച്ച് കൊലപ്പെടുത്തി, ശവശരീരം കഷണം കഷണമാക്കി വലിച്ചെറിഞ്ഞു. വെട്ടിയെറിഞ്ഞ കഷണങ്ങളിൽ ഒരുകൈയും എടുത്ത് പുലിമരയ്ക്കാർ, പറങ്കികൾക്കു പിടികൊടുക്കാതെ ഓടിയോടിവന്ന് കീഴേ കടലോരഗ്രാമത്തിലെത്തി. കൈകാലുകൾ കഴുകി ശുദ്ധമാക്കി അവിടെയുള്ള

ഒരു മണൽക്കൂനയിൽ ഇസ്ലാമിക ആചാരം അനുസരിച്ച് ആ കൈ അടക്കം ചെയ്തു. ഇതറിഞ്ഞ നാട്ടിലെ ജനങ്ങൾ ആ സ്ഥലത്ത് അന്ന് ചെറിയൊരു ദർഗ്ഗാ കെട്ടിപ്പൊക്കി. ചന്ദനക്കുടം ആ ദർഗ്ഗാവിൽ നടക്കുമ്പോൾ തെരുവിൽ കൊടിയേന്തിയ ഘോഷയാത്രയിൽ കുതിരപ്പുറത്ത് കൊടിപിടിച്ച് മുന്നിൽ നടക്കുന്നത് അബുൾ കാസിം മരയ്ക്കാരാണ്. വെട്ടി മുറിച്ച കൈയും എടുത്തുകൊണ്ട് തലതെറിക്കുന്നവിധം ഓടോടിവന്ന പുലിമരയ്ക്കാരുടെ ഇളം തലമുറക്കാരൻ. ഓടക്കരത്തെരുവിൽ ഉന്തുവണ്ടിയിൽ സായന്തനങ്ങളിൽ സമോസയും ഉഴുന്നുവടയും വിറ്റ് ദൈനംദിന ജീവിതം നടത്തുന്ന അബ്ദുൾ കാസിം. ഈ അബ്ദുൾ കാസിമിന്റെ മകനാണ് തീവ്രവാദിയെന്നു മുദ്രകുത്തി പൊലീസ് അറസ്റ്റു ചെയ്തു വെച്ചിരിക്കുന്ന സെയ്നുല്ലാ.

ദീപിൽനിന്നും പുറപ്പെട്ട കപ്പലിനെ പിൻതുടർന്നിരുന്ന 12-ാം നമ്പർ ബോട്ട് വെറുംകൈയോടെ കൊച്ചി കടൽക്കരയിലെത്തി. ആ സമുദ്രയാത്രയിൽ വല്യതമ്പി മരയ്ക്കാരപ്പായും ചിന്നത്തമ്പി മരയ്ക്കാരപ്പായും ആഴക്കടലിൽവെച്ച് നൂറ്റാണ്ടുകൾക്കു മുമ്പ് പറങ്കികളോടു യുദ്ധംചെയ്ത് പറങ്കികളുടെ കപ്പൽ മുക്കിക്കളഞ്ഞതും വിരട്ടിയോടിച്ചതുമായ സാഹസിക പോരാട്ടങ്ങളെക്കുറിച്ച് മൊയ്ദീൻ ഓർത്തു. എണ്ണിയാലൊടുങ്ങാത്ത പറങ്കിപ്പടയും അവരോടൊക്കെ എതിർത്തുനിന്ന മരയ്ക്കാന്മാരും മടിഞ്ഞു മടിഞ്ഞു വീഴുന്ന സമുദ്രക്കയത്തിൽ താഴ്ന്നുപോയതും അവനോർത്തു. നാടിനെ രക്ഷിക്കുവാനായി ഒരു നൂറ്റാണ്ടിന്റെ ചരിത്രപോരാട്ടം നേരിൽക്കണ്ട് ഓർമ്മ നശിക്കാത്ത ഒരേയൊരു ദൃക്സാക്ഷി ഈ സമുദ്രം മാത്രം! വായും വചസ്സും ഉണ്ടായിരുന്നെങ്കിൽ ഏതു നീതിപീഠത്തിനുമുന്നിലും മരയ്ക്കാന്മാർക്കായി സാക്ഷിപറയാൻ കെല്പുള്ള ഒരേയൊരാൾ ഈ സമുദ്രം മാത്രം! ആ കൊടുംക്രൂരതകൾ നിറഞ്ഞ പോരാട്ടം കണ്ട് മനസ്സുനൊന്തു വിതുമ്പിപ്പൊട്ടി തന്റെ അലക്കൈകളാൽ നെഞ്ചിൽ ആഞ്ഞടിച്ചുകരഞ്ഞുകൊണ്ടിരിക്കുകയാണ് പലനൂറ്റാണ്ടുകളായി ഈ അറബിക്കടൽ!

ഹജ്ജ് ചെയ്തു മടക്കയാത്രയാരംഭിച്ച ഹാജിമാരെ ക്രൂരമായി കൊന്നൊടുക്കിയതിനുശേഷം അവരുടെ ശവശരീരങ്ങൾ വീശിയെറിഞ്ഞതും ഈ കടലിലേക്കാണ്. സ്ത്രീകളും കുട്ടികളും വൃദ്ധന്മാരുമായ സാധുക്കളുടെ കത്തിക്കരിഞ്ഞ ശവശരീരങ്ങളെ തന്റെ ഉള്ളിലേക്കു സ്വീകരിച്ച് അടക്കംചെയ്ത് ഒരു ദീർഘനിശ്വാസത്തിന്റെ സ്വനം തിരകളിലാക്കി വിങ്ങുന്ന ഈ അറബിക്കടലിൽ.. കുതിച്ചുനീങ്ങുന്ന ബോട്ടിൽ ചെന്ന് മൂത്താത്തമാരുടെ പച്ചമാംസത്തെ തിന്നുകൊഴുത്ത മത്സ്യങ്ങളുടെ മുട്ടയിൽനിന്നും പിറന്ന കുഞ്ഞുങ്ങളെപ്പിടിച്ചു തിന്നുള്ള ഇനിയൊരു ജീവിതം തനിക്കാവശ്യമുണ്ടോ? ഇനിയും രക്തക്കറയും ഗന്ധവുമൊടുങ്ങാത്ത ഈ കടലിൽനിന്നും..?

ബോട്ടിൽനിന്നും കരയിലിറങ്ങിയ മൊയ്ദീൻ വെറുംകൈയോടെ അവന്റെ കുടിലിനെ നോക്കി മെല്ലെ നടന്നു. അവിടെ ചെമ്മൺതറയിൽ വിശന്നു വാടിക്കിടക്കുന്ന കുഞ്ഞുങ്ങൾ! കടലിൽപോയ കണവൻ

പൊന്നുംകൊണ്ടു വരുന്നതു പ്രതീക്ഷിച്ച് താടിക്കു കൈയുംകൊടുത്തിരിക്കുന്ന ഭാര്യ. മത്സ്യം മോഷ്ടിക്കാൻ വന്നവർ കൊടുത്ത ശരീരത്തിനുള്ളിലെ ആഴമുള്ള മുറിവുകളുമായി വേദന സഹിക്കാനാവാത്തവനെപ്പോലെ നെഞ്ചുംതാങ്ങി നേരെ വീടുനോക്കിനടന്ന അവൻ.. മോഹങ്ങൾ പൊങ്ങുന്ന മുഖവുമായിരിക്കുന്ന ഭാര്യയെക്കണ്ട് നിരാശയോടെ മടിച്ചു നിന്നു. വെറുംകൈ. പോരാത്തതിന് ശരീരത്തിനുള്ളിലെ മുറിവുകളാൽ ഉണ്ടായ ചുമയും. ഒരല്പം മടിച്ചുനിന്ന അവൻ മെല്ലെ തലയുയർത്തി ചോദിച്ചു:

"ഇവിടെ ആരും മരിച്ചില്ലേ?"

"മരിച്ചു."

"പള്ളിയിലെ കണക്കപ്പിള്ള മരിച്ചു. പള്ളിമൈക്കിൽ വിളിച്ചും പറഞ്ഞു. നിങ്ങൾ ബോട്ടിൽ പോയില്ലേ?" അവൾ ചോദിച്ചു.

"ഇല്ല."

"എന്താ?"

"കടലിൽനിന്നും ചോരയുടെ ഗന്ധം വരുന്നു. മരയ്ക്കാന്മാരുടെ പച്ച രക്തത്തിന്റെ ഗന്ധം!"പറഞ്ഞ് വീണ്ടും തലകുനിച്ചവൻ മൗനമായി.

നാടിനെ രക്ഷിക്കാനായി, മതത്തെ സംരക്ഷിക്കാൻ, കടൽ വാണിഭത്തെ നിലനിർത്താൻ, ഭാഷയെ പോറ്റാൻ, കലാസംസ്കാരത്തെ കാത്തുസൂക്ഷിക്കാൻ, അന്യശക്തികൾക്കെതിരായി നടത്തിയ നൂറ്റാണ്ടിന്റെ യുദ്ധത്തിൽ മരണമടഞ്ഞ വീരത്യാഗിക (സുഖാദാക്കൾ) ളുടെ ചുടുരക്തത്തിന്റെ ഗന്ധം മുകർന്നു മതിയായിക്കഴിഞ്ഞു. ഇനിയും കടലിലേക്കു പോയാൽ പഴയ ഓർമ്മകളിൽ മനംനൊന്ത് കടലിലേക്കു കുതിച്ചു ചാടിയെന്നും വരാം.

എന്റെ കുഞ്ഞുങ്ങൾ!

ചുമടെടുത്ത് ഉപജീവനം നടത്തിക്കൊണ്ടിരുന്ന മകൻ വഹാബ്, ആ വീരത്യാഗികളുടെ പരമ്പരയിലെ അവസാനത്തെക്കണ്ണി. അവനെ ദേശദ്രോഹപ്പട്ടം ചാർത്തി ജയിലിൽ അടച്ചിരിക്കുന്നു. തിരികെ വരുന്നത് എല്ലും തോലുമായിട്ടായിരിക്കുമോ..? അതോ അവന്റെ മയ്യത്തായിരിക്കുമോ..? അവന്റെ മയ്യത്ത് ഏറ്റുവാങ്ങാൻ തനിക്ക് അറിയിപ്പു കിട്ടുമോ? അതോ അനാഥമയ്യത്ത് എന്ന നിലയിൽ കത്തിച്ചുകളയുമോ?

കേട്ടിട്ടില്ലാത്ത ഐ എസ് തീവ്രവാദി എന്ന കുറ്റം ചാർത്തപ്പെട്ട നിരപരാധിയായ മകനെയോർത്തോർത്ത് മൊയ്ദീൻ തെരുവിലൂടെ ഇറങ്ങി നടന്നു.

അങ്ങകലെ ഷഹാദത്ത് ഖലീമാ ചൊല്ലുന്ന ശബ്ദം കാറ്റിലൂടെ ഒഴുകിവന്നു. കാറ്റുവന്ന ദിക്കിലേക്ക് അവന്റെ നോട്ടം ചെന്നു. ഷഹാദത്ത് ഖലീമാ ശബ്ദം അടുത്തടുത്തുവരുന്നു. അവൻ ഉറ്റുനോക്കി. പള്ളി കണക്കപ്പിള്ളയുടെ മയ്യത്തുവച്ച സന്തുക്കിന്റെ നാലുകാലുകളും തോളിലേന്തിയ ബന്ധുക്കളെ അനുഗമിച്ച് ഗ്രാമത്തിലെ ജനങ്ങൾ ഖബറിസ്ഥാൻ ലക്ഷ്യമാക്കി നടന്നുകൊണ്ടിരുന്നു.

www.ingramcontent.com/pod-product-compliance
Lightning Source LLC
LaVergne TN
LVHW100249051026
849517LV00006B/2038